KB232566

LÊ HUY KHOA
Trường Hàn ngữ Việt Hàn Kanata

TỪ ĐIỂN
사전
HÀN HÀN VIỆT
한국어 - 베트남어

NHÀ XUẤT BẢN HỒNG ĐỨC

Mọi góp ý, xin gửi về:
Trường Hàn ngữ Việt Hàn Kanata
72 Trương Công Định, Tân Bình Tp. HCM
Tel: 39491403, 0913 101 919
www.kanata.com.vn
email: kanatakorea@yahoo.com.vn

ㄱ

가 가장자리, 언저리,
전두리 Vùng ven, biên,
bờ. *(tr)* 가운데, 복판,
중앙 chính giữa.

-가 戌. 성. 김가 Họ
Kim, 이가 họ Lee, 박가
họ Park. *(tk)* 씨 cô, ông,
anh (gọi chung đứng
ngôi thứ 3 số ít).

김경아씨 cô Kim Kyung
Ah. 홍씨 ông Hồng. *(tk)*
님 ông bà, chị cô (chỉ sự
tôn kính, đứng sau tên họ).

박재운님지 ngài Park
Jae Un.

가가호호 모든집.
집집이, 매호 Từng nhà,
từng hộ, tất cả mọi nhà.

가감하다 Gia giảm,
thêm bớt, 더하다 thêm

vào, 빼다 bớt đi.

가건물 임시 건물 Toà
nhà tạm thời.

가게 점포 Cửa hiệu,
cửa hàng. 구멍가게 cửa
hiệu nhỏ. *(tc)* 가게 집,
상점 thương điểm. 상가
vùng cửa hàng. *(tr)*
살림집, 주택 nhà ở.

가격 인상 Nâng giá cả
lên. *(tr)* 가격 인하 hạ giá
cả xuống. *(tk)* 할하다 hạ
giá.

가격 값, 값어치, 정가
Giá cả, giá, giá trị. 물가
vật giá. *(tk)* 값지다 có
giá, giá trị giá trị.

가결하다 찬성하다,
통과하다 Biểu quyết,
thông qua, tán thành. *(tr)*

부결하다 phù quyết, phản đối.

가계 혈통 Huyết thống, dòng máu. *(tk)* 가계부 gia phả.

가계 집안살림 Cuộc sống, đời sống gia đình.

가계약 임시계약 Hợp đồng sơ bộ, tạm thời.

가공 Sự gia công. *(tk)* 인공 thuộc về nhân tạo. 수공품 hàng thủ công.

가공 가상 Sự tưởng tượng, không có thật. *(tr)* 실체 thực tế, có thật.

가교 임시다리 Cái cầu tạm thời.

가구 세간 Dụng cụ, đồ dùng gia đình.

가구 세대, 가정 Gia đình.

가구주 세대주 Chủ nhà.

가극 오페라 Ca kịch.

가금 Gia cầm. *(tr)* 야금

loài chim hoang dã.

가급적 되도록 Sao cho để, nếu có thể được.

가까스로 간신히, 겨우 Hầu như.

가까이 가깝게, 바로, Gần. 바로있다 ở gần. *(tr)* 멀리 xa.

가깝다 Gần (khoảng cách), thân (quan hệ). *(tk)* 친하다 thân thiết. *(tr)* 멀다 xa.

가꾸다 꾸미다, 키우다 Chăm nom, chăm sóc (cây cảnh), chăn nuôi. 기르다 nuôi. 재배하다 trồng trọt.

가끔 이따금, 때때로, 종종, 혼히, 간혹 Thỉnh thoảng, đôi khi. *(tr)* 늘, 항상

가난뱅이 빈자 Người nghèo, kẻ nghèo. *(tr)* 부자 nhà giàu, người giàu.

가난하다 Nghèo. *(tt)*
빈곤 하다 bần cùng.
궁핍 하다 cùng cực.
(tr) 부유 하다, 풍요
하다 giàu có.

가냘프다 가늘다
Mảnh mai. *(tr)* 뚱뚱하다
to béo.

가노 가복 Đầy tớ nam.
(tk) 종, 하인 đầy tớ
(nói chung).

가누다 참다 Chịu
đựng được. *(tk)* 이기다
thắng. 지다 thua.

가늘다 날씬 하다
Thon thả, mỏng. *(tr)*
굵다 dày, 뚱뚱하다
to béo. *(tk)* 약하다 yếu.

가늠하다 겨누다, 가
늠보다 Ngắm, nhằm vào.

가능하다 Khả năng,
có khả năng. 가능성,
현실성 tính hiện thực.
(tr) 불가 능하다 không
có khả năng.

가다 Đi, đi khỏi. 지
나가다 đi qua. 흐르
다 chảy. *(tr)* 오다 đến.
(tk) 들어가다 đi ra,
quay lại. 들어오다 đi
vào.

가담자 Người giúp đỡ,
người hậu thuẫn. *(tk)* 참
가자 người tham gia.
참여자 người tham dự.

가당하다 옳다 Đúng.
(tr) 가당찮다, 틀리다
sai.

가도 대로 Đường lớn,
đại lộ. *(tk)* 거리, 길거리
con đường.

가두다 Bắt giữ 잡 아
넣다. 감금하다 giam
cầm. 구 속 하 다 bắt
giam.

가든 하 다 가 볍 다
Nhẹ. *(tr)* 무겁다 nặng.

가뜩 가득이 Cho dù
không như vậy. *(tk)* 가
득 차다, 꽉차다 chật

cứng, đầy ắp. 충만
하다 sung mãn.

가라앉다 갈앉다,
내려앉다 Lắng xuống,
đọng xuống. 진정하다
dịu xuống. 침몰하다
chìm xuống nước. *(tk)*
인양하다 vớt lên. *(tr)*
뜨다, 떠오르다 nổi
lên. 솟다, 솟아오르다
mọc lên, trồi lên.

가라앉히다 Làm cho
chìm, dịu xuống. *(tr)* 띄
우다 làm cho nổi lên.

가락 곡조, 노래
Nhạc điệu, bài hát.

가락국수 Mì sợi. *(tk)*
우동 miến sợi.

가락지 Cái nhẫn đôi.
(tk) 반지 cái nhẫn. 목
걸이 vòng treo cổ, dây
chuyền.

가랑비 Mưa bụi. *(tt)*
세우, 소나기 mưa rào.
(tk) 이슬비 mưa sương

mù. *(tr)* 폭우, 호우
mưa lớn.

가랑잎 갈잎, 낙엽,
마른 잎 Lá khô, lá rơi
rụng.

가래 Đờm, dãi (ho).
가래침, 담.

가련하다 불쌍하다
Đáng thương, tội nghiệp.

가렵다 Ngứa. *(tk)* 간
지럽다 nôn (게우다,
토하다 nôn mửa).

가령 설령, 설사, 설혹,
예를 들러 Giả định,
giả sử, giả thiết, ví dụ.

가로 거리, 가도 Đường
phố.

가로 횡 Theo chiều
ngang. *(tk)* 가로 쓰기
viết theo dòng ngang.
세로 쓰기 viết theo chiều
dọc. *(tr)* 세로 theo chiều
dọc.

가로등 가등, 상등
Đèn đường.

가로막 횡격막 Cơ hoành.

가로막다 Chắn, chặn ngang. (tk) 막다 ngăn, chặn. 방해하다 làm cản trở, ngăn cản.

가로수 도로수 Cây bên đường.

가로채다 갈취하다 Cướp giật. (tk) 가로 맡다, 끼다 xen vào. 횡령하다 ăn chặn tiền của ai.

가루눈 Tuyết bụi, tuyết hạt nhỏ. (tk) 함박눈 tuyết bông.

가루약 분말약 Thuốc bột. (tk) 알 약 thuốc viên. 물약 thuốc nước. 결정 hạt kết tinh.

가르다 구분하다 Phân biệt. (tk) 가리다, 선택하다 chọn lựa.

가르치다 Dạy, bày cho. (tk) 강의하다 giảng bài. (tr) 배우다 học tập.

가르침 교훈 Lời dạy, bài học.

가리개 병풍 Tấm che, cái bình phong.

가리다 가리우다, 덮다 Che, che đậy. (tk) 감싸다 gói lại. 감추다 giấu, che giấu.

가리마 선모 Đường ngôi tóc.

가마 Cái xoáy tóc. (tk) 쌍 가마 xoáy đôi.

가마 가마니 Cái bao cói, bao bện bằng rạ.

가마 가마솥 Cái chảo.

가만히 (tgt) 가만, 그 대로, 움직임 없이 Yên lặng, không động đậy.

가면 탈 1. Mặt nạ. 2. Bề ngoài mặt.

가면무 탈춤 Múa mặt nạ. 가면극 kịch

người mang mặt nạ.

가명 가함 Tên giả, bút danh. *(tk)* 실명 tên thật. 본명 tên chính. 별명 biệt danh.

가무스름하다 검다 Đen, đen xạm.

가문 집안, 문중 Đại gia đình, vọng tộc.

가물 가뭄, 한발 Nạn hạn hán. *(tk)* 홍수 nạn lụt, 장마 mưa dài ngày.

가물가물하다 Chập chờn, lúc rõ lúc không. *(tr)* 뚜렷하다 rõ ràng.

가물치 동어 Con cá tràu, cá quả.

가방 Cái túi, cái cặp (nói chung). *(tk)* 배낭 cái ba lô.

가법 덧셈, 더하기 Phép cộng. *(tk)* 감법 phép trừ. 제법 phép chia. 승법 phép nhân.

가벼운병 경환 Bệnh nhẹ. *(tr)* 중환 bệnh nặng.

가변 Sự thay đổi. *(tr)* 불변 bất biến. *(tk)* 변경하다 sửa đổi (luật).

가볍다 경 Nhẹ, không nhẹ. *(tr)* 무겁다, 중 nặng.

가보 인과응보 Quả báo, nhân quả ứng báo.

가부 찬반, 찬부 Sự tán thành hay phản đối.

가부좌 책상다리, 결가부좌 Kiểu ngồi của nhà sư.

가분수 Hỗn số. *(tr)* 진분수 phân số có tử số nhỏ hơn mẫu số.

가불하다 Tạm ứng. *(tk)* 선불하다 trả tiền trước.

가사 노랫말 Lời bài hát.

가사 집안일, 집일 Việc trong nhà, việc nhà.

가산하다 더하다

Tính thêm vào. *(tr)* 감산하다, 덜하다 giảm bớt đi.

가상 가정 Sự gia trưởng, giả sử, sự giả định. *(tr)* 실재 thực tại, hiện thực.

가석방하다 가출옥하다 Cho ra tù trước hạn.

가설하다 Giả thuyết. *(tk)* 가정하다 giả định.

가성 의사, 유성 Chứng bệnh khác với bệnh thực, hoặc tương tự. *(tr)* 진성 chứng thực bệnh.

가세 타수 Gia thế, tình hình gia đình.

가속하다 Tăng tốc độ. *(tr)* 감속하다 giảm tốc độ.

가솔린 휘발유 Xăng xe. *(tk)* 기름 dầu xăng (nói chung).

가수 노래꾼, 가객 Người hát, ca sĩ.

가스 기체 Thể khí, thể hơi. *(tk)* 액체 thể lỏng, 고체 thể rắn.

가슴 유방, 젖가슴 Cái vú, ngực.

가슴둘레 흉위 Vòng ngực.

가슴속 흉중, 심중 Trong lòng, trong ngực.

가시 잔뼈 Cái xương cá, cái gai.

가야금 Đàn 12 dây.

가없다 끝없다, 한없다 Không có giới hạn. *(tr)* 유한하다 hữu hạn.

가연성 Tính bắt lửa, tính dễ cháy. *(tr)* 불연성 tính không bắt lửa.

가옥 주택, 집 Nhà ở. *(tk)* 댁 nhà (kính trọng).

가요 대중 가요 Bài ca dân gian. *(tk)* 민담 chuyện dân gian.

가용 Tính tan trong nước. *(tk)* 녹다 tan. *(tr)*

불용 tính không tan trong nước.

가운데 복판, 중심, 한가운데 Chính giữa. *(tr)* 변두리, 가장자리 lề, rìa.

가운뎃선 중지, 장지 Ngón tay giữa.

가위 한가위, 팔월 대보름 Rằm tháng tám, trung thu. *(tk)* 대보름 rằm tháng giêng.

가위질하다 검열하다 Kiểm duyệt, cắt bớt.

가위표 엑스표 Dấu chéo, dấu X.

가을 추절 Mùa thu. *(tk)* 춘하추동 xuân hạ thu đông. 사계절 bốn mùa.

가을걷이 추수 Việc thu hoạch mùa thu.

가이드 *(Guide)* 안내원 hướng dẫn viên.

가일 경사스러운 일,

길일 Việc tốt, việc đáng chúc mừng.

가입하다 Gia nhập. *(tr)* 탈퇴하다 rút lui, rút khỏi tổ chức.

가작 Tác phẩm hay. *(tk)* 걸작 kiệt tác.

가장 Gia trưởng. *(tk)* 호주, 가구주 chủ hộ.

가장 제일, 으뜸 Nhất, đứng đầu, đệ nhất, thứ nhất.

가장자리 가, 언저리 Ven lề, vùng biên.

가장하다 꾸미다, 거짓꾸미다 Hóa trang, ngụy tạo.

가정 집안, 가정 Gia đình, gia tộc.

가정부 Người phụ nữ giúp việc nhà. *(tk)* 식모 người nấu ăn. 파출부 người giúp việc.

가정주부 주부 Người phụ nữ nội trợ gia đình.

ㄱ

가져오다 Mang đến, đưa đến. *(tk)* 초래하다 dẫn đến kết quả gì.

가족법 친족법 Luật về mối quan hệ gia đình. *(tk)* 상속법 luật thừa kế.

가죽신 갖신 Dày da, dày làm bằng da.

가지치다 전정하다 Vươn ra, vươn lên (cành cây).

가지 갈래 Nhánh, đường rẽ ra.

가지가지 갖가지, 갖 종류 Các loại, nhiều chủng loại.

가지다 갖다, 소유하다 Có, mang, sở hữu.

가짜 Của giả, đồ giả, thứ giả. *(tr)* 진짜 của thật, thứ thật.

가축 집짐승 Gia súc, gia cầm trong nhà.

가출옥하다 가석방 하다 Ra tù trước thời hạn.

가치없다 Không có giá trị. *(tr)* 귀중하다 quý trọng.

가치값어치 Giá trị.

가치 개비 Que diêm, điều thuốc.

가친 엄친 Cha, ba (của tôi).

가톨릭 *(Catholic)* Thiên chúa. *(tk)* 천주교 đạo Thiên Chúa.

가파르다 비탈지다 Dốc.

가판 가두 판매 Sự bán bên lề đường.

가풍 가품 Gia phong, nề nếp trong nhà.

가하다 Đúng, tốt. *(tr)* 불가하다 sai, xấu.

가해자 Người gây hại. *(tr)* 피해자 người bị hại.

가해하다 해치다 Gây hại cho ai. *(tr)* 피해하다 bị hại.

가호하다 보살피다, 보호하다 Chăm nom, chăm sóc, trông coi, bảo hộ.

가훈 가정교훈 Gia huấn, lời dạy trong gia đình. 가법 gia pháp. 가규 gia quy.

각 각각의, 낱낱의 Mỗi, từng.

각 모, 모퉁이 Góc. 각도 góc độ.

각가지 가지가지, 갖가지 Nhiều loại, các loại.

각각 Từng giây, từng khoảnh khắc. 시시각각 mỗi thời khắc.

각각 제각기 Mỗi một, từng thứ riêng. 각자 mỗi người, từng người. 각기 mỗi một.

각군 Các binh chủng. *(tk)* 육군 lục quân. 해군 hải quân. 공군 không quân.

각기 각각, 제각기 Mỗi một, từng, riêng biệt.

각론 Sự thảo luận từng vấn đề. *(tk)* 총론 tổng luận, sự thảo luận các vấn đề chung.

각료 Hội đồng chính phủ. *(tk)* 장관 bộ trưởng. 차관 thứ trưởng.

각박하다 모질다, 인정 없다 Bạc bội, không có tình cảm.

각별히 Khác biệt. *(tk)* 특별히 đặc biệt.

각본 시나리오, 극본 Kịch bản đạo diễn.

각선 각선미 Vẻ đẹp đôi chân người phụ nữ.

각성하다 깨닫다, 반성하다 Tỉnh ra, giác ngộ ra, phản tỉnh.

각시 새 색시, 새댁 Người đàn bà mới lấy chồng, vợ mới, cô gái trẻ. *(tk)* 새신랑 chồng mới cưới.

각양각색 가지 각색 Đa dạng, muôn màu muôn vẻ.

각오하다 Giác ngộ. *(tt)* 깨닫다 tỉnh ra.

각인 각자 Từng người, mỗi người.

각자 제각각, 제작기 Từng thứ, từng người, riêng biệt.

각조 각항 Các điều khoản, các hạng mục (trong hợp đồng, v.v) …

각지 각지방, 여러곳, 각처 Các địa phương, các nơi, nhiều nơi. 곳곳 nơi nơi.

각지각색 각양 Nhiều loại khác nhau.

각질 Da sần sùi, da khô cứng. *(tk)* 피질 màng bọc (của một bộ phận cơ thể).

각하하다 기각하다 Từ chối, trả lại hồ sơ tố tụng hay khiếu nại.

각혈하다 피를 토하 다 Nôn mửa ra máu.

간 간장, 간덩이, 배짱 Lá gan động vật. *(tk)* 당, 담낭, 쓸개 túi mật.

간간이 가끔, 때때로, 이따금, 드문 드문 Thỉnh thoảng, đôi lúc, đôi khi.

간격 거리, 틈, 틈새 Khoảng cách. 차이 sự khác biệt, sự khác nhau.

간곡하다 간절하다 Thành tâm, thành thật, chân thành, chân thật.

간과 무기, 병기 Cái mộc và cái thương, vũ khí, binh khí.

간관 언관 Gián quan, quan có trách nhiệm can vua khi làm việc không đúng. *(tk)* 간신 gian thần.

간구하다 바라다, 구 하다 Mong mỏi, mong muốn (tôn giáo).

간 기 소금기 Có muối.

간 니 Răng vĩnh cửu. *(tr)* 젖니 răng sữa.

간 단 없 이 끊임없이 Không ngừng, tiếp tục.

간 단 히 간편히, 간략, 쉽게 Một cách đơn giản, thuận tiện, giản lược, dễ dàng. *(tr)* 복잡하게 một cách phức tạp.

간 담 정담 Câu chuyện vui vẻ.

간 략 하 다 간단하다 Đơn giản, gọn nhẹ.

간 물 때 썰물 Nước xuống. *(tr)* 밀물 nước lên. *(tk)* 조 수 nước thủy triều.

간 병 병 구 완, 간호 Sự chăm sóc, nuôi người bệnh.

간 부 Người chồng ngoại tình. *(tk)* 간정 người vợ ngoại tình.

간 사 하 다 교활하다.

간 교 하 다 Giảo hoạt, gian xảo.

간 석 지 간석, 개펄 Vùng lầy ven biển.

간 선 간 접 선 거 Bầu cử gián tiếp. *(tk)* 직선 bầu cử trực tiếp. 대선 việc bầu cử tổng thống.

간 섭 하 다 Can thiệp. 참견 하다 tham gia ý kiến, 개입하다 xen vào. *(tk)* 방관, 방임하다 bàng quan. 상관 없이 không liên quan.

간 수 건널목안내원 Người canh barie đường.

간 수 교도관 Người cai quản tù.

간 식 Bữa ăn giở thì, ăn phụ. *(tk)* 주식 ăn chính. 중식 ăn trưa.

간 신 Gian thần. *(tr)* 충신 trung thần.

간 신 히 가까 스로 Một cách khó nhọc.

간악하다 Gian ác. 악하다 ác. *(tr)* 선하다 thiện. 착하다 hiền lành.

간암 간장암 Ung thư gan.

간언 직언, 충언 Lời nói ngay thật, lời can tốt.

간여 간섭, 관여 Sự can thiệp, tham dự, liên quan. *(tk)* 방관 하다 bàng quan. 상관 없다 không có liên quan gì.

간염 간장염 Viêm gan.

간음하다 통간하다, 간통하다 Sự thông dâm với nhau.

간장 장 Xì dầu. *(tk)* 된장 tương. 젓갈 nước mắm.

간절히 간곡히 Một cách thành thật, một cách thành khẩn.

간접 Gián tiếp. *(tr)* 직접 trực tiếp.

간접선거 Bầu cử gián tiếp. *(tr)* 직접선거 bầu

cử trực tiếp.

간조 Cạn triều, mực nước thủy triều xuống mức thấp nhất. *(tr)* 만조 mãn triều, mức thủy triều lên cao nhất.

간주하다 Cho là, xem là. *(tt)* 생각 하다 suy nghĩ, xem là.

간지 속지 Tờ giấy kẹp giữa hai trang sách đánh dấu trang đã đọc.

간지럽다 근지럽다 Nôn.

간질 간질병, 지랄병, 간증 Bệnh động kinh.

간첩 첩자, 스파이 Gián điệp, biệt kích.

간통 간음, 통간하다 Gian dâm với nhau.

간행본 Sách mới phát hành. *(tk)* 고본 sách cũ.

간행하다 출판하다, 발행 하다 Phát hành, ấn hành. 인쇄하다 in ra.

간호 간병, 병구완 Sự
chăm sóc, trông coi người
bệnh.

간호부 간호사, 간호
원 Hộ lý, y tá.

간혹 혹간, 이따금. 대
대로 Đôi lúc, thỉnh thoảng.

갈기 머리털 Cái bờm.

갈기갈기 갈거리, 산
산조각 Tung toé, vung
vãi ra (xé giấy, v.v…).

갈다 Cày ruộng. *(tk)* 파
다 đào lên.

갈다 Thay. 바꾸다 đổi,
thay đổi.

갈다 연마하다 Mài,
dũa. *(tk)* 빛내다 đánh
bóng lên.

갈대 Cây sậy, cây lau
lách. *(tk)* 갈대밭, 갈밭
bãi sậy.

갈등 Mâu thuẫn. *(tt)*
불화 bất hòa. 보순 mâu
thuẫn. 분쟁 tranh chấp.

갈라지다 터지다. 갈

리다 Nứt ra, vỡ ra, rách
ra.

갈리다 Bị cày xáo lên.
(tk) 갈다 cày ruộng. 갈
기 cái cày.

갈리다 Được chia ra
một thành r. nhiều hơn.
(tk) 가르다, 나누다 chia
ra.

갈리다 교체하다, 바
꾸다 Thay đổi, thay thế.

갈림길 갈랫길, 기로
Đường rẽ, đường nhánh.

갈망 열망 Khát vọng,
nhiệt vọng. 열정 nhiệt
tình.

갈망하다 Khát vọng
원하다. 바라다 mong
muốn. 소망하다 nguyện
vọng.

갈매기 1. 박구 Con hải
âu. 2. 졸병 lính mới vào
quân đội.

갈밭 갈대밭 Bãi sậy,
đồng cói.

갈보 매춘부, 창녀, 갈
보년 Gái làm tiền, gái
mại dâm.

갈비 갈비뼈, 갈빗대,
늑골 Xương sườn.

갈색 Màu nâu, bàm sắc
màu hạt dẻ.

갈아입다 바꾸어입
다 Thay quần áo.

갈아치우다 Thay cái
mới rồi vứt cái cũ đi. (tk)
바꾸다 đổi.

갈앉다 가라앉다, 진정
하다 Dịu xuống, bình
tĩnh trở lại.

갈잎 낙엽, 가랑잎 Lá
khô, lá rụng khô ở đường
đi.

갈잎나무 Cây thay lá.
(tr) 늘푸른 나무 cây
không thay lá.

갈증 목마름 Khát nước,
khô cổ.

갈피 사이 Giữa.

감 Cảm nhận, 소감 cảm

tưởng. 인상 ấn tượng.

감 재료, 소재 Vật liệu,
원료 nguyên liệu.

감각 Sự cảm giác. (tk)
시각 thị giác. 후각 khứu
giác. 미각 vị giác. 청각
thính giác. 청각 thính giác.
촉각 xúc giác.

감각기관 감관 Cơ
quan cảm giác.

감기 고뿔 Cảm cúm.

감내 인내 Sự cam chịu,
sự nhẫn nại.

감다 Quấn vòng. (tr)
풀다 tháo, mở ra. 사감
기다 được quấn vòng.
(tr) 풀리다 tháo ra, mở
ra.

감다 Gội đầu. (tk) 감
기다 gội đầu cho ai.

감다 Nhắm mắt lại. (tr)
뜨다 mở mắt ra.

감다 Tắm rửa. (tk) 씻다
rửa mình. 목욕하다 tắm.

감독하다 보살피다

Theo dõi, giám sát.

감돌다 돌다, 맴돌다
Quay vòng vòng.

감동하다 감명하다
Cảm động. 감격하다
cảm kích.

감로 감로수 Nước cam
lộ. *(tk)* 이슬 hạt sương.

감미 단맛, 감지 Vị
ngọt, *(tr)* 쓴맛 vị đắng.
고미 vị đắng cay.

감미롭다 달다, 달
콤하다 Ngọt. *(tr)* 쓰다
đắng. *(tk)* 고소하다 bùi.

감발 발싸개 Cái xà cạp
quấn chân

감방 사방, 감옥 Nhà
tù. *(tk)* 옥 ngục. 교도소
tại giam giữ.

감법 감산, 빼기 Phép
trừ. *(tr)* 가법, 더하기
phép cộng.

감봉하다 Giảm lương.
(tr) 가봉하다, 증봉하다
tăng lương.

감사 Sự cám ơn. 고
마움 Lòng biết ơn.

감사 Quan đầu tỉnh ngày
xưa. *(tk)* 지사 tỉnh trưởng.

감사 감독, 검사, 감찰
Theo dõi, giám sát.

감사하다 감지덕지
하다, 고맙다 Cám ơn,
cảm tạ.

감사하다 살피다
Theo dõi, chăm sóc.

감산하다 Tính giảm
xuống. *(tr)* 증산하다
tính tăng lên.

감산하다 Giảm số
lượng sản xuất lên. *(tr)*
증산 tăng số lượng lên.

감상 소감 Cảm tưởng.
(tk) 인상 ấn tượng.

감상적 감정적 thuộc
về cảm tính. *(tr)* 이성적,
논리적 thuộc về lý luận,
có suy nghĩ.

감세하다 Giảm thuế.
(tr) 증세하다 tăng thuế.

감소하다 Bị giảm xuống. *(tr)* 늘리다 댠 라, tăng lên.

감소하다 줄다, 줄어 들다 Giảm xuống. *(tr)* 늘다, 늘어 나다 làm tăng lên.

감속하다 Giảm tốc. *(tr)* 증속하다 tăng tốc độ.

감시 감호, 경계 Sự giám thị, sự trông coi giám sát.

감싸다 싸다, 덮다 Phủ, gói, đậy lại, bỏ qua cho việc gì.

감안하다 Thăm dò, dò xét. *(tk)* 감수하다 chấp nhận.

감액하다 Giảm số tiền xuống. *(tr)* 증액하다 tăng số tiền lên.

감언이설 Lời nói ngon ngọt, lời đường mật. *(tr)* 고언, 중언 lời nói thẳng.

감연히 결연히 Một cách quả cảm.

감염 Sự cảm nhiễm bệnh. *(tt)* 전염 sự truyền nhiễm bệnh. 전염병 bệnh truyền nhiễm.

감옥 감옥소, 교도소 Nhà tù, trại giam, trại tù.

감옥살이 옥살이, 죄수 생활 Cuộc sống trong tù, của người tù.

감옥살이하다 콩밥 먹다 Ăn cơm tù.

감원 Sự giảm người, sự giảm biên chế. *(tr)* 증원 sự tăng biên chế.

감자 Củ khoai tây. *(tk)* 고구마 khoai lang.

감장 갈망 Tự để vươn lên.

감점 Sự giảm điểm. *(tr)* 가산점 sự tăng điểm.

감정 불쾌감 Cảm tính, sự không thích.

감정적 Thuộc về cảm tính. *(tr)* 이성적 thuộc về lý tính.

감주 단술 Rượu ngon, rượu ngọt.

감찰하다 Giám sát. *(tt)* 감시하다 giám thị. 살피다 trông coi. 단속하다 bắt giam và giảm bớt.

감초 Cam thảo.

감촉 촉감 Cảm xúc qua da thịt. *(tk)* 시각 thị giác. 청각 thính giác.

감추다 숨기다 Giấu. *(tt)* 가리다 che lại, che giấu. *(tr)* 밝히다 làm sáng tỏ ra, 드러내다 lộ ra.

감탄 경탄 Sự ca thán, sự than vãn.

감퇴 Sự giảm sút, sự suy thoái. *(tr)* 증진 sự tăng tiến.

감하다 줄이다 Giảm xuống, bớt đi. *(tr)* 가하다 thêm vào.

감화하다 Cảm hóa, 교화하다 giáo hóa.

감히 함부로, 마음대로 Mặc sức, tùy ý.

갑 Bên A. 을 bên B.

갑 Giáp (đứng đầu trong 10 can). *(tk)* 갑오 giáp ngọ. 병 bính. 정 đinh.

갑 곶 Dải đất liền vươn ra biển.

갑 곽 Cái hộp nhỏ đựng đồ đặc. *(tk)* 되 cái hộp vuông đong đo.

갑부 Người giàu nhất. *(tk)* 부자 nhà giàu.

갑상선 목밑샘 Tuyến giáp trạng.

갑옷 갑의 Quần áo giáp.

갑자기 별안간, 갑작스레, 느닷없이, 급자기, 돌연 Bỗng nhiên, đột nhiên, ngẫu nhiên.

갑절 곱절, 배 Gấp đôi,

gấp hai.

갑주 갑옷, 투구 Áo giáp và mũ sắt, áo giáp, mũ sắt.

값하다 계산하다 Tính giá.

값 값어치, 가치 Giá trị tiền.

값비싸다 귀하다 Quý, đắt giá. (tr) 값없다 không có giá trị.

값지다 값나가다, 값비싸다 Có giá trị.

갓 갓모, 갓모자 Cái mũ có vành. (tt) 모자 cái mũ.

갓난아기 갓난애, 갓난이, 영아, 유아, 초생아, 신생아 Trẻ sơ sinh, trẻ mới sinh chưa được bao lâu.

갓다오다 다녀오다 Đi về, đi và quay trở về nơi cũ.

강 Cứng. (tr) 유냐, 냼, 유약 nhu nhược.

강 하천 Sông, ngòi.

강가 강변, 강기슭, 물가 Bờ sông, ven sông.

강간하다 겁간하다, 강음하다, 겁탈하다, 성폭행하다 Hiếp dâm.

강건하다 건강하다 Khoẻ mạnh, mạnh khoẻ.

강경파 Phái cứng rắn, phái diều hâu. (tr) 온건파 phái ôn hoà. 비둘기파 phái bồ câu.

강경히 Một cách cứng rắn. (tr) 온건히 một cách mềm dẻo.

강골 Cốt cách khoẻ mạnh, xương cứng. (tr) 약골 cốt cách yếu ớt, xương mềm.

강구 하구 Cửa sông, nơi nối sông với biển. (tk) 항구 cảng biển.

강국 강대국 Cường quốc, nước lớn. (tr) 약소국 nước yếu.

강대 Sự to mạnh. *(tr)* 약소 nhược tiểu, nhỏ yếu.

강더위 Nóng quá mức, nóng ghê gớm. *(tr)* 강추위, 혹한 lạnh rét quá mức.

강도, 날강도 Kẻ cướp, cướp ngày. *(tk)* 깡패 côn đồ.

강등하다 Giáng chức, hạ chức vụ. *(tr)* 승급하다, 진급하다 lên chức.

강력범, 폭력범 Tội dùng bạo lực.

강력하다, 막강하다 Rất mạnh (khí thế sức) .

강림하다 Giáng lâm, 내리다 xuống. *(tr)* 오르다, 올라가다 lên, đi lên.

강물, 강수, 하수 Nước sông.

강변, 강가 Bờ sông, ven sông.

강보, 어릴 때, 어린 시절 Lúc còn rất thơ ấu.

강사, 강연사, 연사 Người giảng bài, người diễn thuyết, giáo viên.

강상, 강토,산하 Giang sơn, giang thổ, sơn hà.

강설량 Lượng tuyết rơi (tại một nơi, trong một thời gian nhất định). *(tk)* 강수량, 강우량 mưa.

강성 Sự cường thịnh. *(tr)* 쇠약 sự suy nhược.

강안, 강변 Ven sông, bờ sông. *(tk)* 산 기슭 chân núi.

강연하다 Giảng bài. *(tk)* 연설 하다 diễn thuyết.

강우량 강수량 Lượng mưa.

강자 Người mạnh, kẻ mạnh. *(tr)* 약자 người yếu.

강장제 보혈제 Thuốc bổ máu. *(tk)* 보약 thuốc bổ.

강점 장점 Điểm mạnh, ưu điểm. *(tr)* 약점, 단점 điểm yếu, khuyết điểm.

강조하다 Nhấn mạnh. *(tt)* 힘주다 tiếp sức.

강직하다 굳다 Cương trực, thẳng thắn. *(tr)* 교활하다 gian, giảo hoạt.

강진 Động đất mạnh. *(tk)* 약진, 미진 động đấy yếu. 여진 dư chấn.

강철 Loại thép cứng. *(tr)* 연철 thép mềm.

강촌 Làng ven sông. *(tt)* 어촌 làng chài. 산촌 làng ven rừng.

강추위 고한, 혹한 Cái lạnh quá mức.

강탈하다 Cướp bóc. *(tt)* 빼앗다, 앗다 cướp.

강풍 Gió mạnh. *(tr)* 약풍, 미풍 gió yếu.

강하다 Cứng, cương. *(tr)* 유하다 mềm, nhu.

강하다 세다 Mạnh (thế

lực). *(tr)* 약하다 yếu.

강화 Sự mạnh thêm. *(tr)* 약화 sự yếu thêm.

갖은 온갖 Các thứ, mọi thứ.

갖추다, 구비하다, 마련하다, 준비하다 Chuẩn bị những thứ cần thiết.

같다 Giống nhau, bằng nhau. *(tk)* 닮다 giống nhau. *(tr)* 다르다 khác nhau, không bằng nhau.

같아지다 Trở nên giống nhau. *(tr)* 달라지다 trở nên khác nhau.

같은 정도의, 따위의 Giống như là.

같음표 등호 dấu bằng nhau.

같이 함께하다, 같이하다 Cùng nhau. *(tr)* 달리다 khác nhau.

갚다 Trả nợ, trả thù. *(tk)* 되돌려주다, 돌려주

다 trả lại. *(tr)* 빌리다 mượn tiền, vật tư.

개 Con chó, tay sai. *(tt)* 견 khuyển.

개 Thuộc loại không tốt, xấu. 참 thuộc loại tốt.

개 자식 개 새 끼 Cái thằng, đồ... (chửi).

개가하다 Cải giá 재가하다 tái giá, đi bước nữa. 재혼하다 tái hôn. *(tr)* 수절하다 thủ tiết, không đi lấy chồng nữa.

개간지 Đất vỡ hoang. *(tr)* 미개간지 đất hoang.

개간하다 개척하다 Khẩn hoang, khai hoang.

개간하다 개판하다 Phát hành lại.

개강하다 Khai giảng năm, khoá học. *(tr)* 종강하다 kết thúc khoá học, năm học.

개고기 Thịt chó. *(tt)* 구육.

개관하다 문열다 mở cửa (bảo tàng). *(tr)* 폐관하다, 문닫다 đóng cửa.

개교 Sự mở trường học. *(tr)* 폐교 sự đóng cửa trường học.

개구리 Con nhái, con ếch. *(tk)* 올챙이 con nòng nọc.

개구리밥 부평, 부평 초 bèo (các loại).

개국정책 Chính sách mở cửa. *(tr)* 쇄국정책 chính sách bế quan tỏa cảng.

개국하다 건국하다 Khai quốc, kiến quốc. *(tk)* 쇄국하다 bế quan tỏa cảng.

개그맨 코미디언 Hài, danh hài, vai hề.

개끗해지다 Trở nên trong sạch. *(tr)* 더러워 지다 trở nên bẩn thiu.

개나리 연고화 Cây

mai vàng dại. *(tk)* 매화 hoa mơ.

개념적 Thuộc về quan niệm. *(tr)* 직관적 thuộc về trực quan.

개다 포개다, 쌓다 Gói, bọc lại. *(tr)* 풀다 mở ra, 깔다 nở ra (trứng).

개도국 개발도상국 Nước đang phát triển. *(tr)* 선진국 nước tiên tiến. 후진국 nước chậm tiến.

개떡같다 쉽다 Dễ, không khó.

개똥벌레 반디, 반디벌레 Con đom đóm.

개략하다 개요하다, 대략하다추리다, 간추리다, 줄이다 Sơ lược, khái yếu, đại lược, tóm tắt. *(tk)* 전체 toàn thể. 전부 toàn bộ.

개량종 육성종 Giống lai. *(tk)* 재래종, 토종 giống gốc, giống cũ.

개량하다 Cải lương, 변경하다 sửa đổi. *(tk)* 개선하다 cải tiến, 보완하다 bổ sung, sửa đổi cho hoàn chỉnh. *(tk)* 고치다 sửa chữa (máy móc).

개런디 *(Guarantee)*, 보증인 Người bảo lãnh. 보증금 tiền đặt cọc.

개막식 Lễ khai mạc. *(tr)* 폐막식 lễ bế mạc. 기공식 lễ khởi công. 준공식 lễ hoàn công.

개막하다 Khai mạc. *(tr)* 폐막하다 bế mạc.

개명하다 Khai hoá văn minh. *(tk)* 미개하다 chưa phát triển.

개문하다 Mở cửa. *(tr)* 폐문하다 đóng cửa.

개발도상국 Nước đang phát triển. 미개발도상국 nước chưa phát triển.

개발하다 Phát triển,

mở mang. *(tr)* 미개발하
다 chưa phát triển.

개밥바라기 Sao hôm.
(tr) 샛별 sao mai.

개방 하다 Mở cửa,
đổi mới. *(tr)* 폐쇄하다
đóng cửa không giao lưu.

개벽 천지개벽 Thuở
khai thiên lập địa.

개별 하나하나 Cá biệt,
cá nhân. Riêng biệt 따로.
(tr) 전체 toàn thể, tất cả.
종합 tổng hợp.

개병성 Tính cá biệt.
(tr) 보편성, 일반성
tính phổ biến, tính chung
nhất.

개봉하다 뜯다 Mở
niêm phong. *(tr)* 봉함하
다 đóng niêm phong,
niêm phong.

개비 토막, 조각, 개피
que, đoạn (diêm).

개선하다 Cải tiến.
(tk) 개량 하다 cải lương.

개성 개인성 Cá tính.
성격 tính cách. 특성
đặc tính.

개시하다 개점하다
Mở cửa hàng. *(tr)* 폐점
하다 đóng cửa hàng.

개식하다 Mở đầu lễ
hội gì đó. *(tr)* 폐식하다
kết thúc buổi lễ.

개업하다 Mở đầu sự
nghiệp. 창업하다 sáng
nghiệp.

개연성 *(tr)* 필연성
Tính tất yếu.

개요 간추리, 개략 tóm
tắt. *(tr)* 전문 toàn văn.

개울 내, 개천 Suối,
sông ngòi.

개인 Cá nhân. *(tr)* 단체
đoàn thể.

개인적 Thuộc về cá
nhân. *(tt)* 이기적 thuộc
về ích kỷ.

개인주의 Chủ nghĩa
cá nhân. *(tr)* 전체주의

chủ nghĩa tập thể.

개입 Soi xen vào. 참가 sự tham gia.

개입하다 끼어들다 Xen vào, lồng vào.

개장 개장국, 보신탕, 영양탕, Món thịt chó.

개점하다 Khai trương cửa hàng. *(tr)* 폐점하다 bãi, đóng cửa hàng.

개정 Sự khai đình. *(tr)* 폐장 sự kết thúc hội nghị.

개정판 수정판 Bản sửa đổi, bản cải chính.

개정하다 Cải chính, 바로잡다 sửa lại cho đúng. 고치다 sửa đổi.

개조하다 Cải tạo. 개선하다 cải tiến.

개종 개교 Sự thay đổi tôn giáo. 전종 chuyển sang tôn giáo khác.

개죽음 헛된 죽음 Cái chết vô ý nghĩa.

개찰하다 개표하다 Kiểm phiếu, kiểm tra vé.

개천 개울 Con suối, con sông nhỏ.

개천 내, 시내 Ngòi, suối.

개체 Cá thể. *(tr)* 전체 toàn thể.

개펄 펄 Bãi biển khi thủy triều rút xuống. 갯벌 bãi lầy ven biển. *(tk)* 모래 사장 bãi cát.

개학 Sự khai giảng năm học mới. *(tr)* 방학 sự nghỉ học.

개헌하다 Sửa đổi hiến pháp. *(tk)* 호헌하다 giữ nguyên hiến pháp. 제헌절 ngày lễ ra đời hiến pháp.

개혁파 Phái cải cách. *(tr)* 수구파, 보수파 phái bảo thủ.

개회식 Lễ khai mạc hội nghị. *(tr)* 폐회식 lễ bế mạc hội nghị.

개회하다 Khai mạc
hội nghị. *(tr)* 폐회하다
bế mạc hội nghị. *(tk)* 주
최하다 chủ trì (hội nghị,
v.v...).

객 군 Không cần thiết,
thừa. *(tk)* 객식구 người
ăn theo. 객담 chuyện
tầm phào. 군살 khối thịt
thừa.

객 손님 Khách. *(tr)* 주인
chủ nhà.

객관 Khách thể. *(tr)* 주체
chủ thể.

객관성 Tính khách
quan. *(tr)* 주관성 tính
chủ quan.

객담 각담, 가래 Đờm
(ra khi ho).

객선 여객선 Thuyền,
tàu chở khách. *(tk)*
화물선 tàu hàng. 유선
tàu chở dầu.

객실 응접실 Phòng
khách. *(tr)* 주실 phòng

chủ.

객원교수 초빙교수
Giáo sư thỉnh giảng.

객줏집 하숙집, 여관
Nhà trọ, lữ quán.

객지 향 Đất khách,
타향 tha hương. *(tr)*
고향 quê hương.

객쩍다 필요 없다
Không cần thiết. 쓸데
없다 vô ích.

객차 여객차 Tàu khách.
(tr) 화차, 화물차 tàu
hàng.

객체 Khách thể. *(tr)* 주
체 chủ thể.

객혈하다 피토하다
Nôn ra máu.

갤러리 *(Gallery)* 화랑
triển lãm mỹ thuật. *(tt)*
전시회 triển lãm.

갱 갱도, 갱로 Hầm lò,
đường ngầm trong mỏ
than.

갱생하다 회생하다.

소생하다 Sống lại, hồi sinh.

갹출 추렴 Tiền hay vật chất gom làm quỹ cho việc gì.

거간꾼 가건, 중개인 người môi giới buôn bán.

거금 거액, 큰돈 Số tiền lớn. (tr) 푼돈, 잔돈 tiền nhỏ, tiền lẻ.

거기 거, 게 ở đấy, ở nơi đấy. (tk) 여기 ở đây, 저기 ở kia.

거꾸로 꺼꾸로, 반대로 역으로 Ngược lại.

거대하다 크다 To lớn.

거대행동 Các hành động to lớn, vĩ đại

거동범 Tội phạm nhẹ. (tr) 결과범.

거동하다 Cử động. 움직이다 chuyển động.

거두다 모으다 Gom lại, gom góp. 수거하다

thu gom.

거든 면 Nếu, nếu mà.

거들다 도와 주다, 돕다, 보태다 Giúp đỡ cho.

거듭하다 Lặp đi lặp lại. 중복하다 Trùng lặp.

거래하다 Giao dịch, 사고 팔다 buôn bán. (tk) 흥정하다 mặc cả, kỳ kèo giá.

거렁뱅이 거라지, 거지 Người hành khất, người ăn xin, ăn mày. (tr) 부자 người giàu.

거름 퇴비, 두엄, 비료 Phân bón, chất màu mỡ.

거름종이 여과지 Giấy lọc.

거리 길 거리, 가도 Đường đi lại.

거리끼다 방해 하다 Ngăn cản, cản trở.

거만 교만, 오만 Sự ngạo mạn. (tr) 겸손 sự

khiêm tốn.

거만스럽다 건방지
다 Ngạo mạn, hỗn xược.
(tr) 겸손 하다 khiêm
tốn.

거머리 수지, 찰거머리
Con đỉa, con vắt.

거멓다 가맣다, 꺼멓다
Đen, đen thui.

거무스레하다 검다
Màu đen.

거부 갑부, 부자 Tỷ phú,
giàu bậc nhất, nhà giàu.

거부권 Quyền từ chối,
거절권 quyền cự tuyệt.

거부하다 거절하다
Từ chối, cự tuyệt. *(tr)*
용납 하다, 용인하다
dung nạp, ứng nạp,
응하다 đồng ý.

거북 거북이 Con rùa.

거슴츠레하다 게슴
츠레 하다 Đờ đẫn (con
mắt).

거시 Vĩ mô. *(tr)* 미시 vi

mô. *(tk)* 거시 경제 kinh
tế vĩ mô. 미시경제 kinh
tế vi mô.

거시적 Tầm vĩ mô. *(tr)*
미시적 tầm vi mô.

거액 목돈 Số tiền lớn.
(tr) 소액 số tiền nhỏ.

거웃 음모, 치모 Lông
bộ phận sinh dục.

거인 Người to lớn, đại
인 đại nhân. *(tr)* 소인
tiểu nhân, người nhỏ bé.

거저 공짜, 무료 Không
mất tiền, miễn phí. *(tr)*
유료 mất tiền.

거주민 주민 Dân địa
phương.

거주하다 주거하다,
살다 Cư trú. *(tt)* 묵다 ở.

거죽 겉면, 가죽 Bề
ngoài, phộ phận rõ ra, da.

거즈 *(Gauze)* 가제 Gạc
băng vết thương.

거지 걸인 Ăn mày. *(tr)*
부자 người giàu.

거지반 거반 Hầu như, tất cả.

거짓 허위 Sự giả dối, sự dối trá. *(tr)* 참, 진짜 tốt, thật.

거짓말 Lời nói dối. *(tr)* 참말, 정말 lời nói thật.

거찰 대찰, 큰절 Chùa lớn.

거처하다 거소하다, 거주 하다 Cư trú, cư ngụ.

거취 동정 Hành động, động tĩnh.

거치다 들르다, 경우 하다 Ghé qua, ghé vào.

거침없이 막힘 없이, 거리낌없이 Trôi chảy, không vướng mắc.

거푸집 금형, 틀 Cái khuôn, cái khung.

거품 포말, 물방울 Bong bóng nước. 기포 bóng không khí.

걱정 우환, 근심, 우려, 염려 Sự lo lắng, sự lo âu. *(tr)* 안심, 안도 sự an tâm.

건 마른, 말린 Khô, khô ráo. *(tr)* 습 ẩm, ẩm ướt.

건갈이 마른갈이 Việc cày ruộng khô. *(tr)* 물갈이 cày ruộng nước.

건강인 Người khoẻ mạnh. *(tr)* 환자 người bệnh.

건강하다 강건하다 Khỏe mạnh. *(tr)* 약하다 yếu (cơ thể).

건계 건기 Mùa khô. *(tr)* 우계, 우기 mùa mưa.

건곤 Càn khôn, thiên địa. 하늘과 땅 trời và đất.

건국 Sự xây dựng đất nước. *(tt)* 창업 sự sáng nghiệp, sự khai quốc. *(tr)* 망국 sự làm nước diệt vong.

건기 건조기, 건계 Mùa khô. *(tr)* 우기, 우계 mùa

mưa.

건너다 넘다, 넘어가다 Vượt qua bên kia. 횡단 가다 đi ngang qua.

건너다보다 건너 보다 Nhìn vọng sang phía bên kia.

건너편 맞은편 Phía bên kia, phía đối diện.

건네주다 건 네 다, 주다 Trao cho, chuyển cho, đưa cho.

건달 건달패 Kẻ vô công, người lang thang.

건드리다 대다, 손 대다 Chạm tay đến, đụng đến.

건망증 건망, 삭막, 삭 막증 Chứng hay quên, chứng đãng trí.

건물 건 축물, 빌딩 (Building) Toà nhà, khối xây dựng.

건반 건, 키 (Key), 키보 드 (Keyboard) Bàn phím.

건방지다 Hỗn, láo 버릇 없다, 아니꼽다 không có giáo dục. 교만 하다 ngạo mạn.

건설하다 Xây dựng, 건축 하다 kiến trúc, 짓다 làm. 세우다 dựng nên, 만들다 làm. *(tr)* 파괴하다 phá hoại. 부수다 làm cho vỡ ra. 헐다, 허물다 phá ra.

건성 Sự khô ráo. *(tr)* 습성 sự ẩm ướt. *(tt)* 습관 tập quán. 상습 thói xấu.

건실 허약 Sự yếu đuối. 부실 không thành thực.

건전지 Pin khô.

건전하다 Lành mạnh. *(tr)* 불건전하다, 방탕 하다 không lành mạnh.

건조기 건기 Mùa khô, mùa không mưa. *(tr)* 강우기, 우기 mùa mưa. *(tk)* 장마 mưa dài ngày.

건조물 건축물, 건물

Toà nhà, khối xây dựng.

건지다 집어내다 Vớt ra. 구하다, 구제하다 cứu sống.

건초 마른 풀, 초 Cỏ khô. *(tr)* 생초 cỏ tươi.

건평 대지 Diện tích xây dựng tính bằng phương (1 phương = 3.3m^2), diện tích xây dựng nhà.

걷다 Bước. *(tk)* 기다 bò, 뛰다 nhảy. 날다 bay.

걷다 없어지다 Biến mất, tan ra (sương mù). 걷히다, 끼다 đọng (sương).

걷어 지우다 걷어치다, 때려치우다 Dừng hẳn việc đang làm, thôi hẳn giữa chừng.

걸다 매달다 Treo lên, gác lên.

걸러지다 여과되다, 거르다 Được lọc qua.

걸레 누더기 Giẻ rách,

áo quần rách bẩn.

걸리다 매달리다, 잠기다 Được treo lên, được gài vào (cửa).

걸맞다 볼맞다 Đúng, vừa. 적당하다 vừa mức, vừa phải.

걸상 의자 Cái ghế. *(tk)* 책상 cái bàn học. 식탁 cái bàn ăn.

걸식하다 빌어먹다 Hành khất, đi ăn xin.

걸음 행보 Bước chân, sự đi bộ.

걸인 거지 Người ăn mày.

걸작 Kiệt tác, 명작 tác phẩm nổi tiếng. *(tr)* 졸작 tác phẩm dở.

걸작 걸작품 Kiệt tác. *(tr)* 졸작 Tác phẩm tồi.

걸치다 걸다 Ngoắc hai đầu lên cái gì.

걸터앉다 Ngồi ghé đít lên. *(tt)* 앉다 ngồi.

걸핏하면 툭하면

Động một tí là, hở ra là. 이유 없이 không có lý do gì. 괜히 vô ích.

검 검도 Cái gươm, gươm đao. *(tt)* 칼 cái dao.

검 객 검술사 Hiệp khách. 검협 kiếm hiệp.

검 거 하 다 체포하다 Bắt giam.

검 다 껌다, 거뭇하다, 까맣다 Màu đen, rất đen. *(tr)* 희다 màu trắng.

검 댕 검댕이 Bồ hóng bếp.

검 도 검술 Kiếm thuật.

검 둥 이 Người da đen (coi thường). *(tr)* 희둥이 người da trắng (coi thường).

검 디 검 다 Đen thui. *(tr)* 희 디희다 trắng phau, trắng bóng.

검 무 칼무 Điệu múa dao.

검 문 Sự kiểm vấn. 조사 sự điều tra. 심사 sự thẩm vấn.

검 사 Công an điều tra và bắt tội phạm. *(tt)* 감찰 kiểm sát. 판사 thẩm phán. 변호사 luật sư.

검 산 험산 Núi hiểm.

검 색 하 다 찾다, 뒤지다 tìm kiếm.

검 소 하 다 Giản dị. *(tk)* 절약 하다 tiết kiệm. 꾸밈없다 không trang điểm, không trau chuốt *(tr)* 사치하다 xa xỉ. 호화하다 hào hoa.

검 약 Sự cần kiệm. *(tr)* 사치 sự xa xỉ.

검 열 하 다 가위질하다 Kiểm duyệt.

검 은 색 검정색, 검색 Màu đen. *(tr)* 흰색, 백색 màu trắng.

검 은 자 위 Lòng đen của mắt. *(tk)* 흰자위 lòng trắng của mắt.

검 지 집게손가락, 인지, 식지 ngón tay trỏ.

검출하다 찾아내다 Kiểm tra ra. 발견하다 phát hiện ra. 색출하다 lục. tìm ra.

검표하다 Kiểm tra vé tàu xe. *(tk)* 개표하다 kiểm phiếu bầu cử.

겁 Thời gian dài tồn tại vũ trụ. *(tr)* 찰나, 순간 trong khoánh khắc.

겁없다 무서움 없다, 두려움 없다 Không sợ, không lo sợ.

겁, 무서움, 두려움, 공포 Sự sợ hãi, nỗi lo sợ. *(tk)* 용기 dũng khí.

겁간하다 강간하다, Cưỡng hiếp, hiếp dâm. *(tk)* 겁탈하다 cưỡng bức cướp bóc.

겁나다 겁내다, 무서워 하다, 두려워하다, 겁 먹다 Sợ sệt, lo sợ. *(tr)* 겁주다 làm cho phát sợ hãi.

겁쟁이 겁보 Kẻ nhát gan.

겁탈하다 약탈하다 Cướp bóc.

겉곡식 Vỏ lúa, vỏ ngoài của ngũ cốc. *(tr)* 알곡, 알곡식 hạt trong của ngũ cốc.

겉 거죽, 표면, 외모 Ngoài vỏ, bề ngoài. *(tr)* 속, 내부, 내면 bên trong, trong ruột.

겉감 Phần vải ngoài của áo. *(tr)* 안감, 안집 vải lót trong của áo quần.

겉껍데기 껍데기 Vỏ ngoài. *(tr)* 알맹이, 알짜 lõi hạt bên trong.

겉돌다 베돌다, 어울리 지못하다 Không hợp với.

겉말 Lời nói bên ngoài. *(tr)* 속말 lời nói thật trong bụng.

겉면 거죽 Bề ngoài, mặt

ngoài.

겉모습 겉, 겉보기 Nhìn bề ngoài, hình dáng bề ngoài.

겉보리 Hạt lúa mì. *(tr)* 쌀보리 gạo mì.

겉옷 외투 Áo khoác ngoài. *(tr)* 속옷, 내의, 내복 áo lót.

겉잡다 어림잡다, 겉짐 작하다 Phán đoán bên ngoài.

겉치레 눈치레, 치레, 외면치레 Trang điểm bề ngoài.

게 거기 Ở đấy, nơi đấy, nơi ấy.

-게 -도록, -게금 Sao cho để... 다 알아듣게 큰 소리로 읽어라 hãy đọc to sao cho tất cả mọi người đều nghe.

게다 게다가 Thêm vào đó, còn, cộng thêm, không những mà còn.

게시판 알림판 Bảng thông báo.

게우다 토하다, 구토 하다 Nôn oẹ, nôn mửa.

게으르다 게르다, 태만 하다 Lười nhác, lười biếng. *(tr)* 부지런 하다, 근면하다 chăm chỉ, cần cù.

게으름 나태, 태만 Sự lười nhác, sự biếng nhác.

게으름뱅이 게름뱅 이, 게으름장이 Người lười nhác.

게을리 다소홀하다 Chểnh mảng, lơ đễnh, lỏng lẻo, không tập trung tư tưởng.

게이지 *(Gauge)* 계량기 Máy đếm số lượng.

게임 *(Game)* 운동, 경기, 놀이 Trò chơi, lễ hội thể thao.

게장 게젓 Mắm cua.

게재하다 등재하다

Đưa tin đăng tải.

겔리리 *(Guerilla)* 유격 대원 Đội viên du kích.

겨냥하다 조준하다 Ngắm đích, ngắm mục tiêu (khi bắn).

겨드랑 겨드랑이, 겨드 랑, Cái háng, cái nách.

겨레 민족, 동포 Dân tộc, đồng bào, nòi giống.

겨레붙이 친척 Bà con thân thuộc, anh em ruột thịt.

겨루다 견주다, 다투다 Thi với nhau, tranh nhau.

겨우 고작, 기껏해야 Cho dù nhiều đi nữa, dù nhiều cũng.

겨우겨우 가까스로, 근근 히, 겨우 Rất vất vả và nặng nhọc.

겨울비 Mưa đông. *(tk)* 봄비 mưa xuân, 가을비 mưa thu.

겨울 동절, 동계, 동철

Mùa đông, tiết đông. *(tk)* 봄 mùa xuân. 여름 mùa hè. 가을 mùa đông.

겨울잠 동면 Giấc ngủ đông.

겨울철 동계, 동기, 동절 Tiết đông, mùa đông, kỳ đông.

격 품위, 품격 Phẩm cách, phong cách.

격감 Sự giảm đột ngột. *(tr)* 격증 sự tăng đột ngột.

격년 해거름, 한해건너 Các năm.

격노하다 격분하다 Rất nổi giận, rất thịnh nộ.

격동기 격변기 Thời kỳ đầy biến động, thời kỳ biến động.

격려하다 Khích lệ. 고무하다 cổ vũ.

격렬히 맹렬히 Một cách kịch liệt, một cách mãnh liệt.

격 무 힘든 일, 고된 일
Việc vất vả, việc nặng
nhọc.

격 변 극변 Sự biến đổi
đột ngột.

격 분 하 다 격노 하다
Nổi giận đùng đùng.

격 상 Sự nâng cao (tư
cách, chức vị, đẳng cấp).
(tr) 격하 sự hạ thấp.

격 언 금언 Cách ngôn,
lời vàng. *(tt)* 속담 tục
ngữ.

격 전 열전, 격투 Trận
đấu kịch liệt.

격 조 품격 Phẩm cách,
nhân phẩm và tư cách.

격 증 Sự tăng đột ngột.
(tr) 격감 sự giảm đột ngột.

격 찬 하 다 Quá khen
극찬하다.

격 추 하 다 Bắn rơi. *(tk)*
격침하다 bắn chìm.

격 퇴 하 다 물리치다
Đánh lui. 쫓아 내다

đuổi đi.

격 투 하 다 싸우다
Đánh nhau kịch liệt.

격 하 하 다 Hạ xuống
thấp (chức vụ, đẳng cấp,
tư cách). *(tr)* 격상하다
nâng cao lên.

겪 다 당하다, 치르다
Trải qua. 경험하다 có
kinh nghiệm, từng trải qua.

견 비단, 실크 Tơ, tơ
tằm, lụa tơ, tơ lụa.

견 고 하 다 단단하다,
튼튼 하다, 단단하다
Kiên cố, vững chắc, bền
vững. *(tr)* 연약 하다.
허약하다 Mềm yếu.

견 디 다 참다, 버티다.
참아 내다, 지탱 하다
Kiên trì chịu đựng. 인내
하다 nhẫn nại.

견 본 보기, 본, 모델,
본보기, 견품 Mẫu, làm
mẫu, hàng mẫu. 표본
tiêu bản.

견습 수습, 실습 Sự tập sự, sự làm quen dần.

견습생 수습생 Người học việc, người mới vào nghề.

견식 식견 Kiến thức, sự hiểu biết.

견인력 흡인력 Lực kéo.

견인차 Xe chuyên dùng để kéo xe khác.

견장 계급장 Quân hàm, tấm chức vụ trên vai.

견제하다 Kiềm chế. 방해하다 làm cho trở ngại. 억누르다 đè xuống.

견주다 비교하다 So sánh, so đọ, so với nhau.

견지 관점, 시점 Quan điểm, cách nhìn, cách nhận thức.

견직물 비단 Tơ lụa.

견해 Sự kiến giải. 생각 sự suy nghĩ. 의사 소통 sự thông hiểu ý nhau.

결 결석, 결근 Sự vắng, thiếu. *(tr)* 출 có mặt.

결 마음씨, 성격 Tấm lòng, lòng dạ, tính cách.

결과 결실 Kết quả. 원인 nguyên nhân. 열매 trái quả.

결과 보좌 가부좌, 책상 다리 Kiểu ngồi của đức Phật.

결구 결구 Kết thúc câu thơ.

결국 마침내, 마지막, 드디어 Phần cuối, kết cục, cuối cùng.

결국 종국, 끝장 Kết cục, tổng cục.

결근하다 석하다 Không đi làm, vắng mặt.

결단 Tính quyết đoán. 결정 sự quyết định.

결단코 결코 Quyết không. *(tt)* 반드시 nhất định. 절대로 tuyệt đối.

결말 Lời cuối cùng. *(tr)*

머리말 lời nói đầu.

결미 결말 Lời kết thúc, lời cuối.

결박당하다 묶이다, 포박 당 하 다 Bị trói buộc.

결백하다 깨끗 하다 Trong sạch. 맑다 trong (nước).

결별하다 헤어지다 Cách biệt, chia tay nhau.

결빙하다 얼다, 얼어 붙다, 빙결하다 Đóng băng. (tr) 해빙하 다 tan băng.

결산하다 Quyết toán. (tk) 예산하다 dự toán.

결석 담석, 요석 Sỏi, đá trong cơ thể động vật.

결석하다 Vắng mặt, không tham dự. (tr) 출석 하다, 참석하다 tham dự, có mặt.

결선전 결승전 Trận chung kết. (tk) 예선 trận

đấu vòng loại.

결속하다 뭉 치 다 Đoàn kết lại, tập hợp lại.

결승전 Trận chung kết. (tk) 예선전 trận đấu loại. 준결승전 trận bán kết.

결심하다 결의하다 Quyết tâm, quyết ý.

결여하다 결하다 Thiếu, không có cái phải có. 없어지다 hết (sau khi dùng)

결원 Sự thiếu người. 공 석 ghế trống. (tr) 정원, 전원 đủ người.

결의하다 결심하다 Quyết tâm, quyết ý, quyết chí.

결의하다 단단히 Một cách cương quyết.

결재하다 재기하다 Quyết toán, kiểm tra và thông qua của cấp trên.

결점 단점, 홈, 하자 Khuyết điểm, nhược

điểm, điểm yếu. *(tr)* 장점 điểm mạnh, ưu điểm.

결정체 정체 Chất rắn phân tán theo chu kỳ.

결정하다 Quyết định, 정하다 định ra. *(tr)* 보유, 보류하다 bảo lưu. 미결정 chưa quyết định. 경정타, 결승타 Quả bóng cuối cùng quyết định thắng thua.

결코 Quyết không. *(tt)* 절대로, 전연 một cách tuyệt đối.

결탁하다 Cấu kết với nhau, 편서다 đứng một phe.

결핍 부족 Sự thiếu mất thứ gì cần thiết. *(tr)* 충분, 충족 sự đầy đủ.

결함 단점, 흠 Khuyết điểm, nhược điểm.

결합 Sự kết hợp. 맺다 nối với nhau.

결핵 폐결핵 Lao hạch.

결혼식 혼례식 Lễ kết hôn.

결혼하다 Kết hôn. *(tk)* 혼인 việc hôn nhân. 약혼하다 hứa hôn. 재혼 tái hôn. 이혼하다 ly hôn. 파혼하다 từ bỏ kết hôn.

겸상 Bàn ăn dành cho hai người. 독상 bàn ăn dành cho một người.

겸손 Sự khiêm tốn, 겸양 sự khiêm nhường. 거만, 교만 sự kiêu ngạo, kiêu căng.

겸임하다 Kiêm nhiệm. 겸하다 Kiêm cả việc gì.

겹 층 Lớp, tầng.

겹겹이 층층이 Điệp điệp, lớp lớp.

겹치다 포개다 Lặp, có lớp, xếp lên nhau.

경 쯤 Khoảng, chừng lúc. *(tk)* 10시쯤 khoảng 10 giờ. 시월쯤 khoảng tháng 10.

경개 경치, 장관 Phong cảnh tự nhiên.

경계하다 Cảnh giới, coi chừng. 조심하다 cẩn thận.

경고하다 Cảnh cáo. 권고하다 khuyến cáo.

경골 Xương cứng. *(tr)* 연골 xương sụn, xương mềm.

경과하다 지나다 Kinh qua, trải qua.

경금속 Kim loại nhẹ. *(tr)* 중금속 kim loại nặng.

경기 경풍 Chứng kinh giật ở trẻ em.

경기하다 시합하다 Thi đấu thể thao.

경노당 노인정 Nơi nuôi dưỡng các cụ già, kính lão đường.

경노동 Lao động nhẹ. *(tr)* 중노동 lao động nặng.

경도 강도 Độ cứng.

경도 날조 Kinh độ. *(tk)* 동경 kinh Đông. 서경 kinh Tây. 위도 vĩ độ.

경도 월경, 생리, 달거리 Hiện tượng kinh nguyệt của phụ nữ.

경락하다 Thắng đấu giá. *(tk)* 경매, 낙찰 việc bán đấu giá.

경력 경험 Kinh nghiệm.

경례하다 Kính chào. 인사하다 chào ai.

경리 회계 Công việc kế toán.

경멸하다 Khinh miệt, coi khinh. *(tr)* 존경하다 tôn kính. 존중하다 tôn trọng.

경모 흠모 Sự kính mộ, ngưỡng mộ. *(tk)* 우상 thần tượng.

경박하다 경박스럽다 Khinh bạc, coi nhẹ, coi thường. *(tr)* 점잖다, 진득하다 có trọng lượng. 무겁다 nặng.

경비 Kinh phí, đồn tiền. 비용 피 듭 용돈 *(tk)* 용돈 tiền tiêu vặt.

경비원 수위 Bảo vệ, người canh cổng.

경사 비탈, 경도 Độ dốc.

경사 좋은일, 기쁜일 Việc tốt, việc mừng. *(tr)* 조사 việc buồn. 흉사 việc xấu.

경사지다 비탈하다 Nghiêng về một phía.

경상 입다 Bị thương nhẹ. *(tr)* 중상 입다 bị thương nặng.

경색 경치 Phong cảnh thiên nhiên.

경솔 Một cách khinh suất, một cách sơ sài. *(tr)* 신중히 một cách thận trọng.

경수로 Lò nước nhẹ

(một loại lò nguyên tử). *(tr)* 중경로 lò nước nặng.

경시하다 깔보다, 가벼이 보이다 Coi nhẹ, xem nhẹ. *(tr)* 중시하다 trọng thị, coi trọng.

경악하다 Kinh ngạc. 놀라다 ngạc nhiên giật mình.

경어 존댓말, 높임말 Kính ngữ, từ lời kính trọng. *(tr)* 낮춤말, 낮말 lời xem thường.

경영인 경영자 Nhà doanh nghiệp, người kinh doanh.

경외하다 외경하다, 숭배하다 Sùng kính, tôn sùng, sùng bái.

경위 경위선, 날줄과 씨줄 Kinh vĩ độ.

경유 디젤유 Dầu nhẹ. *(tk)* 등유 dầu lửa. 중유 dầu nặng. 휘발유 xăng.

경음 된소리 Giọng mũi.

(tr) 거센 소리, 격음 giọng mở.

경작지 경지, 농경지, 농지 Đất canh tác, đất canh nông.

경작하다 농작하다 Canh tác, canh nông.

경제면 Mặt, lĩnh vực kinh tế. *(tk)* 사회면 mặt xã hội. 정치면 mặt chính trị. 문화면 mặt văn hoá. 계 giới

경제성 Tính kinh tế. *(tt)* 생산성 tính sản xuất. 수익성 tính thu lợi.

경제적 Về mặt kinh tế. *(tr)* 비경제적 về mặt phi kinh tế.

경조 Điều tốt lành. *(tr)* 흉조 điều xấu.

경죄 Tội nhẹ. *(tr)* 중죄 tội nặng.

경주하다 기울다, 쏟 다 Tập trung, dồn vào (tinh thần, sức lực)

경증 Chứng bệnh nhẹ. *(tr)* 중증 chứng bệnh nặng.

경지 경작지 Đất canh tác.

경질 Tính rắn, tính cứng của vật chất. *(tr)* 연질 tính mềm.

경찰관 경관, 경찰 Người cảnh sát, cảnh sát.

경찰서 서 Đồn cảnh sát. *(tk)* 지서 đồn cảnh sát khu vực.

경청하다 귀기울어 듣다, 잘 듣다 Chú ý lắng nghe.

경축하다 축하다 Kính chúc, chúc mừng.

경치 경관, 풍경, 경개 Cảnh trí, quang cảnh đẹp, phong cảnh.

경치다 혼나다 Bị la mắng.

경칭하다 존칭하다 Kêu, gọi, xưng hô một

cách kính trọng.

경쾌하다 유쾌하다
Nhẹ nhàng thoải mái, dễ
chịu.

경하다 Nhẹ. *(tr)* 중하
다 nặng (tội trạng).

경험담 체험담 Câu
chuyện về việc từng trải.

경험론 Lý luận trên cơ
sở kinh nghiệm thực tế.
(tk) 경험주의 chủ nghĩa
kinh nghiệm.

경험하다 겪다, 맛보
다 Có kinh nghiệm, từng
trải.

경혈 혈 Huyệt trên người.
(tk) 경락 hệ thống huyệt
trên cơ thể người.

경환 Bệnh nhẹ. *(tr)* 중
환, 중병 bệnh nặng.

경환자 Người bị bệnh
nhẹ. *(tr)* 중환자 người
bệnh nặng.

곁 옆 Bên cạnh, bên hông.

계 계명 Quy pháp trong

tôn giáo chống phạm tội,
chống vi phạm.

계간 Sự xuất bản theo
quý. *(tk)* 일간 sự xuất
bản hàng ngày. 주간 sự
xuất bản hàng tuần. 월간
sự xuất bản hàng tháng.
연간 sự xuất bản hàng
năm.

계급 Giai cấp. 계층
tầng lớp xã hội.

계기 원인, 영문 Nguyên
nhân. 이유 lý do.

계단 층계, 층 Bậc
thang, bậc cầu thang. *(tk)*
단계 giai đoạn.

계란 달걀 Trứng gà.

계략 Kế lược. 계책 kế
sách.

계를 틈, 짬, 여유 Khoảng
thời gian, lúc thư thả.

계명 계 Giới cấm, quy
pháp chống vi phạm
trong tôn giáo.

계모 의붓어머니,

새어머니 Kế mẫu, mẹ kế, mẹ mới. *(tr)* 생모, 친모, 친어머니 mẹ ruột. 계부 dượng, cha kế.

계보 혈통 Huyết thống.

계부 의붓아버지 Dượng, cha kế. *(tr)* 백부, 친아버지 cha ruột.

계사 닭장 Cái chuồng gà.

계산 셈 Sự tính toán, phép tính.

계산대 카운터 Nơi, quầy tính tiền.

계산하다 Tính tiền. *(tk)* 따지다 tính toán thiệt hơn.

계속 지속, 끝없이 Sự tiếp tục, không dứt.

계수 제수 Em dâu, vợ em trai. 형수 chị dâu. 시숙 anh em của chồng.

계수나무 월계수 Cây quế. *(tk)* 계피 vỏ quế.

계승하다 잇다, 이어 받다 Thừa kế. *(tk)* 상속권 quyền thừa kế.

계시 묵시, 진리 Sự hiểu ra, chân lý.

계시다 Có (kính trọng). *(tt)* 있다 có.

계약금 계약보증금, 약조금 Tiền đặt cọc khi ký hợp đồng. *(tk)* 중도금 tiền trả giữa chừng sau khi ký hợp đồng. 잔금 số tiền còn lại.

계주 Chủ hội, chủ phường, người đến lượt nhận phường. *(tk)* 계원 hội viên.

계집아이 계집애 Bé gái. *(tr)* 사내아이 bé trai.

계집질하다 Ngoại tình với vợ người khác. *(tk)* 서방질하다 ngoại tình với chồng người khác.

계책 계략, 모계 Kế sách, kế lược, mưu kế.

계층 층 Tầng lớp trong xã hội. *(tk)* 계급 giai cấp.

계획시장 Thị trường theo kế hoạch. *(tk)* 시장경제 kinh tế thị trường.

계획적 의도적 Có tính kế hoạch, có tính ý đồ.

고 Cao. *(tr)* 저 Thấp.

고 Cổ, xưa. *(tr)* 금 kim, hiện nay.

고 Khổ, cực. *(tr)* 낙 sự sung sướng, lạc.

고가 비싼 값 Giá cao, giá đắt. *(tr)* 저가 giá thấp. 헐값 giá bèo. 염가 giá rẻ.

고가품 Hàng đắt giá. *(tr)* 저가품 hàng rẻ tiền.

고갈하다 Cạn kiệt. *(tr)* 꽉 차다, 가득 차다 đầy ắp.

고개 목 Cái cổ.

고개턱 고개마루 Đỉnh đèo.

고객 손님, 단골 Quý khách, khách mua hàng. *(tk)* 단골 손님 khách thường xuyên, khách làm ăn lâu dài.

고갱이 알짜, 핵심 Yếu tố quan trọng nhất, hạch tâm.

고공 Không trung cao, trên trời cao. *(tk)* 저공 không trung ở tầm thấp.

고관 고관대작 Quan cao cấp, quyền cao chức trọng. *(tr)* 미관 quan nhỏ, 말직 chức thấp.

고국 조국, 모국, 본국 Cố quốc, tổ quốc, mẫu quốc, bản quốc.

고귀하다 Cao quý. *(tr)* 비천하다, 천하다 hèn mọn, thấp kém.

고금동서 동서고금 Cổ kim đông tây, khắp nơi và mọi lúc.

고금리 고리 Lãi suất cao. *(tr)* 저금리 lãi suất

thấp.

고급 Cao cấp, cấp trên. *(tk)* 저급 cấp thấp. 하급 cấp dưới.

고급품 Hàng cao cấp. *(tk)* 저급품 hàng cấp thấp.

고급하다 고급스럽 다 Cao cấp.

고기 여기 Ở đây. *(tk)* 거기 ở nơi đấy. 저기 ở đấy.

고기 육류 Thịt, các loại thịt. *(tk)* 푸성귀 rau cỏ, 야채 rau.

고기압 Áp suất cao. *(tr)* 저기압 áp suất thấp.

고기잡이하다 어획 하다 Đánh bắt cá.

고깃간 정육점, 푸줏 간 Hiệu bán thịt. 우시장 chợ thịt.

고깃국 육탕 Canh thịt.

고깃덩이 고깃덩어리 Tảng thịt, khối thịt.

고난 고생 Khó khăn, vất vả, khổ nạn. *(tk)* 시련, 고초 thử thách.

고뇌 고민 Khổ não, đau đầu vì việc gì.

고다 Cô cho đặc. *(tk)* 삶다 luộc. 끓이다 nấu.

고단하다 고되다, 고 달프다, 힘들다 Vất vả, mệt nhọc. *(tk)* 피곤하 다, 피로하다 mệt mỏi.

고대 Cổ đại. *(tk)* 중세 trung đại. 근대 cận đại.

고대 금방 Một chốc nữa, lát nữa.

고대로 Vẫn trạng thái cũ. *(tt)* 그대로 cứ như thế.

고대인 Người cổ xưa. *(tr)* 현대인 người thời nay.

고독하다 외롭다 Cô độc, cô đơn.

고동 소라, 우렁이, 꼭지 Con ốc vặn.

고되다 고달프다 Vất và nặng nhọc. *(tr)* 편하다 thoải mái, tiện lợi.

고등 Cao đẳng. *(tr)* 하등 hạ đẳng.

고등어 청어 Cá thu.

고등학교 Trường phổ thông trung học. *(tk)* 초등 학교 trường tiểu học. 중학교 trường cấp hai.

고락 Khổ lạc. 감고 ngọt và đắng.

고랑 쇠고랑, 수갑 Cái còng để còng tay tội phạm.

고랑 이랑 Luống cày.

고래 방고래 Cá heo.

고래 수고래 Kẻ nghiện rượu.

고렇다 그렇다 Như vậy, đúng như vậy.

고려하다 참착하다 Đoán, tham khảo, chú ý

đến.

고령 노령, 노년 Cao tuổi, nhiều tuổi. *(tk)* 고령자 người cao tuổi. *(tr)* 저령 ít tuổi.

고료 원고료 Tiền nhuận bút.

고루고루 골고루 Một cách đều đặn, lần lượt.

고르다 추리다 Chọn ra, lọc một cái trong nhiều cái.

고름 농, 농액, 농즙 Mủ trong mụt, trong vết thương.

고름 옷고름 Dải buộc áo (Hàn phục).

고리 높은이자, 비싼이자, 고금리 Lãi suất cao, lãi cao. *(tr)* 저리, 저고리 lãi suất thấp.

고리다 구리다 Mùi hôi thối (vết thương, chân).

고리채 Món nợ hay số tiền vay với lãi suất cao.

(tr) 저리채 nợ lãi thấp.

고린내 구린내, 코린내 Mùi khét.

고립하다 고되다 Cô lập, bị cô lập.

고막 귀청 Màng nhĩ, màng nghe trong tai.

고만 그만 Chừng ấy, mức ấy.

고맙다 감사하다 Cám ơn.

고명 Cao danh. 유명 nổi tiếng, đại danh.

고모 Bà cô, bà o (em gái hay chị gái của cha). (tk) 이모 dì, bà dì.

고모부 Dượng, chồng bà cô hay bà o. (tk) 이모 dì.

고목나무 고목, 노목, 노수 Cây cổ thụ, cây lâu năm.

고무하다 Cổ vũ, 격려하다 động viên khích lệ.

고문하다 심문하다 Tra khảo, thẩm vấn.

고물 B선 미 Đuôi thuyền. (tr) 이물 mũi thuyền.

고물가 비싼 값 Vật giá cao. (tr) 저물가 vật giá thấp.

고민하다 Lo buồn. (tt) 걱정하다 lo lắng.

고발 Sự khai báo, tố giác. (tt) 고소 sự tố cáo.

고백하다 자백하다, 실토하다, 털어놓다 Tự bạch, nói thật ra, nói những điều giấu kín lâu nay. (tr) 은폐하다, 감추다 giấu giếm.

고법 고등법원 Toà án cấp tỉnh, toà án tỉnh. (tk) 대법원 tòa án tối cao.

고본 헌책 Sách cũ. (tk) 간행본 sách mới in ra.

고분고분 순순히 Một cách ngoan ngoãn, ngoan

ngoãn.

고뿔 감기 Cảm cúm, cúm.

고삐 말고삐 Dây cương ngựa.

고사 고사성어 Việc cổ xưa, cổ sử thành ngữ.

고 상 하 다 Cao thượng. (tr) 천박하다, 저급하다 thấp kém, hèn mọn.

고샅 기 고샅 Đường hẹp trong làng rừng.

고서적 고서 Sách cổ.

고서점 헌책방 Phòng sách cũ, sách cổ.

고성 고음 Giọng cao.

고소 쓴웃음 Nụ cười cay đắng.

고소득층 Tầng lớp thu nhập cao. (tr) 저고 소득층 tầng lớp thu nhập thấp.

고소인 Người tố cáo, nguyên cáo. (tr) 피고

소인 bị cáo.

고속 고속도, 빠른 속도 Cao tốc, tốc độ cao. (tk) 고 속도로 đường cao tốc.

고속버스 Xe buýt tốc hành. (tr) 완행 버스 xe buýt chạy từng trạm.

고수 상수 Cao thủ (cờ). (tr) 저수 người chơi cờ kém.

고수머리 곱슬머리 Tóc quăn.

고숙 고모부 Dượng, chồng của bà cô.

고슴도치 Con nhím.

고승 Cao tăng, 대덕 đại đức. (tr) 소승 tiểu tăng.

고시 고사 Thi công chức. (tk) 시험 thi.

고아원 보육원 Viện trẻ mồ côi.

고압선 Đường điện cao áp. (tr) 저압선 đường điện thấp áp.

고 액 많은 금액, 다액 Khoản tiền lớn. (tr) 소액, 저액 khoản tiền nhỏ.

고 액 권 Tiền hay ngân phiếu có mệnh giá cao. (tr) 저액 권 tiền có mệnh giá thấp.

고 약 하 다 나 쁘 다, 흉 하 다 Xấu, hung, nghiệt ngã.

고 양 이 괭이 Con mèo.

고 어 옛말 Tiếng cổ.

고 언 Lời nói ngay thẳng nhưng có ích. (tr) 감언 lời đường mật nhưng không thật thà.

고 열 Cao nhiệt. (tr) 저열 nhiệt độ thấp.

고 엽 가 랑 잎, 갈 잎, 낙엽 Lá khô, lá khô rụng.

고 옥 고가, 구옥 Nhà lâu đời, nhà cũ, nhà cổ.

고 온 Cao nhiệt. (tr) 저온 thấp nhiệt.

고 요 하 다 조용하다,

잔잔하다 Yên tĩnh, yên lặng, bình yên. (tr) 요란 스럽다, 시끄럽다 ồn ào.

고 용 자 고용주, 고용 인 Chủ sử dụng. (tr) 피고용인 người được thuê.

고 우 구우, 옛친구 Bạn hữu từ ngày xưa, bạn lâu đời.

고 위 직 Chức vụ cao cấp. (tr) 하위직 chức vụ thấp.

고 유 명 사 Danh từ riêng. (tk) 일반 명사 danh từ chung.

고 유 어 토박이 말 Từ vốn có từ trước. (tr) 외래어 từ ngoại lai.

고 육 지 계 고육 지책 Phương pháp bất đắc dĩ phải dùng.

고 율 Tỷ lệ cao. (tr) 저 율 tỷ lệ thấp.

고 을 골, 마을 Làng

thôn xóm. *(tt)* 읍 앞.

고 음 고성 Giọng cao. *(tr)* 저음 giọng thấp.

고 의 고의 Cố ý (làm việc xấu). *(tr)* 과실 lỗi do sơ suất.

고 의 로 의도로, 일부러, 계획적으로 Có ý đồ, cố ý, có kế hoạch. (nghĩa xấu).

고 의 적 Thuộc về cố ý, chủ tâm. *(tr)* 우발적 thuộc về ngẫu phát.

고 이 다 괴다 Đọng lại, dồn lại (chất lỏng).

고 인 옛사람 Người xưa, cổ nhân. 사선인 tiền nhân, 금인 người thời nay.

고 인 돌 지석묘 Mộ cổ nhân, mộ đá người xưa. *(tk)* 고분 ngôi mộ cổ.

고 임 금 Lương cao. *(tr)* 저임금 lương thấp.

고 자 내시, 내관, 환관 Quan nội thị, hoạn quan.

고 자 세 Thái độ coi thường. *(tr)* 저자세 thái độ khúm núm, nịnh bợ.

고 장 마을 Làng xóm, ấp, buôn.

고 저 높낮이 Cao thấp, cao và thấp.

고 전 문 학 Văn học cổ điển. *(tk)* 현대 문학 văn học hiện đại.

고 전 음 악 클래식 Âm nhạc cổ điển. *(tk)* 대중 음악 âm nhạc đại chúng.

고 전 주 의 Chủ nghĩa cổ điển. *(tk)* 낭만주의 chủ nghĩa lãng mạn.

고 정 식 Kiểu cố định. *(tr)* 이동식 kiểu di động.

고 정 표 Phiếu cố định, phiếu chắc chắn thu được của một đảng, một cá nhân trong bầu cử. *(tk)* 부동표 phiếu chưa chắc chắn, phiếu do dự.

고조 증조 Cố tổ, ông của ông.

고조모 Bà cố tổ. 고조부 ông cố tổ.

고졸 Tốt nghiệp phổ thông trung học. *(tk)* 중졸 tốt nghiệp cấp hai. 대졸 tốt nghiệp đại học.

고주파 Sóng cao tần. *(tr)* 저주파 sóng thấp tần.

고지 고지서 Bảng thông báo.

고지대 고원 Cao nguyên, vùng đất cao. *(tr)* 저지대 vùng đất thấp.

고지식하다 융통성 없다, 우식하다 Không linh hoạt, học sao làm y vậy.

고질 병폐 Thói xấu, thói xấu từ xưa.

고질병 난치병, 지병 Bệnh khó chữa.

고집쟁이 고집통이 Người bướng bỉnh, kẻ rất cố chấp.

고차원 Mức độ cao, tiêu chuẩn cao. *(tr)* 저차원 mức độ thấp.

고참 Người lâu năm trong một tổ chức. *(tk)* 신참 người mới.

고참병 Lính cũ. *(tr)* 신참병 lính mới.

고체 Thể rắn. *(tk)* 액체 thể lỏng. 기체 thể khí. 유체 thể lưu động.

고치다 바로 잡다, 정정하다 Sửa lại cho đúng, đính chính (tư thế, văn, lời nói).

고치다 변경하다 Sửa đổi (văn bản).

고치다 수리하다, 수선하다 Sửa chữa máy móc.

고치다 치료하다, 치유하다 Chữa bệnh.

고통 Sự khổ đau. Aпm

sự đau khổ.

고 평 성 공정성 Tính
công bằng, tính đúng đắn.
(tr) 불공정 không công
bằng. *(tk)* 균형 sự công
bằng, sự đồng đều. 균일
đồng nhất.

고 하 Cao thấp (chức vụ),
nhiều ít (số lượng), đất rẻ
(giá cả). *(tk)* 귀천 quý
hèn, sang hèn.

고 하 다 아뢰다, 이르다
Thưa việc gì với người
trên.

고 함 큰 소 리, 함 성
Tiếng to, tiếng la, tiếng
hét.

고 향 Quê hương. *(tr)*
객지, 타향 đất khách,
quê người.

고 혈 압 Cao huyết áp.
(tr) 저 혈압 huyết áp
thấp.

고 환 불알 Hòn đá.

고 희 칠순 Cổ lai hy,

thất thập, bảy mươi tuổi.

곡 악곡 Âm nhạc.

곡 류 곡물 Các loại ngũ
cốc.

곡 마 단 곡예단, 서커
스단 Đoàn xiếc, gánh
xiếc.

곡 면 Mặt cong. *(tr)* 평
면 mặt phẳng.

곡 명 곡목 Tên bản nhạc.

곡 물 곡류, 곡식 Các
loại ngũ cốc.

곡 예 서커스 Xiếc.

곡 예 단 서커 스단
Đoàn xiếc, gánh xiếc.

곡 절 우여 곡절 Tình
trạng khó khăn, lý do
phức tạp.

곡 해 하 다 오해하다
Ngộ nhận, hiểu sai.

곤 경 곤고 Cảnh khổ,
khốn khổ. *(tr)* 고비 sự
khó khăn, đỉnh cao khó
khăn.

곤 궁 빈궁 Sự khốn cùng,

sự bần cùng. *(tr)* 부유 sự
giàu có.

곤두박질하다 곤두
박이치다 Đào ngược,
hoàn toàn đảo ngược.

곤란하다 어렵다 Khó
khăn, khó xử.

곤색 감색 Màu nâu,
màu hạt dẻ.

곤지 연지 Vết đỏ đánh
dấu trên má cô dâu (trong
ngày cưới).

곤충 벌레, 벼룩 Côn
trùng, sâu bọ. 바퀴벌레
con gián.

곤혹 당혹 Sự mất tinh
thần, đâm ra hoảng hốt.

곧 바로, 즉각, 금방 Ngay
lập tức, tức khắc, trong
chốc lát.

곧다 바르다 Ngay
thẳng. *(tr)* 굽다, 휘다,
비틀어지다 vênh, cong
gập lại, cong, vặn vênh.

곧바로 곧, 즉시, 당장
Ngay lập tức, tức thì.

곧바로 똑바로 Ngay,
thẳng (phương hướng).

곧장 곧바로 (đi) Thẳng.

곧 Thẳng đứng. 곧추서다
đứng thẳng. 곧추앉다
ngồi nghiêm.

골나다 화나다, 성내다
Nổi nóng, nổi giận, tức
giận.

골 *(Goal)* 골인 Một bàn
thắng (bóng đá, bóng
chuyền, v.v…).

골 머리골, 뇌, 뇌수,
골수 Não tủy.

골 성, 화 Cơn tức giận,
cơn nổi giận.

골격 뼈대 Cốt cách, bộ
xương, khung xương.

골계 익살, 해학 Đùa
cợt, chọc ghẹo.

골머리 골치 Cái đầu,
cái não (tục). *(tt)* 머리.

골목 골목길 Ngõ hẻm,
hẻm, lối đi hẹp.

골몰하다 열중하다
Tập trung tư tưởng, miệt mài, đam mê.

골문 *(Goal)* 골대 Cửa gôn, gôn, cọc gôn.

골수 뼛골, 뼛속 Tuỷ trong xương.

골자 요점 Yếu điểm, trọng điểm, vùng quan trọng nhất.

골절 관절 Khớp xương, nơi hai khúc xương giao nhau.

골절 뼈 마디 Đoạn xương, đốt xương.

골짜기 산골 짜기, 골짝 Thung lũng.

골치 골머리, 골 Đầu, óc, não (tục).

골키퍼 *(Goalkeeper)* 문지기 Thủ môn, người giữ gôn.

곪다 Sưng sinh mủ. *(tk)* 썩다 thối ra. 상하다 bị hôi thiu.

곰곰 곰고이 Chăm chú, chăm chỉ.

곰국 곰탕 Canh xương và thịt bò ninh.

곰방대 Cái tẩu ngắn. 방죽 cái điếu cày, cái tẩu dài.

곰보 곰보다지 Người bị rỗ mặt.

곰살궂다 친절하다 Có nhiều tình cảm và thân thiện.

곰탕 곰국 Canh xương thịt bò ninh.

곰팡이 곰팡, 곰 Nấm, rêu, meo mốc.

곱 곱절, 배, Bội, gấp hai, gấp đôi.

곱다 Mềm mỏng, dễ nghe, đẹp (tấm lòng, lời nói), mịn màng. *(tr)* 거칠다 gồ ghề, khó nghe, thô ráp.

곱다 Thích, yêu. *(tr)* 밉다 xấu, ghét.

곱빼기 곱절 Hai lần, gấp đôi.

곱사등이 꼽추 Người còng lưng.

곱살하다 곱상하다 Đẹp, dịu dàng (nét mặt).

곱셈 Phép tính nhân, phép nhân. *(tr)* 나눗셈 phép tính chia. 덧셈 phép cộng, 뺄셈 phép trừ.

곱슬 고수머리, 곱슬 머리 Đầu tóc quăn. *(tk)* 곱슬거리다 quăn quăn.

곳 장소, 데 Nơi, nơi chốn.

곳간 Kho lúa, bồ đựng lương thực. *(tk)* 창고 kho đựng (nói chung), 냉장고 tủ lạnh.

곳곳 Nơi nơi. 여기 ở đây, *(tk)* 이곳 nơi này. 저기 ở kia. 저곳 nơi kia. 거기 ở nơi đó. 군데군데 đây đó.

공 Thuộc về công cộng.

(tr) 사 thuộc về việc tư, cá nhân.

공 공로 Công, công lao. *(tr)* 죄, 과, 과실 tội, lỗi, tội lỗi.

공 영 Số không, zero.

공간 Không gian. *(tk)* 시간 thời gian. 시공 thời gian và không gian.

공갈하다 협박하다, 위협 하다 Hiếp đáp, uy hiếp, đe dọa.

공감하다 동감하다 Đồng cảm, thông cảm, hiểu cho.

공개하다 Công khai. *(tr)* 비밀 sự bí mật. 비공개 하다 không công khai, 은폐하다 giấu giếm. *(tk)* 개방하다 mở cửa.

공격수 Cầu thủ tiền vệ. *(tk)* 방어, 수비수 cầu thủ hậu vệ.

공경하다 존경하다, 경애하다 Công kính,

tôn kính, kính yêu.

공관 관저 Nơi công sở, nơi công đường. *(tr)* 자택 nhà riêng.

공구 연장 Dụng cụ, đồ dùng lao động.

공군 Không quân. *(tk)* 육군 lục quân. 해군 hải quân.

공급 Sự cung cấp. *(tk)* 수요 nhu cầu. 수요량 số lượng cần thiết.

공급자 Người cung cấp. *(tk)* 소비자, 수요자 Người tiêu dùng.

공기 분위기 Không khí, bầu không khí.

공기업 Nhà máy. xí nghiệp quốc doanh, xí nghiệp công cộng. *(tk)* 사기업 nhà máy tư nhân.

공납금 등록금 Tiền học phí.

공단 공업 단지 Khu công nghiệp.

공단 비단 Lụa.

공당 정당 Công đảng, chính đảng. *(tr)* 사당 đảng cá nhân.

공대하다 존대하다 Trả lời, nói một cách kính trọng, tôn kính. *(tr)* 하대하다 trả lời với lời, thái độ coi thường.

공덕 덕 Công đức, đức.

공돌이 Công nhân nam (coi thường). *(tr)* 공순이 công nhân nữ (coi thường).

공동 묘지 Nghĩa trang công cộng. *(tk)* 사설 묘지 nghĩa trang gia đình.

공동 공통 Cộng đồng, chung, công cộng.

공동범 Tội cả tập thể. *(tr)* 단독범 tội phạm một mình.

공로 공, 공훈 Công, công lao.

공로 공도 Đường đi

chung.

공로 항공로 Hành lang bay.

공론 공담, 탁상공론, 공리 Sự bàn luận suông, bàn suông, lý luận suông.

공론 세론, 여론 Công luận, dư luận.

공리 공익 Công ích, lợi chung. *(tr)* 사리 tư lợi.

공리주의 개인주의, 실리 주의 Chủ nghĩa cá nhân, chủ nghĩa thực lợi.

공명 선거 Bầu cử công khai, minh bạch. *(tk)* 부정 선거 bầu cử gian luận.

공명 공명 부귀 Công danh, công danh phú quý.

공무 공사 Công vụ, việc công, *(tr)* 사무 việc riêng.

공무원 관리 Viên chức, quản lý. 공직자 công viên chức.

공문 공문서 Công văn. *(tr)* 사문, 사문서 thư tay.

공배수 Bội số chung. *(tr)* 공약수 ước số chung.

공백 여백 Phần trống trong sách báo.

공백기 공백기간 Thời gian rảnh rỗi.

공범 공범자 Kẻ tòng phạm, kẻ cùng phạm tội. *(tk)* 단 독범 kẻ gây tội một mình. 주범 chủ phạm, thủ phạm. 종범 kẻ tòng phạm. 교사범 kẻ giật dây, xúi giục gây tội.

공법 Công pháp. *(tk)* 사법 tư pháp. 헌법 hiến pháp. 행정법 luật hành chính. 국제법 luật quốc tế.

공복 빈속 Trong trạng thái chưa ăn gì.

공비 Tiền nhà nước. *(tr)* 사비 tiền mình tự chi.

공비 공사비 Tiền xây dựng, phí công trình.

공사장 공사판 Hiện

trường xây dựng.

공산 공산주의 Chủ nghĩa cộng sản. *(tk)* 자본주의 chủ nghĩa tư bản.

공산물 공산물 Hàng gia công. *(tk)* 농산물 hàng nông sản.

공상 Bị thương do việc công. *(tk)* 사상 bị thương do việc riêng. 산재 tai nạn lao động.

공상 가상 Sự tưởng tượng, sự giả tưởng.

공석 빈자리 Chỗ trống.

공세 Thế lực công kích. *(tr)* 수세 thế lực phòng bị.

공손 검손 Sự khiêm tốn. *(tr)* 오만 sự ngạo mạn.

공수부대 낙하산부대 Lính dù.

공수표 부도수표 Ngân phiếu không có giá trị, ngân phiếu phá sản.

공식 정식 Công thức,

chính thức. *(tk)* 비공식 không chính thức.

공약수 Ước số chung. *(tk)* 공수배 bội số chung.

공양하다 Cúng thờ Phật.

공업 단지 공단 Khu công nghiệp, khu chế xuất.

공업 산업 Công nghiệp. *(tk)* 농업 nông nghiệp. 수산업 thuỷ sản nghiệp. 상업 thương nghiệp.

공연히 과히 Không lý do, không nguyên nhân.

공영하다 국영하다, 관영하다 kinh doanh chung, quốc doanh. *(tr)* 민영하다 tư doanh.

공용하다 같이 쓰다, 함께 쓰다 Dùng chung. *(tk)* 전용 chuyên dùng.

공원 노동자, 직공 Công nhân.

공유 국유 Sự công hữu, sự quốc hữu. *(tr)* 사유 sự sở hữu cá nhân.

공유지 국유지 Đất công. (tr) 사유지 đất sở hữu cá nhân.

공익 Công ích. (tr) 사리 tư lợi.

공인 승인, 인정 Sự đồng ý, sự thừa nhận.

공일 공일날, 주일, 일요일 Ngày chủ nhật. (tk) 주말 ngày cuối tuần, thứ 7.

공자 공자님 Ngài Khổng tử.

공자 귀공자 Công tử, qúy công tử.

공작 Công tác, tác nghiệp. (tk) 공작원 gián điệp từ Bắc hàn.

공작 Công tước. (tk) 남 작 nam tước.

공적 Thuộc về công cộng, thuộc về chung. (tr) 사적 thuộc về tư nhân.

공적 공로, 공훈 Công lao, cống hiến, đóng góp.

공전 Công điền. (tr) 사전 tư điền.

공전 공임 Tiền công. (tt) 급여 tiền lương.

공전하다 Quay xung quanh vật thể khác (mặt trăng quay xung quanh quả đất). (tk) 자전하다 quay xung quanh trục của chính mình (quả đất).

공정선거 Bầu cử công bằng. (tr) 부정선거 bầu cử gian lận.

공정성 공평성 Tính công bằng, tính đúng. (tk) 공명정대 công minh chính đại. (tr) 불공정 không công bằng. 부정 không chính nghĩa.

공존 동존, 공존동생 Sự cùng sinh tồn, cùng sinh sống. 공생 sự cộng sinh.

공주 왕녀 Công chúa. (tk) 왕자 vương tử, hoàng

tử. 왕세자 세자 tử.

공준 공리 Tiền đề .

공중 Trên không. 천공 thiên không. *(tr)* 육상, 지상 trên mặt đất. 해상 trên biển.

공중 민중 Công chúng, dân chúng.

공중 전 Trận không chiến. *(tk)* 지상전, 육전 trận đánh bộ binh. 해전 trận đánh trên biển.

공지 빈땅, 공한지, 공터 Bãi đất trống.

공직자 공무원 Công chức, công nhân viên.

공짜 무료 Miễn phí, không mất tiền. *(tr)* 유로 mất tiền, không miễn phí.

공채 공채무 Công nợ. *(tr)* 사채 tư nợ.

공책 필기장, 장부, 기록부 Sổ ghi chép, cuốn sổ. *(tt)* 노트북 (note book).

공치다 허탕치다 Không kiếm được tiền, nghi làm việc.

공터 공한지, 공지 Đất trống.

공통성 공동 성 Tính cộng đồng, tính tập thể.

공통점 Điểm chung, 유사점, 상사점 điểm tương tự. *(tr)* 차이점 điểm khác nhau.

공포 놓다 공포 발 화하다 Bắn cảnh cáo.

공포 겁, 무서움, 두려움 Sự sợ hãi, nỗi sợ hãi, nỗi khiếp sợ.

공포 발포, 헛발 Phát súng lệnh, việc bắn cảnh cáo.

공포탄 Đạn gây nổ, đạn giấy. *(tr)* 실탄 đạn đồng, đạn thật.

공한지 공터, 공지 Đất trống.

공항 비행장, 항공항

Sân bay.

공 해 Vùng biển quốc tế. *(tk)* 영해 영해 lãnh hải, vùng biển của một nước.

공 허 Trống rỗng. *(tk)* 충만 sự sung mãn. 허무 vô ích.

공 허 하 다 텅 비 다, 비 다, 허전하다 Trống rỗng, hư không. *(tr)* 알차다, 차다 đầy, có đủ.

공 헌 도 기여도 Mức độ cống hiến.

공 헌 하 다 Cống hiến. 이바지하다 đóng góp. 공납하다 cống nạp. 상납하다 nạp lên trên.

공 화 정 공화정치 Nền chính trị cộng hoà. *(tr)* 군주정, 군주정치 nền chính trị quân chủ.

공 휴 일 휴일 Ngày nghỉ công cộng. *(tk)* 평일 ngày thường.

곶 갑 Đất nhô ra (giữa biển, giữ hồ nước).

과 Đơn vị công tác trong một công ty. *(tk)* 과장 trưởng phòng, 계 phòng. 국 Cục. 부 bộ. 청 sở.

과 이랑, 하고 Và... với..., ...cùng...

과 과실, 잘못 Sai lầm, sai trái, lỗi. *(tr)* 공 công lao.

과 감 하 다 Quả cảm, 결단성 있다 có tính quyết đoán, 용감하다 dũng cảm.

과 거 Quá khứ. *(tk)* 현재 hiện tại, 미래 tương lai.

과 거 사 과거지사 Việc quá khứ, việc đã qua.

과 거 지 사 지난 일, 옛일 Việc ngày xưa.

과 거 하 다 급제하다 Việc đi thi ngày xưa (khoa cử).

과 격 Sự quá khích. *(tr)* 온건 sự ôn hòa.

과격파 Phái quá khích.
(tr) 온건파 phái ôn hoà.

과녁 표적 Cái bia, 목표
mục tiêu.

과다 Quá nhiều. *(tk)* 과소
quá ít, 다소 ít nhiều.

과단성 결단성 Tính
quyết đoán.

과대 평가 Đánh giá
quá lớn. *(tr)* 과소 평가
đánh giá quá thấp.

과두제 Chế độ một số
ít người nắm quyền. *(tk)*
민주제, 공화제 chế độ
dân chủ, chế độ cộng hoà.
독재 제 chế độ độc tài.

과료 벌금 Tiền phạt.
(tr) 상여금 tiền thưởng.

과묵하다 말수 적다
Quá ít lời. 입이 버겁다
miệng khó cạy ra. *(tr)*
수다스럽다 hay nói,
nói loẹt xoẹt.

과민하다 Quá dày,
quá đông. *(tk)* 과소하다

quá thưa, quá ít. 과잉
quá dư.

과부 과수, 미망인,
홀어미, 과부댁 Bà quả
phụ. *(tk)* 홀아비 người
đàn ông chết vợ, người
đàn ông sống một mình.

과분하다 Vượt khỏi
thân phận của mình. *(tt)*
분수에 넘치다.

과소 Quá thưa. *(tr)*
과밀 quá dày.

과소 Quá ít. *(tr)* 과다
quá nhiều.

과수 과실 나무 Cây ăn
quả. *(tk)* 과수원 vườn
cây trái. 과일 hoa quả,
청과 rau quả.

과수 과부, 미망인, 과수
댁, 과부댁, 홀어미 Bà
quả phụ (tôn kính).

과식하다 Ăn quá nhiều,
bội thực. *(tr)* 소식하다
ăn ít.

과실 Lỗi do vô ý. *(tr)*

고의 고의.

과실 과일, 열매 Hoa quả, trái cây.

과실범 Tội do vô ý gây ra. (tr) 고의범 tội cố ý gây ra.

과실주 과일 주 Rượu trái cây.

과오 잘못, 실수 Sai lầm, lỗi. 실책 thất sách.

과음 다음, 과음 Sự uống quá nhiều.

과일 과실 Hoa quả. (tt) 열매 trái quả. 채소 rau.

과일가게 과물전 Cửa hàng bán trái cây.

과자 과품 Quà bánh, 캔디 (candy) kẹo.

과작 Sự sáng tác quá ít. (tr) 다작 sự sáng tác nhiều.

과장하다 풍치다 Thổi phồng lên, làm to chuyện hơn thực tế.

과정 경로, 경과 Quá trình, đường đi qua.

과제 숙제, 과제물 Bài tập, việc phải làm. 의무 nghĩa vụ.

과제물 숙제 Bài tập.

과태료 과료 Tiền phạt vi phạm trật tự. (tt) 벌금 tiền phạt nói chung.

과하다 매기다, 물리다 Đóng tiền phạt.

과하다 지나치다, 과분하다 Quá mức.

과학적 Có tính khoa học. (tr) 비과학적 không có tính khoa học.

과히 지나치게, 그다지, 그리, 너무, 아주 Quá, quá mức độ, rất.

곽 갑 Thùng nhỏ đựng đồ vật. (tt) 상자 cái hòm đựng đồ.

곽 외관 Quách, hộp đựng quan tài.

관 Quan. (tr) 민 dân.

관 널 Quan tài.

관 객 구경꾼, 관람자, 청중, 시청자 Người xem.

관 객 석 객석, 관람석 Ghế khách, ghế ngồi xem.

관 계 Quan hệ, liên quan. 상관 tương quan.

관 계 없 다 상관없다 Không có quan hệ, không liên quan. *(tr)* 상관 있다, 관계 있다 có liên quan.

관 광 유람 Sự đi du lịch.

관 군 관병 Quan quân, quan binh.

관 권 Quyền lực của quan lại. *(tr)* 민권 quyền lực của dân.

관 념 론 Luận điểm sự vật tồn tại do thần linh. *(tr)* 실제론 luận điểm thực tế.

관 념 적 Thuộc về quan niệm. *(tk)* 현실적 thuộc về hiện thực.

관 노 관비 Người giúp việc ở công sở ngày xưa. *(tk)* 사노 đầy tớ gia đình.

관 대 히 Một cách rộng rãi.

관 동 영동 Vùng đông bắc Hàn Quốc. *(tk)* 관서 vùng tây Hàn Quốc.

관 람 석 관객석, 객석 Ghế khách xem, ghế người xem.

관 람 자 구경꾼, 관람객 Khách xem, người xem.

관 련 연관, 관계, 상관 Sự liên quan, sự quan hệ.

관 록 Lộc làm quan. 봉록 bổng lộc.

관 료 관리, 공무원, 벼슬 아치, 관리 Quan lại, quản lý, công chức, viên chức.

관 리 하 다 맡다, 맡아 하다, 다루다 Quản lý, trông coi.

관 립 국립, 공립 Quốc lập, công lập (trường

học). *(tr)* 사립 tư lập, tư thục.

관민 민관 Quan và dân.

관비 Lính nhà nước. *(tk)* 민병 dân quân, dân binh.

관비 국비, 공비 Chi phí do quốc gia, tổ chức chi. *(tr)* 사비, 자비 phí tự chi.

관사 Nhà ở tập thể do nhà nước cấp. *(tk)* 사택 nhà riêng, tư dinh.

관상대 기상대 Đài khí tượng.

관상쟁이 점쟁이, 관상가 Thầy bói.

관서 Vùng tây Hàn Quốc. 관동 vùng đông Hàn Quốc.

관선 국선 Việc tiến cử do cấp trên, nhà nước. *(tk)* 민선 do dân cử.

관성 습관성 Quán tính. *(tt)* 타성 tập tính.

관세 통관세 Thuế hải quan.

관세음 보살 관음, 관음보살 Quan thế âm Bồ tát, Quan âm bồ tát.

관식 Bữa ăn do nhà nước chi. *(tk)* 사식 bữa ăn tự mình lo.

관심거리 관심사 Điều, việc quan tâm.

관악 Âm nhạc, sáo, kèn. *(tk)* 현악 âm nhạc của nhạc cụ có dây.

관여되다 간여되다 Có liên quan, có can dự đến việc gì.

관영 국영회사 Công ty quốc doanh. 민영 회사 công ty tư doanh.

관저 Dinh của quan chức cao cấp do nhà nước cấp. *(tr)* 사저 tư dinh.

관절 뼈마디, 골관절 Đốt xương.

관점 견지, 시점 Quan điểm, cách nhìn, cách đánh giá.

관조하다 정관하다
Bình tĩnh xem xét, đánh giá.

관중 구경꾼, 관객 Thính
giả, khán giả, người xem.

관찰력 관찰안 Con mắt
có tầm nhìn.

관찰자 감사 Người kiểm
soát, người theo dõi.

관청 청 Văn phòng cơ
quan nhà nước, toà nhà
cơ quan.

관학 Trường quốc lập. (tr)
사학 trường tư thục.

관행 관례, 관습 Việc
thông lệ, tập quán.

관형사 매김씨 Định
từ.

괄시하다 괄대 하다
Coi thường, khinh rẻ.

괄호 묶음표, 도림 Dấu
ngoặc.

광 광택 Ánh lấp lánh, ánh
màu sắc.

광 광택 Ánh sáng, có ánh
nhấp nháy, màu nhấp nháy.

(tk) 광년 năm ánh sáng.

광견 미친개, 제견 Chó
dại, chó điên.

광견병 미친개병 Bệnh
chó dại. 공수병 bệnh sợ
nước (bệnh dại).

광경 Quang cảnh, 모습
hình dạng. *(tk)* 야경 cảnh
ban đêm.

광고하다 피알 *(PR)*
Quảng cáo. *(tt)* 선전 하다
tuyên truyền. *(tk)* 알리다
báo cho biết.

광내다 빛내다, 윤내다
Bóng, loáng, bóng loáng.

광대 배우 Diễn viên
xiếc, kịch, v.v…

광대뼈 관골, 협골
Xương lưỡng quyền.

광대하다 Quảng đại.
넓다 rộng lớn.

광도 광력 Cường độ
ánh sáng. *(tk)* 광속 quang
tốc, 조도 lượng ánh sáng.

광란하다 광분 하다

Bay nhảy như điên.

광맥 맥 Mạch quặng, mạch, via quặng. *(tt)* 쇠줄 via quặng sắt.

광명 Sự sáng sủa, sự quang minh. *(tr)* 암흑 sự tăm tối, sự mù mịt. *(tk)* 희망, 서광 hy vọng.

광명하다 밝다 Sáng sủa.

광물질 광물 Quặng. *(tk)* 동물 động vật. 식물 thực vật.

광범위 넓은 범위 Trong phạm vi rộng lớn.

광범하다 넓다 Rộng lớn.

광부 광 꾼, 갱부 Thợ mỏ, thợ lò.

광부 광원 Nguồn sáng, nơi phát sáng.

광선 빛, 빛살 Quang tuyến, ánh sáng.

광수병 광견병 Bệnh chó dại. *(tt)* 공수병 bệnh sợ nước.

광신 맹신 Sự cuồng tín, sự mê muội trong tôn giáo.

광어 넙치 Con cá thờn bơn, cá mình dẹt bên trắng bên đen.

광언 미친 소리, 망언 Lời nói của người điên.

광영 영광 Sự vinh quang.

광원 Nguồn sáng, nơi phát sáng.

광원 광부 Thợ mỏ.

광의 Trong phạm vi rộng lớn. *(tr)* 협의 trong phạm vi hẹp.

광장히 대단히 Rất, vô cùng (mức độ, quy mô).

광증 미친 증 Triệu chứng bệnh dại.

광포하다 광폭하다 Dữ, đáng sợ (lời nói, hành động, tính cách).

광활하다 넓다 Rộng lớn. *(tr)* 좁다 chật hẹp.

괘종 괘종시계 Đồng

hồ chuông treo tường. *(tk)* 벽시계 동호 tường.

괜찮다 일없다 Không sao, không đến nỗi.

괜히 쓸데없이, 괜스레, 공연히 Một cách vô ích, không có lý do, vô bổ.

괴다 모이다 Dồn, gom lại. *(tt)* 고이다 đọng lại.

괴다 버티다 Chịu đựng.

괴로움 괴로움 Sự buồn bã, sự chán nản và buồn phiền.

괴롭다 Buồn chán. 귀찮다 chán ngấy. *(tr)* 기쁘다, 즐겁다 vui vẻ, vui mừng.

괴롭히다 귀찮게 하다 Làm phát chán, quấy rầy.

괴뢰 허수아비, 앞잡이 Bù nhìn, tay sai.

괴물 괴귀, 괴짜 Quái vật.

괴상 이상, 괴이 Khác thường, quái dị.

괴수 우두머리, 두목 Đầu mục, đầu nậu.

괴짜 괴인 Người lập dị.

괴짜 별난사람, 별놈 Người khác thường.

굉장하다 크다, 대단하다, 엄청나다 Rất to lớn, hùng vĩ, cực kỳ.

교 종교 Tôn giáo.

교각 교량, 다리 Cầu vượt trên đường, chân cầu.

교감신경 Thần kinh giao cảm (điều chỉnh tim mạch, tiêu hoá vv... 부교감신경 thần kinh không giao cảm.

교과과정 교육과정 Chương trình, nội dung giáo dục.

교과서 교범, 교본, 교정 Sách giáo khoa, giáo trình.

교군 가마, 승교 Phu kiệu, cái kiệu.

교 내 Trong trường học. *(tr)* 교외 ngoài trường học.

교 단 종단 Đoàn thể tôn giáo.

교 대 하 다 갈음하다, 번갈아들다 Thay nhau, đổi ca.

교 도 신도, 신자 Giáo đồ, tín đồ, con chiên.

교 도 하 다 교유하다 Dạy và chỉ đạo, chỉ dạy. *(tk)* 선도하다 truyền đạo.

교 량 교각, 다리 Cầu, cầu cống, cầu.

교 련 조련, 단련 Trau dồi, rèn luyện. tu luyện.

교 류 Dòng điện xoay chiều. 직류 dòng điện một chiều.

교 류 하 다 주고받다 Giao lưu. *(tk)* 왕래하다 thăm viếng lẫn nhau.

교 만 오만 Ngạo mạn, kiêu căng *(tt)* 건방지다 hỗn láo.

교 모 Mũ học sinh. *(tk)* 교복 đồng phục học sinh.

교 목 키큰나무 Cây to, cây cổ thụ. *(tr)* 관목 cây bụi, cây nhỏ.

교 무 실 교원실 Phòng giáo viên.

교 미 하 다 교접하다 Giao hợp.

교 사 교원, 교직원 Giáo viên, thầy giáo. *(tt)* 선생 tiên sinh, thầy giáo. 스승 sư tăng.

교 살 하 다 교사하다 Giết bằng cách thắt cổ, thắt cổ cho chết. *(tk)* 교수형 hình phạt treo cổ.

교 생 교육 실습생 Giáo sinh, sinh viên thực tập.

교 섭 절충, 타협 Sự điều chỉnh lẫn nhau sao cho hợp.

교 수 대학 교수 Giáo sư, giáo sư đại học. *(tk)*

강사 giảng sư. 교사 giáo viên phổ thông.

교양 Sự nuôi và dạy, có ăn học. *(tk)* 교육 sự giáo dục.

교역 Giao dịch. 무역 mậu dịch.

교역자 교직자, 성직자 Những người làm việc trong giáo hội tin lành, giáo chức (như mục sư, v.v…). *(tk)* 목사 mục sư. 신부 cha cố.

교외 Ngoài thành phố. *(tr)* 교내 trong thành phố.

교외 근교, 야외 Vùng ngoại ô, vùng ngoại thị, vùng ven thành phố.

교원 교사 Giáo viên phổ thông.

교육부 고육 인적 자원부 Bộ giáo dục, bộ tài nguyên nhân lực giáo dục.

교육원 교육장 Viện giáo dục, trường giáo dục.

교육적 Có tính chất giáo dục. *(tr)* 비교육적 tính phi giáo dục.

교인 신도, 신자 Giáo dân, tín đồ, con chiên.

교전하다 Giao chiến. 싸우다 đánh nhau.

교접하다 교미하다, 성교 하다 Giao hợp, ăn nằm với nhau, quan hệ giới tính.

교정하다 바로잡다, 고치 다 Sửa lại cho đúng, sửa bản thảo.

교제하다 사 귀 다, 교우 하다 Giao ước với nhau (cá nhân). *(tr)* 절교 하다 cắt đứt quan hệ.

교조 Ông tổ của một tôn giáo. *(tk)* 교주 giáo chủ.

교직자 Người trong nghành giáo dục. *(tk)* 교원, 교사 giáo viên.

교직자 Giáo chức trong tôn giáo, thánh chức cha.

교차로 네거리, 십자로 Ngã tư đường. *(tk)* 갈림길 đường rẽ, đường nhánh.

교체하다 대체하다 Thay đổi, thay thế.

교체하다 바꾸다 Thay đổi, thay thế. *(tt)* 갈리다 thay cái gì bằng cái gì.

교칙 학규, 학칙, 교칙 Nội quy, trường học.

교통 Giao thông. 수송 vận tải.

교파 종파 Giáo phái.

교포 교민 Kiều bào, kiều dân.

교화소 Trại phục hồi nhân phẩm. *(tk)* 교도소 trại giam.

교화하다 깨우치다 Giáo hóa, giáo dục cho tỉnh ra.

교환하다 교체하다,

주고받다 Trao đổi. *(tt)* 바꾸다 đổi.

교황 간사 Sự xảo hoạt. *(tr)* 정직 sự ngay thẳng. 강직 sự cương trực.

교황청 Tòa Giáo hoàng.

교회 교화당 Nhà thờ Tin lành. *(tk)* 예배당 lễ bái đường. 성당 thánh đường, nhà thờ Thiên chúa giáo. 절 chùa. 사원 tu viện.

교훈 가르침 Bài học, giáo huấn.

구년 Năm cũ. *(tr)* 신년 năm mới.

구 낡은 Cũ. *(tr)* 신 tân, mới.

구 마디 Câu, đoạn lời nói.

구가하다 노래하다, 즐기다 Hát, vui hát.

구간 서적 Sách cũ, xuất bản lâu rồi. *(tr)* 신간 서적 sách mới xuất bản.

구개 입천장 Vòm họng.

(tk) 구강 khoang miệng.

구걸하다 빌어먹다 Cầu khất, ăn xin. *(tt)* 빌다 van nài, 비럭질하다 cầu khẩn và van nài.

구경거리 볼거리 Quang cảnh đáng xem, thứ đáng xem.

구경꾼 Người xem. *(tt)* 관객 quan khách.

구공탄 구멍탄, 연탄 Than tổ ong.

구관 Toà nhà cũ. *(tk)* 신관 toà nhà mới. *(tk)* 보관 tòa nhà chính. 별관 tòa nhà phụ.

구교 Tôn giáo cũ. *(tk)* 천주교 Thiên chúa giáo. 카톨릭교 đạo Tin lành. 신교, 개신교 đạo mới, đạo cách tân. 종교 tôn giáo (nói chung).

구근 알뿌리 Rễ củ, củ (khoai, v.v…).

구금 감금 Sự giam cầm. 구속하다 bắt giam.

구급차 Xe cấp cứu.

구기다 Cuộn lại, co lại. *(tr)* 펴다 mở rộng ra, xòe ra.

구대륙 Đại lục cũ (châu Âu, châu Á, châu Phi). *(tk)* 신대륙 châu Mỹ.

구더기 가시 Con giòi.

구덕 Cái rổ bằng tre. *(tk)* 바구니 cái đồ đựng, cái giỏ.

구덩이 호참, 호 Cái rãnh, cái hào, hố.

구두 Bằng miệng, bằng lời nói. *(tk)* 서면 bằng văn bản, bằng giấy tờ.

구두계약 Hợp đồng miệng. 사성문/ 서면계약 hợp đồng bằng giấy, bằng văn bản.

구두쇠 구두, 보비리, Người keo kiệt.

구두시험 구술시험,

면접 시험 Thi nói, thi phỏng vấn trực tiếp.

구락부 클럽 Câu lạc bộ.

구렁 구덩이, 구렁텅이 Hố sâu. *(tt)* 함정 bẫy hố sâu.

구렁텅이 구렁 Cái hẻm, cái hố sâu.

구름다리 윤교, 육교 Cầu vượt.

구릉 Cái đồi thấp. *(tk)* 언덕 cái đồi, cái gò.

구리 동, 구리쇠 Đồng.

구만리 36.000km Chín vạn dặm (khoảng cách Tôn ngộ không bay từ tay Đức Phật).

구매자 Người tìm mua, người mua. *(tk)* 소매자 người tiêu dùng. 판매자 người bán.

구멍탄 구공탄, 연탄 Than tổ ong.

구면 지면 Mối quan hệ cũ, người cũ. *(tk)* 초면 mối quan hệ mới, người mới.

구명대 구명동의, 구명 조끼 Áo phao.

구명정 구명보트 Tàu cứu hộ.

구명하다 밝히다 Làm sáng tỏ.

구문 구전 Tiền môi giới trong buôn bán.

구문하다 심문하다 Thẩm vấn, tra khảo.

구미 Châu Âu và châu Mỹ. *(tt)* 서양 Tây dương. *(tr)* 서구 Tây bán cầu.

구미 맛, 입맛 Khẩu vị.

구박하다 학대하다 Ngược đãi.

구법 Luật pháp cũ. *(tr)* 신법 luật pháp mới.

구변 Khẩu biện. *(tt)* 언변 ngôn biện.

구별하다 구분하다 Phân biệt ra. *(tt)* 분류

하다 phân loại ra.

구부러지다 Cong. (tt)
굽다 gập lại. 휘다 cong,
uốn cong.

구부리다 Cong, cong
về một phía. (tr) 펴다
mở phẳng ra, duỗi thẳng
ra.

구불거리다 고불대
다, 꾸불거리다 Khúc
khuỷu, uốn cong nhiều lần.

구비문학 구전문학
Văn học truyền miệng
(chuyện dân gian, ca dao)
(tr) 기록문학 văn học
có ghi chép.

구상 구체 Cụ thể. (tr)
비구상, 추상 không cụ
thể, trừu tượng.

구상화하다 구체화
하다 Cụ thể hoá, thực tế
hoá. (tr) 추상화하다
trừu tượng hoá.

구석 모퉁이 Trong góc,
xó. (tk) 각 góc (toán học).

구석기시대 Thời kỳ
đồ đá cũ. (tr) 신석기시대
thời kỳ đồ đá mới.
청동기 시대 thời kỳ
đồng thau. 철기 시대
thời kỳ đồ sắt.

구성하다 짜다, 이루
다 Làm thành, tạo ra.

구세대 Thế hệ cũ. (tr)
신세대 thế hệ mới.
차세대 thế hệ sau.

구세주 주, 예수님
Chúa cứu thế, chúa Giêsu.

구속영장 구인장 Lệnh
bắt giam.

구속하다 구애하다
Giam giữ, ràng buộc. (tt)
제약하 다, 구속하다,
속박하다 giữ không
cho tự do.

구술하다 구연하다
Bằng lời nói, bằng miệng.

구슬 옥, 진주 Ngọc,
châu báu.

구슬리다 달래다,

어르다 Rủ rê, lôi kéo, dỗ ngon dỗ ngọt.

구시가 구시가지 Khu sầm uất cũ, khu đông dân cư (nhiều nhà cửa và cửa hàng). *(tk)* 신시가 khu nhà ở, khu buôn bán mới, khu phố mới.

구식 Kiểu cách cũ, phương pháp cũ. 신식 kiểu cách mới, phương pháp mới.

구실 역할 Vai trò.

구실 핑계, 변명 Lời bào chữa, biện minh.

구심력 Lực hướng tâm. *(tr)* 원심력 lực ly tâm.

구십 아흔, 구순 90 Cửu tuần.

구애하다 구속하다 Giam giữ, ràng buộc.

구약 구약 성서 Thánh thư cựu ước, lịch sử đạo tin lành trước khi Chúa Giêsu sinh ra.

구어 입말 Khẩu ngữ, lời nói miệng. *(tk)* 문어 câu văn.

구어체 입말 투 Thể văn viết theo khẩu ngữ.

구여권 Thuộc về đảng cầm quyền cũ. *(tk)* 구야권 thuộc về đảng đối lập cũ.

구역질하다 토악질 하다, 구토하다 Nôn mửa, nôn oẹ, nôn ra.

구연하다 구술하다 Kể chuyện như thật, dùng lời diễn tả.

구우 고우 Bạn cũ, bạn lâu đời, bạn từ ngày xưa. *(tk)* 우정 tình bạn.

구원하다 영원하다, 영구 하다 Vĩnh cửu, không thay đổi.

구유 공유 Quốc hữu, sự sở hữu của nhà nước. *(tk)* 사유 sở hữu tư nhân.

구인난 Nạn khó tìm

người làm, nạn thiếu người. *(tk)* 구직난 nạn khó tìm việc làm.

구인란 Trang quảng cáo tìm người. *(tk)* 구직란 trang quảng cáo tìm việc.

구인장 구속 영장 Lệnh bắt giam, lệnh giam giữ.

구인하다 Tìm người làm việc. *(tk)* 구직하다 tìm việc làm.

구입하다 구매하다, 매입하다, 사다 Mua. *(tr)* 팔다 bán ra.

구저분하다 지저분하다, 구지레하다 Nhếch nhác, luộm thuộm, bệ rạc.

구전 구문, 수수료 Tiền mối lái, tiền hoa hồng từ hai phía.

구정 음력설, 설, 설날 Tết Nguyên Đán, Tết Âm lịch, ngày tết. *(tk)* 신정 tết Dương lịch.

구정물 오물 Nước bẩn

sau khi đã dùng. *(tk)* 하수 nước đã dùng, nước qua vòi.

구제하다 Cứu, làm cho thoát khó khăn. *(tt)* 구원하다 cứu viện. 구조 하다 cứu trợ. 구출하다 cứu ra khỏi.

구지레하다 구저분 하다 Nhếch nhác, bẩn thiu, luôm thuộm.

구차 가난, 빈궁 Sự nghèo nàn, sự bần cùng.

구천 Cửu tuyền, thế giới người chết. *(tt)* 저승, diêm phủ. 음부 âm phủ. 황천 hoàng tuyền, suối vàng.

구체적 구상적 Một cách cụ thể. *(tr)* 추상적 một cách trừu tượng.

구출하다 구조하다 Cứu thoát, cứu trợ.

구충제 살충제 Thuốc sát trùng, thuốc tẩy giun

sán.

구타하다 Đánh tới tấp. *(tt)* 때리다 đánh ai.

구태여 굳이 Không cần thiết, vô bổ.

구투 구식 Cách cũ, phong tục tập quán cũ.

구파 Phái cũ, phe cũ. *(tr)* 신파 phái mới, phe mới.

구형 구식 Cách cũ, kiểu cũ. *(tr)* 신형 cách mới, kiểu mới.

구호 하다 구하다, 돕다 Cứu hộ.

구혼하다 청혼하다 Cầu hôn, ngỏ ý muốn kết hôn.

구휼 빈민구제 Cứu tế dân nghèo.

국 탕 Canh, món thức ăn có nước.

국가 공무원 관리 Công chức nhà nước.

국가 나라 Quốc gia, đất

nước. *(tk)* 민족, 겨레 dân tộc.

국가 애국가 Bài quốc ca.

국가적 거국적, 범국가 Thuộc phạm vi rộng lớn, phạm vi toàn quốc.

국계 국경, 경계 Biên giới quốc gia.

국교 외교, 수교 Sự ngoại giao, lập ngoại giao.

국권 국가 주권 Chủ quyền quốc gia.

국난 국환, 국우 Quốc nạn.

국내 Trong nước. *(tr)* 국외, 해외 ngoài nước, hải ngoại.

국내법 Luật trong nước. *(tr)* 국제법 luật quốc tế. 국 내 외, 내 외 trong ngoài nước.

국내선 Đường bay trong nước. *(tk)* 국제선 đường bay quốc tế.

국도 Đường do quốc gia quản lý, quốc lộ. *(tk)* 지방도 đường do địa phương quản lý.

국록 녹 Lộc nước, tiền và cái ưu đãi từ nhà nước.

국립 Quốc lập. *(tk)* 사립 tư lập.

국립 공립, 관립 Thuộc về công lập (trường học, bệnh viện). *(tk)* 사립 tư thục, tư lập.

국면 Cục diện 상황, 형편 tình hình, thế cuộc.

국무 위원 Hội đồng chính phủ. *(tk)* 총리 thủ tướng, 각료, 장관 bộ trưởng.

국무원 국무 위원, 내각, 각료 Nội các, hội đồng chính phủ.

국무총리 총리 Quốc vụ tổng lý, 수상 thủ tướng. *(tk)* 장관 bộ trưởng, 차관 thứ trưởng.

국문과 국어 국문학과 Khoa ngôn ngữ và văn học trong nước.

국민 Quốc dân. *(tk)* 백성 bách tính, 동포 đồng bào, 인민 nhân dân.

국민 소득 Thu nhập quốc dân. *(tk)* 국민총 생산 tổng thu nhập quốc dân.

국민학교 초등학교 Trường tiểu học, trường cấp một. *(tk)* 중학교 trường trung học cấp 2, 고등학교 trường cấp 3.

국민투표 Bỏ phiếu toàn dân.

국방장관 국 방 부 장관 Bộ trưởng bộ quốc phòng.

국방력 군 사 력, 방 위력 Lực lượng quốc phòng, lực lượng quân sự, lực lượng phòng vệ.

국법 Luật nước, 헌법

hiến pháp.

국보 Quốc bảo, báu vật quốc gia. *(tk)* 보물 báu vật.

국부마취 국소 마취 Gây mê cục bộ. *(tr)* 전신 마취 gây mê toàn thân.

국부적 Tính cục bộ. *(tk)* 부분적 tính bộ phận, 제한적 tính hạn chế.

국비 나랏돈, 국고금 Tiền nhà nước. *(tr)* 사비 tiền cá nhân.

국사 Quốc sự, việc quốc gia. *(tr)* 사사 việc cá nhân.

국산 국내산, 국산품 Hàng sản xuất trong nước. *(tk)* 외제, 외국산, 하ng ngoại, 수입품 hàng nhập khẩu.

국선 관선 Do nhà nước cử ra. *(tk)* 사선 do cá nhân cử ra (luật sư).

국세 Thuế do quốc gia định ra. *(tk)* 지방세 thuế do địa phương định ra.

국수 사리 Miến, mì sợi.

국악 Âm nhạc trong nước. *(tk)* 양악 nhạc Tây.

국어 Quốc ngữ, 나라말 tiếng trong nước, 모국어 tiếng mẹ đẻ. *(tr)* 외래어 tiếng ngoại lai, 외국어 tiếng nước ngoài.

국어학 Quốc ngữ học. *(tk)* 국문학 văn học trong nước, 언어학 ngôn ngữ học.

국영 관영 Quốc doanh. *(tr)* 민영 cá nhân kinh doanh.

국왕 Quốc vương, 왕, 임금 vua. *(tk)* 군주 quân chủ.

국외 해외 Ngoài nước, hải ngoại. *(tr)* 국내 trong nước.

국외자 외국인 Người nước ngoài. *(tr)* 내국인 người trong nước, 현지인

người địa phương. *(tk)* 제삼자 người không có mặt lúc đó, người thứ 3. *(tk)* 당사자 người can dự, đương sự.

국유재산 Tài sản nhà nước. *(tr)* 사유재산 tài sản tư nhân.

국유지 공토 Đất công, đất sở hữu nhà nước. *(tr)* 사유지 đất cá nhân.

국익 Quốc ích, 국리 quốc lợi, 국가적 이익 lợi ích quốc gia.

국장 Quốc huy. *(tk)* 국기 quốc kỳ, 애국가 quốc ca.

국장 사회장 Quốc tang. *(tr)* 가족장 lễ tang gia đình.

국적 Quốc tịch. *(tr)* 애국자, 애국지사 chí sĩ yêu nước, *(tk)* 매국노 kẻ bán nước.

국정 국가행정 Hành chính quốc gia.

국정 국사, 국세 Tình hình quốc gia.

국제공법 Công pháp quốc tế. *(tr)* 국제사법 tư pháp quốc tế.

국제법 국제공법 Luật quốc tế. *(tk)* 국내법 luật trong nước.

국제선 Đường bay quốc tế. *(tr)* 국내선 đường bay nội địa.

국제연합 국련, 유엔 *(UN)* Liên hiệp quốc.

국제적 세계적 Thuộc về quốc tế, thuộc về thế giới. *(tk)* 국내적 thuộc về trong nước.

국지적 국부적 Thuộc phạm vi cục bộ, khu vực. *(tr)* 전면적 thuộc phạm vi toàn diện.

국지전 국지전쟁 Chiến tranh cục bộ. *(tr)* 전면전, 전면전쟁 cuộc chiến tranh toàn diện.

국 체 정체 Thể chế chính trị của một quốc gia.

국 치 Quốc sĩ, ngày mất nước. 국욕 quốc nhục.

국 토 영토, 나라의 땅 Quốc thổ, lãnh thổ quốc gia.

국 풍 국속 Phong tục tập quán của một nước.

국 호 국명 Quốc hiệu, tên nước.

국 화 나라꽃 Hoa tượng trưng cho một nước, quốc hoa.

국 회 의회 Quốc hội, nghị viện. *(tk)* 인민위원회 Ủy ban Nhân dân.

군 Cậu, cháu (người trên gọi con trai còn nhỏ tuổi, chưa lấy vợ. 김군 cậu Kim). *(tk)* 양 cô (người trên gọi con gái con nhỏ tuổi. 이양 cô Lee).

군 Quần thể. *(tk)* 무리,

데 bầy.

군 군대, 군부 Quân đội. *(tk)* 부대 bộ đội, đi bộ đội 군대 입대하다.

군 것 질 주전부리 Sự ăn vặt. *(tk)* 간식 ăn giữa buổi.

군 국 군국 주의 Chủ nghĩa quân phiệt.

군 기 군율, 군규 Kỷ luật quân đội. 군령 quân lệnh.

군 대 부대 Bộ đội, lính.

군 데 군 데 여러둔데, 이곳 저곳, 여기저기 Nhiều nơi, nơi này nơi kia, đây đó.

군 데 곳, 지점 Nơi chốn, địa điểm.

군 란 병변 Binh biến. *(tk)* 쿠데타 đảo chính.

군 략 Quân lược. 병략 binh lược. 전략 chiến lược.

군 량 Quân lương, lương thực quân đội.

군 량 미 군량 Lương thực

quân đội, quân lương.

군력 군사력 Lực lượng quân sự. *(tk)* 병력 binh lực.

군마 Quân mã. 병마 binh mã.

군말 군소리 Lời nói thừa, lời nói vô ích.

군법 Quân pháp. *(tk)* 군율 kỷ luật quân đội.

군비 군사장비. 군사 설비 Hàng hóa, vũ khí quân đội.

군사력 군력 Lực lượng quân sự, quân lực.

군사비 군비 Chi phí quân sự.

군살 군더더기살 Khối thịt thừa.

군색 가난 Nghèo nàn.

군소정당 소수당 Đảng có số ghế ít hơn trong quốc hội. *(tr)* 다수당 đảng đa số, đảng chiếm số ghế nhiều hơn trong quốc hội.

군소리 군 말, 군 더 더기, 헛소리 Lời nói thừa, lời nói suông.

군수품 군자수 물자 Vật tư quân đội.

군식구 객식구, 식객 Người ăn theo, thực khách.

군웅 Sứ quân. *(tk)* 군벌 quân phiệt.

군인 Quân nhân, lính. *(tr)* 민간인 dân sự.

군일 사소한 일, việc nhỏ, việc vặt.

군자 Quân tử. 대인 đại nhân. 어른이 người trên, người lớn. *(tr)* 소인 tiểu nhân.

군자금 군용금 Tiền dùng cho quân đội.

군정 Chính quyền quân sự. *(tr)* 민정 chính quyền dân sự.

군졸 사병, 병졸, 졸병 Lính bình thường, lính

tốt.

군주 Quân chủ. *(tt)* 군왕, 임금, 왕 vua.

군주국 Nước quân chủ. *(tr)* 공화국 nước cộng hòa.

군주권 Quyền quân chủ. *(tt)* 왕권 vương quyền.

군주정 Chính quyền quân chủ. *(tr)* 공화정 chính quyền cộng hòa.

군중 Quần chúng. 뭇사람, 우리 đám đông người.

군중심리 대중 심리 Tâm lý quần chúng.

군축 군비 축소 Giảm chi phí quân sự, giảm quân bị.

군침돌다 군침나다, 군침 삼키다 Nuốt nước miếng, thèm nhỏ dãi.

군함 Quân hạm. *(tt)* 전함 chiến hạm, 함정, 함대 hạm đội. *(tk)* 상선 thương thuyền, thuyền buôn.

굳다 단단 하다, 딴딴 하다 딱딱 하다 Cứng, rắn.

굳뼈 Xương. *(tr)* 물렁뼈 xương mềm, xương sụn.

굳세다 세다, 드세다, 강하다 Cứng, mạnh, chắc. *(tr)* 약하다 yếu. 연약하다, 나약 하다 mềm yếu.

굳이 Một cách dứt khoát, bướng bỉnh.

굳이 구태여 Dứt khoát không, cương quyết không (dùng ở thể phủ định).

굳이 구태여, 기어이, 애써 Vô ích, không cần thiết.

굳히다 튼튼히하다, 확실히하다 Làm cho chắc chắn, làm cho cứng rắn. *(tr)* 녹이다 làm cho mềm, cho tan ra.

굴 동굴, 터널, 굴길 Hang động, động trong

núi.

굴곡 굽은, 굴절, 휨
Nơi gấp khúc, nơi uốn cong.

굴곡하다 굽다, 휘다,
구부러지다 Cong lại,
gấp khúc lại.

굴뚝 연통, 연돌 Ống
khói.

굴리다 회전 시키다
Làm cho quay vòng.

굴복하다 Khuất phục.
투항하다, 항복하다
hàng phục. *(tr)* 항거하다
kháng cự.

굴비 말린 조기 Cá
ướp muối.

굴욕 업신여김, 목욕
Sự nhục nhã, sự xỉ vả, sự
bị coi thường.

굴착 Sự khai quật lên.
(tr) 매립하다 sự chôn
xuống.

굵다 To về đường kính.
(tr) 얇다 mỏng. 잘다,
가늘다 thon thả.

굶기다 Bỏ đói, làm cho
đói. *(tk)* 굶다 đói bụng.

굶주리다 주 리 다
Nhịn đói.

굶주림 기아 Sự đói
bụng, sự đói khát.

굽 말굽 Móng sắt lồng
vào chân ngựa.

굽다 Nướng. *(tk)* 삶 다
luộc, 찌다 ninh nhừ.

굽다 휘다 Gập, gập
cong. *(tr)* 바르다, 곧다
thẳng.

굽어보다 굽어살피
다, 굽어보이다 Cúi
nhìn xuống dưới. *(tt)*
굽어살피다 cúi quan
sát phía dưới.

굿하다 Lên đồng.

궁 대궐, 걸 Cung vua,
cung điện, cung quyền.

궁궐 궁전, 궁, 궐,
대궐 Cung quyền, cung
điện.

궁극 막판, 극 Tột cùng,

tận cùng. (tr) 시초 ban đầu.

궁금하다 알고 싶다 Băn khoăn muốn biết, thắc mắc.

궁내 궁내 Trong cung vua.

궁녀 나인, 궁인 Cung nữ, người hầu nữ trong cung vua.

궁둥이 엉덩이, 볼기 Mông, mông đít.

궁리 생각 Sự suy nghĩ. 연구 sự nghiên cứu.

궁상맞다 초라하다 Tiều tụy, nhếch nhác.

궁성 궁장 Cung thành, thành và cung quyển.

궁수 궁사 Cung thủ. (tt) 사수 xạ thủ.

궁인 궁녀, 나인, 여관 Cung nhân, cung nữ.

궁정 · Cung đình. (tt) 궁전 cung điện.

궁지 Đất cùng. 궁경 cảnh cùng. (tk) 진퇴양난

tiến thoái lưỡng nan.

궁핍 빈핍 Sự thiếu thốn trầm trọng. (tr) 풍요, 풍족 sự đầy đủ, sung túc.

권고하다 Khuyến cáo. (tk) 권유하다 khuyên nhủ, 권면하다 khuyến cáo và bắt làm theo.

권내 범위내, 테두리안 Trong khu vực. (tr) 권외 ngoài khu vực.

권두 책머리 Đầu sách. (tr) 권말, 권미 cuối sách.

권두말 머리말, 권두사 Lời nói đầu. (tr) 권미언, 발언, 권말기 lời kết (cuối sách).

권력자 권력가 Người nắm quyền lực, con người quyền thế.

권리 Quyền lợi. (tr) 의무 nghĩa vụ. (tk) 권한 quyền hạn.

권문세가 권문세족 Thế gia vọng tộc, nhà có

quyền thế.

권선징악 창선징악
Khuyến thiện trừ ác.

권세 세권 Quyền thế.
(tt) 힘 쓰는 세력. 위세
uy thế.

권외 Ngoài khu vực. *(tr)*
권내 trong khu vực.

권유하다 권장하다
Khuyên nhủ. 권고하다
khuyến cáo, 경고하다
cảnh cáo.

권장하다 장려하다
Khích lệ, động viên. 장려
하다 khuyến khích.

권총 단총, 피스톨 Súng
lục, súng ngắn. *(tk)* 기관
총 súng máy.

권태 싫증, 게으름 Sự
uể oải, lười nhác.

권투 복싱 Môn đấm
bốc.

궐내 대궐 내 Trong cung.

궐련 담배 Thuốc lá.

궐외 Ngoài cung cấm. *(tr)*

권내.

궤 궤짝, 궤 Cái rương,
cái sập đựng đồ.

궤도차 Xe chạy trên
đường ray. *(tk)* 기차 xe
lửa, 전차 xe điện.

궤변 억설 궤설 Sự
nguy biện, sự bào chữa.

귀 Quý. ...공자 Quý
công tử. *(tr)* 폐 chúng tôi
(khiêm tốn). 폐사, 당사
công ty chúng tôi.

귀 Cao quý, quý. *(tr)* 천
bần, tiện, hèn kém.

귀 이, 귀때기 Cái tai.

귀가하다 귀환하다
Quay trở về nhà, quay trở
về.

귀감 본, 본보기, 모범
Tấm gương để làm theo.

귀걸이 귀고리 Vòng
tai, khuyên tai. *(tk)*
목걸이 vòng treo cổ.
옷걸이 cái mắc áo.

귀결하다 끝나다, 끝

맺다 Hết, xong.

귀경하다 Quay lại thủ đô. *(tk)* 상경하다 lên thủ đô.

귀공자 귀자, Quý công tử.

귀구 Quý quốc. *(tr)* 폐국 nước chúng tôi (hạ thấp).

귀국하다 환국하다, 회국하다 Về nước, quay lại nước mình, nhập cảnh. *(tr)* 출국하다 xuất cảnh.

귀납법 귀납적 추리 Phép quy nạp. *(tr)* 연역법 phép diễn dịch.

귀댁 귀가, 존대, 댁 Nhà của ai (tôn kính). *(tk)* 집 nhà.

귀동이 귀동, 예쁜동이 Đứa bé yêu quý.

귀띔하다 주의 주다 Làm cho chú ý, bắt chú ý.

귀리 광맥 Quặng mạch, mạch quặng.

귀머거리 Người vừa

điếc vừa câm. *(tk)* 벙어리 người câm.

귀범 Quy phạm. *(tk)* 규칙 quy tắc, quy định. 원칙 nguyên tắc. 규정 quy định.

귀부인 영부인 Quý phu nhân, phu nhân.

귀빈 귀객, 큰 손님 Quý khách. 상객 thượng khách.

귀소성 귀소본능 Khả năng, bản tính quay lại tính hoang dã, về chỗ cũ của động vật.

귀속말 속삭임, 귓속질 Lời nói thầm.

귀속말하다 속삭이다, 소곤대다 Nói thầm, thì thầm.

귀속하다 속하다 Thuộc vào, thuộc quyền sở hữu.

귀순하다 Quy thuận. 항복하다 hàng phục.

투항하다 đầu hàng.

귀신 Quỷ thần, ma quỷ. *(tt)* 신 thần. 귀 quỷ. 악마 ác ma. 요괴 yêu quái.

귀싸대기 따귀 Vùng thái dương.

귀엣말 귓 속 말 Lời nói thầm.

귀엽다 사랑스 럽다 Đáng yêu.

귀이개자 Quý nhân. *(tr)* 천인 con người hèn hạ.

귀족 Quý tộc. *(tk)* 양반 tầng lớp trên. *(tr)* 평민 dân thường.

귀중하다 가치있다, 보배 스럽다 Có giá trị, quý như vàng.

귀중하다 중요하다, 소중 하다 Coi trọng, biết quý.

귀찮게 하다 귀찮게 굴다 Làm cho phát chán,

làm cho bực bội.

귀찮다 Chán, ngán, chán ghét.

귀청 고막 Màng nhĩ.

귀하 귀중 Quý ngài, qúy ông. 전하 điện hạ. *(tk)* 당신 mày, anh (ngôi thứ 2 gọi bình thường).

귀하다 Quý, quý báu, có giá. 드물다 hiếm, 희귀하다 quý hiếm. *(tr)* 천하다, 미천하다, 비천 하다 thấp hèn.

귀화인 귀화자 Người đổi quốc tịch.

귀환하다 돌아오다, 돌아가다, 되돌리다 Quay trở lại.

귓구멍 이공, 외청도 Lỗ tai.

귓밥 귀자 Mủ tai, đằng đằng.

귓밥 귓볼 Dái tai, phần dưới cùng của tai.

귓병 귀통, 귀 통 증

Bệnh về tai.

규격 기준, 표준 Quy cách, tiêu chuẩn.

규모 Quy mô. 한도 한 도. 정도 mức độ, chừng độ.

규범 Quy phạm. 규칙 quy tắc. 사규 nội quy công ty.

규석 규암 Hỗn hợp cứng làm bằng thủy tinh, sứ, đá lửa.

규수 처녀, 아가씨 Cô gái, con gái.

규약 Quy ước. 계약 khế ước, hợp đồng.

규율 기율 Kỷ luật. 기강 kỷ cương.

규정하다 규정짓다 Quy định, làm ra.

규제하다 규정하다, 통제하다 Hạn chế. (tr) 자유화하다 tự do hóa.

규중 규방 Phòng đàn bà, con gái ở (xưa).

규칙성 Có quy tắc. (tr) 불규칙성 tính vô quy tắc.

규합하다 모으다 Gom lại, tập trung lại.

균 세균, 바이러스, vi khuẩn. 병균 Bệnh khuẩn, vi trùng bệnh.

균등 균일 Sự bằng nhau, sự đồng đều. (tk) 차등 không đồng đều. 차별 sự phân biệt, bên trọng bên khinh.

균일하다 같다, 균등 하다 Quân bình, giống nhau

균질 등질, 동질 Đồng chất, cùng tính chất.

균형 Sự đồng đều, sự không chênh lệch. (tr) 불균형 sự mất cần bằng.

귤 귤과, 감귤, 밀감 Trái cam, cam ngọt.

그 자리 그곳, 즉석 Ngay chỗ đó, ngay tại chỗ.

그 Người ấy, v.v... (ngôi thứ 3 số ít). *(tk)* 그이 Người (ngôi thứ 3 số ít, kính trọng).

그 그동안, 그사이 Trong thời gian qua.

그끄저께 그끄제 Ngày hôm kia, ngày trước ngày hôm qua.

그날그날 하루하루, 매일매일 Từng ngày, từng ngày.

그냥저냥 그럭저럭, 되는 대로 Được sao hay vậy, vậy cũng được.

그네 땅 음지 Vùng đất áy, đất trong bóng râm. *(tr)* 양지, 양달 vùng đất có ánh nắng mặt trời.

그다지 고다지, 그정 도로, 그리, 과히 Không đến nỗi…, vừa phải.

그대 Cậu, mày (ngôi thứ 2 số ít, gọi thân mật bạn, người dưới).

그대로 고대로, 그냥 Cứ như thế, cứ vậy.

그득하다 가득하다, 그뜩하다, 가득차다, 꽉차다 Đầy ắp, đầy cứng.

그들 저들, 이들 Họ, v.v... (ngôi thứ 3 số nhiều).

그때껏 이때껏, 여태껏 Đến lúc đó mới…

그라운드 (*Ground*), 운동장 Sân vận động. 경기장 sân thi đấu. *(tk)* 마당 sân chơi, sân.

그랑프리 (*Grand prix*), 대상, 최우수상 Giải thưởng lớn nhất.

그래 Đúng vậy. *(tk)* 그 래요, 그렇습니다 đúng vậy ạ.

그래서 그렇게 하여서, 그렇게 해서 Vì thế cho nên, vậy cho nên.

그래프 표, 도시 Đồ thị. 도표 biểu đồ.

그러께 지지난해 재작년, 전전년 Năm kia, năm trước nữa.

그러나 그렇지만, 허나 Nhưng mà…, tuy nhiên…

그러나 하지만, 그렇지만, 하나, 그렇지만 Tuy thế nhưng mà. *(tk)* 반면, 그러 하나 trái lại thì.

그러면 그렇다고 하면, 그렇게 하면 Nếu vậy thì, nếu thế thì.

그러지마는 그렇지만 Tuy vậy nhưng mà, tuy thế nhưng…

그러하다 그렇다 Như vậy, như thế.

그럭저럭 그냥 저냥 Cũng được, tạm vậy.

그런데 근데, 하지만 Tuy vậy nhưng mà, nhưng mà…

그럼에도 그렇지만 Tuy vậy nhưng mà, tuy…

mà…

그럼으로 그런고로, 따라서 Vì thế cho nên, vậy nên. *(tt)* 따라, 그러니까.

그렇게 Như thế. *(tk)* 이렇게 như thế này, 저렇게 như thế nọ.

그렇게 고렇게, 그만큼, 그다지 Như thế.

그렇다마다 그럼, 물론그렇다, 당연하다 Đúng, đương nhiên như vậy.

그려 그래 Ừ, ừ vậy.

그루 Gốc cây, cây (đơn vị tính cây).

그루갈이 이모작, 이모작 Hai mùa, hai vụ trong năm. *(tk)* 삼모작 3 vụ trong năm.

그루터기 Gốc rầy, củ cây.

그룹 집단 Đoàn, tập thể. *(tk)* 단체 đoàn thể.

개인 cá nhân. 무리, 데 바, 데 패 bầy.

그르다 옳지 못하다 Không đúng, trái rồi. 나쁘다 xấu. 틀리다 sai. *(tr)* 옳다, 바르다맞다 đúng, ngay thẳng, phải.

그르다 틀리다, 나쁘다 Sai, không đúng, không tốt. *(tr)* 옳다, 맞다, 바르다 đúng, không sai.

그르 치 다 망치 다, 빠개다, 실패하다 Thất bại, hỏng việc. *(tr)* 성공 하다 thành công. 성취 하다 Đạt được thành tựu.

그릇 용기 Đồ đựng, cái dùng để đựng.

그릇 잘못 Sự sai lầm, sai trái.

그릇되다 잘못되다, 틀리다, 그르다 Sai, sai lầm, sơ suất. *(tr)* 잘되다 được việc, tốt.

그리고 그리하고, 또,

및 *(Liên từ)* Và, rồi, còn nữa.

그리다 그리워하다, 사모 하다 Thương nhớ, buồn nhớ, nhớ và trông chờ.

그리 다 그림 그리다 Vẽ tranh. *(tk)* 표현하다 biểu hiện, 묘사하다 miêu tả.

그리스 *(Grease)* 윤활 유 Dầu nhờn, dầu bôi trơn.

그리스 *(Greece)* 희랍 Hy lạp.

그리스도 천주교 Đạo Thiên chúa giáo. *(tk)* 기 독교 đạo Tin lành.

그리움 Sự nhớ thương. *(tt)* 사랑 tình yêu thương.

그리워하다 그리다, 그립다, 보고 싶다 Rất buồn thương nhớ.

그리하여 그래 Ừ vậy.

그린 *(Green)*, 녹색 Màu xanh. 풀빛 màu cỏ màu

xanh, màu cỏ. *(tk)* 풀밭, 녹지, 잔디밭 bãi cỏ.

그릴 *(Grill)* 양식당 Nhà ăn bán món ăn tây.

그림 Bức tranh, bức họa. 사진 bức ảnh. *(tk)* 회화 hội họa, 수산화 bức tranh sơn thủy.

그림본 본, 모형 Mô hình.

그림자 그늘 Bóng, cái bóng.

그립다 생각나다 Nhớ lại. 아쉽다 nhớ lấy làm đáng tiếc.

그만 그정도만, 고만 Từng ấy, đủ rồi. 중지 sự dừng lại.

그만두다 관두다, 고만두다, 끝내다, 중단하다, Dừng lại, không tiếp tục nữa, thôi. *(tk)* 포기하다 từ bỏ. *(tr)* 계속하다, 지속하다 tiếp tục. 유지하다 duy trì.

그만이다 고만이다
1. Tốt hết ý. 2. Hết, dừng lại.

그만이다 그뿐이다, 그것뿐이다 Chỉ từng ấy, từng ấy thôi. *(tt)* 최고다 nhất.

그만큼 Mức độ ấy. *(tk)* 이만큼 mức độ này. 저만큼 mức độ kia.

그만하다
그것만하다 Từng ấy, mức độ ấy.

그물 1. 그물망 Cái lưới, mạng lưới. 2. Cái bẫy. *(tt)* 덫.

그물코 그물눈 Mắt lưới.

그믐날 Ngày cuối tháng chạp, đêm cuối tháng âm lịch, đêm giao thừa. *(tr)* 초승, 초하루 ngày đầu tháng.

그믐달 Trăng cuối tháng. *(tr)* 초승달 trăng đầu

tháng.

그사람 그자 Người ấy. (tt) 그이 Người (tôn kính, ngôi thứ 3 số ít).

그사이 그동안, 그새, 고사이 Trong thời gian qua, trong thời gian ấy.

그슬리다 Đốt cháy sém. (tk) 그스르다 bị đốt cháy sém.

그슬리다 그을다 Sạm đen, cháy sạm đen.

그악스럽다 그악 하다, 포악 하다 Dữ dằn.

그야말로 그것야말로 Chính, đúng là.

그어지다 Được gạch đánh dấu. (tk) 긋다 kẻ, gạch, đánh dấu.

그예 마침내, 드디어, 끝내 Cuối cùng, rốt cuộc, kết cục.

그윽하다 깊숙하다, 깊다 Sâu lắng. (tt) 고요

하다 êm đềm.

그을다 타다 Cháy đen.

그을음 글음, 검댕, 검댕이 Bồ hóng.

그이 Người, vị ấy, ngài ấy. (tk) 이이 vị này. 저이 vị kia (tôn kính).

그저께 (tc) 그제, 엊그 제 Ngày trước kia, trước ngày hôm qua. (tr) 모레, 내일모레 ngày kia, ngày mốt.

그전 이전 Trước đây, trước lâu rồi.

그제야 그때에야, 그때 서야, 비로소 Ngay lúc đó, chính lúc đó.

그치다 끝나다, 멈추다 Dừng, tạnh (mưa), hết, thôi.

그치다 끝내다, 멈추다 Dừng lại, thôi việc gì. (tt) 중지하다 đình chỉ.

그치없다 끝없다, 한 없다 Không giới hạn,

không hết, không bờ bến. 한정없다 không có hạn định. 무한하다 Vô hạn.

그토록 Đến thế. (*tk*) 이토록 đến thế này. 저토록 đến thế kia.

그후 이후, 기후 Sau đó, từ sau đó.

극기 자기억제 Sự tự kiềm chế. 사금욕 cấm tham vọng. (*tr*) 이기 sự ích kỷ.

극기주의 금욕주의 Chủ nghĩa cấm tham vọng. (*tr*) 이기주의 chù nghĩa ích kỷ, vị kỷ.

극단 끄트머리 Cực đoan.

극단 연극단 Đoàn kịch.

극단주의 Chủ nghĩa cực đoan. 과격주의 Chủ nghĩa quá khích.

극대 Cực đại, lớn nhất. (*tr*) 극소 cực tiểu, ít nhất.

극대값 극대치 Giá, giá trị lớn nhất. (*tr*) 극소

값, 극소치 giá, giá trị nhỏ nhất.

극도 Cực độ. 최고도 độ cao nhất.

극동 Cực đông. (*tr*) 극서 cực tây, 극남 cực nam, 극북 cực bắc.

극락 극락세계 Nơi cực lạc. (*tt*) 천당, 천국 thiên đường. (*tr*) 지옥 địa ngục.

극복하다 Khắc phục. 이겨내다 trụ lại và thắng. 물리치다 đẩy lùi.

극본 각본, 시나리오 Kịch bản.

극비 극비밀 Cực bí mật, tuyệt mật. 엄비 nghiêm mật.

극빈 찰가난, 철빈 Nghèo hết cỡ, cực nghèo.

극상 극상품, 최고품, 최상품 Hàng thượng hạng, hàng tốt nhất.

극소 Cực tiểu. (*tr*) 극대 cực đại.

극심 Sự quá trầm trọng. 태과하다 thái quá. 치나 치다 quá mức.

극심하다 지독하다 Quá mức, quá quắt.

극악 Cực ác. 극악모도 vô đạo cực ác.

극약 독약, 독극물 Thuốc cực độc, thuốc độc.

극우 극우익, 극우파 Cực hữu, phái cực hữu. *(tr)* 극좌, 극좌익, 극좌파 cực tả, phái cực tả.

극장 Rạp hát, kịch trường. *(tk)* 영화관 rạp chiếu phim.

극점 극단 Điểm cực.

극찬 Sự khen hết mức, khen hết lời.

극한 상황 Tình hình cuối cùng. *(tk)* 한계 상황 tình hình giới hạn.

극형 Cực hình. *(tk)* 사형 tử hình.

극히 지극히, 매우, 아주

대단히 Rất, mức độ vô cùng.

근 근간 Nguyên căn. 뿌리, 숭근 gốc rễ. *(tt)* 근본 căn bản.

근간 최근 Gần đây nhất.

근거 근거지 Căn cứ địa.

근거리 단거리 Cự ly gần, quãng đường ngắn. *(tr)* 원거리 đường xa. 장거리 quãng đường dài, đường dài.

근경 Cảnh gần, cận cảnh. *(tr)* 원경 viễn cảnh, cảnh xa.

근경 주변, 근처 Xung quanh.

근교 변두리 변토 Vùng ven. *(tr)* 원교 vùng xa.

근교농업 Nông nghiệp vùng ven thành phố. *(tr)* 원교농업 nông nghiệp vùng xa.

근근이 겨우힘들게, 겨우 겨우, 근근 (một

cách) Vất vả, khó khăn, nặng nhọc.

근년 근세, 요즈음, 요사이 Gần đây (thời gian).

근대적 근세 Thuộc về cận đại. *(tk)* 현대 근세 cận đại.

근데 그런데 Nhưng mà, tuy nhiên, tuy vậy.

근래 요즘, 요사이 Gần đây.

근력 Sức mạnh cơ bắp. *(tk)* 기력 sức mạnh tinh thần.

근로 Cần lao. 일 công việc, 노동 lao động. *(tr)* 휴식, 휴게 nghi.

근로소득 Thu nhập do lao động mà có. *(tr)* 불로소득 thu nhập không do lao động.

근로자 노동자, 노무자 Người lao động, người lao động.

근리 이웃 Láng giềng.

(tk) 근방, 근처 gần đây, xung quanh.

근면가 근 간 인 Con người cần kiệm.

근면하다 부지 런하 다, 근실하다 Cần cù, chăm chỉ. *(tr)* 게으르다, 태만하다, 나태 하다 lười nhác, biếng. *(tk)* 착하 다 thật thà, hiền lành.

근무지수당 지역 수당 Phụ cấp khu vực.

근무하다 일하다, 일 보다, 업무 보다 Làm việc, giải quyết công việc.

근방 근처, 주변 Láng giềng, gần đây, xung quanh.

근본 근간, 뿌리 Nguồn, nền tảng, cơ sở móng, gốc rễ. 기초 cơ sở.

근사하다 유사하다, 비슷 하다 Tương tự. 가깝다 gần với.

근섬유 근세포 Tế bào cơ bắp. *(tk)* 인대 dây

chẳng cơ bắp.

근 성 근본성질, 천성 Bản tính hiền lành.

근소하다 매우 적다, 아주 적다 Rất ít. *(tr)* 많다 nhiều, 크다 to lớn.

근 시 졸보기 Cận thị. *(tk)* 난시 loạn thị, 약시 mắt kém. *(tr)* 원시 viễn thị.

근시안 Mắt cận thị. *(tr)* 원시안 mắt cận thị.

근 심 하 다 걱정하다, 염려하다, 우려하다 lo lắng, không an tâm. *(tk)* 애쓰다 cố gắng một cách khổ sở.

근 엄 하 다 엄숙하다, 점잖다 Nghiêm túc, đứng đắn.

근 원 본질 Bản chất, tính vốn có.

근 원 적 Thuộc về căn nguyên. *(tk)* 근본적 thuộc về căn bản. 원초적 thuộc về ban đầu.

근 육 힘살, 힘줄, 살, 근 Cơ bắp, cơ.

근육노동 Lao động cơ bắp. *(tr)* 정신노동 lao động đầu óc.

근 자 요즘, 요사이, 최근 Gần đây, dạo này.

근 저 밑바탕, 토대, 기초 Nền tảng, cơ sở ban đầu.

근 절 하 다 없애다, 없애버리다 Xóa bỏ. *(tk)* 멸종시키다 làm cho tuyệt chủng.

근 접 하 다 다가오다, 가까이 오다, 다가가다, 가까이 가다 Tiếp cận, đến gần, đi đến gần.

근 처 근방, 동네 Vùng gần, trong vùng. *(tr)* 원처 nơi xa.

근 처 근방, 부근 Gần đây, phụ cận.

근 치 하 다 완치하다

Chữa lành hẳn, chữa hết bệnh.

근친 근족, 근촌, 근척 Quan hệ ruột thịt gần, anh em gần. *(tr)* 원친 anh em xa.

근친결혼 일가혼, 근친혼 Sự kết hôn trong họ hàng, trong quan hệ gần.

근친상간 상피 Sự quan hệ giới tính khi có dòng máu gần, loạn luân.

근하신년 근하신년 Chúc mừng năm mới.

근해 Biển gần bờ. *(tr)* 원양, 원해 viễn dương, biển xa.

근해어선 연안어선 Tàu đánh cá ven biển. *(tr)* 원 양어선 tàu đánh cá viễn dương, *(tk)* 근황어업 việc đánh cá gần bờ, 원양어업 việc đánh cá xa bờ.

근황 요즘 형편, 근상,

근세 Tình hình gần đây. *(tk)* 현황 tình hình hiện nay.

글 글자, 문자 Chữ viết, thư từ. 글씨 kiểu chữ.

글귀 문구 Câu văn.

글동무 학 우, 동 창, 동접 Bạn học.

글썽글썽 그렁그렁 Dàn giụa, đầy (nước mắt).

글쓴이 저자, 저작가, 지은이 Người viết, tác giả.

글씨 Nét chữ. *(tk)* 서예 thư pháp.

글씨체 필체, 서체 Kiểu chữ, kiểu văn viết.

글자 자, 문자 Chữ viết

글짓기 작문 Tập viết.

긁적거리다 Tập viết.

긁히다 Được gãi. *(tk)* 긁다 gãi.

금 값, 가격, 금새 Giá, giá trị, giá cả.

금 이 Hiện tại. 지금,

이제 bây giờ. (tr) 고 cổ xưa, 고금 cổ kim, xưa nay.

금 줄, 선, 틈 Vết nứt, vết rạn nứt, vết.

금 황금 Vàng. (tk) 순금 vàng ròng. 은 bạc. 동 đồng.

금가다 금이 나다, 금 나다 Sinh rạn nứt, sinh vết rạn. (tk) 깨지다 vỡ ra.

금가락지 금반지, 금 지환, 금환 Cái nhẫn vàng. (tk) 금목걸이 cái dây chuyền vàng.

금가루 금 분, 금 설 Bột vàng.

금값 금가 Giá vàng. (tk) 비싼값 giá đắt. 고가 giá cao. 헐값 giá rẻ. 똥값 giá bèo.

금강산 봉래산, 풍악산 Núi kim cương.

금강석 다이아 몬드 Kim cương

금고 금고형, 구금 Hình phạt giam trong ngục. (tk) 금고 két sắt.

금광 금광석 Quặng vàng.

금괴 금덩이 Khối vàng, thỏi vàng.

금군 Sự giảm quân bị. (tk) 증군 sự tăng quân bị.

금권 금력 Quyền lực, sức mạnh của đồng tiền.

금기 터부 Sự cấm ky. (tk) 금물 điều cấm. (tr) 허용, 허락 sự cho phép.

금남 Cấm đàn ông, con trai. (tr) 금녀 cấm đàn bà, con gái.

금년 올해 Năm nay. (tk) 작년 năm ngoái, 내년 sang năm.

금년도 Trong năm nay. (tk) 작년도 trong năm ngoái, 내년도 trong năm sau. 년도 trong năm .

금당 대웅전 Phật đường,

nơi thờ Phật.

금리 이율, 이자 Lãi suất tiền, lãi ngân hàng. (tk) 원금 tiền vốn.

금물 금박 Ánh vàng.

금반지 금가락지 Nhẫn vàng.

금방 곧 Ngay sau đây. (tk) 방금 ngay trước đây.

금방금방 금방, 즉시, 즉각 Mau chóng, ngay tức khắc.

금번 이번 Lần này.

금비 퇴비, 화학 비료 Phân hoá học.

금빛 금색 Màu vàng, ánh vàng.

금상 Giải thưởng vàng (nhất). (tk) 은상 giải thưởng bạc (thứ 2). 동상 giải thưởng đồng (thứ 3).

금상첨화 Thêm hoa trên vàng, đẹp lại đẹp thêm, tốt càng tốt hơn. (tk) 설상 가상 khó lại

gặp khó, khó càng khó.

금새 시세 Giá giao dịch, giá buôn bán.

금석 오늘 저녁 Chập tối nay.

금석 오늘내일, 요즘, Nay mai, dạo này.

금성 Kim tinh. (tt) 샛별 Sao Mai.

금세 Đời nay. (tk) 전세 đời trước. 내세 đời sau.

금세 금방 Vừa mới đây.

금속 Kim loại. (tt) 경금속 kim loại nặng. 경금속 kim loại nhẹ. 비금속 á kim.

금속화폐 Tiền kim loại. 동전 tiền xu. (tr) 지폐 tiền giấy. (tk) 금전 về tiền bạc nói chung.

금수 짐승 Cầm thú. 조수 chim thú. (tr) 인간 con người.

금슬 금실, 금실지락,

금슬 지락, 정분 **Duyên**
vợ chồng, dây tơ hồng.

금시 Ngay bây giờ. *(tk)*
이시각 시각 시각 이 시각.

금식하다 Nhịn, không
ăn. *(tk)* 단식하다 tuyệt
thực.

금실 Chỉ vàng. *(tk)* 은실
chỉ bạc. 색실 chỉ màu.

금싸라기 Đắt như
vàng. *(tt)* 아주 비싼 땅
đất rất đắt. 금싸라기
같다 đắt như vàng.

금언 Lời vàng ngọc. *(tk)*
격언 cách ngôn. 속담
tục ngữ.

금연하다 Cấm hút
thuốc lá. *(tr)* 흡연하다,
끽연하다 hút thuốc lá.

금월 Tháng này. *(tk)*
내월 tháng sau. 작월
tháng trước.

금육주의 Chủ nghĩa
cấm dục. *(tr)* 쾌락주의
chủ nghĩa khoái lạc.

금은방 금방, 보석상
Cửa hàng bán vàng bạc,
đồng hồ.

금은보화 금은보배,
Vàng bạc châu báu.

금은화폐 금은전,
금은화 Tiền vàng, tiền
bạc.

금인 Người hiện nay. *(tr)*
고인 cổ nhân.

금일 오늘 날, 본일
Ngày hôm nay. *(tk)* 내일
ngày mai. 작일 ngày
hôm qua.

금전 돈, 화폐 Tiền, tiền
bạc. *(tk)* 지폐 tiền giấy,
동전 tiền xu.

금전출납부 금전출
납장 Sổ ghi chép chi
tiêu. 현금출입금 sổ ghi
chép thu chi tiền mặt.

금제 Hàng bằng vàng.
(tk) 은제 hàng bạc. 동제
hàng đồng.

금조 오늘 아침 Sáng

sớm hôm nay.

금주 Tuần này. *(tk)* 전주 tuần trước, 내주 tuần sau.

금주하다 Cấm rượu. *(tk)* 단주하다 nhịn, bỏ rượu. 술끊다 ngưng rượu.

금지하다 금하다 Cấm, không cho.

금테 Gọng kính bằng vàng. *(tk)* 은테 gọng bạc.

금형 Cái khuôn đúc. *(tt)* 틀 cái khung. 거푸집 cái khuôn mẫu.

금혼식 Lễ kỷ niệm vàng 50 năm kết hôn. *(tk)* 은혼식 lễ kỷ niệm bạc.

금화 Đồng tiền vàng. *(tk)* 은화 tiền xu bạc. 동화, 동전 tiền xu đồng. 지폐 tiền giấy.

급강하다 Rơi xuống nhanh. *(tr)* 급상승하다 tăng lên nhanh.

급격하다 급하다 Gấp, cấp bách.

급경사 Dốc thẳm, dốc đứng. *(tk)* 절벽, 낭떠러지 vực thẳm.

급등 폭등 Sự tăng giá cả đột ngột. *(tr)* 급락 sự hạ giá đột ngột.

급료 급여, 봉급, 임금 Tiền lương. *(tk)* tiền lương tháng. 연봉 lương tính theo năm. 수당 phụ cấp lương.

급류 완류 Sự chảy xoáy (của dòng nước, v.v…).

급박하다 긴박하다 Cấp bách, khẩn cấp.

급변하다 Biến đổi đột ngột. *(tt)* 돌변하다 đột biến.

급보 비보 Cấp báo, cho biết gấp.

급사하다 갑자기죽다 Chết đột ngột.

급성 Cấp tích, triệu chứng bệnh nặng. *(tr)* 만성 mãn tính.

급속하다 Cấp tốc. *(tt)* 신속하다 thần tốc.

급수하다 Cấp nước. *(tr)* 배수하다 tháo nước ra, 단수하다 cắt, cúp nước.

급습하다 기습하다 Tập kích, đánh bất ngờ.

급여하다 주다 Đưa cho, cho. 지급하다 chi trả tiền.

급우 Bạn cùng lớp. *(tk)* 교우 bạn cùng trường. 학우 bạn học.

급작스레 갑자기, 갑자기 Đột nhiên, đột xuất, bỗng nhiên.

급장 반장 Lớp trưởng. *(tk)* 조장 tổ trưởng, 선 thuyền trưởng.

급전하다 Chuyển biến đột ngột. *(tt)* 급변다 biến đổi đột ngột.

급정거하다 급정차 하다 Dừng xe đột ngột,

phanh xe gấp.

급제하다 합격하다 Thi đậu, trúng cử thi. *(tr)* 낙방하다, 낙제하다 hỏng thi, thi trượt.

급증하다 Tăng đột ngột. *(tr)* 급감하다 giảm đột ngột.

급진적 Tính cấp tiến. *(tr)* 점진적 thuộc chậm tiến.

급진파 Phái cấp tiến. *(tk)* 혁신파 phái cải cách. *(tr)* 보수파 phái bảo thủ.

급진하다 Cấp tiến. *(tk)* 진보하다 tiến bộ, 혁신하다 cải cách. *(tr)* 보수하다 bảo thủ.

급행차 Xe tốc hành. *(tk)* 완행차 xe đi chậm dừng ở các ga.

급행하다 빨리가다 Đi gấp.

급환 급성병 Bệnh cấp

tính. (tk) 숙환, 만성질환
bệnh mãn tính.

굿다 줄치다, 금긋다
Gạch, kẻ hàng.

긍정하다 Tích tực,
chủ động. (tr) 부정하다
tính tiêu cực, thụ động,
phủ định.

긍지 자부심 Lòng tự
hào. (tr) 부정 tự ti.

기 기계, 장치 Máy móc.

기 깃발 Lá cờ, cờ.

기가 Giàu tỉ (đơn vị
ngàn triệu). (tk) 조 ngàn
tỷ, 10억 một tỷ.

기각하다 각하하다
bác bỏ, từ chối nhận
khiếu tố.

기간 Khoảng thời gian.
(tk) 시기 thời kỳ, 시각
thời khắc, 순간 khoảnh
khắc.

기간도서 Sách báo đã
được xuất bản. (tr) 미간
chưa được xuất bản.

기간 근간 Nền tảng,
trọng tâm cơ bản.

기개 기골 Tính khí khái,
tinh thần khẳng khái. (tk)
의기 nghĩa khí.

기걸 호걸 Hào kiệt. (tt)
영웅 anh hùng.

기결수 Tù đã được kết
án. (tr) 미결수 tù chưa
kết án.

기계 기구 Máy móc.

기골 Dáng người chắc
chắn. (tk) 체격 kiểu người.
몸집 thân, dáng người.

기공 기술자 Thợ lành
nghề, người có kỹ thuật.

기공 솜씨 Tài khéo tay,
kỹ thuật.

기공식 착공식 Lễ khởi
công. (tr) 준공식, 완공
식 lễ khánh thành.

기공하다 착공하다
Khởi công. (tr) 준공하다.
완공하다 hoàn công,
khánh thành.

기관 숨통, 숨관 Khí quản.

기관 증기관, 증기기관 Đầu máy xe lửa.

기관사 Thợ lái tàu thủy, xe lửa. (*tk*) 조종사 người lái máy bay. 운전사, 가사 Tài xế, lái xe.

기관지 기도 Cuống phổi.

기관차 Đầu máy xe lửa. (*tk*) 객차 tàu khách. 화차 tàu hàng.

기관총 기총 Súng máy. (*tk*) 권총 súng lục. 대포 đại bác.

기괴 Sự kỳ quái. 이기 sự kỳ dị. 괴이 quái dị. 괴상 quái thường.

기교 Kỹ xảo. (*tk*) 기술, 기량 kỹ thuật.

기구체조 Thể dục dụng cụ. (*tk*) 맨손체조 thể dục tay không.

기구하다 기도하다 Cầu nguyện. (*tk*) 빌다 van lạy.

기구하다 험하다, 사납다 Dữ, hiểm.

기권하다 포기하다 Từ bỏ, từ chối.

기근 굶주림, 기아, 기황 Sự đói khổ, đói rét, đói.

기기 기계, 기구 Máy móc.

기꺼이 흔쾌히, 쾌히, 기쁘게 Một cách sung sướng vui mừng.

기껏 고작, 겨우, 기껏 해야 Một cách vất vả.

기녀 기생 Cô đào, ả đào (xưa). (*tk*) 술집 여자 gái quán rượu. 창녀 gái điếm.

기년체 Thể văn ghi chép lịch sử theo thứ tự thời gian. (*tk*) 기전체 ghi chép lịch sử theo từng nhân vật.

기능공 기능공, 기능

사, 기술자 Thợ lành nghề, thợ bậc cao.

기 다 Bò. (tk) 날다 bay, 걷다 bước.

기 다 리 다 Chờ, đợi chờ. (tk) 참다 chịu đựng, 인내 하다 nhẫn nại.

기 대 하 다 가망하다 Trông chờ, kỳ vọng. (tk) 바라다 mong, mong muốn. 소망 niềm mong muốn.

기 도 숨길 Khí quản. (tk) 식 도 thực quản.

기 도 하 다 기원하다, 빌다, 기구하다 Cầu mong, cầu nguyện.

기 독 교 Đạo Tin lành. (tk) 천주교 đạo Thiên chúa, 불교 đạo Phật.

기 둥 Cột nhà. 주, 버팀 목 trụ cột. (tk) 보 xà nhà.

기 량 기술, 솜씨 Kỹ thuật, tài, khéo tay.

기 력 근력 Sức cơ bắp.

기 로 갈림길 Ngã ba đường, nơi chuyển hướng quan trọng.

기 록 문 학 Văn học có ghi chép. (tk) 구전문학 văn học truyền miệng.

기 록 하 다 적다, 쓰다, 적어 두다 Ghi chép.

기 르 다 키우다 Nuôi dạy, chăm sóc. 양육하다 dưỡng dục, 양성하다 nuôi lớn.

기 름 유, 유액 Các loại dầu nói chung. (tk) 식용 유 dầu ăn. 지방 mỡ trong cơ thể. 윤활유 dầu nhờn.

기 름 지 다 Đậm mỡ. (tk) 담백하다 đạm bạc.

기 립 하 다 일어서다 Đứng dậy. (tr) 착석하다, 앉다 ngồi xuống.

기 마 승마 Sự cưỡi lên ngựa.

기 마 병 기병 Kỵ binh

기막히다 숨막히다,
질리다, 기절하다 Ngạt
thở, chết.

기막히다 엄청나다,
놀라만하다 Rất đổi
ngạc nhiên, đến giật mình.

기만 수만 Hàng trăm
ngàn.

기만하다 사기하다,
속기다, 눈가림하다,
눈치레하다 Lừa lọc,
lừa đảo. *(tk)* 사기꾼 quân
lừa đảo.

기말수당 상여, 상여
금, 보너스 Tiền thưởng.

기맥 낌새, 기미, 분위
기 Bầu không khí chung.

기명 서명 Sự ghi tên,
ký tên.

기명하다 Đặt tên. *(tk)*
무기명하다 chưa đặt
tên, chưa có tên.

기명하다 이름 적다
Ghi họ tên.

기민하다 민첩하다

Nhanh trí, nhanh mắt. *(tk)*
둔하다 đần độn. 느리다
chậm chạp.

기밀 Điều cơ mật. *(tt)*
비밀 bí mật.

기반 토대, 터전, 기초,
기틀 Nền tảng, nền móng,
cơ sở ban đầu.

기발하다 뛰어나다
Nổi bật.

기백 Khí phách. *(tk)*
기상하다 oai phong.

기백 수백 Hàng trăm
(số lượng).

기법 기술, 수법 Cách,
kỹ thuật. 방도 cách giải
quyết.

기병 Bộ binh. *(tk)* 보병
bộ binh. 공병 công binh.

기복하다 Cầu phúc.
(tk) 기도하다 cầu nguyện.

기본 근본, 밑, 밑바
탕, Căn bản. *(tk)* 기초
cơ sở.

기본급 본봉 Lương

cơ bản. *(tk)* 급여 lương, 월급 lương tháng. 연봉 lương năm. 수당 phụ cấp lương.

기본형 원형, 으뜸꼴 Mẫu câu cơ bản.

기부금 출연금, 의연금, 기연금 Tiền đóng góp, tiền tấm lòng vàng.

기부하다 기증하다, 증여 하다, 기여 하다 Đóng góp, hiến tặng, hiến.

기분 Tâm trạng. 생각 sự suy nghĩ.

기뻐하다 기쁘다, 즐거 워하다, 좋아하다 Vui sướng, thích thú. *(tr)* 슬프다 đau buồn.

기쁨 Sự vui sướng. *(tr)* 슬픔 sự đau buồn.

기사 운전사 Lái xe.

기사도 신사도 Đạo quân tử, đạo làm đàn ông.

기살다 Sống có tinh thần. *(tr)* 기 죽 다 mất

nhuệ khí.

기상 Khí tượng. *(tk)* 기후 khí hậu. 날씨 thời tiết.

기상 기질, 기풍 Tư thế, khí thế bên ngoài.

기상관측 관 상 대 Đài khí tượng.

기상하다 기치하다, 일어나다 Thức dậy. *(tr)* 취침 하다 đi ngủ.

기색 얼굴 빛, 안 색, 기상 Nét mặt, thái độ hiện ra trên mặt.

기생 기녀, 노는계집, 논다니 Gái quán rượu ngày xưa. *(tk)* 창녀 gái điếm.

기생식물 Cây tầm gửi.

기생집 Quán rượu. 청루 thanh lâu.

기생하다 붙어살다, 얹혀 살다 Sống nhờ, sống ký sinh.

기선 증기선 Thuyền

động cơ hơi nước.

기성복 Quần áo may sẵn. *(tr)* 맞춤복 quần áo đo may.

기성세대 Thế hệ cũ, thế hệ hiện nay. *(tr)* 신세대 thế hệ mới, thế hệ sau.

기성인 Người lớn hiện nay. *(tk)* 기성 세대 thế hệ hiện nay.

기성품 Hàng làm sẵn. *(tr)* 주문품 hàng làm theo đơn đặt.

기성하다 완성하다 Đã hoàn thành, xong. *(tr)* 미완성하다, 미성하다 chưa làm xong.

기세 힘 Khí thế, sức mạnh.

기소 Sự khởi tố. *(tr)* 불기소 sự không khởi tố.

기수 앞장 Sự đi đầu. 선봉 sự tiên phong.

기수 홀수 Số lẻ. *(tr)* 우수, 짝수 số chẵn.

기숙사 기숙료, 기사 Ký túc xá.

기술 Kỹ thuật. 재주 tài cán. 기예 kỹ nghệ. 기능 kỹ năng.

기술인 기술자 Kỹ thuật, người có kỹ thuật.

기술직 Nghề kỹ thuật. *(tk)* 사무직 nghề văn thư, văn phòng.

기술하다 적다, 쓰다 Chép, viết.

기습하다 급습하다 Tấn công bất ngờ. *(tr)* 정공하다 tấn công sau khi công bố.

기식하다 기숙하다 Ăn ở nhờ. *(tk)* 기생충 ký sinh trùng.

기십 수십 Hàng chục (số lượng).

기아 기근, 굶주림 Nạn đói, sự đói.

기아 유아 Trẻ bị bỏ rơi. *(tk)* 미아 trẻ lạc.

기악곡 Khí nhạc, nhạc theo nhạc cụ. *(tk)* 성악곡 thanh nhạc, nhạc theo giọng người.

기암괴석 기암, 괴암 Hang động kỳ lạ, đá kỳ lạ.

기압 대 기 압 Áp lực không khí, khí áp.

기어이 기어코 Dù khó khăn cũng nhất định…

기어코 기어이, 결국, 마침내 Cuối cùng, kết cục.

기억 하 다 Nhớ, ghi nhớ. *(tr)* 망각하다, 잊어 버리다, 까먹다 lãng quên mất 기억력 sức nhớ. 기억 재주 Tài nhớ.

기업가 기업인, 기업 주 Nhà doanh nghiệp. *(tk)* 경영자 nhà kinh doanh. 자본가 nhà tư bản.

기업체 업체 Xí nghiệp, công ty sản xuất, nhà máy. *(tk)* 회사 công ty (nói chung) .

기여 이 바 지, 공 헌, 증여 Sự đóng góp, sự cống hiến.

기와집 와가 Nhà ngói. *(tr)* 초가집 nhà tranh.

기왕 이왕 Đã, rồi. *(tt)* 이미, 벌써 đã, rồi. *(tr)* 아직 chưa.

기왕이면 이왕 이면 Nếu như vậy thì, nếu cùng giá thì…

기왕지사 이왕 지사 Việc đã rồi, với việc đã qua.

기용하다 등용하다, 임명 하다, 기용 하다 Giao chức vụ, bổ nhiệm.

기운 느낌, 기미 Sự cảm nhận, tinh thần, cảm thấy.

기운차다 힘차다 Đầy sức sống, đầy khí thế, đầy sức lực.

기울다 쏠리다 Nghiêng về một phía.

기울어지다 기울다 Nghiêng về, dồn về.

기울이다 Làm cho nghiêng về một phía.

기웃거리다 기웃하다 Nghiêng ngó, quay đi quay lại tìm kiếm cái gì.

기원 발상지 Cội nguồn, nơi xuất xứ đầu tiên,

기원 처음, 근원, 시초 Ban đầu, nguyên thủy, thủy tổ.

기원전 A.C, Trước kỷ nguyên, trước Công nguyên. (*tr*) 기원후, B.C, sau Công nguyên.

기원하다 Cầu mong. 빌다 lạy mong. 기도하다 cầu nguyện.

기원하다 발원하다, 발상하다 Bắt nguồn.

기율 규율 Kỷ luật, nội quy. 기강 kỷ cương.

기음문자 Chữ tượng âm. (*tr*) 표의문자 chữ tượng hình.

기이 Sự kỳ dị. 기괴, 괴상 ký quái. (*tr*) 평범, 범상 bình thường.

기인 괴짜 Con người kỳ dị, người lập dị.

기일 명일, 제삿날, 기신일, 회기 Ngày kỵ, ngày giỗ.

기일 정한 날짜, 약정일 Ngày đã định, ngày đã sắp sẵn.

기자재 기재 Dụng cụ, vật tư, tài liệu dùng vào vật gì.

기장 훈장 Huy hiệu, huân chương. (*tk*) 기념장 kỷ niệm chương.

기재하다 적다, 적어

놓다 Ghi chép.

기 저 기초, 바탕 Cơ sở, nền tảng.

기 적 이적 Kỳ tích, sự kỳ diệu.

기 전 체 Ghi chép lịch sử theo nhân vật. (*tr*) 편년체 lịch sử theo thứ tự thời gian.

기 절 혼절, 졸도, 실신 Sự mê man, sự hôn mê tạm thời.

기 점 Điểm bắt đầu (quãng đường). (*tt*) 원점 điểm gốc. (*tr*) 종점 điểm cuối.

기 정 Việc đã định, đã giải quyết. (*tr*) 미정 việc chưa định, chưa giải quyết.

기 제 기제사 Việc giỗ, cúng hàng năm.

기 조 주조 Nền tảng, cơ sở của suy nghĩ, tư tưởng.

기주떡 술떡 Bánh bột gạo nhào rượu.

기죽다 풀죽다, 의기

소심해지다 Mất nhuệ khí. 위축하다 co vòi lại.

기 준 표준 Tiêu chuẩn, mực chuẩn.

기중기 거중기, 크레 인, 리프트 Cần cẩu, cần trục.

기증품 증정물 Vật tặng, thứ được ai cho.

기 지 Sự đã biết rồi. (*tr*) 미지 sự chưa biết.

기 지 재치 Tài ứng đối, tài biện bạch.

기지수 Số đã biết, đáp số. (*tr*) 미지수 ẩn số.

기 차 열차 Xe lửa.

기 체 Chất khí, thể khí. (*tk*) 액체 chất lỏng. 고체 chất rắn.

기 체 거품 Bọt, bong bóng trong lòng chất lỏng, chất rắn.

기 초 기 층, 밑 바 닥, 토대, 바탕, 밑, 터전 Nền tảng.

기총 기관총 Súng máy.

기축 축 Trục, trung tâm.

기축하다 기원하다 Cầu nguyện, cầu mong.

기침병 Bệnh ho.

기타 그밖 Ngoài ra. (*tt*) 등등 vân vân.

기탁하다 맡기다, 맡겨두다 Ký thác, giao cho, giao phó cho.

기틀 기반 Cơ sở, nền tảng làm việc gì. (*tk*) 조건 điều kiện.

기폭 기폭제, 폭발약 Chất nổ, thuốc nổ. (*tk*) 폭발하다 nổ tung ra.

기폭 깃발 Lá cờ lớn. (*tk*) 기 lá cờ (nói chung).

기품 본성 Bản tính, tính sẵn có.

기품 품격, 품위 Tư cách, phẩm cách, uy phong.

기피하다 꺼리다, 피하다 Né tránh, tránh, né không muốn gặp.

기필코 기어이 Dù khó khăn gì chăng nữa. 반드시, 꼭 nhất định.

기하 기하학 Môn hình học.

기하급수 등비 급수 Cấp số nhân.

기한 Kỳ hạn. 시한, 기한, 연기, 연한 thời hạn.

기합 의기투합, 의기상투 Tâm đầu ý hợp, chung ý chung lòng.

기형아 기아, 불구아 Trẻ có dị tật. 이태야 thai dị tật, quái thai.

기호 부호 Dấu hiệu, ký hiệu.

기혼자 Người đã kết hôn. (*tr*) 미혼자 người chưa kết hôn.

기화 Khí hóa. (*tk*) 액화 chất lỏng hóa, hóa lỏng.

기회 찬스 Cơ hội, thời

cơ. 적기 thời kỳ thích
hợp. 호기 thời cơ tốt.

기회범 Tội cố ý, tội lợi
dụng cơ hội. *(tr)* 우발범
tội bột phát.

기회보다 노리다, 엿
보다 Trông chừng cơ hội,
xem chừng điều gì.

기후 천후, 기절 Khí
hậu. *(tk)* 날씨 thời tiết.
일기 khí hậu trong ngày.

긴급 비상, 시급, 긴박
Gấp, khẩn cấp, cấp bách.
(tr) 완화 không cấp,
không gấp.

긴밀 Cẩn mật. 비밀 bí
mật. *(tr)* 소략, 소홀 sự
lỏng lẻo, sơ sài.

긴박하다 급박하다,
절박 하다, 긴급하다
Cấp bách, khẩn cấp. *(tr)*
완만하다 thư thả.

긴요하다 긴하다, 요
긴하다 Khẩn yếu. 중요

하다 quan trọng.

긴장하다 정신차리
다 Khẩn trương, căng thẳng.
(tr) 이완하다 giảm bớt
căng thẳng.

긴축하다 절약 하다
Tiết kiệm, bớt đi.

긷다 Múc, kéo nước lên
(từ giếng). *(tk)* 뜨다, 푸다
rót.

길 도로, 통로, 길거리
Đường đi, đường. *(tk)*
대로 đại lộ.

길가 노변, 노방, 길섶
Ven đường, lề đường,
hành lang đường.

길거리 거리, 가상
Đường phố.

길놀이 Cuộc diễu hành,
múa dân tộc trên đường
phố.

길다 기다랗다, 기다
마하다 Dài. *(tr)* 짧다
ngắn.

길다랗다 Dài là dài, rất dài.

길동무 길벗 Bạn đường, bạn đi đường.

길들이다 순화하다 Vào quỹ đạo, quen thuộc rồi.

길목 Nơi nhánh đường tiếp xúc với đường lớn. (tk) 삼거리 ngã ba đường, 사거리 ngã tư đường.

길몽 Cát mộng, mộng lành. (tr) 악몽 ác mộng. 흉몽 hung mộng, mộng xấu.

길바닥 노면, 노상 Trên đường, trên mặt đường, lòng đường.

길보 Tin tốt, tin mừng. (tr) 흉보 tin xấu, tin buồn.

길상 상서, 길서 Dấu hiệu tốt, dấu hiệu mừng. (tr) 흉조 dấu hiệu xấu.

길손 나그네 Khách đường xa.

길쌈 방적 Nghề dệt vải (trong gia đình ngày xưa).

길어내다 Chăm sóc, trồng trọt, nuôi dưỡng. (tk) 기르다 nuôi (động vật, tóc, v.v…).

길운 행운, 호운 Vận may, vận tốt. (tr) 액운, 불운, 악운, 액, 재액 vận rủi, vận xấu.

길이 장 Độ dài. (tk) 넓이 chiều rộng.

길일 좋은 날, 길한 날 Ngày tốt. (tr) 흉일, 악일 ngày xấu, ngày hung.

길잡이 길라잡이 Người hướng dẫn đường, hướng đạo.

길조 Điều tốt, việc tốt. (tr) 흉조 điều xấu, việc xấu.

길지 명당 Dặm đất tốt,

nền đất tốt (làm nhà, làm mộ).

길짐승 주수 Loài bò sát. (tk) 날짐승 loài biết bay.

길하다 좋다 Tốt, lành. (tr) 흉하다, 불길하다 xấu, không lành.

길흉 Tốt xấu, lành dữ. (tt) 길흉화복 lành dữ hoạ phúc,

김 Loại rong biển, loại lá rong biển (chế biến từ rong biển). (tk) 김밥 cơm quấn, gói bằng lá rong biển. (tk) 김초밥, 초밥 cơm lộn thức ăn gói bằng lá rong biển.

김 증기, 수증기 Hơi nước.

김매다 제초하다 Nhổ cỏ, trừ cỏ.

김새다 김빠지다, 흥 이빠지다 Mất hứng thú, mất hay.

김장 Việc làm dưa.

김치 Dưa, dưa cải. (tk) 깍두기 dưa củ cải cắt khúc. 총각김치 dưa củ cải lộn lá cải. 물김치 Dưa lộn nước.

김 비단 Tơ lụa.

깁다 꿰매다, 깁누비다 Khâu, vá lại.

깃 옷깃 Cổ áo. (tk) 소 매깃 vòng gấu tay áo.

깃들이다 살다 Sống. 머물다, 묵다 ở, cư trú.

깃발 깃, 기장 Lá cờ.

깊다 Sâu, mực nước cao. 깊이 độ sâu, 수심 độ nước sâu. (tr) 얕다 cạn, mực nước thấp.

깊이 깊게 Một cách sâu sắc. 자세히 kỹ lưỡng, ti mi.

깊이 심천, 심도, 천심 Độ sâu, mức độ sâu.

까까머리 박박머리,

삭발 Đầu cạo trọc, đầu trọc lóc.

까 다 벗기다 Bóc ra, lột ra.

까 다롭다 복잡하다 Phức tạp, kỹ tính.

까 닭 때문 Nguyên cớ. (tt) 이유, 사유, 연유, 영문 lý do.

까 딱 자칫 Lỡ may, lỡ ra, chẳng may thì.

까 딱 하 면 하마터면 Nếu sơ suất thì.

까 마 귀 자오, 자조 Con qua.

까 마 득 히 아득히 Xa xưa, ngày xửa ngày xưa.

까 막 눈 이 까막눈, 문맹 Người mù chữ.

까 맣 다 꺼멓다, 검다 Đen, đen thui. (tr) 하얗 다 trắng.

까 먹 다 벗겨 먹다 Bóc ăn.

까 무 러 지 다 기절하 다 Bất tỉnh, mê man.

까 물 거 리 다 가물거 리다, 까물대다 Nhấp nháy. 까불다 Sàng sảy lúa gạo. (tk) 키 cái mẹt, cái nia sảy gạo.

까 부 수 다 부수다 Đập vỡ tan.

까 치 희자 Con ác là.

깍 두 기 Dưa củ cải.

깎 다 절삭하다 Cắt gọt tia.

깎 이 다 Được cắt gọt. (tk) 깎다 cắt, gọt, 자르 다 chặt, cắt khúc.

깔 개 깔지 Tấm trải.

깔 기 다 갈기다 Đi vệ sinh lung tung, ia đái bậy bạ.

깔 끔 하 다 깨끗하다, 청결 하다 Sạch sẽ.

깔 다 펴다 Trải ra, mở ra.

깔 보 다 업신여기다,
넘보다 Coi thường, coi
nhẹ.

깜 깜 감감 Tối mò mò,
tối thui.

깜 깜 하 다 어둡다 Tối
đen, tối.

깜 빡 이 다 끔뻑이다
Nhấp nháy.

깜 장 까망 Màu đen đậm,
đen thui.

깝 대 기 껍데기, 껍질
Vỏ, vỏ bọc, lớp ngoài.

깡 그 리 모조리 Sạch
sành sanh. (tk) 몽땅 tất
cả. 남김없이 không còn
chút gì.

깡 다 구 깡 Sức lì, sức
bướng bỉnh.

깡 통 깡 Hộp sắt tây, vỏ
đồ hộp.

깡 패 불량배, 폭력배
Côn đồ.

깨 끗 하 다 Sạch sẽ.

맑다 trong. 청결하다
trong sạch. (tr) 더럽다
bẩn thỉu.

깨 다 Tỉnh ra (khỏi giấc
ngủ, khỏi rượu), 일어 나다
thức dậy. (tk) 깨이다,
깨우다 làm thức dậy, đánh
thức.

깨 다 깨어지다 Bị vỡ
ra. (tk) 깨이다 làm cho
vỡ ra.

깨 닫 다 알아내다, 깨우
치다, 각지하다 Hiểu
ra, tỉnh ngộ ra.

깨 뜨 리 다 부수다 Làm
cho vỡ ra, làm cho tan ra.

깨 물 다 Cắn răng. (tk)
물다 cắn. 씹다 nhai.

깨 어 나 다 부화하다
Nở ra, từ trong trứng ra.

깨 우 다 깨다 Làm thức
dậy, đánh thức dậy. (tr)
재우다, 잠재우다 làm
cho ngủ, ru ngủ.

깨지다 부서지다, 쪼개지다 Bị vỡ ra. 금나다 bị rạn ra.

꺼내다 끌어내다, 끄집어내다 Lôi ra, lấy ra. 파내다 đào lên.

꺼멓다 까맣다 Đen thui.

꺼지다 나가다, 사라지다 Bị tắt, mất.

꺼풀 까풀, 껍질, 껍데기 Cái vỏ, lớp ngoài.

꺾다 Bẻ gãy. 자르다 cắt đứt.

껌껌하다 깜깜하다, 컴컴하다 Đêm tối đen tui. (tr) 밝다 sang (trời). 환하다 hoan hỉ, tươi sáng.

껍데기 깝대기, 껍질 Cái vỏ, lớp ngoài.

께 무렵, 즘, 경 Vào lúc, vào khoảng, chừng, khoảng.

껴안다 끌어안다 Kéo vào và ôm lấy.

껴입다 덧입다 Mặc thêm vào, tấp thêm vào.

꼬다 뒤틀다 Xoắn lại, rối lên.

꼬랑지 꼬리, 꽁지, 미 Cái đuôi, xương cụt. (tr) 머리, 두 cái đầu.

꼬리털 미모 Lông đuôi.

꼬부라지다 굽다, 꾸부러지다 Cong, uốn cong.

꼬부랑글씨 꼬부랑 글자 Chữ La tinh.

꼬빡 고스란히, 내내 Mải miết, đều đều.

꼬이다 뒤틀리다 꾀다 Trở nên rối, rắc rối.

꼬집다 쥐어뜯다 Véo, bứt ra.

꼬치 Cái kén tằm.

꼭 반드시 Nhất định.

꼭같다 같자 Giống nhau. (tr) 틀리다 sai. 다르다 khác nhau.

꼭대기 산봉우리 Đinh núi. 정상 thượng đinh.

꼭맞다 맞다 Vừa, đúng.

꼭지 Núm tay cầm, núm của cái gì. 수도꼭지 vòi nước.

꼴 모양, 생김새 Bộ dạng, kiểu bộ, hình dáng.

꼴등 열등 Hạng bét. (tr) 일등 hạng nhất. 일류 loại một. 첫째 thứ nhất.

꼼꼼히 자세히 Một cách chu đáo cẩn thận. (tr) 대강, 대강 대강 một cách đại khái. (tk) 적당히 vừa phải.

꼽추 곱사등이 Người còng lưng.

꼿꼿이 꼿꼿이, 바르다 Ngay thẳng, trung thực. 정직 chính trực, 강직 하다 cương trực.

꽁무니 뒤꽁 무니 Xương cụt.

꽂다 Cắm vào. 넣다 bỏ vào. (tr) 빼다 nhổ, tháo ra. 뽑다 rút ra.

꽃 화 Hoa, bông.

꽃가루 화분 Phấn hoa.

꽃게 화해 Con cua có đốm.

꽃나무 화목, 화수 Cây có hoa.

꽃 다발 Bó hoa. (tk) 화환 vòng hoa.

꽃무늬 화문 Văn, hoa văn.

꽃밭 화원 Ruộng hoa.

꽃병 화병 Bình hoa.

꽃샘 꽃샘추위 Rét vào xuân, rét hoa nở.

꽃자루 꽃꼭지 Cuống hoa.

꽃집 꽃가게, 꽃방, 화초집 Cửa hàng bán hoa.

꽉 꽉꽉, 단단히 Cứng rắn. (tr) 느슨히, 살살

lòng, mềm.

꾀 잔꾀 Mẹo, mẹo vặt. 계책 kế sách, 계략 kế lược.

꾀다 모이다, 모여들다 군집 하다 Tập trung, gom lại.

꾀바르다 Lắm mưu mẹo. *(tr)* 어리석다 ngớ ngẩn.

꾀병 허병, 사병, 작병 Mẹo giả bệnh, giả ốm.

꾀부리다 꾀쓰 다, 꾀피우다 Dùng mưu mẹo.

꾀이다 Bị lừa bằng lời ngon ngọt. *(tk)* 꾀다 lừa.

꾀하다 도모하다, 책하 다, Lập mưu, nghĩ mưu.

꾸다 빌다, 빌어쓰다 Vay tiền, đại cứ hoá, mượn tiền.

꾸미다 가장하다, 변장 하다 Làm đẹp bề ngoài, cải trang.

꾸어주다 빌어주다, 대여 하다, 채금하다 Cho vay tiền,

꾸준하다 끈기있다, 부지런하다 Chăm chỉ.

꾸지람하다 야단 치다, 꾸짖다, 욕설하다 Mắng, trách, chửi, la. 책망 하다 trách móc.

꿀 봉밀 Mật ong.

꿀밤 알밤 Cú đấm nhẹ.

꿀벌 밀봉 Ong mật.

꿈 몽 Giấc mộng, giấc mơ. 꿈꾸다 nằm mơ thấy.

꿈속 몽중, 몽리 Trong mơ, trong mộng.

꿈자리 몽조 Triệu chứng trong mơ, trong mộng.

꿩 야계 Con gà lôi. 산계 con gà rừng.

꿰다 뚫다 Đục thủng, làm xuyên qua.

꿰뚫다 관통하다 Khoan

thùng, thủng qua, xuyên qua.

꿰 매 다 깁 다, 얽 다 Khâu, may, vá, làm cho liền lại bằng kim chỉ.

꿰 어 차 다 꿰차다 Xỏ dây treo vào hông.

끄 다 Tắt đi. 소화하다 tắt lửa, 소등하다 tắt đèn. (tr) 켜다 mở lửa, đèn, điện ra.

끄르 다 Tháo, mở dây ra. (tr) 묶다, 매다 buộc lại.

끄집 어 내 다 꺼내다, 끄집다 Nắm kéo ra, lôi ra. (tr) 집어넣다, 넣다 bỏ vào, đưa vào.

끄트머리 끝머리, 끝부분, 끝 Phần cuối cùng, phần đuôi.(tr) 첫머리 phần đầu.

끈 줄, 실, 띠 Cái dây, cái dùng để buộc.

끈 기 찰기, 근기, 인내 심, 참을성 Tính kiên nhẫn chịu đựng, tính dẻo dai của thần kinh. 참을 성, 버팀성, 인내성 tính chịu đựng, tính nhẫn nại.

끈 기 있 다 악착같다, 억척 같다 Có độ dẻo, có độ dính.

끈 적 거 리 다 찐득거리다, 찐득대다 Dính, bám theo, theo lẽo đẽo.

끊 다 자르다, 잘라내다 Cắt đứt, ngưng lại. (tr) 잇다 nối. 연결하다 liên kết, nối lại.

끊 어 지 다 끊기다 Bị đứt. (tk) 끊다 cắt, làm cho đứt.

끊 임 없 이 꾸 준 히, 부단히, 계속 잇따라 Liên tục, không ngừng. 끝없이 không hết.

끌 다 당기다, 잡아당

기다, 끌어당기다 Lôi, kéo, nắm lôi. (tr) 밀다 đẩy, xô.

끌리다 Bị lôi kéo. (tk) 끌다 lôi kéo.

끌어가다 끌고가다 Kéo đi.

끌어내다 Kéo vào. (tr) 끌어밀다, 밀어넣다 đẩy vào.

끌어내다 유인하다, 인도하다 Dẫn đi.

끌어내리다 Kéo xuống dưới. (tk) 글어올리다 kéo lên trên.

끓는물 열탕, 탕수 Nước sôi.

끓다 끓어오르다, 지글 거리다 Sôi lên. (tr) 얼다 đóng băng lại.

끓이다 끓게하다 Đun cho sôi lên.

끝 마지막, 끝장 Hết, xong, chấm hết. (tr) 시작,

처음, 시초 bắt đầu, ban đầu.

끝끝내 끝내, 끝까지 변함 없이 Một mực, khăng khăng, khư khư đến cùng.

끝나다 끝장 나다, 종료 되다 Hết, xong. 완료 하다 hoàn thành xong. (tr) 시작 하다 bắt đầu.

끝내다 끝마치다, 종 결하다, 끝막 음하다, 끝맺다, 종료하다 Kết thúc.

끝마무리 끝마감 Công việc cuối cùng. (tr) 시작 bắt đầu.

끝마치다 종료하다 Kết thúc. (tr) 시작하다 bắt đầu.

끝맺다 Hoàn thành xong. (tr) 시작하다 bắt đầu.

끝머리 Lời kết. 첫머리

lời nói đầu.

끝물 Nước cuối cùng. (*tr*) 맏물 nước đầu tiên (rượu).

끝없다 한없다 Không hết, không có giới hạn mênh mông.

끝없이 Không hết. (*tk*) 한없이 không giới hạn. 계속 tiếp tục.

끝자락 Phần đuôi áo.

끝장나다 끝나다 Hết, xong.

끝판 마지막판, 종국 Phần cuối công việc, trận cuối cùng.

끼 끼니, 식사 Bữa ăn

끼어 들다 Tham dự vào.

간섭하다 can thiệp. 참견하다 tham gia ý kiến.

끼이다 끼다, 끼우다 Xen vào, xỏ (dây) vào.

끼치다 돋다, 돋아 나다, 솟아나다 Mọc lên. 생기다 sinh ra.

끽연하다 흡연하다 Hút thuốc. (*tk*) 금연하다 cấm hút thuốc.

낌새 낌, 눈 Ánh mắt, triệu chứng.

ㄴ

나 Tôi (ngôi thứ nhất số ít). *(tk)* 너 mày, 우리 chúng ta (ngôi thứ hai số nhiều). 그들 họ. 자기 mình. 자신 tự mình.

나 나이, 살 Tuổi. *(tt)* 연세 tuổi tác.

나가다 Đi ra ngoài. *(tr)* 나오다, 들어가다 đi vào trong.

나귀 당나귀 Con lừa. *(tk)* 말 con ngựa.

나그네 여행자 Người đi du lịch. *(tt)* 길손, 행객 hành khách. 행려 hành lữ. *(tk)* 떠돌이 người lang thang.

나날이 날로, 매일, 하루, 날마다 Ngày ngày, mỗi ngày, hàng ngày.

나누기 나눗셈, 제산 Phép chia. *(tk)* 곱하기, 곱셈, 곱셈 phép nhân. 더하기, 덧셈 phép cộng. 빼기 phép trừ.

나누다 Chia ra. *(tt)* 곱하다 phép nhân.

나누어지다 나뉘다 Được chia ra.

나다 발생하다, Sinh ra.

나돌다 돌아다 니다 Đi đây đi đó.

나들이 바깥출입 (việc) Đi dạo chơi.

나들이하다 외출하다 Đi ra ngoài.

나라 Đất nước. *(tk)* 국가 quốc gia. 조국 tổ quốc.

나라님 임금, 왕 Vua.

나락 지옥 Địa ngục. 황천 hoàng tuyền.

나란하다 균등하다

Đồng đều, đều.

나랏일 Việc nước. *(tk)* 국사 quốc sự.

나래 날개 Cái cánh chim.

나루터 선착장, 도선장 Bến tàu, bến thuyền, bến đò.

나룻 수염 Râu.

나룻배 도선 Thuyền ngang, đò ngang.

나르다 넓다, 널따랗다 Rộng, rộng rãi. *(tr)* 좁다 chật hẹp.

나르다 운송하다, 수송하다, 운반하다 Chở, vận tải. 옮기다 chuyển đổi.

나름 나름 대로 Tùy mình, theo khả năng mình.

나리 백합 Hoa huệ trắng.

나리 어르신, 나으리, 나리 마님 Ngài, ông (ngôi thứ hai gọi quan lại ngày xưa) . *(tk)* 어른이 bậc người lớn.

나마 지만 Tuy vậy nhưng mà.

나막신 고무신 Dày cao su. 사목신 dày gỗ.

나무 Cây. *(tk)* 초목 thảo mộc, 고목 cây cổ thụ. 목재 gỗ.

나무그늘 Bóng cây, bóng râm của cây.

나무꾼 초부, 초인, 초자 Tiều phu.

나무도장 목인, 목도장 Con dấu bằng gỗ.

나무라다 꾸짖다, 꾸중 하다, 야단하다, 야단다 La mắng, la, chửi. 책망하다 trách móc.

나무람 타박 Việc chửi bới, nhắc nhở, phê bình nhẹ.

나무뿌리 목근 Rễ cây. 알뿌리 rễ củ.

나무숲 수림 Lùm cây, bụi cây rậm.

나무젓가락 소독저

Đũa gỗ.

나무칼 목검, 목도 Kiếm gỗ, gươm gỗ.

나무판 널빤지, 널 Tấm ván gỗ, dong gỗ.

나물 남새, 채소, 채마 Rau cỏ ăn được.

나박김치 깍두기 Dưa củ cải.

나발 나팔 Cái kèn.

나방 날비 Con bướm.

나병 개라, 한센병 Bệnh cùi, bệnh phong.

나부끼다 나리 다, 휘날리다 Sảy (lúa gạo), thổi cho bay ra

나부대다 나대다 Hiếu động, luôn chuyển động.

나부랭이 너부렁이 Mảnh giấy, mảnh vải.

나비 나방 Con bướm. 호접 hồ điệp.

나비 폭, 너비, 광 Chiều rộng, độ rộng. (tk)길이 chiều dài.

나빠지다 Trở nên xấu. (tk) 나쁘다 xấu. 호전 되다, 좋아지다 trở nên tốt 나아지다 trở nên khá tốt hơn. 좋다

나쁘다 Xấu. (tr) 좋다 tốt. 흉하다 xấu dữ. 해 롭다 có hại.

나쁜술 Rượu xấu, rượu độc.

나쁜짓 지정머리, 악행 Việc làm xấu.

나사못 나나 Cái đinh vít.

나서다 나오다, 나와 서다 Đứng ra 나타 나다 xuất hiện. 일어 서다 đứng lên.

나선 나선형, 나사 모양, Hình ốc vít. 나사모양 hình xoắn ốc.

나성 외성 Thành ngoài, thành bao ngoài.

나신 알몸, 나체, 벌거 숭이 Lõa thể, trần truồng.

나아가다 전진하다, 진전하다 Đi lên phía trước. 발전하다 phát triển. (tr) 떨어지다, 뒤떨어지다, 뒤지다 tụt hậu, tụt lùi.

나아지다 호전되다, 좋아하다 Tốt hơn. (tr) 나빠지다 trở nên xấu hơn, tồi tệ hơn.

나약하다 약하다 Yếu 연약하다 mềm yếu. (tk) 건강하다 khỏe mạnh, 튼튼하다, 굳세다 chắc chắn.

나열하다 줄 짓 다, 열짓다 Đứng thành hàng, thành dãy.

나엽 Hoa, hạt có quả. (tr) 포자엽, 홀씨 hoa không kết quả.

나오다 Đi ra. 출현하 다, 나타나다 xuất hiện.

나위 여지, 이유, 까닭 Lý do, nguyên nhân.

나이들다 연로하다 Có tuổi.

나이 연세, 연령, 세, 살 Tuổi. (tk) 나이데 vân, vòng tuổi của cây.

나이데 연륜 Vòng tuổi gốc cây.

나인 궁녀, 궁인, Cung nữ, cung nhân, người hầu gái trong cung.

나전 나전 철기 Việc khảm xà cừ, tranh khảm xà cừ.

나절 때, 무렵, 녘 Lúc, khi, hồi. (tk) 때묻다 bị dính bẩn.

나중 후, 추후, 뒤, 다음 Sau này. (tr) 이전, 먼저 trước đây.

나지막이 나직 이 Giọng nói nhỏ.

나체 알몸, 나신, 벌거 숭이 Trần truồng, lõa thể.

나침반 지남침 La bàn, kim chỉ nam.

나타나다 Xuất hiện. 보이다 nhìn thấy.

나타내다 밝히다 Làm sáng tỏ, làm rõ ra.

나태하다 게으르다, 태만하다 Lười nhác. (tr) 근면하다 sự cần cù, bụi 런하다 cần cù.

나팔꽃 견우, 견우자 Hoa loa kèn.

나포하다 체포하다, 잡다 Bắt sống.

나환자 Người bị hủi, bị phong. (tk) 나병, 문동병 bệnh phong cùi.

나흘 사일, 사일간 Trong bốn ngày. 나흗날, 초나흗날 ngày mồng bốn trong tháng.

낙 기쁨, 즐거움 Lạc, niềm vui. (tr) 고 khổ.

낙관 낙천 Sự lạc quan. (tr) 비관 sự bi quan.

낙농 낙농업, 축산업 Nghề chăn nuôi lấy thịt, lấy sữa, súc sản.

낙담하다 낙심하다, 낙망하다 Mất niềm tin, mất hy vọng. 실망하다 thất vọng.

낙뢰 벼락 Sét, sấm sét.

낙망 실망, 낙담 Sự thất vọng, sự mất niềm tin.

낙방 불합격 Sự hỏng thi. (tr) 급제, 합격 thi đậu. (tk) 과거 khoa cử, thi cử.

낙방하다 낙제하다, 떨어지다, 미역국 먹다 Hỏng, trượt thi. (tr) 붙다 đậu thi.

낙서 낙필, 농한 Sự viết bậy bạ.

낙선 낙방 Sự thất bại trong bầu cử, không trúng cử. (tr) 당선, 입선 sự trúng cử, thắng cử.

낙성계약 합의계약 Hợp đồng hai bên. (tr) 요물 계약 yêu cầu đơn

phương.

낙성식 준공식, 완공식
Khánh thành, hồi công,
xong công trình. *(tr)*
착공식 sự khởi công.

낙세 Xu thế xuống, đi
xuống (giá cả). *(tr)* 오름세
xu thế đi lên.

낙수 낙숫물 Nước giọt
mái tranh.

낙수 이삭 Lúa rụng, lúa
rơi (sau mùa thu hoạch).

낙승하다 Thắng lợi dễ
dàng. *(tr)* 신승하다 thắng
lợi một cách khó khăn.

낙심 낙망 Mất lòng tin,
mất hy vọng.

낙심하다 마음상하다
Mất niềm tin. 실망하다
thất vọng.

낙엽 가랑잎 Lá rơi, lá
rụng, lá thu.

낙엽수 Cây thay lá theo
mùa. *(tk)* 상록수 cây
không thay lá (cây thông,

v.v…).

낙오하다 뒤떨어지
다, 뒤지다 Tụt hậu, rơi
rụng về sau. *(tr)* 앞서다,
나서다 đi lên phía trước.
초월하다 vượt lên trên,
siêu việt.

낙원 Lạc viên. *(tk)* 천당
thiên đường. 이상향,
유토피아 nơi không có
lo lắng, sống sung sướng.
(tr) 지옥 địa ngục. 황천
hoàng tuyền, suối vàng.

낙일 일몰, 지는 해,
낙조, 석양 Mặt trời lúc
sắp lặn, trời chiều. 일출,
해돋기 mặt trời mọc, lúc
mặt trời mọc.

낙제 낙방, 불합격, 탈락
Sự hỏng thi. *(tr)* 급제,
합격.

낙제 유급 Sự lưu ban.
(tk) 진급 lên lớp.

낙제생 Học sinh dưới
trung bình, học sinh lưu

ban. (tr) 급제생 học sinh lên lớp.

낙조 Lúc thủy triều xuống thấp nhất. (tr) 만조 mãn triều.

낙조 노을 Ráng chiều.

낙조 석양 Ánh sáng hoàng hôn.

낙지 오징어 Con mực. 주꾸미 loài bạch tuộc nhỏ.

낙착하다 끝맺다 Kết thúc, xong. 결정하다 quyết định.

낙찰 하다/되다 Trúng thầu, trúng đấu giá. (tr) 유찰 하다/되다 không trúng đấu giá.

낙천 Sự yêu đời, sự lạc quan, ít lo lắng. (tk) 염세 sự yếm thế, sự chán đời. (tk) 낙관하다 lạc quan, 비관하다 bi quan.

낙첨 Không trúng xổ số. (tr) 당첨 trúng xổ số.

낙타 약대 Con lạc đà. 쌍봉 낙타 lạc đà hai u.

낙태하다 Phá, nạo thai. (tk) 유산하다 sẩy thai, thai chết trong bụng.

낙토 Đất sống tốt, nơi sống bình an. (tk) 낙원 lạc viên.

낙하다 떨어지다 Rơi xuống dưới. 내려가다 /오다 đi xuống.

낙향 귀향하다 Quay trở về sống ở quê hương.

낙화 Sự rụng (hoa). (tr) 개화 nở (hoa).

낙후 Lạc hậu. (tr) 선진 tiên tiến.

낚다 잡다 Bắt bằng câu.

낚시꾼 조인 Người đi câu.

낚시대 Cần câu (tk) 낚시밥 미끼 Mồi câu, miếng mồi. 낚시질 낚시, 조어 Việc câu cá.

난 Loạn. (tk) 난리 loạn

lạc, 전란 loạn chiến tranh,
남민 dân chạy loạn.

난 난자, 알 Trứng (để thụ tinh). *(tk)* 정자 tinh trùng.

난 난초 Cây hoa lan, lan thảo.

난감하다 못견디다 Không chịu đựng được. *(tr)* 버티다, 견디다, 참다 chịu đựng được.

난관 애로 Sự khó khăn. 장애 trở ngại. *(tk)* 장애인 người tàn tật.

난기 Không khí nóng. *(tr)* 냉기, 한기 không khí lạnh.

난데 없이 갑자기, 뜻 밖에, 불시에 Bất ngờ, bỗng nhiên.

난도 나이도 Mức độ khó khăn.

난동 소동, 소란 Sự náo động, sự hỗn loạn. 폭동 bạo động.

난류 Hải lưu nóng. *(tr)* 한류 hải lưu lạnh.

난리나다 야단나다 Sinh loạn, sinh náo động.

난리 전쟁, 전란 Loạn chiến tranh.

난리가나다 야단이나다 Xảy ra náo động, loạn.

난무하다 Múa cuồng nhiệt. 춤추다 múa, nhảy múa.

난문제 난제 Vấn đề khó khăn, vấn đề khó giải quyết.

난민 이재민, 피난민 Dân chạy loạn, dân tản cư.

난방 온방 Sưởi ấm. *(tr)* 냉방 làm lạnh.

난봉꾼 난봉쟁이, 바람둥이 Kẻ sa đọa, kẻ sa vào gái và rượu.

난사 난건 Việc khó giải quyết.

난사하다 마구 쏘다

Bắn loạn xạ, bắn lung tung, bắn bừa.

난 산 하 다 Đẻ khó.
(tr) 순 산하다, 안산하
다 đẻ dễ.

난 생 처 음 초, 처음
Lần đầu trong đời.

난 생 하 다 Sinh ra từ
trứng, đẻ ra trứng *(tk)*
태생하다 sinh ra từ con,
đẻ ra con.

난 세 난시 Thời loạn.
(tr) 치세 thời bình.

난 소 알집, 자실 Buồng
trứng. *(tk)* 정소, 고환
hòn dái, nơi sản xuất ra
tinh trùng. 정자 tinh trùng.

난 숙 하 다 무르익다
Chín muồi.

난 이 도 난도 Mức độ
khó dễ của công việc.

난 입 하 다 쳐들어오다
Ùa vào, kéo vào.

난 자 알, 난구, 난세포
Trứng, tế bào trứng. *(tr)*

정자 tinh trùng.

난 잡 하 다 Loạn tạp. 어
수선하다 lung tung. 어지
럽다 rắc rối. 복잡하다
phức tạp.

난 쟁 이 Người lùn. *(tr)*
키다리 người cao lớn.
거인 người khổng lồ.

난 제 난문제 Vấn đề
khó khăn. *(tk)* 난해하다
khó giải quyết.

난 지 Vùng đất ấm áp.
(tr) 한지 vùng đất lạnh.

난 처 하 다 딱하다 Khó
xử, khó giải quyết. *(tk)*
난치 하다 khó chữa
(bệnh).

난 초 Thảo lan. 난, 국향
cây lan.

난 치 병 불치병 Bệnh
khó chữa, bệnh không
chữa được.

난 폭 무법 Không có
luật lệ gì, bạo lực.

난 폭 하 다 거칠다 Thô

bạo. 사납다 hung dữ.

난해하다 어렵다 Khó giải quyết. *(tr)* 쉽다 dễ.

난행 폭행 Bạo lực.

난향 난관 Điều khó khăn, điều khó giải quyết.

난형난제 막상 막하 Một chín một mười, tương tự.

난혼 잡혼 Việc kết hôn lung tung. 군혼 quần hôn.

낟가리 곡식더미 Đống lúa.

· **낟알** 낟 Hạt bên trong vỏ. 곡식알 hạt ngũ cốc.

날 것 생것, 생짜 Đồ sống, còn tươi, chưa gia công.

날 생 Còn sống, chưa chín.

날 일 Ngày. 하루 một ngày. 일일 ngày ngày. 날짜 ngày tháng.

날개 나래 Cái cánh.

날고기 생육, 생고기 Thịt sống. *(tr)* 익은고기 thịt chín.

날다 Bay. 날아가다 bay đi. 사라지다, 없어 지다 mất, biến mất. *(tk)* 기다 bò. 뛰다 nhảy. 가다 bay. 걷다 bước.

날다람쥐 청서 Sóc bay.

날뛰다 Bay nhảy.

날라리 Kẻ ăn chơi. *(tk)* 건달 kẻ vô công rồi nghề.

날래다 날쌔다, 재빠 르다 Nhanh như chớp. *(tk)* 빠르다 nhanh. 느 리다 chậm chạp, lề mề.

날래다 유명 해지다 Nổi tiếng, được biết đến.

날로 나날이, 갈수록 Ngày càng…, càng ngày càng…

날리다 날게하다 Thả cho bay. 놓아주다 thả ra.

날마다 매일, 일일, 하루 하루 Mỗi ngày,

ngày ngày. (*tk*) 연일 연속 계속 各 ngày.

날밤 생밤 Hạt dẻ tươi, hạt dẻ sống. (*tr*) 생밤 hạt dẻ nướng.

날샐녁 새벽 Buổi sáng mai. (*tr*) 저녁, 저녁무렵 vào lúc buổi tối.

날수 일수 Số ngày.

날숨 호기 Hơi thở ra. (*tk*) 들숨 hơi thở vào.

날씨 날 Thời tiết. (*tk*) 일기 khí hậu trong ngày, 기후 khí hậu. 기상 khí tượng.

날씬하다 늘씬하다 맵시 있다 Thon thả, duyên dáng. (*tr*) 뚱뚱하 다 to béo.

날인하다 도장 찍다 Đóng dấu. (*tk*) 지압하다 lấy dấu tay.

날조하다 꾸며내다, 꾸미다 Bày biện, nguy trang. (*tk*) 위조하다 nguy

tạo, làm giả.

날줄 경도, 경도선 Kinh tuyến. (*tk*) 위도선, 위도 vĩ tuyến, vĩ độ.

날줄 경선 Đường dọc, sợi dọc. (*tr*) 위선, 씨줄 sợi ngang.

날짐승 비금, 비조, 금조, 조류 Loài biết bay, loài chim. (*tk*) 길짐승 thú bò sát.

날짜 날 Ngày trong tháng.

날치기 소매치기, 들 치기 Việc móc túi (trộm cắp).

날카롭다 예리하다 Sắc, sắc sảo. (*tk*) 뾰족하 다, 뾰죽하다 nhọn hoắt.

날품팔아하다 모군 하다 Làm công ngày, làm thuê theo từng ngày.

날품팔이 날품, 일공 쟁이 Người làm công ngày. 일공 ngày công.

낡다 헐다, 해지다 Cũ,

già. 오래되다 lâu rồi. (*tr*) 새 롭다 mới.

남 Nam, đàn ông. (*tk*) 여 녀, con gái.

남 남쪽 Phía nam. (*tk*) 북 bắc, 동 đông, 서 tây.

남 타인, 다른사람 Người dưng, người khác. 제삼자 người thứ ba. (*tr*) 자기 mình, thuộc về mình.

남국 Nước ở phía nam. (*tk*) 북국 nước ở phía bắc.

남극 남쪽 끝 Nam cực. (*tr*) 북극 bắc cực.

남근 음경, 자지 Bộ phận sinh dục nam. (*tk*) 보지 bộ phận sinh dục nữ.

남기다 남겨두다, 물려 주다 Để lại cho, để lại.

남김없이 모조리, 다, 모두 Tất cả, sạch sành sanh. 빠짐 없이 không thiếu, không sót cái gì.

남남 남, 타인 Người dưng, người không có quan hệ.

남녘 남쪽 Phía nam. (*tk*) 북녘, 북쪽 phía bắc.

남다 여유있다 Còn lại, còn thừa. 넘다 vượt quá. (*tr*) 모자라다 thiếu.

남다르다 유다르다, 유별 하다, 다르다 Khác người.

남단 Cực nam. (*tk*) 북단 cực bắc.

남동 동남 Hướng đông nam. (*tk*) 동북 hướng đông bắc.

남루 누더기, 헌옷 Quần áo rách rưới bẩn thiu.

남루하다 낡다, 헐다, 해지다 Cũ, không còn mới, rách.

남매 오누이 Chị em gái.

남문 Cửa nam. (*tk*) 북문 cửa bắc. 서문 cửa tây. 동문 cửa đông.

남반구 Nam bán cầu.

북반구 bắc bán cầu.

남발 난발, 물가 상승 Sự lạm phát.

남벌하다 마구 베다 Chặt phá bừa bãi. *(tk)* 삭발하다 cạo trọc đầu.

남복 Quần áo nam. *(tr)* 여복 quần áo nữ.

남부 Miền nam. *(tk)* 북부 miền bắc.

남부끄럽다 부끄럽다, 창피하다 Xấu hổ, thẹn thùng.

남빛 남색, 쪽빛 Màu chì.

남사당 사당 Đoàn xiếc lưu động, gánh hát.

남상 Khuôn mặt kiểu đàn ông. *(tk)* 여상 khuôn mặt kiểu giống phụ nữ.

남상 기원, 근원 Nguồn gốc sự vật, kỷ nguyên, căn nguyên.

남새 푸성귀 Rau cỏ. *(tt)* 야채 rau các loại. *(tk)* 풀 cỏ.

남성 Nam tính, đàn ông. *(tr)* 여성 nữ tính, đàn bà.

남아 사내아이 Trẻ nam, bé trai. *(tr)* 여아 bé gái.

남우 남자 배우 Diễn viên nam. *(tr)* 여우, 여자 배우 diễn viên gái.

남자 Con trai, đàn ông. *(tr)* 여자 con gái, đàn bà.

남자답다 사나이답다 Đúng là đàn ông, đáng là đàn ông.

남작 Nam tước. *(tk)* 공작 công tước. 후작 hậu tước. 백작 bạch tước. 자작 tư tước (đẳng cấp trong xã hội phương tây).

남장하다 Cải trang làm đàn ông. 여장하다 cải trang làm đàn bà.

남장하다 Cải trang thành con trai. *(tr)* 여장하다 cải trang thành con gái.

남정 정장 Trai tráng, tráng đinh. *(tk)* 여정 người con gái trưởng thành.

남정네 Thanh niên nam. *(tk)* 아낙네 thanh niên nữ.

남조선 Nam Triều tiên. *(tr)* 북조선 bắc Triều tiên.

남진하다 Nam tiến. *(tk)* 북진하다 bắc tiến. 남침하다 tấn công phía nam. 북침하다 tấn công lên phía bắc.

남창 Cửa sổ hướng nam. *(tk)* 북창 cửa sổ hướng bắc.

남창 Trai làm tiền, đĩ trai. *(tr)* 창녀 gái làm tiền.

남탕 Nhà tắm đàn ông. *(tr)* 여탕 nhà tắm nữ.

남편 지아비chồng. *(tk)* 신 랑 tân lang, chú rể. 부군 phu quân. *(tr)* 아내 vợ, 처 thiếp. 신부 cô dâu.

남포 폭약, 다이너마 이트 thuốc nổ.

남풍 마파람 Gió nam.

남하 남진 Việc tiến/đi về phía nam. *(tr)* 북상, 북진 việc đi/ tiến lên bắc.

남학생 Học sinh nam. *(tr)* 여학생 nữ sinh.

남한 이남 Nam bán đảo Triều tiên, Hàn Quốc. *(tr)* 북한, 이북 Bắc hàn.

납부하다 내다, 바치 다 Nạp, đưa ra.

납북되다 Bị phía bắc bắt cóc. *(tk)* 월북하다 vượt sang miền Bắc. 납 치하다 bắt cóc.

납세자 세납자 Người nạp thuế.

납작하다 납작 하다 Mỏng, bẹp.

납치하다 Bắt cóc. *(tt)* 인질 con tin. *(tt)* 유괴 하다 dụ dỗ lừa gạt.

낫다 Khỏi bệnh. 완치 하다 chữa khỏi. *(tr)*

걸리다 mắc bệnh.

낫 다 더 좋다 khá hơn,
tốt hơn. 우수하다 ưu tú.
(tr) 못하다 không bằng,
kém hơn.

낭군 Lang quân. 부군
phu quân. 남편 chồng.

낭독하다 크게 읽다
Đọc to.

낭떠러지 절벽 Vực
thẳm, vực, bước đường
cùng.

낭만적 Thuộc về lãng
mạn. *(tr)* 현실적 thuộc
về hiện thực.

낭보 좋은 소식, 반가
운 소식 Tin vui, tin
mừng. *(tr)* 비보 tin buồn.

낭비하다 허비하다,
낭비 하다 Lãng phí. *(tr)*
절약 하다 tiết kiệm.

낭설 뜬소문, 헛소문
Tin bịa đặt.

낭송하다 옳다 Ngâm
thơ. 외우다 thuộc lòng.

낭자 Lãng tử, con gái
chưa đi lấy chồng. *(tk)*
처녀 thiếu nữ. 처자,
처자식 vợ con.

낭패 좌절, 실패 Sự
thất bại.

낭하 복도 Hành lang,
lối đi.

낮 주간, 주, 낮때 Ngày,
ban ngày. *(tr)* 밤, 야간
đêm, ban đêm.

낮다 Thấp. *(tr)* 높다 cao.

낮잠 오수 Giấc ngủ ngày.
(tr) 밤잠 giấc ngủ đêm.

낮추다 낮게 하다 Làm
cho thấp xuống, hạ thấp
xuống. *(tr)* 높이다 làm
cho cao lên, nâng cao lên.

낮추보다 Coi nhỏ, coi
thường. *(tr)* 돋보다, 존
경 하다 tôn kính.

낯 얼굴, 안면 Mặt, khuôn
mặt. 체면 thể diện.

낯간지럽다
인색하다 Keo kiệt.

낯깎이다 체면 손상
되다 Bị mất thể diện.

낯두껍다 뻔뻔스럽
다, 낯가죽 두껍다 Mặt
dày, mặt dạn. 염치 없다
vô liêm sĩ.

낯뜨겁다 부끄럽다,
창피 하다 Xấu hổ, hổ
thẹn.

낯빛 안면 Nét mặt, ánh
mắt.

낯설다 낯 모르다, 낯
설다 Lạ mặt, không biết
mặt. *(tr)* 낯익다 quen
mặt.

낯익다 숙면하다 Quen
mặt. *(tr)* 낯설다 lạ mặt.
익숙하다 quen thuộc.

낱낱 하나 하나 Từng
cái, tứng cái, từng người
một.

낱낱이 하나하나, 일
일이. 모두, 다 Từng từng,
tất cả.

낱말 단어, 어휘 Từ

vựng, từ mới, từ ngữ.

낱자 자모 Chữ cái.

낳다 출산하다 Đẻ ra,
sinh nở. 탄생하다 sinh
ra.

내 개울 Con suối (to hơn
con lạch, nhỏ hơn sông).
(tk) 강 sông.

시내 하천 sông ngòi.

내 냄새 Mùi.

내 안 Trong, bên trong.
(tr) 겉, 외, 박 ngoài, bên
ngoài.

내 제, 네 Của tôi, của mình.

내객 손님, 손 Khách,
khách khứa. *(tr)* 주인
chủ nhân.

내걸다 내세우다, 내
어놓다 Đưa ra.

내과 Nội khoa. *(tr)* 외과
ngoại khoa.

내관 Quan lại trong triều,
quan lại trung ương. *(tk)*
외관 quan lại ở địa phương.

내관 내시, 환관, 고자

Hoạn quan, nội thị (đàn ông bị hoạn, phục vụ trong cung vua).

내국 나라안, 국내 Trong nước.*(tr)* 외국 nước ngoài. 자국 nước mình.

내국인 Người trong nước, người bản xứ. *(tr)* 외국인 người nước ngoài.

내국환 Tiền trong nước. *(tr)* 외국환, 외환 ngoại hối, tiền nước ngoài.

내근하다 Làm việc trong cơ quan. *(tr)* 외근하다 đi công tác.

내기하다 승부걸다 Đánh cuộc, quyết thắng bại. 내기 sự đánh cuộc. 도박 cờ bạc.

내내 계속하여, 끝없이 Suốt suốt, mãi mãi.

내내달 담음달, 익달 Tháng sau nữa.

내년 명년 Năm sau. *(tk)* 금 년, 올해 năm nay.

작년 năm ngoái,

내다 내놓다, 꺼내다, 꺼 내놓다 Đưa ra, xuất ra, rút đưa ra.

내다보다 바라다 보다 Nhìn chăm chú.

내달리다 Vùng chạy, vùng bỏ chạy.

내달 다음달, 내월, 내달 Tháng sau.

내대다 우기다 Nói gay gắt. *(tk)* 웃기다 nực cười.

내던 지다 던지다 Ném, vứt ném. 버리다 vứt bỏ.

내란 Nội loạn, loạn trong nước. *(tk)* 내변 nội biến, 내전 nội chiến.

내려가다 하행하다 Đi xuống. *(tr)* 올라가 다, 올 라오다 đi lên.

내려놓다 Thả xuống, cho xuống (khách). *(tr)* 타다, 탑승하다 lên xe, đi xe.

내려보다 내려다보다 Nhìn xuống phía dưới, trông xuống phía dưới. *(tr)* 올려다보다 Nhìn lên trên.

내려 오다 내리다 Đi xuống. 내리 Hướng xuống phía dưới. *(tr)* 치 hướng lên phía trên.

내리다 Hạ xuống phía dưới. *(tr)* 올리다 nâng lên phía trên.

내리막길 내리받이 Đường xuống dốc. *(tr)* 오르막길 đường lên dốc.

내리사랑 Tình thương từ trên xuống dưới, tình yêu cha mẹ đối với con cái. *(tr)* 치사랑 tình yêu con cái đối với cha mẹ.

내림세 Xu hướng xuống (giá cả). *(tr)* 오름세 xu thế lên giá.

내막 셈속 Bên trong, nội bộ, trong màn.

내맡기다 맡기다 Giao cho, bàn giao cho.

내면 Mặt trong. *(tr)* 외면 mặt ngoài.

내면 세계 Thế giới bên trong, thế giới nội tâm. *(tr)* 외면 세계 thế giới bên ngoài.

내면세계 내면 Nội tâm, thế giới nội tâm.

내몰다 몰라내다 Lùa ra ngoài. 쫓다, 쫓아내다 đuổi ra. *(tr)* 들이몰다 lùa vào.

내무 Nội vụ, công việc nội bộ. *(tr)* 외무 công việc bên ngoài.

내밀다 나오다 Lộ ra ngoài, 은밀하다 không lộ ra ngoài, ẩn dật, ẩn cư.

내방객 Khách đến thăm. *(tr)* 주인 chủ nhân.

내방하다 공식적으로방문하다 Thăm chính

thức. 찾아오다 tìm đến.
(tk) 순방하다 thăm lần
lượt.

내버려두다 그대로
두다, 돌보지 않다 Bỏ
mặc, không nhìn đến.

내벽 Mặt trong tường.
(tr) 외벽 mặt ngoài tường.

내복 내의 속내의 Áo
lót, áo trong. *(tr)* 겉옷 áo
ngoài.

내복약 내약, 내용약,
복용약 Thuốc uống.
(tr) 외용약 thuốc dùng
ngoài.

내부적 안쪽, 내면 Nội
bộ, thuộc về nội tâm. *(tr)*
외부, 겉, 거죽 về mặt
ngoài.

내빈 내객, 손님 Khách
quý.

내사하다 뒷조사하
다, 속조사하다 Điều
tra bí mật.

내생 후생 Cuộc đời sau

khi chết, đời sau. *(tk)* 전생
đời trước. 금생 đời nay.

내성 Thành trong. *(tk)*
외성 thành ngoài.

내성적 Thuộc về nội
tâm, sự khép kín tâm hồn.
(tr) 외향적 tính hướng
ngoại.

내성하다 Xem xét lại
mình, tự phê bình.

내세 후세 Thế giới sau
khi chết. *(tk)* 전세 thế
giới đời trước. 현세 thế
giới hiện nay.

내세우다 나서게하
다 Dựng lên, lập lên.

내쉬다 Thở ra. *(tr)* 들이
쉬다 thở vào.

내시 Nội thị. 환관, 내관
hoạn quan.

내신 Tin trong nước. *(tk)*
외신 tin nước ngoài.

내실 Buồng, phòng đàn
bà con gái.

내심 속마음, 마음속

Nội tâm.

내왕하다 왕래하다,
오다 가다, 오고 가다
Thăm, đi lại với nhau.

내외 국내외 Trong ngoài
nước.

내용 Nội dung. *(tr)* 형식
hình thức.

내용물 Trong ruột. *(tr)*
껍데기 vỏ, vỏ bọc.

내용적 Thuộc về nội
dung, thuộc về bên trong.
(tk) 형식적 thuộc về
hình thức bên ngoài.

내우 내환 Tiền trong
nước. *(tr)* 외환 tiền nước
ngoài.

내음 내, 냄새 Mùi (hôi,
thơm).

내의 속마음, 속뜻 Ý
trong lòng, ý nghĩ kín.

내의 속옷 Áo lót, áo
trong. *(tk)* 외투 áo khoác.
겉옷, 외의 áo ngoài.

내일 명일 Ngày hôm

sau. *(tk)* 어제 hôm qua.
오늘 hôm nay.

내일 모레 낼 모레
Ngày kia.

내자 내국 자금 Tiền
vốn trong nước. *(tk)* 외자,
외국 자본 tiền vốn nước
ngoài.

내자 집사람, 안사람
Nhà tôi, bà xã tôi. *(tk)*
아내, 와이프 vợ. 배우
자 bạn đời.

내장 장기, 창자 Ruột
gan, phần trong bụng cơ
thể.

내장하다 Trang trí
nội thất. *(tk)* 외장하다
trang trí bên ngoài nhà.

내재하다 Có ở bên
trong. *(tk)* 외재하다 có
ở bên ngoài.

내전 Nội chiến, nội loạn.

내전 대전, 궁전, 궁궐
Cung vua, cung điện, cung
quyền.

내정 내치 Nền chính trị trong nước, nội chính. *(tk)* 외정 chính trị ngoài nước.

내주 다음 주, 차주 Tuần sau.

내주다 넘겨주다, 건네주다 Đưa cho, chuyển cho.

내지 육지 Đất liền, lục địa. *(tk)* 외지, 섬 ngoài đảo.

내쫓기다 Bị đuổi ra ngoài. *(tk)* 해임하다, 해고하다 cho thôi việc, giải nhiệm.

내쫓다 쫓아내다 Đuổi ra, đuổi đi.

내척   Anh em bên nội. *(tr)* 외척 anh em bên ngoại.

내측 Mặt trong. *(tk)* 외측 mặt ngoài.

내치 내정 Nền chính trị trong nước.

내통하다 외정하다, 간음 하다 Ngoại tình, thông dâm.

내포 포함 Sự bao gồm.

내피 속가죽 Lớp da trong. *(tk)* 외피 lớp da ngoài. 표비 biểu bì.

내향하다 Hướng vào trong. *(tk)* 외향하다 hướng ra ngoài.

내환 Tiền trong nước. *(tr)* 외환 tiền nước ngoài.

내후년 후후년, 내내 년 Năm sau nữa.

내훈 내교, 가훈 Gia huấn, những điều giáo dục trong gia đình.

냇가 천변, 강가, 개천가 Bờ sông, bờ suối.

냉가슴 가슴앓이 Buồn trong lòng. 고민 고통 trong lòng.

냉기 찬기, 찬 공기 Không khí lạnh. *(tk)* 온기 không khí nóng.

냉담 냉정 Sự lãnh đạm.

냉담하다 매정 하다

Lãnh đạm, lạnh nhạt.

냉대 Vùng tương đối lạnh, vùng nằm giữa vùng ôn đới và vùng hàn đới. *(tk)* 온대 vùng hàn đới. 한대 vùng hàn đới. 아한대 cùng á hàn đới.

냉대 푸대접, 냉우 Sự lạnh nhạt trong đối đãi, đối xử tệ. *(tr)* 환대, 우대, 대접 sự đối xử tốt.

냉동 냉각 Sự đông lạnh. *(tr)* 해동 sự làm tan rã đá lạnh.

냉랭하다 쌀쌀하다, 차갑다 Lạnh lẽo.

냉방 냉실 Phòng lạnh. *(tr)* 난방 phòng có sưởi ấm.

냉수 찬물, 맹물 Nước lạnh. *(tr)* 온수, 더운물 nước nóng.

냉전 Chiến tranh lạnh. *(tr)* 열전 chiến tranh nóng.

냉정 냉담 Sự lãnh đạm, lạnh lùng

냉정히 냉 철히 Một cách khách quan (trong suy nghĩ).

냉천 Suối nước lạnh. *(tr)* 온천, 온정 suối nước nóng.

냉큼 즉시 Tức thì, ngay lập tức.

냉혈 Máu lạnh. *(tk)* 온혈 máu nóng.

냉혹하다 Lạnh và tàn khốc, 무인정하다 không có tình người.

너 당신, 그대 Anh, mày, cậu (ngôi thứ 3 số ít).

너그럽다 Rộng rãi, rộng lượng. *(tr)* 속좁다 hẹp hòi, hẹp bụng.

너그럽다 너르다 Rộng rãi, rộng lòng, 관 대하다 khoản đãi, rộng lòng. *(tr)* 속이 좁다, 옹졸하다 chật hẹp, hẹp hòi (lòng dạ).

너끈히 넉넉히, 충분히 Một cách đầy đủ, dư dật. *(tk)* 모자라다, 부족하다 thiếu.

너나들이 호형호제, 너나 Tất cả mọi người.

너나들이하다 친근하다, 친밀하다 Thân mật, thân cận.

너나없이 너나할것 없이, 모두 Không phân biệt ai, tất cả.

너럭바위 반석, 통반석 Hòn đá phẳng.

너무 아주, 매우, 너무 너무 Rất, vô cùng.

너비 폭 Chiều rộng.

너저분하다 어지럽다, 지저분하다 Luộm thuộm, bần, lộn xộn.

너희 너 희들. 여등 Chúng mày, anh em (ngôi thứ 3 số nhiều). *(tr)* 우리 chúng tôi, chúng ta.

넉넉하다 충분하다,

여유하다 Đầy đủ, dư dật.

넉넉해지다 부자되다 Trở nên giàu có.

넋 혼 Hồn. 영혼 linh hồn. 혼백 hồn phách. *(tr)* 육신, 육체 nhục thể.

넋놓다 정신나가다, 의식 잃다, 넋잃다 Mất hồn, không còn suy nghĩ nữa.

넋두리 불평, 불만 Sự bất mãn, sự bất bình.

널다 펼치다, 벌리다 Trải rộng ra, há rộng ra.

널따랗다 Rất rộng. *(tr)* 좁다랗다 rất chật hẹp.

널리 너르게, 넓게 Một cách rộng rãi.

널빤지 널판, 판지, 널 Tấm ván phẳng, cái phản.

넓다 드넓다, 크다, 너르다 Rộng. 광대무변 quảng đại vô biên. *(tr)* 좁다 hẹp.

넓이뛰기 광도, 폭도
Độ rộng. 멀리뛰기 mức
độ xa.

넓적다리 대퇴, 대퇴
부 Đùi, bắp vế, vế.

넓적하다 평평하다
Bằng phẳng và rộng.

넓히다 Làm cho rộng
ra. *(tr)* 좁히다 làm cho
hẹp lại.

넘겨다보다 넘어
보다 Nhìn với qua, nhìn
sang.

넘겨받다 Nhận cái gì
từ ai. *(tr)* 넘겨주다 trao
cho ai cái gì.

넘기다 Chuyển giao,
chuyển cho ai. 전가하
다 đổ trách nhiệm cho ai.
(tr) 책임 맡다/지다 chịu
trách nhiệm.

넘다 Vượt quá, dư. 여유
있다 có dư dật. 충분
하다 đầy đủ. *(tr)* 모자
라다, 부족하다 thiếu,

hụt.

넘다 건너다 Vượt qua
(sông, v.v…).

넘보다 업신여기다,
깔보다 Coi thường, xem
nhẹ.

넘어가다 쓰러지다,
넘어지다 Ngã ra, mất
trọng tâm, lệch trọng tâm.

넘어다보다 넘겨다
보다 Nhìn với qua, nhìn
với qua.

넘어뜨리다 Đặt nằm
xuống, làm cho ngã xuống.
(tr) 세우다, 일으키다
dựng lên.

넘어지다 넘어가다,
쓰러지다, 자빠지다
Ngã ra (do mất thăng bằng)
(tk) 쓰러지다 gục xuống
(do mất sức).

넘치다 Đầy tràn ra. 넘
쳐흐르다 chảy tràn ra.

넙치 광어 Con cá thờn
bơn.

넓이 면적 Diện tích. (tk)
길이 도 dài. 높이 도
cao. 깊이 도 sâu. 너비
도 rộng.

넝마 헌옷 Quần áo cũ.

넝쿨 Thực vật dây leo.
담쟁이 cây bìm bìm,
cây leo tường.

넣다 들이다 Bỏ vào.
집어넣다 nhét vào. (tr)
꺼내다, 빼다 lấy ra,
nhổ ra.

네 니, 너의 Của mày, của
anh (sở hữu của ngôi thứ 3).

네 사 Bốn (số lượng).

네 예 Vâng, dạ, ừ.

네거리 사거리, 십자로
Ngã tư đường.

네댓 사오, 네다섯
Bốn năm, bốn hoặc năm
(số lượng).

네모 네모꼴, 사각형
Hình tứ giác. (tk) 정사각형
hình vuông.

네 살 세살 Bốn tuổi.

년 Con mụ, con đàn bà.
(tk) 놈 thằng cha (tục).

년 연, 해 năm, thời gian
12 tháng.

녘 쪽 Phía, vùng.

노가리 씨 뿌리기 Việc
gieo giống.

노경 Cảnh già. (tk) 노년,
만년 tuổi già. 노후하다
già yếu.

노고하다 애쓰다 Cố
gắng, vất vả vì công việc.

노곤하다 고단하다
Mệt mỏi.

노골적 사실적 Lộ liễu.
고의적 cố ý. 의도적 có
ý đồ.

노구 늙은 몸, 노체 Cơ
thể già.

노기 노색 Khí sắc nổi
giận (của người lớn).

노끈 끈, 줄 Dây (dùng
buộc cái gì).

노년기 늙은 나이,
노년, 말년 Thời kỳ già

yếu. (tk) 유아기 thời ấu
thơ. 장년기 thời kỳ sung
sức. 청년기 thời kỳ
thanh niên.

노는 계집 논다니,
기생 Gái làm tiền.

노다지 금광맥 Mạch
quặng vàng.

노다지 언제나 Bao
giờ cũng…

노대가 발코니 Lan
can nhà.

노동계급 노동자계
급, 근로 계급 Giai cấp
lao động. (tr) 자본 계급
giai cấp tư sản.

노동 조건 근로 조건
Điều kiện lao động.

노동 조합 노조 Tổ
chức công đoàn.

노동자 근로자 Người
lao động. (tk) 자본가
nhà tư sản.

노동쟁의 노동분쟁
Tranh chấp lao động.

노랑 나비 황 호접
Bướm vàng, hoàng điệp.

노랑색 누렁색 Màu
vàng (hoa hướng dương).

노랑이 수전노, 구두
쇠, 자린고비 Kẻ keo
kiệt, hà tiện.

노랗다 노랗다 Màu
vàng.

노래하다 노래부르다
Hát, ca hát.

노략하다 빼앗다, 약
탈하다 Cướp, cướp bóc,
chấn lột.

노려 보다 노리다,
겨누다 Nhắm, ngắm.
nhắm vào.

노력하다 애쓰다, 힘
쓰다 Nỗ lực, cố gắng.

노련하다 Lão luyện.
익숙하다 thành thạo.

노령 노년 Tuổi già.

노른자 노른자위 Lòng
đỏ của trứng. (tk) 흰자위
lòng trắng của trứng.

노름꾼 도박꾼 Quân cờ bạc.

노름판 도박판, 잡기판 Chiếu bạc.

노름하다 도박 하다 Cờ bạc.

노릇 구실 Thói quen.

노리개 완구, 장난감 Đồ chơi.

노리다 노려보다, 겨누어 보다 Nhắm, ngắm, trông vào

노린내 누린내, 전취 Mùi khét.

노막염 Chứng viêm màng não. 수막염 Chứng viêm màng tủy.

노망 노년성치매 Chứng đãng trí ở người già.

노목 고목, 노수 Cây cổ thụ, cây lâu năm.

노무 노동, 노력 Việc nặng nhọc.

노무비 인건비 Tiền công, tiền lương.

노병 고참자 Người có kinh nghiệm, người đi trước. (*tr*) 신병 tân binh, người mới.

노복 종 Nô bộc, đầy tớ.

노부모 노친 Cha mẹ già. 어버이 cha mẹ (kính trọng).

노비 비복 Nô tì. (*tk*) 종 đầy tớ, 노예 nô lệ.

노상 늘, 언제나, 항상 Luôn luôn, bao giờ cũng.

노상 도상 Trên đường. 길바닥 lòng đường. 길가 lề đường.

노새 Con la do ngựa cái và lừa đực sinh ra. (*tr*) 버새 con la do ngựa đực và lừa cái sinh ra. 당나귀 con lừa. 말 con ngựa.

노선 교통선, 선, 선로, 길, 기거리 Đường đi, đường giao thông. 차선 làn xe đi.

노소 늙은이와 젊은이

Người già và người trẻ, lão ấu.

노송 고송 Cây thông non.

노쇠 노약 Già yếu,

노쇠기 Thời kỳ già yếu. *(tr)* 성장기 thời kỳ trưởng thành. 발육기 thời kỳ phát dục.

노쇠하다 늙고약하다 Già yếu.

노숙하다 야숙하다, 한둔 하다 Ngủ ngoài nhà, ngủ giữa trời, ngủ bên đường.

노승 노스님 Vị sư già. 노덕 lão đức. *(tr)* 소승 sư trẻ, tiểu tăng.

노심초사하다 걱정 하다, 애태우다, 근심 하다 Lo lắng.

노안 원시 Viễn thị. *(tr)* 근시 cận thị.

노약 노쇠 Sự già yếu. 허약, 쇠약 suy nhược.

노여움 노염 Cơn nổi giận.

노여워하다 화내다, 노하다 Nổi giận, giận.

노예 Nô lệ. *(tk)* 종 đầy tớ, 노복 nô bộc. 노비 nô tì.

노옹 노인, 할아버지 Ông già, cụ ông. *(tr)* 노 파 cụ bà.

노을 놀, 낙조 Sáng mặt trời, mặt trăng.

노인 Người già (nói chung). 할아버지 ông. 할머니 bà. *(tr)* 젊은이 người trẻ. 청년 thanh niên. 어린이 trẻ em.

노인정 경로당 Nơi phụng dưỡng các cụ già, kính lão đường.

노임 삯, 노비, 임금 Tiền lương, tiền công. *(tk)* 급여 lương. 일급 lương ngày. 월급 lương tháng, 연봉 lương năm.

노자 노비, 노전 Tiền

đi đường, lộ phí. 여비 러 phí.

노 장 노장군, 백전노장 Lão tướng.

노 적 노적거리 Đống lúa, đống hạt ngũ cốc.

노 전 노점, 포장마차 Quán ven đường.

노 점 상 노전, 노전 Quán ven đường.

노 중 길가운데 도중 Trên đường. 길 바닥 lòng đường.

노 처 녀 표매 Người con gái quá lứa. (tk) 노 총각 người con trai quá lứa.

노 천 노지 Lộ thiên, ngoài trời. (tr) 실내, 옥 내 trong phòng. 땅속 trong lòng đất.

노 총 각 Con trai quá lứa. (tr) 노처녀 con gái quá lứa.

노 출 하 다 드러나다,

드러내다 Lột ra, hiện ra. 나타내다/나다 xuất hiện.

노 트 공책 Quyển vở. (tk) 책자, 책 quyển sách.

노 트 하 다 쓰다, 적다, 적어두자 Viết. 기록 하다 ghi chép.

노 파 Cụ bà. 늙은 여자 bà già. (tr) 노옹 ông cụ.

노 페 물 찌끼, 찌꺼기 chất cặn bạ, chất thải

노 하 다 분하다 Phẫn uất. 섭섭하다 buồn bực.

노 하 다 성나다, 성내 다, 화나다, 화내 다 Nổi giận. 분노 하다 phẫn nộ.

노 화 하 다 늙어 지다 Lão hóa, trở nên già.

노 환 노병, 노질 Bệnh già.

노 획 품 전리품 Chiến lợi phẩm.

노 후 낡다, 오래되다

Cũ, lâu đời.

노후하다 늙다 Già.
젊다 trẻ.

녹각 사슴 뿔 Sừng hươu.
녹용 lộc nhung.

녹내장 백내장 Bệnh
đục thủy tinh thể.

녹다 해동하다, 해빙
하다 Tan ra, hòa tan ra,
chảy nước ra. *(tr)* 열다
đóng băng. 굳다 Đông
cục.

녹말 전분 Tinh bột.

녹먹다 녹이생기다,
녹슬다 Bị gỉ, bị sét gỉ.
산화하다 bị ôxy hóa.

녹봉 녹 Bổng lộc, lộc,
lương bổng.

녹색 Màu xanh (nói
chung). *(tk)* 초록색 màu
xanh lá cây. 풀빛 màu
cỏ.

녹용 녹각, 사슴 뿔 Lộc
hươu, lộc nhung.

녹음기 Máy ghi âm.

(tk) 녹화기 máy ghi
hình.

녹음방송 Truyền hình
bằng đĩa ghi. *(tk)* 생방송
truyền hình trực tiếp.

녹이다 해빙하다 Làm
cho tan băng ra. *(tr)* 얼다,
결빙하다 đóng băng lại.
열리다 làm cho đóng
băng lại.

녹차 Chè phơi khô. *(tk)*
홍차 chè qua ướp.

녹화방송 Phát thanh
từ đĩa ghi hình. 생방송
truyền hình trực tiếp.

논 진논, 무논 Đồng nước,
ruộng nước. *(tr)* 밭 đồng
màu, ruộng khô.

논거 Luận cứ. *(tk)* 증거
chứng cớ. 근거 căn cứ.

논란 쟁론, 논쟁 Sự
tranh cãi. 논담 sự bàn
luận.

논리적 Có tính logic.
(tr) 비논리적 không có

tính logic. 논문 논거 luận văn.

논문서 Giấy chứng nhận sử dụng ruộng. *(tk)* 땅문서 giấy chứng nhận sử dụng đất.

논문집 논문 Luận văn.

논밭 Ruộng đồng. *(tk)* 전답 đất đai. 전토 điền thổ.

논벼 Lúa nước. 밭벼 lúa khô.

논설 사설 Xã luận. 논증 luận chứng.

논술하다 논하다 Bàn luận, luận. 상담하다 tư vấn.

논스톱 *(Nonstop)* 무정차, 직행 Đi tốc hành, đi thẳng. *(tk)* 완행 đi có dừng ở các ga.

논일 Việc làm ruộng nước. *(tk)* 밭일 việc đồng khô, 농사 việc nông.

논전하다 논쟁하다,

말다투다 Tranh luận.

논점 Điểm tranh cãi. *(tk)* 문제점 vấn đề tồn tại.

논평하다 Bình luận. *(tk)* 비난하다 phê phán.

놀다 Chơi. 즐기다 vui thú với cái gì. 놀고먹다 ăn chơi.

놀다 굴리다 Chơi bời cái gì. 만지다 sờ mó.

놀라다 질겁 하다, 질겁 하다 Ngạc nhiên sửng sốt, giật mình. 당황 하다 bàng hoàng.

놀리다 놀게 하다, 쉬게 하다 Để cho nghỉ, cho nghỉ.

놀부 Kẻ đàn ông hẹp hòi. *(tr)* 대장부 đại trượng phu.

놀이 오락, 유락, 유희 Trò vui thú, trò tiêu khiển.

놀잇배 유람선, 유선 Thuyền du lịch, thuyền chở khách đi tham quan.

놈 녀석, 놈팡이 Thằng cha, gã (tục). 년 con mẹ, mụ (tục). (tk) 녀석 gọi con vật.

농 고름 Mủ (trong vết thương).

농 고리, 반짇고리 Cái hòm. (tt) 상자 hộp, cái hộp.

농 농담 Lời nói đùa. (tr) 장담하다 nói, bảo đảm chắc chắn.

농 일꾼, 삯꾼 Người làm thuê theo ngày. (tk) 아르바이트 làm thêm.

농 장롱, 장 Cái rương cái tủ đựng quần áo.

농가 농막 Trại làm nông.

농간하다 속이다 Lừa, lừa lọc, lừa đảo.

농경지 농지, 농토 Đất canh tác, đất nông, nông thổ.

농고 Trường phổ thông trung học ngành nông nghiệp. (tk) 상공 trường phổ thông trung học chuyên ngành thương nghiệp.

농공 지구 농공 단지 Khu công nông nghiệp.

농구 농기 Nông cụ.

농기 농기계 Máy móc nông nghiệp.

농기구 동구, 농기 Đồ nghề làm nông.

농꾼 농사꾼, 농부, 농민 Nông dân, người làm nông, nông phu.

농담 농, 희담 Câu chuyện vui, câu chuyện đùa.

농담조 농조 Kiểu nói đùa.

농락 희롱 Sự đùa cợt, sự diễu cợt.

농락하다 놀리다 Đùa, làm theo ý mình.

농무 짙은 안개 Mù đậm, sương mù dày. (tr) 박무 sương mù nhẹ.

농민 농부 Nông dân,

nông phu.

농민 농사꾼 Nông dân, người làm nông. 농가 nhà nông, 농부 nông phu.

농번기 Ngày mùa, ngày nông bận rộn (cày cấy, thu hoạch). *(tr)* 농한기 kỳ nông rảnh rỗi.

농사 농사일 Việc nhà nông. 농업 nông nghiệp.

농사철 농번기, 농철 Mùa làm ruộng, mùa màng.

농사하다 농사짓다, 부침 하다, 농사일 하다 Làm ruộng, làm nông.

농산품 Nông sản phẩm. 농산물 nông sản vật. *(tr)* 공산품 hàng làm tay, hàng gia công, 수산품 hàng thủy sản.

농아 Người câm điếc. *(tk)* 귀머거리 người điếc, 벙어리 người câm.

농업 용수 Nước dùng cho nông nghiệp. *(tk)*

공업 용수 nước dùng cho công nghiệp.

농익다 Chín muồi, chín rục. *(tk)* 설익다 còn xanh, chưa chín.

농작물 작물, 농산물 Nông sản.

농지 농경지, 농토 Đất làm nông.

농촌 Nông thôn. 시골 vùng nông thôn. *(tr)* 도시 thành phố, đô thị.

농한기 Mùa rỗi của nhà nông. *(tr)* 농번기 mùa nông vụ tấn thì.

농협 Hiệp hội nông nghiệp. *(tk)* 수협 hiệp hội thủy sản. 축협 hiệp hội chăn nuôi. *(tk)* 농협 hiệp hội nông nghiệp và chăn nuôi. 축산 sức sản.

농후하다 Nồng hậu. 짙다 dày, đặc. 진하다 đậm đặc. *(tr)* 옅다 loãng.

높낮이 고저 Cao thấp.

높 다 높다랗다 Cao. *(tr)* 낮다 thấp.

높새바람 높새, 북동 풍 Gió đông bắc.

높 이 Chiều cao. 고도 độ cao. *(tk)* 길이 độ dài, 깊이 độ sâu. 넓이 chiều rộng.

높 이 다 높게 하다, 돋 구다 Làm cho cao. *(tr)* 낮추다 hạ thấp xuống.

높이뛰기 주고도 Môn nhảy cao.

높 임 말 경어, 존댓말, 공대어 Lời tôn kính. *(tr)* 낮춤말, 반말 lời coi thường,

놓 아 두 다 놓아주다, ch 놔두다 Để vậy, thả ra. *(tr)* 잡다 bắt. 쥐다 cầm nắm. 들다 giơ lên, cầm lên.

놓 이 다 안심하다 An tâm, yên tâm. 걱정다다, 염두다, 염려하다 lo

lắng.

놓 치 다 Lỡ (xe tàu), mất. *(tk)* 놓다 thả ra. 잃다, 잃어버리다 Để mất, mất.

뇌 두뇌, 수뇌 Não. 골, 머리골 cái đầu. 뇌수 não tủy.

뇌리 머리속, 뇌중 Trong đầu, trong xương đầu.

뇌물 먹다 수화하다, 뇌물받다 Nhận ăn của hối lộ.

뇌성 천둥 소리 Tiếng sấm, tiếng sét.

뇌일혈 뇌출혈 Xuất huyết não.

뇌 하 수 체 Tiếp giáp trạng.

누 가 하 다 누적 하다 Lũy tích.

누각 정자, 다락집 Lâu đài, vọng các.

누 계 하 다 Lũy kế. 합 산하다, 합계하다 tính

tổng.

누구 누, 하인, 수하 Thuộc hạ, đầy tớ.

누구나 누구, 누구든지, 다, 모두할것없이 Bất cứ ai cũng…, tất cả. *(tr)* 아무도 bất cứ ai (ý phủ định).

누기 습기 Độ ẩm.

누기하다 축축하다, 습하다, 눅지다 Ẩm thấp, ẩm ướt.

누나 누님, 누이 Chị gái (em trai gọi). *(tr)* 오라버님, 오빠 anh (em gái gọi)

누누이 누차, 여러번, 여러 차례 Liên tiếp nhiều lần.

누다 싸다 Tiểu tiện, đi đái. *(tk)* 배설하다 bài tiết.

누더기 누더기옷 Đống giẻ rách bẩn.

누드 *(Nude)* 나체, 알몸,

벌거 숭이, 알몸 뚱이 mình trần, lõa thể.

누락하다 빠지다, 빠뜨리다 Sót, thiếu.

누렇다 노랗다 Màu vàng (lúa chín).

누룩 이스트, 효모, 곡자, 주매 Men rượu, men bánh.

누룽지 눌은밥 Cháy cơm, cơm cháy.

누르다 억누르다, 짓누르다 Đè xuống, ép xuống.

누르락푸르락하다성내다. 노발대발하다 Nổi giận lôi đình.

누리 우박 Mưa đá.

누리다 차지하다, 함유하다 Chiếm giữ, có tỷ lệ.

누린내 노린내 Mùi khét.

누명 오명 Ô danh, tên xấu. 불명예 mất danh dự.

누비다 주름잡다 Gấp cho có nếp.

누설하다 새나가다 Lộ, rò ra ngoài.

누에 집누에 Con tằm.

누에고치 고치, 잠견 Kén tằm.

누워서떡먹기 (Nằm ăn bánh) Việc dễ ợt.

누이 뉘, 누나 Chị gái (của em trai). (*tk*) 오빠, 오라비 anh trai (của em gái). 언니 chị gái (của em gái).

누이다 눕히다, 뉘다, 가로 놓다 Đặt nằm xuống. (*tk*) 눕다 nằm xuống.

누이동생 여동생, 여제 Em gái.

누적하다 Lũy tích. 축적하다. 누증하다 tích lũy. 쌓이다 dồn thành đống.

누진하다 Lũy tiến. 나

아가다, 올라가다 đi lên. 높아지다 cao lên.

누차 여러 차례, 여러 번, 수차 Nhiều lần, nhiều lượt, nhiều đợt.

누추하다 누하다, 지 저분하다 Bẩn, nhớp, luộm thuộm.

눅다 떨어지다, 하락 하다 Rơi, rụng, rớt xuống.

눅다 무르다 Mềm, nhũn. 무르익다 chín muồi.

눅이다 연하게 하다, 부드럽게 하다, 무르 게하다 Làm cho mềm, làm cho bấy, làm cho nhũn ra.

눈 Mắt. 시력 thị lực.

눈 눈금 Vạch cân, điểm thăng bằng của cân.

눈 설, 강설 Tuyết.

눈 어린 싹, 싹, 순, 움 Mầm cây, mầm lá.

눈가 눈언저리 Vành mắt. 눈썹 lông mày, sọ

눈썹 lông mi.

눈가림 눈속임 Lừ mắt, qua mắt.

눈가림하다 속이다 Lừa dối, lừa.

눈감다 Nhắm mắt. 눈감다 chết. *(tr)* 눈뜨다 mở mắt.

눈감아주다 Nhắm mắt làm ngơ. *(tk)* 봐주다 tha thứ cho.

눈곱 안지 Ghèn mắt, gi trong mắt.

눈구석 Khóe mắt. *(tr)* 눈토리 đuôi mắt.

눈길 시선 Ánh mắt.

눈깔사탕 알사탕 Đường kính, đường hột.

눈꼴사납다 Mắt trông dữ. 보기 싫다 không muốn nhìn.

눈대중 눈어림, 목측 Sự ước đoán, ước lượng bằng mắt.

눈대중하다 어림하다, 어림잡다 Ước bằng mắt. 짐작하다 ước đoán.

눈도깜짝안하다 Không hề nháy mắt. 태연하다 thản nhiên

눈동자 눈알, 동공 Đồng tử mắt, tròng mắt.

눈뜨다 Mở mắt. 깨닫다 tỉnh ra.

눈뜬장님 청맹과니 Người thông minh. *(tk)* 문맹자 người mù chữ.

눈망울 안주, 눈알 Tròng mắt.

눈매 눈맵시, 눈생김새, 눈 모양 Kiểu mắt, hình dáng mắt.

눈멀다 Mù lòa, đui. 시력잃다 không nhìn thấy, mắt hư.

눈물 노수, 낙루 Nước mắt.

눈물길 눈물관, 누도, 누로 Ống dẫn nước mắt.

눈물짓다 울다 Khóc.

눈물을 **흘리다** chảy
nước mắt.

눈병 안질, 안병 Bệnh
mắt.

눈보라 Bão tuyết.

눈부시다 Chói mắt. 찬
란하다 sáng lạng 황홀
하다 mê hồn.

눈빛 Ánh mắt. 안광, 안
색 nét mặt.

눈송이 설화 Bông tuyết,
hoa tuyết.

눈썹 미모 Lông mày.
(tk) 속눈썹 lông mi mắt.

눈알 눈방울, 안구, 눈
동자 Tròng mắt, đồng tử
mắt.

눈앞 안전, 목전 Trước
mắt, nhãn tiền.

눈어림 눈대중, 눈짐
작 Sự ước lược bằng mắt.

눈어림하다 어림하
다, 눈대중하다 Đoán,
ước đoán bằng mắt.

눈어저리 눈가, 눈가

장 Bờ mắt, mí mắt.

눈엣가시 Cái gai trong
mắt. 미운 사람 người ghét.

눈여겨 보다 주의해
보다, 자세히 본다 Nhìn
kỹ, quan sát kỹ.

눈오다 눈내 리다
Tuyết rơi.

눈웃음 묵소 Cười bằng
mắt.

눈으로 말하다 Nói,
ra hiệu bằng mắt.

눈인사 묵례 Chào bằng
mắt, chào lặng lẽ.

눈짐작 눈어림, 눈대
중 Ước bằng mắt.

눈초리 눈꼬리, 눈씨
Đuôi mắt.

눈치채다 알아채다
Bằng mắt.

눈치없다 멋모르다,
눈치, 코치 없다 Không
nhanh mắt, mắt không
thông minh.

눈치있다 눈치빠르

다 Nhanh mắt, mau hiểu ý.

눈치하다 싫어하다, 귀찮게 여기다 Ghét, không thích.

눌변 Cách nói vụng về, ấp úng. *(tr)* 능변, 달변 cách nói trôi chảy.

눌은 밥 누룽지 Cơm cháy, cháy cơm.

눕다 드러눕다 Nằm, nằm ngủ. *(tr)* 일어나다, 기상 하다 thức dậy. 일어서다 đứng lên,

뉘우치다 뉘다, 후회 하다 Hối rả, hối hận về sau.

느끼다 Cảm nhận, cảm thấy. 깨닫다 tỉnh ra. 이식 하다 nhận thức.

느낌 감, 감상, 인식 Cảm nhận, cảm thấy.

느닷없이 갑작스럽 게, 갑작스레, 갑자기 Đột nhiên, bỗng nhiên, tự

dưng.

느른하다 피곤하다, 노곤 하다 Mệt mỏi.

느리다 Lười, chậm chạp. *(tr)* 급하다 gấp, khẩn trương.

느리다 Chậm chạp, lề mề. *(tr)* 빠르다 nhanh nhẹn, nhanh.

느림보 늘보 Kẻ lười, người chậm như rùa. *(tt)* 게으름뱅이 kẻ lười.

늑골 갈비뼈, 갈빗대 Xương sườn. *(tk)* 갈비 탕 món canh sườn.

늑대 말승 냥이 Con chó sói.

늑막 흉막 Màng ngực.

늑막염 흉막염 Viêm màng ngực, đau ngực và khó thở.

늑장부리다 게으름 피다 Tỏ ra lười nhác.

늘 항상, 항시, 항상, 언제 나, 언제 든지

Luôn luôn, bao giờ cũng.
(tk) 때때로, 가끔 thinh
thoảng, đôi khi.

늘그막 노년, 만년,
노후 Tuổi già, khi già.

늘다 Dãn ra, tăng lên,
dài ra. *(tt)* 증가하다 tăng.
(tr) 줄 다 giảm, bớt đi.

늘러 너그럽게, 넓게
Rộng.

늘리다 Làm cho nhiều
thêm, tăng thêm. 길게
하다 làm cho dài thêm.

늘보 느림보 Người lười,
người chậm chạm.

늘씬하다 날씬하다,
맵시 있다 Thon thả,
duyên dáng. *(tr)* 뚱뚱
하다 to béo, to mập.

늘어가다 불어나다
늘 어나다 Dãn ra, nở ra.
증가 하다 tăng lên.
커지다 to lớn lên. 많아
지다 nhiều lên. *(tr)* 줄어
가다 giảm xuống, xẹp

hơn.

늘어나다 증가하다,
불어 나다 Tăng lên.
많아 지다 nhiều lên. *(tr)*
줄다, 줄어들다, 감소
하다 Giảm xuống, giảm.

늘어서다 줄지어서
다 Đứng thành hàng dài
thêm.

늘어지다 늘어나다,
늘다 Dãn ra, nở ra, nhiều
lên.

늙다 나이 먹다, 나이
들다 Già, có tuổi, nhiều
tuổi. *(tr)* 젊다 trẻ.

늙바탕 노년, 노경
Cảnh già.

늙은이 노인, 늙은신
네 Người già. *(tr)* 젊은
이 người trẻ. 청소년
thanh thiếu niên. 어린이
trẻ em.

능 능묘, 능원 Lăng, lăng
tầm, lăng miếu.

능동적 Một cách năng

동. (tk) 수동성 tính năng động.(tr) 피동적 một cách bị động. 수동적 một cách thụ động. (tk) 수동 bằng tay. 자동 tự động.

능란하다 잘하다, 익숙하다, 능하다 Thành thạo, quen thạo công việc.

능률급 Lương theo năng suất. (tk) 시간급 lương theo thời gian. 고정급 lương cố định.

능률적 Có năng suất. 가락, 효과 hiệu quả. (tk) 비능률 phi năng suất.

능멸하다 능모하다 Coi thường và miệt thị. (tt) 업신여기다 coi thường. 멸시하다 miệt thị.

능변 달변, 대변 Tài ăn nói, tài hùng biện.

능변가 Người tài nói.

(tr) 눌변가 người vụng ăn nói.

능선 산등성이 Sườn núi. 사골, 골짜기, 계곡 thung lũng.

능숙하다 능하다, 익숙하다, 능란하다 Thuần thục, quen thuộc. (tr) 서투르다 ngượng. 미숙하다 chưa quen thuộc với công việc.

능통하다 능숙하다, 능란하다 Thông thạo, tinh thông. (tr) 서투르다 ngượng, chưa quen công việc.

늦가을 만추 Cuối thu, mùa thu muộn. (tr) 초가을, 초추 đầu thu.

늦게 Sớm. (tk) 일찍이 sớm.

늦겨울 Cuối đông, mùa đông muộn. (tr) 초겨울 đầu đông.

늦다 Muộn. (tr) 이르

다, 빠르다 sớm, nhanh.

늦다 지각하다 Đi muộn.

늦더위 노염, 만염 Cái nóng cuối mùa hè. *(tk)* 일더위 cái nóng cuối ngày hè.

늦모내기 Cấy muộn.

늦벼 Lúa muộn. *(tr)* 올벼 lúa sớm.

늦봄 만춘 Cuối xuân, mùa xuân muộn. *(tr)* 초봄, 초춘 đầu xuân.

늦어지다 만완하다 Trở nên muộn.

늦여름 만하 Cuối hè, mùa.

늦추위 잔한, 여한 Cái rét muộn. *(tr)* 이른 추위 cái hè muộn. *(tr)* 초여름 đầu xuân.

늦추다 늦게 하다 làm cho muộn. 연기하다 kéo dài.

rét sớm.

늪 늪지대 Vùng đầm lầy.

늪 소, 오미 Cái đầm, cái đìa, cái ao *(tk)* 저수지, 호수 cái hồ nước.

니년 Con mẹ này (coi thường, ngôi thứ 2). 니놈 thằng cha này (coi thường, ngôi thứ 2).

ㄷ

다 모두, 전부 Toàn bộ.

다가구주택 Ngôi nhà
nhiều căn hộ. 단독 주택
ngôi nhà chỉ có một căn hộ.

다가오다 옮아오다,
가까이 오다 Đến gần.
접근하다 tiếp cận.

다각 여러모 Nhiều góc.
여러방면 nhiều phương
diện.

다각농업 Thâm canh.
(tr) 단일농업, 단작농업
nông nghiệp đơn canh.

다각형 다 변형, 여러
모꼴 Hình đa giác, hình
nhiều cạnh.

다급하다 급하다, 급박
하다, 촉박하다 Khẩn
cấp, cấp bách.

다기 찻잔 Chén đựng trà.

다년생 여러 해살이
Cây lâu năm.

다능 다기 Đa năng.
다재다능, 다재 đa tài
đa năng.

다능하다 재주 많다
Nhiều tài.

다니다 오가다 Đi lại.
출퇴근하다 đi làm.

다다르다 - 이르다,
닿다 Đến, đạt đến, chạm
đến. 도착하다 đến nơi.

다달이 달 마다, 매월
Hàng tháng, tháng tháng.

다듬다 매만지다, 조다
Chăm sóc, tia (cây) cho đẹp.
정돈 하다 sắp xếp, chỉnh
đốn cho sạch.

다락 다 락집, 누각
Cái lầu, lầu.

다람쥐 Con sóc.

다랍다 더 럽다, 지저

분하다 Bẩn thỉu, luộm thuộm.

다래끼 Ghen mắt, chất thải của mắt.

다량 대량 Đa lượng, số lượng lớn. *(tr)* 소량 tiểu lượng, 미량 vi lượng.

다루다 처리해다 Xử lý, giải quyết. 취급 하다 động tay đến, dùng đến.

다르다 같지 않다, 상이 하다 Khác, không giống. 틀 리다 sai. *(tr)* 같다 bằng nhau, 마찬가 지다 giống nhau, 비슷 하다 tương tự như nhau.

다름없다 진배 없다 Không có gì khác, không khác. 마찬가지다 tương tự. 틀림없다 không sai.

다름이 아니라 Không có gì đâu mà là.

다리 교각, 가교 Chân cầu. *(tk)* 교량 cầu cống. 차량 xe cộ.

다리 하지, 족 Chân, chi sau.

다리미 화 두, 아 이론 *(Iron)* Cái bàn là.

다리미질 다림질 Việc là quần áo.

다만 오직, 단지 Nhưng mà chi…

다물다 닫다, 감쳐물다 Đóng lại, ngậm lại. *(tr)* 벌 리다 há ra, mở ra.

다발 묶음, 단, 속 Bó, buộc (đơn vị).

다방 다실, 찻집, 차방 Phòng trà.

다방면 여러방면 Nhiều phương diện.

다변 Nhiều lời. *(tr)* 침묵 ít nói.

다복 Nhiều phúc. 다행 nhiều may mắn. *(tr)* 불우 không may mắn.

다복하다 다복스럽다 May, nhiều phúc. *(tr)* 불행 하다 bất hạnh.

다부지다 힘 들다, 힘 겹다 Vất vả, mệt vì vất vả và nặng nhọc.

다사 Nhiều sự việc. 다사 다난 đa sự đa nạn.

다섯째 Thứ 5. (*tk*) 제오 제 오 đệ ngũ.

다세포 Đa tế bào. (*tk*) 단세포 tế bào đơn.

다소간 얼마간 ít nhiều, chừng nào đó. (*tk*) 약간, 조금 chút ít.

다수 Đa số, số nhiều. (*tr*) 소수 thiểu số, số ít.

다수결 Biểu quyết theo đa số.

다수당 Đảng chiếm nhiều ghế. (*tr*) 소수당 đảng thiểu số.

다수파 Phái đông. (*tr*) 소수파 phái ít người.

다수하다 많다, 수많다 Nhiều (số lượng).

다스리다 치세 하다 Cai trị (đất nước). 통치하 다 thống trị.

다시 또, 거 듭, 재 차, 되풀이 Lại, một lần nữa, 랍 lại. (*tk*) 다시금 lại một lần nữa.

다시마 Một loại rong biển. (*tk*) 미역국 canh rong biển.

다신교 Tôn giáo thờ nhiều thần. (*tk*) 일 신교 tôn giáo thờ một thần.

다액 목돈 Số tiền lớn. (*tr*) 소액 số tiền ít, số tiền nhỏ. (*tk*) 금액 số tiền, kim ngạch.

다양 Đa dạng. (*tr*) 획일 đơn điệu.

다원성 Tính đa nguyên. (*tr*) 일원성 tính đơn nguyên.

다원주의 Chủ nghĩa đa nguyên.

다육과 살찐 열매, 육과 Quả nhiều thịt.

다음 담, 이다음, 후 Sau, sau đây, sau này. (*tk*) 이후 sau này. 차후 lần sau, lượt

sau. 후 sau. (tr) 이전, 전
트 trước đây. 먼저 trước hết.

다음날 Ngày hôm sau.
(tr) 전날 ngày trước. 후일
ngày sau.

다음달 내달, 익월
Tháng sau. (tr) 지난달
tháng trước.

다음번 차회, 다음
차례, 하회 Lần sau. (tr)
전번 lần trước.

다음주 담주, 내주 Tuần
sau. (tr) 지난주 tuần trước.

다음해 담해 이 듬해,
익년 Sang năm, năm
sau. (tr) 지난해 năm trước,
năm ngoái.

다재 Đa tài. 다재 다능
đa tài đa năng. (tr) 무 재주
vô, bất tài.

다정 Đa tình, nhiều tình
cảm, 다정다감 đa tình
đa cảm. (tr) 냉정, 무정,
물 인정, 비정 Lạnh
lùng, không có tình cảm.

박정 bạc tình.

다중 대중 Quần chúng,
đại chúng.

다짜고짜로
다짜고짜 Một cách phũ
đầu, dồn dập.

다취미 Nhiều thú vui.
(tr) 무취미 không có gì vui.

다치다 상 하다, 부상
당 하다 Bị tai nạn.

다투다 싸우다, 다툼질
하다, 말질 하다 Cãi cọ
nhau.

다툼 싸 움 Việc cãi vã,
gây lộn nhau.

다하다 바닥 나다, 끝
나다 Hết, hết cả.

다행 행, 행운, 운좋다
Vận may. 다행다복 nhiều
may nhiều phúc. (tk) 운 vận.
액운 vận rủi, vận đen.

다홍색 빨강, 다홍 Màu
hồng đậm, màu đỏ.

닥치다 닥쳐오다 Ập
đến. 다가오다 đến gần.

이르다 đến.

닦다 Lau chùi cho sạch, 광내다 làm cho bóng. (tr) 더럽히디 làm bẩn, làm dơ.

단 Ngắn, gần, 단시일 ngày giờ gần đây. (tr) 장 dài. 장거리 quãng đường dài.

단 Dài mãn, dài chỉ, giờ, oãi, Nhưng mà, nhưng...

단 층 Tầng, lớp.

단값 노른자 Lòng đỏ trứng gà.

단거리 Quãng đường ngắn. (tk) 중 거리 quãng đường vừa. 장거리 quãng đường dài.

단검 Dao ngắn, dao găm. (tk) 단도 đoản đao, 장검, 장도 gươm dao dài.

단결하다 단합 하다, 뭉치다, 합치다 Đoàn kết, đoàn hợp. (tr) 분열하다 tan rã, phân hủy. 갈라지다 chia rẽ ra.

단계 Giai đoạn. (tk) 과정

quá trình. 경로 đường đi. 차례 thứ tự. 순서 tuần tự.

단골 단골 손님 Khách quen

단과 대학 Đại học chuyên nghành. (tk) 종합 대학 đại học tổng hợp.

단구 단신 Người thấp, ngắn.

단기 단군기원 Kỷ nguyên đầu tiên trong lịch sử Hàn Quốc. (tk) 서기 công nguyên.

단기간 단기 Thời gian ngắn. (tk) 장기간 thời gian dài. 중기간 thời gian vừa phải.

단념하다 체념 하다, 포기 하다 Từ bỏ, thôi (việc gì). (tr) 집착하다 gắn bó.

단단하다 굳다 Cứng. 견고하다 kiên cố.

단단히 몹시, 딴딴히

Rất, vô cùng (mức độ).

단독 하나 Đơn độc. 혼자 한 몸으로 있다. 독신 독신 독신 한 몸. 독신 독신 독신 독신 (tr) 집단 tập đoàn. 단체 đoàn thể.

단독범 Tội phạm một mình. (tr) 공 동범, 공범 tòng phạm.

단독주택 Nhà biệt lập. (tk) 공통 주택 khu cư xá, 아파트 chung cư.

단란 화목 Hòa thuận, vui vẻ.

단련하다 연마 하다 Rèn luyện cơ thể. (tk) 연수 하다 tu nghiệp.

단맛 감미 Vị ngọt. (tr) 쓴맛, 위 đắng. 고미 vị khổ.

단면 Mặt đơn. 절 단면 mặt cắt ngang.

단명하다 단수 하다 Đoản thọ. (tk) 요사 하다 chết non. (tr) 장수 하다 trường thọ, sống lâu.

단모음 Nguyên âm đơn.

(tr) 복모음 nguyên âm đôi.

단 발 Loại máy bay một động cơ. (tk) 쌍발 máy bay hai động cơ.

단발 Tóc ngắn. (tr) 장발 tóc dài.

단방 묘약 Thuốc tốt. 신약 thần dược.

단백질 흰자질 Chất đạm.

단번에 한번에 Một lần thôi.

단비 감우 Cơn mưa ngọt, cơn mưa móc.

단서 실마리, 갈피 Đầu mối, múi buộc. 처음 ban đầu.

단선 외줄 Đường đơn. (tk) 복선 đường phức.

단선적 Một hướng, một chiều. (tk) 복 합적 nhiều hướng, nhiều chiều,

단세포 Tế bào đơn (tk) 다세포 tế bào kép.

단소 Ngắn và nhỏ. (tk)

장대 dài và to.

단 속 하 다 다 잡다,
조 지다, 잡도리하다
Bắt giữ, cấm và bắt giam.

단 수 홀수 Số đơn. *(tr)*
복수, 겹수 số phức.
단수 하다 đơn giản, đơn
thuần. 복잡하다 phức tạp.

단 순 하 다 Đơn thuần,
đơn giản. 단일 하다 đơn
nhất. 단조 롭다 đơn điệu.
(tr) 복잡하다 phức tạp.

단 술 감주 Rượu ngon,
rượu ngọt.

단 숨 에 단번에 한숨에
Một hơi, một lần, dứt điểm.

단 시 Thơ ngắn. *(tr)*
장시 thơ dài.

단 시 일 Trong thời gian
ngắn. *(tr)* 장시일 trong thời
gian dài.

단 식 경 기 Thi đấu cá
nhân. *(tk)* 복식 경기 thi
đấu tập thể.

단 식 하 다 절곡 하다,

절 식 하 다 Nhịn ăn,
tuyệt thực. *(tk)* 급식 하다
cung cấp thực phẩm.

단 신 Đoàn thân. *(tr)* 장신
trường thân.

단 심 Một lòng, 충성 trung
thành.

단 안 홀눈 Mắt đơn. *(tr)*
복안, 겹눈 mắt kép.

단 어 낱말, 어휘 Từ vựng,
từ ngữ.

단 언 명언 Danh ngôn, câu
nói nổi tiếng.

단 엽 식 물 Động vật lá
đơn. *(tr)* 복엽 식물 thực
vật lá kép.

단 오 Ngày đoan ngọ.

단 일 국 가 Quốc gia một
dân tộc. *(tr)* 복합국가
nước có nhiều dân tộc.

단 일 성 Tính đơn nhất.
(tr) 다원성 tính đa nguyên.

단 일 재 배 Đơn canh.
(tr) 복합 재배 thâm
canh, trồng xen.

ㄷ

단자음 Phụ âm đơn. *(tr)* 복자음 phụ âm phức.

단 잠 숙면, 감면, 감 giấc ngủ ngon. *(tr)* 불면증 chứng mất ngủ.

단 장 지 팡이 Cái gậy chống tay.

단절하다 절단 하다, 끊다 Cắt đứt. *(tr)* 연결 하다 liên kết.

단 점 Điểm yếu. 결 점 khuyết điểm. 나쁜 점 điểm xấu. *(tr)* 장점 điểm mạnh, ưu điểm.

단 정 하 다 깨끗 하다 Sạch sẽ, gọn gàng.

단정하다 정전하다 Cắt điện, mất điện.

단 조 하 다 Đơn điệu. 단순 하다 đơn thuần. 간단 하다 đơn giản.

단 죄 받 다 정죄받다 Nhận tội, trả tội, bị trả giá. *(tk)* 대가 sự trả giá.

단 주 하 다 Bỏ rượu. *(tt)*

금주하다 cấm rượu.

단 죽 Cái gậy ngắn. *(tr)* 장죽 cái gậy dài.

단 지 다만, 겨우, 오직 Chỉ, hầu như.

단 지 항아리, 독 Cái vại, cái lon, cái chum nhỏ.

단 짝 단짝패 Bạn chí thân, bạn chí cốt.

단 체 전 Trận thi đấu tập thể. *(tk)* 개 인전 trận thi đấu cá nhân.

단 축 하 다 줄이다 Rút ngắn lại (thời gian, quãng đường). *(tr)* 연장 하다 kéo dài.

단 판 한판 승부 Một trận dứt khoát.

단 편 단편 소설 Chuyện ngắn. *(tk)* 중편 chuyện vừa. 장편 chuyện dài, tiểu thuyết.

단 풍 ch 단풍 나무 Cây đổi màu lá vào thu sang, đơn phong.

단합하다 단결하다 Đoàn kết.

단행본 Sách chỉ có một tập. (tk) 전집 toàn tập.

단행하다 감행하다 Tiến hành. 시행하다 thi hành.

단향목 향나무, 단향 Cây gỗ hương.

단호하다 확고하다 Cương quyết, chắc chắn. (tk) 결심하다 quyết tâm.

단화 Dày ngắn cổ. (tr) 장화 ủng, dày cao cổ.

닫다 페문하다 Đóng (cửa, v.v…). 덮다 đậy lại. (tr) 열다 mở.

닫히다 Được đóng lại. (tr) 열리다 được mở ra.

달 Mặt trăng, tháng. (tk) 월 nguyệt. 해 mặt trời. 태양 thái dương. 별 sao trên trời.

달걀 계란, 계자 Quả trứng gà.

달거리 월경 Kinh nguyệt. (tk) 생리 sinh lý.

달구다 뜨겁게 하다 Làm nóng lên, nung lên. (tr) 식히다 làm cho nguội đi.

달그림자 Bóng trăng.

달나라 월세계 Trên mặt trăng.

달님 Cô Hằng. (tk) 해님 ông mặt trời. 별님 ngôi sao.

달다 Ngọt (tr) 쓰다 đắng. (tk) 맵다 cay. 고소하다 bùi.

달다 Treo lên, mắc treo lên. (tr) 떼다 lấy, tháo ra.

달다 Cân (trọng lượng). (tk) 재다 đo.

달다 Đòi, đòi hỏi. (tk) 요구하다 yêu cầu. (tr) 주다 cho.

달다 Nóng lên. (tr) 식다 nguội đi.

달라붙다 Dính liền, gắn liền với. (tr) 떨어지다

rời ra, xa.

달라지다 Khác đi, trở nên khác. *(tk)* 변하다 biến đổi.

달래다 An ủi động viên. 위로하다 úy lạo, an ủi.

달러 불 Dolla. 미화, 미불 tiền Mỹ, đô la. *(tk)* 원 tiền Hàn, 엔 tiền yên Nhật.

달려가다 Chạy đi. *(tk)* 달려오다 chạy đi.

달력 월력, 캘린더 Lịch, lịch ngày, thứ, tháng, năm.

달리 별 달리, 다 르게 Khác, khác với. *(tk)* 각별히 khác biệt. *(tr)* 같이, 똑같이 giống như nhau.

달리기하다 뛰 다 Chạy nhảy.

달리다 달려 가다, 뛰다 Chạy, chạy nhảy.

달리다 매달 리다 Có treo, dính vào.

달리하다 Khác. *(tr)*

같이하다 giống, như nhau.

달밤 월야 Đêm trăng.

달변가 웅변가 Nhà hùng biện, người tài ăn nói. *(tr)* 눌변가 người vụng ăn nói.

달빛 월광 Ánh trăng.

달성하다 이룩 하다, 이루다 Đạt được. *(tk)* 성취 thành tựu. *(tr)* 실패하다, 좌절하다 thất bại.

달아나다 달 리다, 뛰어가 다 Chạy. 도망가다 bỏ trốn, chạy trốn.

달음박질하다 뛰다, 달음 질하다 Chạy, chạy nhảy.

달이다 Được làm nóng lên. *(tr)* 끓이다 được đun sôi.

달인 달자, 달통 Người tài giỏi, người thông thạo. *(tr)* 풋내기 생수, 생꾼

người vụng về. 초 보자
người giúp việc.

달 치 다 달다 Nóng bỏng.
(tt) 뜨겁다, 덥다 nóng.

달 콤 하 다 달다, 감칠맛
있다 Ngọt (có đường).

달 팽 이 con sên, ốc sên.

달 하 다 이르다 Đạt tới
mực. 달성하다, 성취하
다 đạt được. (tr) 미달
하다 chưa đạt tới.

닭 Con gà. 계, 신계 kê
(gà).

닭 고 기 계육 Thịt gà.

닭 곰 탕 닭국, 계탕 Món
canh thịt gà.

닭 살 Da gà. (tk) 소름
nổi da gà.

닭 싸 움 닭쌈, 계투 Chọi
gà.

닭 장 닭집, 계사 Chuồng
gà.

닮 다 Giống nhau. 유사
하다 tương tự. 비슷하다
tương tự như nhau.

닳 다 마모 하다 Mòn,
bào mòn.

담 쌓 다 담 올 리 다
Xây dựng hàng rào, làm
rào chắn ngang.

담 가래 Đờm (trong phổi).

담 다음 Sau, sau đây.

담 담낭, 쓸개 Cái mật
của động vật.

담 담장 Bờ tường, bờ
dậu. (tk) 울타리 bờ rào.
담쟁이 cây bìm leo dậu.

담 그 다 넣다 Ngâm,
nhúng cái gì vào trong
chất lỏng. 넣다 cho vào,
đựng vào.

담 담 하 다 맑다 Trong
sáng. (tr) 어둡다 tối.

담 당 하 다 Đảm nhiệm.
담임 하다 đảm nhiệm,
chủ nhiệm. 책임 지다
chịu trách nhiệm.

담 대 하 다 담크다, 담
차다, 대담 하다 Gan
dạ, to gan, cả gan. (tr)

담소 하다, 비겁하다 hèn nhát.

담력 담, 배 짱 Lòng dũng cảm.

담론하다 논담 하다 Đàm luận. 상의 하다 thương nghị, bàn với nhau. 이야기 하다 nói chuyện với nhau.

담배 연초 Thuốc lá.

담배쌈지 쌈지 Giấy quấn thuốc lá.

담백하다 깨끗 하다 Trong sạch, sạch.

담뱃대 장죽, 곰 방대 Cái tẩu thuốc, cái điếu thuốc lào.

담병 Bệnh ra mồ hôi.

담보물건 물적 담보 Hàng, vật, thứ bảo đảm.

담보하다 보증 하다, 보장하다 Bảo đảm, bảo lãnh.

담수 단물, 민물 Nước ngọt. *(tr)* 소금물 nước

muối. 짠물 nước mặn.

담요 모포 Cái chăn, cái đệm.

담임교사 담임 선생 Thầy giáo chủ nhiệm.

담임하다 맡다 Nhận trách nhiệm. 책임 지다 chịu trách nhiệm.

담즙 담액, 쓸 개집, 쓸 갯물 Dung dịch của mật.

담크다 대담하다 Lớn mật, to gan, cả gan.

담화하다 Nói chuyện. 대화하다 đối thoại. 회화 하다 hội thoại.

답 해답 Sự trả lời, giải đáp.

답답하다 갑갑 하다 Buồn, mắc mớ, không vui trong lòng. *(tr)* 시원하다, 후련하다, 개운하다 Mát lòng, thoải mái.

답사 답언 Sự trả lời thư hay lời nói. *(tr)* 송사하다

gửi thư đi.

답사 현지 답사, 현장 답사 Sự thăm hiện trường.

답사하다 조사 하다 Điều tra.

답습하다 좇다 Theo đuổi.

답안지 답지 Đáp án bài thi. *(tk)* 시 험지, 문 제지 đề thi.

답장 답서, 답간, 답신 Thư trả lời.

닷 다섯, 댓 Năm (số từ).

닷새 오, 오일간 Ngày mồng năm, trong năm ngày.

당 정당 Đảng, chính đảng.

당 지금의 Hiện, bây giờ.

당국 당사국 Nhà đương cục, chính quyền nước liên quan.

당근 홍당무 Cây cà rốt.

당기다 끌다, 땅기다, 끌어 당기다, 댕기다, 견인하다 Lôi, kéo

당나귀 나귀, 여마 Con

lừa.

당내 Trong đảng, nội bộ đảng. *(tr)* 당외ngoài đảng.

당당하다 의젓 하다, 번듯 하다 Đường đường, đường hoàng.

당대 그 시대, 당대 Thời đại ấy, khi ấy. *(tk)* 선대 thời đại trước. 후대 thời đại sau.

당도하다 도착 하다, 도달 하다 Đến nơi. *(tr)* 출발 하다 xuất phát.

당번 당직 Phiên trực. *(tr)* 빈번 không phải phiên trực.

당부하다 Căn dặn, phó thác, nhờ.

당분간 Sớm muộn, không chóng thì chầy. 잠시, 잠시간 trong thời gian ngắn. 얼마 동안, 얼마간 Trong thời gian bao lâu.

당사 Công ty ấy, công ty này. *(tk)* 본사 công ty mẹ.

지사 công ty chi nhánh.

당사자 장본인, 당인 Đương sự, người trong cuộc. *(tk)* 제 삼자, 삼자 người thứ 3.

당선 하다 당첨 하다, 입선 하다 Thắng cử, trúng số, trúng cử. 뽑히다 được chọn ra. *(tr)* 낙선 하다 không trúng cử. *(tk)* 출마 하다 tranh cử.

당세 당대 Đương đại, thời thế lúc đó. *(tk)* 당시 đương thời.

당숙 종숙 Bác chú (anh em con bác chú của cha).

당숙모 종숙모 Bác gái, thím (vợ anh em con bác chú của cha).

당시 Đương thời. 그때, 그당시 lúc đó.

당신 Ngôi thứ 3 số ít, gọi bình thường, vợ chồng gọi nhau. *(tk)* 너, 니 mày 자네 cậu mày, chú mày.

당연하다 마땅 하다 Đương nhiên.

당연히 마땅히 Đương nhiên. *(tk)* 반드시 nhất định.

당원 정당원 Đảng viên. 당인 người của đảng.

당일 그날, 즉일, 당일 치기 Ngày hôm đó, ngày ấy, ngày đó.

당자 당사자 Người liên quan, đương sự. *(tk)* 제 삼자 người thứ 3.

당장 그곳, 그자리, 현장, 현지 Ngay tại chỗ, ngay nơi đó.

당장 즉시, 바로, 당장에, 즉각 Ngay, ngay lập tức.

당쟁 당파 싸움 Đấu tranh trong nội bộ, đảng phái.

당직 당번, 상직, 일숙직 Phiên trực, ngày trực.

당집 당 Cái đền, miếu, nơi thờ cúng thần linh.

당첨 하다 뽑히다 Trúng

sổ số. *(tr)* 낙첨하다 không trúng sổ số.

당초 본래, 원래, 애초에, 처음에 Ngay từ lúc đầu.

당최 당초에, 애초에, 맨 처음에 Ngay từ đầu.

당치 않다 당찮다, 옳지 아니하다 Không đúng. *(tk)* 당하다, 마땅하다 đúng.

당파 파당, 파벌 Đảng phái.

당하다 입다 Bị thiệt hại, bị tai nạn.

당혹스럽다 당황하다 Bối rối, hoảng hốt. *(tr)* 태연하다 thản nhiên.

닻 내리다 하묘 하다 Hạ neo. *(tr)* 닻 올리다, 발묘 하다 nhổ neo.

닿다 접촉하다 Tiếp xúc, động đến. 당도하다, 도착하다 đến nơi. *(tr)* 떨어지다 rời ra, cách ra.

닿소리 자음 Phụ âm.

(tr) 홀소리, 모음 nguyên âm.

대 대나무 Cây tre.

대 의지 Ý chí con người.

대 짝 Cặp, đôi, cái phù hợp.

대가 Cái giá phải trả. 대금 tiền trả cho.

대가 Đại gia. 달인 người đứng đầu lĩnh vực gì. 명인 người nổi tiếng.

대가리 머리, 대갈머리, 두부, 두상 Cái đầu.

대가족 다솔 Đại gia đình. *(tk)* 소가족 gia đình nhỏ. 핵가족 gia thế hệ liền nhau.

대각선 맞모금 Đường chéo.

대갈통 대가리, 머리통 Cái sọ, cái đầu (tục).

대강 대충, 얼추, 대략 Đại cương, đại khái. *(tk)* 대강 đại cương.

대 갚음 앙 갚음, 복수

Sự trả thù.

대개 대 체로, 대 부분, 무릇 Đại khái, đại để.

대검 대검찰청 viện kiểm sát tối cao.

대검 대도 Gươm to, đại đao. 단검 cái dao ngắn. 총검 cái lưỡi lê.

대결하다 다투다, 투쟁 하다, 대전하다 Tranh đấu, đấu tranh.

대공 천공 Trời cao, thiên công. *(tk)* 지대공미사일 tên lửa đất đối không.

대공 큰공, 비적, 대공적 Công lớn, công lao lớn.

대과 큰 허물, 큰 잘못 Lỗi lớn. *(tr)* 소과 lỗi nhỏ.

대관 대신 Quan lớn, đại thần.

대국적 대 승적 Một cách đại cục, nhìn tổng thể. *(tr)* 소국적 nhìn hẹp lại.

대궐 궁궐 Đại quyền, cung quyền. *(tk)* 궁 정 cung đình. 궁전 cung điện.

대규모 Đại quy mô, quy mô lớn. *(tr)* 소 규모 quy mô nhỏ.

대금 대가, 먹은 값, 값 Giá công, tiền công, giá phải trả.

대기권 대기 Bầu khí quyển.

대기업 대기업체 Nhà máy lớn. *(tr)* 중소 기업, 중소 기업체 nhà máy vừa và nhỏ.

대기하다 Chờ đợi, trong chờ vào, hy vọng vào. *(tk)* 기다리다 đợi chờ.

대꾸하다 말대꾸하다 Trả lời cộc lốc, nói cộc lốc.

대꾼하다 피곤 하다. 고달 프다 Mệt mỏi, mệt nhọc.

대나무 Cây tre.

대남 Đối với phía nam. *(tk)* 대북 đối với phía bắc.

대낮 백주, 백일 Giữa ban ngày. *(tr)* 밤중 giữa đêm khuya.

대내 Việc đối nội. *(tr)* 대외 việc đối ngoại.

대농 Nhà nông ruộng đất nhiều. *(tk)* 지주 địa chủ, 부농 phú nông. 중농 trung nông. 고농 cố nông.

대뇌 큰골 Đại não, não lớn. 소뇌 tiền não, não nhỏ.

대다 들이 대다, 닿게 하다 Đụng đến, đạt vào. *(tr)* 떼다 đưa ra, dứt ra.

대다수 Đại đa số. 다수 số nhiều. *(tk)* 극소수 cực tiểu. 대부분 đại bộ phận.

대단원 대규모 Đại quy mô. *(tr)* 소단위, 소규모 quy mô nhỏ.

대단원 대미, 맨 끝 Đoạn cuối cùng (của công việc).

대단찮다 대수롭지 않다, 별볼 일 없다 Không có gì đáng kể. *(tr)* 대단하다 rất to, rất lớn, đáng kể.

대단히 아주, 매우, 굉장히 Rất, vô cùng (mức độ, phạm vi).

대담 Lòng gan dạ. *(tr)* 소심 lòng hẹp hòi.

대답하다 Đối đáp, trả lời. 응답하다 ứng đáp.

대대손손 세세 손손, 자자 손손 Đời đời con cháu.

대덕 Đại đức. 고승 cao tăng. 부처 đức phật.

대도 거도, 큰 도둑 Kẻ trộm lớn. *(tr)* 좀도둑 kẻ trộm vặt.

대들다 맞서다, 대서다 Trực diện, đối mặt. *(tr)* 도주하다, 도망하다

chạy trốn.

대들보 들보 Cái kèo nhà.

대등하다 비슷하다 Tương tự. 같다 giống nhau. 동등하다 đồng đẳng như nhau.

대뜸 불쑥, 갑자기, 대번 Dứt khoát, đùng đùng. (tk) 갑자기 đột nhiên.

대란 난리 Loạn lạc, loạn (trong xã hội).

대략 Đại lược. 대충 đại để. 대강 đại cương.

대략 Mưu kế lớn. 모략 mưu lược. 계략 kế lược.

대량 생산 양산 sản xuất với số lượng nhiều.

대량 다량 Số lượng lớn. (tr) 소량 số lượng ít.

대로 Đại lộ (tt) 큰길 Con đường lớn. (tk) 소로 con đường nhỏ, 골목 con đường nhỏ, 골목 con hẻm, ngõ.

대롱 관 Cái ống. 빨대 cái ống hút.

대류 Hiện tượng đối lưu. (tk) 복사 hiện tượng bức xạ.

대륙 Đại lục. 육지 lục địa. (tr) 섬, 도서 đảo.

대리인 대리자, 대리, 대원 Người đại lý, người phát ngôn, người đại diện.

대립어 반대말 Từ trái nghĩa. 유의어, 동의어 từ cùng nghĩa. 비슷한 말 từ tương tự.

대립하다 맞서다 Đối lập. 대결하다, 대항하다 đối kháng. 대두하다 đối đầu.

대마 마, 삼 Cây đay.

대머리 민 머리, 독두 Đầu hói.

대면하다 만 나다, 맞 보다, 마주보다 Gặp mặt, gặp trực tiếp

대명사 대이름씨 Đại từ.

대목 Đầu đề lớn, mục lớn. (tr) 소목 đầu đề nhỏ.

대문 Cửa lớn. 정문 cửa chính. 후문, 소문 cửa hậu.

대문자 Chữ lớn, chữ hoa, chữ in. (tk) 소 문자 chữ thường.

대물리다 Chuyển cho đời sau. 남겨주다 để lại cho. 상속하다 cho thừa kế. (tr) 이어받다, 대받다 thừa kế.

대번에 단숨에, 곧 Một lần.

대범 간 큼 To gan, bạo gan. (tr) 소심 kẻ nhát gan.

대변 누다/보다 Đi đại tiện. (tk) 소변 누다/보다 đi tiểu tiện.

대변동 대 변혁 Biến động lớn, cuộc cải cách.

대보다 재보다, 재어 보다 Đo xem. 대조하다 đối chiếu.

대보름 대보름날 Ngày rằm tháng giêng.

대부분 거개 Đại bộ phận. 거의 하ầu như tất cả. 모두 tất cả. 대 다수 đại đa số.

대사 Đại sự. (tt) 큰일 việc lớn. (tr) 소사 việc nhỏ. 사소한 문제 việc nhỏ.

대사 Đại sứ. (tk) 공사 công sứ. 영사 lãnh sự.

대상 소상 Tang hết khó.

대선 총선 Việc bầu cử tổng thống.

대설 폭설 Tuyết lớn.

대성통곡 크게 울다 Khóc to. 울다 khóc.

대세 시세, 형편 Tình hình.

대수롭다 대단 하다 Rất to, lớn (mức độ). 중요 하다 quan trọng. (tr) 대수 롭지 않다 không quan trọng.

대 숲 댓숲 Bụi tre. 죽림 트룩 lâm.

대 승 하 다 대첩 하다 Đại thắng, thắng lớn. *(tr)* 대 패 하 다 đại bại.

대 식 구 대식가, 대가족 Gia đình nhiều người. *(tk)* 소 식 가 gia đình nhiều người.

대 신 대승 Đại thần, quan lớn.

대 신 하 다 Thay thế. 대변 하다, 대리하다 đại diện, thay mặt. 바꾸다 thay đổi.

대 야 세면기 Cái chậu, cái bồn rửa mặt.

대 양 Đại dương. *(tk)* 해양 hải dương.

대 여 섯 대엿, 오륙 Năm sáu, năm hay sáu.

대 여 하 다 대급 하다, 임대하다 Cho thuê, cho mượn. *(tr)* 차용하다, 임차 하다 vay, mượn.

대 오 행렬, 줄, 대열 Đội ngũ, hàng, hàng ngũ.

대 외 무 역 Mậu dịch đối ngoại. *(tr)* 대내 무역 buôn bán trong nước.

대 용 물 대용품 Vật dùng thay.

대 우 주 Đại vũ trụ. *(tr)* 소우주 tiểu vũ trụ.

대 우 하 다 대첩 하다 Đối xử, coi như. *(tt)* 취급 하다.

대 유 광유, 석유 Dầu lửa, dầu hỏa.

대 응 하 다 Đối ứng. 대비 하다 đối phó. *(tk)* 반응하다 phản ứng.

대 인 Đại nhân. 어른, 성인 người lớn. 거인 người khổng lồ. 미성인 vị thành nhân. *(tr)* 소인 tiểu nhân.

대 자 대 비 Đại từ đại bi. 자비 từ bi.

대 작 거작 Tác phẩm lớn. 저작 trước tác. *(tr)* 소작

tác phẩm nhỏ.

대장 Đội trưởng. 우두 머리 người đứng đầu. 두목 đầu mục. *(tr)* 부하 bộ hạ.

대장 Đại tướng. 상장 thượng tướng. 중장 trung tướng. 소장 thiếu tướng. 준장 chuẩn tướng.

대장 똥집 Ruột già. *(tk)* 소장, 작은청자 ruột non.

대장간 야장간 Lò rèn. 대장 장이, 여장 thợ lò rèn.

대장부 장부, 사나이 Trượng phu. *(tr)* 소인, 졸장부, 소인 tiểu nhân.

대적하다 겨 루다, 상대 하다 Đối địch, đối đầu, tranh nhau

대전 대금 Tiền trả cho vật, cho công lao.

대전 큰 전쟁 Đại chiến, chiến tranh lớn. 세계 1차/ 2차대전 chiến tranh lần

thứ nhất/hai.

대조하다 상조 하다 Đối chiếu với nhau. 비교 하다 so sánh.

대죄 큰 죄, 대범 Tội lớn, tội trọng.

대주다 대다, 공급하다 Cung cấp. 지원하다 chi viện. 원조하다 viện trợ.

대주주 Người có nhiều cổ phiếu. *(tk)* 소주주 người có ít cổ phiếu.

대중 다중, 많은 사람 Đông người. 군중, quần chúng.

대중하다 어림 잡다, 어림 치다 Đoán chừng, áng chừng.

대지 땅 Khoảng đất rộng.

대지 집터 Đất làm nhà, một dung khoản.

대책 대책 Đối sách. 방 책 phương sách. 대비책, 대 응책 cách đối phó.

대처승 Có gia đình.

không có vợ con.

대 처 하 다 초치 하다
Xử lý, xử trí.

대 첩 하 다 크게 이기다
Thắng lớn, đại thắng.

대 청 청, 마루 Đại sảnh,
khoảng không gian giữa
các phòng trong nhà Hàn
Quốc.

대 추 나 무 Cây táo dùng
làm thuốc.

대 출 금 Tiền mượn, tiền
vay. *(tr)* 차입금 tiền vay,
tiền mượn.

대 출 하 다 빌려 주다
Cho mượn tiền. *(tr)* 차입
하다, 빌리다 vay mượn.

대 충 대 충 대강 대강
Đại chúng, đại cương, đại
để.

대 치 하 다 바꾸다 Đổi,
thay.

대 칭 하 다 Đối xứng.
(tk) 비대 칭하다 không
đối xứng.

대 통 령 중 김 제
대통령제 Chế độ chính
trị tổng thống đứng ra lập
nội các. *(tk)* 내각 책임제
chế độ nội các bầu ra tổng
thống.

대 통 하 다 Nối ngôi vua.

대 퇴 부 대퇴, 넓적다리
Bắp đùi, bắp vế.

대 파 큰 파도, 거도 Sóng
lớn.

대 파 하 다 파손 하다
Làm hư hại nặng. 쳐부
수다 đập cho tan vỡ.

대 패 하 다 Đại bại. *(tr)*
대승하다, 대첩하다
thắng lớn.

대 포 포 Đại pháo, pháo.
(tk) 포 5문 năm khẩu pháo.

대 폭 넓은 범위 Phạm
vi lớn. 소폭 phạm vi hẹp.

대 폿 집 술집, 주점
Quán rượu.

대 표 대 표자, 대 표인
Người thay mặt, đại biểu.

대풍 Năm được mùa lớn. *(tk)* 풍년, 풍작 năm được mùa. *(tr)* 흉년 năm mất mùa. 대흉 năm mất mùa lớn.

대피하다 피하다 Lánh, trốn tránh. 피난하다 lánh nạn. 피신하다 lánh thân.

대필하다 대서 하다 Viết thay. *(tk)* 친필하다, 자필 하다 tự tay viết.

대하 냉 Chất thải của người phụ nữ khi kinh nguyệt xấu.

대하 왕 새우 Con tôm hùm.

대학 입시 대입 Thi vào Đại học.

대학 대학교 Trường Đại học. *(tk)* 종합 대학 đại học tổng hợp. 교수 giáo sư. 강사 giáo viên.

대한 Đại hàn. *(tr)* 소한 tiểu hàn.

대한 큰 가뭄, 장한 Nạn hạn lớn, kéo dài.

대한민국 Đại Hàn dân quốc. 대한 Đại Hàn. 한국 Hàn Quốc.

대항하다 대결 하다, 맞서다, 저항 하다 Đối kháng. *(tr)* 항복하다 hàng phục. 굴복하다 khuất phục.

대해 큰 바다, 대영, 거해 Đại hải, biển lớn. 대영 đại dương. *(tr)* 내해, 근해 biển gần bờ.

대행 대리, 대변 Việc làm thay.

대형 Loại lớn. *(tk)* 중형 loại vừa, 소형 loại nhỏ.

대화하다 Đối thoại với nhau 이야기하다 trò chuyện. *(tr)* 독백하다 độc thoại.

대회 화합, 모임 Đại hội, buổi mít tinh.

대담하다 간 크다

To gan, gan dạ. 용감하다 dũng cảm. (tr) 비겁다 nhát gan.

댁 Nhà (của ai, tôn kính), 부인 phu nhân (gọi vợ của ai) .

댐 둑 Cái đập ngăn nước. 제방, 방죽, 언제 đê, đê điều.

댓 다 섯, 닷 Năm (số lượng).

댓 돌 섬돌 Đá bậc thang.

더 많이 보다, 더욱 Nhiều hơn, hơn nữa. (tr) 덜 ít hơn, bé hơn.

더 더욱 더 욱더 Hơn nữa.

더듬거리다 다듬거 리다, 말더듬다 Lắp bắp.

더러 에게, 보고 Với ai.

더럽다 다랍다 Bẩn, bẩn thỉu. 대묻다 dính bẩn. 지저 분하다 luộm thuộm bẩn thỉu. (tr) 깨끗하다

sạch sẽ. 청결하다 tinh khiết.

더럽히다 더럽게하다, 대 묻다 Bị bẩn. (tr) 씻다 rửa sạch.

더미 덩어리, 뭉치 Một đống, đống.

더불어 아울러, 함께, 같이 Cùng nhau, cùng với.

더없이 한없이 Vô cùng, không có giới hạn, không có gì hơn.

더욱 더욱이, 더욱더, 보다더, 한층 더 Nhiều hơn nữa, hơn nữa.

더운물 온수 Nước nóng. (tr) 찬물 nước lạnh.

더운밥 Cơm nóng. (tr) 찬밥 cơm nguội.

더운피 동물 Động vật máu nóng. (tr) 찬피/ 냉혈 동물 động vật máu lạnh.

더위 더운 기운 Cái nóng, thời tiết nóng. (tr) 추위

cái lạnh, cái rét,

더하기 보태기 Phép cộng. *(tr)* 빼기 phép trừ. 곱하기 phép nhân. 나누기 phép chia.

더하다 Thêm vào. *(tr)* 덜하다 bớt đi.

덕 공덕 Công đức. *(tk)* 도덕 đạo đức.

덕 덕택, 덕분 Ơn đức, công đức, công lao.

덕담 Lời chúc phúc. *(t)* 악담 lời nguyền rủa. 저주하다 nguyền rủa.

덕보다 익이 되다 Có ích, có lợi. *(tr)* 손해보다 có hại, thiệt hại,

덕분 덕, 덕택 Nhờ công ơn ai.

덕행 Đức hạnh, việc tốt. *(tr)* 악행 việc xấu.

던지다 내던지다 Ném vứt. 버리다 vứt bỏ.

덜 조금 덜, 보다 적다 ít hơn kém hơn. *(tr)* 더

hơn, nhiều hơn.

덜다 줄이다, 덜어내다 Bớt đi, làm cho ít đi. *(tr)* 더하다 thêm vào.

덜되다 모자라다, 부족하다 Thiếu, chưa đủ.

덜미 뒷덜미, 목덜미 Cái gáy, cái ót, sau cổ.

덜하다 나아지다, 호전되다 Trở nên đỡ hơn, khá hơn (bệnh tật). *(tr)* 더하다, 심하다 trở nên nặng hơn, trầm trọng hơn.

덜하다 줄이다, 적게 하다, 감하다 Giảm xuống, làm cho ít đi.

덤 성애, 덧거리 phần cho thêm.

덤비다 달려 들다, 덤비어 들다 Nhảy bổ vào, lồng lên. *(tr)* 머뭇거리다 chần chừ, ngập ngừng.

덤핑하다 *(Dumping)*

투매 하다 Bán rẻ bán tháo, bán lấy được, bán phá giá.

덥 개 뚜껑, Cái vung, cái nắp đậy.

덥 다 Nóng. *(tr)* 춥다 lạnh, rét. *(tk)* 덮다 đậy, phủ lên.

덥 다 Nóng. 뜨겁다 nóng bỏng. *(tr)* 춥다 rét. 차다 lạnh. 서늘하다 mát.

덥 히 다 데우다 Làm cho nóng ấm lên.

덧 셈 더 하기, 보 태기, 가산, 가법 Phép cộng. *(tk)* 뺄셈 phép trừ.

덧 셈 표 더하기 표, 가표 Dấu cộng (+).

덧 셈 하 다 더하다, 합 하다 Công thêm vào, tính thêm vào.

덧 없 다 터무 니없다, 무근거하다 Không có cơ sở, không có căn cứ.

덩 굴 줄기, 넝쿨 Cây dây leo.

덩 이 덩 어리 Cục, khối, tảng.

덩 치 몸집, 신체 Cơ thể, khối thân mình.

덫 올가미, 함정 Cái bẫy để bẫy thú.

덮 다 씌우다, 덮어씌 우다 Đậy, che lại. 덮어 주다 bỏ qua cho.

덮 어 놓 고 무 조건, 무 작정 Vô điều kiện.

덮 치 다 밀어닥치다 Ập tới, đổ lên đầu (bão táp).

데 곳, 군데 Nơi, nơi chốn.

데 다 화상입다 Bị bỏng.

데 려 가 다 Dẫn đi. *(tk)* 모셔가다 đưa đi (tôn kính). 데려오다 dẫn đến.

데 모 하 다 시위하다 Thị uy, biểu tình.

데 우 다 Làm cho nóng. hâm nóng lên. *(tr)* 식히다 làm nguội đi.

데 이 트 약속 Cuộc hẹn

hò. 날짜 ngày tháng.

도 Cái đạo phải giữ, đường đi. 도리 đạo lý.

도 성 Tỉnh (đơn vị hành chính to nhất). *(tk)* 시 thành phố. 군 huyện, 구 quận. 동 phường. 리 xã.

도가 도교 Đạo giáo (của Lão tử và Trang tử).

도강하다 강 거너다 Vượt sông.

도공 Thợ gốm.

도교 도학 Đạo giáo.

도구 연장, 공구, 기구 Dụng cụ, đồ dùng. 묘적 miếu mộ tặc.

도굴꾼 도굴범 Trộm đào mồ mả.

도기 Đồ sành. *(tk)* 도 자기 đồ sứ.

도깨비 귀물 Ma quỷ, ma trơi.

도깨비불 귀린, 귀화 Lửa ma trơi.

도끼 주정이 Cái búa

sắt.

도달하다 이르다, 다다 르다, 도착 하다 Đi đến nơi, đến nơi. *(tr)* 출발하다 xuất phát. 떠나다 rời khỏi.

도당 Đồng đảng. 무리, 떼 bầy, đàn.

도대체 대체, 도무지, 대저 Đại thể, đại khái.

도덕 Đạo đức. *(tr)* 부도덕 phi đạo đức.

도덕가 도덕인 Nhà, con người đạo đức. 도덕심 lòng đạo đức.

도둑 맞다 난 당하다 Bị mất trộm, bị trộm cắp.

도둑 날도둑, 생도 Trộm cắp. 날치기 nạn móc túi. *(tk)* 도둑놈, 밤손님, thằng kẻ trộm. 도적 đạo tặc.

도둑질하다 홈 치다 Ăn trộm, ăn cắp. 빼앗다 cướp.

도 량 아량 Tấm lòng
bao dung độ lượng.

도 려 내 다 도 리다,
잘라내다 Cắt bỏ.
자르다 cắt, chặt.

도 련 님 시동생 Em trai
chồng.

도 령 총각, 도 련님,
도 리님 Chàng trai. *(tr)*
각시, 아가씨 cô gái.
낭자 lãng tử.

도 로 아 미 타 불
Niệm Phật công không,
công không, công hão.

도 로 길, 길거리, 도도,
가도, 가로 Đường, đường
đi.

도 로 또다시, 또, 다시,
새롭게 Lại, lặp lại.

도 롱 이 사의 Cái áo tơi.

도 리 없 다 할수없다,
어쩔 수없다, 방법없다
Không có cách nào khác,
đành vậy.

도 리 도 Đạo lý, đạo.

도 리 다 베다, 베어내다
Cắt bỏ. 깎다 gọt, cắt.

도 리 어 오히려, 반대로,
되려 Ngược lại.

도 마 뱀 Con thằn lằn,
con rắn mối, con tắc kè.

도 막 토막 Từng khúc,
từng đoạn.

도 망 가 다 도피하다,
도망 치다, 도망 하다
Chạy trốn. *(tt)* 도주하다
đào tẩu. 뺑소니 치다
bỏ chạy khi gây tai nạn
giao thông không ai biết.

도 매 상 도가 Sự mua
bán sỉ. *(tr)* 소매상, 선매상
sự mua bán lẻ.

도 모 하 다 꾀하다 Tìm
cách, lập mưu. 모사하다
mưu sự. 계획하다 lập
kế hoạch.

도 무 지 아주 Rất. 전혀
hoàn toàn.

도 박 꾼 노름꾼 Quân
cờ bạc.

도박판 노름판, 도박장
Chiếu bạc.

도박하다 돈 걸다
Cờ bạc. 내기다 đánh cuộc.

도발하다   일으
키다, 일어나게 하다
Gây nên, làm ra, gây sự.

도보하다 걸어 가다
Đi bộ. 걷다 bước.

도부꾼 도 부상, 행상
Người bán rong theo các
chợ, trên đường.

도사 Đạo sĩ. (tt) 도인 도
nhân. 선인 tiên nhân. (tk)
승려 탕려. 중 sư sãi.

도사리다 진정시키다
Bình tĩnh, trấn tĩnh.

도산하다 파산 하다
Phá sản. 망치다 sập tiệm,
đóng cửa.

도살장 도소, 도 축장
Nơi giết mổ gia súc.

도살하다 잡아 죽이다
Bắt giết.

도상 노상, 도상 Trên

đường.

도서 Nơi xa cách đất liền.
(tr) 육지 lục địa, 대륙
đại lục.

도서다 전환 하다
Chuyển đổi. 변경 하다
thay đổi, sửa đổi (luật).
바꾸다 đổi cái này lấy
cái khác.

도서실 도서관 Thư viện.

도선 나룻배 Đò ngang.

도선장 나루터, 선착장
Bến đò.

도술 Đạo thuật. (tk)
마술 ma thuật. 요술 yêu
thuật.

도시 Đô thị, thành phố.
(tk) 도회지 đất đô hội.
(tr) 농촌, 시골 nông thôn.

도시 도무지 Dù sao thì
cũng.

도시락   밥도시락
Cơm hộp.

도시민 도시인 Người
thành phố.

도심 도심지 Trung tâm thành phố.

도야하다 단련 하다, 연마하다 Sự rèn luyện, sự trau dồi. 갈고 딱다 mài và đánh bóng.

도약하다 뛰다 Nhảy vọt, nhảy lên.

도와주다 도움 하다, 돕다, 힘써주다 Giúp sức cho, giúp cho.

도외시하다 무시하다, 안주에도 없다 Coi thường, không coi trọng. 소홀히 여기다 coi nhẹ. (tr) 문제 시하다, 중시 하다 coi trọng.

도움 조력, 보탬 Sự giúp đỡ, sự trợ giúp.

도장 찍다 날인하다 Đóng dấu.

도장 Nơi thi võ nghệ.

도장 인, 인장, 인감 Con dấu.

도저히 차마, 전혀 Hoàn toàn không thể. 아무리 해도 dù sao cũng không thể được.

도적 적도 Đạo tặc. 도둑 trộm cắp. 강도 kẻ cướp.

도전하다 맞서다, 덤벼 들다 Trực diện đấu tranh, chiến đấu. 싸움 걸다 thách đấu. (tk) 응전하다 ứng chiến.

도주하다 도피 하다, 탈출 하다 Chạy trốn.

도중 중도 giữa quãng đường, giữa chừng. 동안 giữa khoảng thời gian.

도지다 나빠지다, 악화 하다 Trở nên xấu hơn. (tr) 좋아지다, 나아지다 trở nên tốt hơn, khá hơn.

도지다 모질다, 혹독 하다 Thô bạo, thô thiển.

도착하다 이르다, 닿다, 다다르다 Đến nơi. (tr) 출 발하다 xuất phát. 떠나다 rời, đi khỏi.

도처 방방 곡곡, 각처, 가는 곳, 곳곳 Khắp mọi nơi, mọi chốn.

도체 Chất dẫn điện. *(tr)* 부도체 chất cách điện. *(tk)* 반도체 chất bán dẫn.

도취하다 취하다 Say. 빠지다 bị sa vào (rượu). 매혹되다 bị mê hoặc.

도탄 곤궁 Cảnh khốn cùng.

도태하다 Đào thải. 없애다 làm cho mất đi, xóa mất.

도토리 Loại hạt ăn độn. cơm độn.

도포 두루마기 Áo dài truyền thống Hàn Quốc.

도표 이 정표 Biển chỉ đường. 그림표, 그래프 biểu đồ, đồ thị.

도피하다 도탈 하다, 도망 하다 Chạy tránh. 피신하다 lánh thân

도하하다 강 건너다 Vượt sang sông.

도합 모두, 총계 Tất cả, tổng. 통합다하 gộp lại.

도화선 희승 Dây dẫn lửa, ngòi nổ.

도회지 도회, 도시 đô thị, thành phố. *(tk)* 시골, 농촌 nông thôn.

독 독약 Thuốc độc.

독 항아리, 단지 Cái lon, cái vãi, cái chum.

독가스 Khí độc, hơi độc. 독연 khói độc.

독과점 Sự độc quyền sản xuất và bán ra.

독극무르 독물 Chất cực độc, chất độc. 독기, 독성 độc tính, tính độc.

독나방 독 나비 Loài bướm độc.

독려하다 격려 하다 Khích lệ. 장려하다 khuyến khích. 고무하다 cổ vũ.

독립국 Nước độc lập.

(tr) 속국 나라 lệ thuộc.
식민지 thuộc địa.

독립심 Tính độc lập.
(tr) 의타심, 의탁심 tính ỷ
lại người khác.

독립하다 Độc lập. *(tk)*
자립하다 tự lập. *(tr)*
예속하다 lệ thuộc.

독목주 독목선 Thuyền
độc mộc, thuyền gỗ một
người.

독물 독약 Thuốc độc.
(tr) 약물, 약 thuốc.

독방 독실 Phòng đơn,
phòng cho người sống một
mình. *(tr)* 잡방 phòng nhiều
người cùng ở.

독백하다 혼자 말하다
Độc thoại, nói một mình.

독불장군 고집 쟁이,
고집 불통 Người rất cố
chấp, bướng bỉnh.

독사 Độc xà. *(tt)* 독뱀
rắn độc.

독살스럽다 악독하다
Ác độc.

독살하다 독사 하다
Giết bằng thuốc độc.

독상 외상 Bàn đơn. *(tr)*
겸상 bàn ghép.

독서광 책 벌레 Con
mọt sách, người hay đọc
sách.

독서하다 서음 하다,
책 읽다 Đọc sách.

독수공방 독숙 공방
Người vợ đơn chiếc, lẻ
loi.

독수리 수리 Con diều
hâu, con cắt.

독신 홀몸 Một thân một
mình.

독약 Độc được. 독제
chất độc.

독어 독일어 Tiếng Đức.
독일, 독 nước Đức.

독자 Độc giả, người đọc.
(tr) 지은이, 저자, 작자,
필자 tác giả.

독자 외아들 Độc đinh,

con trai một, chỉ có một con trai. 독녀 con gái một.

독재정치 Nền chính trị độc tài. *(tr)* 민주정치 nền chính trị dân chủ.

독점물 전유물 Vật chỉ một mình có, mình dùng riêng.

독점하다 독차지하다 Độc chiếm. *(tr)* 공유하다 cùng sở hữu, dùng chung.

독종 Người vô cùng độc ác.

독주하다 Diễn xuất một mình. *(tk)* 합주하다 đồng diễn (nhạc).

독차지하다 독점하다 Độc chiếm.

독창성 창조성 Tính sáng tạo. *(tk)* 모방성 tính học theo, bắt chước theo.

독창하다 Đơn ca. *(tr)* 합창하다 hợp xướng.

독채 단독주택 Nhà riêng biệt, nhà chỉ một giả đình

sống. *(tr)* 아파트 chung cư, cư xá.

독촉하다 Thúc dục. *(tk)* 재촉하다 thúc dục nhiều lần.

독충 loại côn trùng có hại.

독특하다 유다르다 Có tính khác biệt. *(tr)* 평범하다, 범상하다 bình thường.

독파하다 다 읽다 Đọc cả. 낭독하다 đọc to lên.

독하다 독성있다, 살기 있다 Độc. *(tt)* 악하다 ác. *(tt)* 착하다 thật thà, hiền lành.

독학하다 혼자 배우다, 혼자 익히다, 자습하다 Tự học, học một mình.

독해하다 해치다 Làm hại ai.

돈 Một chỉ (vàng) . *(tk)* 푼 một phần mười một chỉ.

돈 금전, 전화, 화폐 Tiền,

tiền bạc. *(tk)* 지폐 tiền
giấy, 주화 tiền xu.

돈냥 Một lạng tiền.

돈놀이 대금업 Việc
cho vay tiền lấy lãi.

돈독 Việc quá thích tiền.

돈독하다 두텁다, 인정
많다 Nhiều tình nghĩa,
dày tình nghĩa. *(tr)* 불화
하다 bất hòa.

돈방석 Cái đệm ngồi
bằng vàng. 돈 더미 đống
vàng.

돈벌이 Việc kiếm tiền.
(tk) 맞벌이 việc vợ chồng
đều tay kiếm tiền.

돈벌이하다 돈벌다
Kiếm tiền. *(tr)* 돈 쓰다
tiêu tiền.

돈줄 돈구멍 Mạch tiền.
금전 원천 nguồn tiền.

돈푼 적은 돈 Số tiền nhỏ.

돈후하다 인정 많다,
두텁다 Dày tình nghĩa.

돋다 솟다, 뜨다, 돋치다

Mọc lên, nảy sinh, mọc
lên.

돋보기 노인경 Kính
lão, kính người già.

돋보이다 도두보이다,
도두 뵈다 Được xem
trọng, được xem là lớn.
(tr) 낮추 어보다 xem
nhẹ, xem thường.

돋아나다 돋다 Mọc lên.

돋아오르다 Trỗi dậy.
(tr) 꺼지다 dẹp xuống.
내려가다 đi xuống.

돋치다 돋다, 돋아나다
Mọc lên.

돋하다 거만하다 Kiêu
căng, 건방지다 hỗn. 오만
하다. 방자하다 ngạo mạn.

돌 덩이, 바위 Hòn đá, tảng
đá. 자갈 sỏi đá.

돌 첫돌 Chẵn năm. 생일
sinh nhật. *(tr)* 기일 ngày
giỗ.

돌개바람
회오려바람 Gió xoáy.

돌격하다 Đột kích.
습격하다 tập kích.

돌계집 석녀 Hòn đá
vọng phu.

돌고래 해돈, 해저 Cá
voi nhỏ.

돌다 돌도 돌다, 회전
하다, 전화하다 Quay
vòng.

돌대가리 석두 Cái đầu
đá. 바보, 멍청이 người
ngớ ngẩn, ngốc.

돌덩이 돌덩어리 Tảng
đá.

돌도장 석인 Con dấu
khắc bằng đá. 석탑 tháp
đá.

돌려내다 빼돌리다,
빼돌려내다 Trả lại.

돌려보내다 되돌
려보내다, 도로 보
내다 Gửi trả lại.

돌려보다 돌라가며
보다, 돌려가며보다,
전조하다 Ngoái nhìn

lại, nhìn trở lại.

돌려주다 되돌려주다
돌려보내다 Cho trở
lại, gửi trả lại. (tr) 빼
앗다 cướp giật lấy.

돌려짓기 윤작 Trồng
luân phiên. (tr) 이어짓기
trồng cùng giống cây
trong nhiều vụ.

돌리다 돌게하다 Cho
quay, làm cho quay.
전가하다 chuyển cho.

돌리다 변통하다, 융통
하다 Nhanh nhạy, quay
nhanh (đầu óc).

돌림병 돌림, 윤질,
유행병, 전염병 Bệnh
lây, bệnh tuyền nhiễm.

돌맹이 돌 Hòn đá.

돌무덤 Ngôi mộ đá.

돌발 우발 Bột phát. 돌연
đột nhiên.

돌보다 뒤대다, 뒤보다
Chăm nom, trông chừng.
보살피다, 보살펴주다

Chăm sóc cho

돌비 석비 Bia đá.

돌비탈 돎비알, 돌너덜 Via đá, vách đá.

돌산 석산, 거산 Núi đá, lèn đá.

돌아가다 귀환 하다, 되돌아가다 Quay trở về, quay trở lại. *(tr)* 돌아오다 Quay trở về, quay đến.

돌아다니다 유행하 다 Đi đây đi đó.

돌아보다 Nhìn lại. 회고 하다 nhớ lại. 회상 하다 hồi tưởng.

돌아서다 나아 지다 Trở nên tốt hơn.

돌아오다 귀환 하다, 복귀 하다, 귀래하다 Đến lại, quay lại.

돌연 돌연히, 갑자기, 갑작스러움, 돌여, 별안간, 돌연히 Đột nhiên, bỗng nhiên, tự dưng. 유 연히 một cách ngẫu nhiên.

돌연하다 갑작스럽다 Không lường trước được, bỗng nhiên.

돌진 Đột tiến. 돌격 돌 kích.

돌출 Nổi lên trên. *(tr)* 침강 chìm xuống dưới.

돌칼 석도, 석검 Con dao bằng đá.

돌탑 석탑 Tháp đá.

돌파구 Đột phá khẩu. 실마리 đầu mối. 해결책 cách giải quyết.

돌파리 의사 엉터리 의사, 졸의 Thầy thuốc kém, bác sĩ dờm.

돌파하다 Đột phá. 뚫고 나가다 chọc thủng và tiến lên.

돌팔매질하다 투석 하다 Ném đá. 던지다 ném, bỏ cái gì vào.

돌함 석실 Hòm đá, phòng đá.

돕다 도와주다, 보태다
Giúp đỡ. 조력 하다 trợ
lực, giúp sức.

돗자리 돗, 자리 Cái
chiếu, cái tấm trải.

동 구리 Đồng. 청동 đồng
thau.

동 동쪽, 동방 Phía đông.
(tr) 서, 서쪽, 서방 phía
tây.

동감 공감 Sự thông cảm,
đồng cảm. *(tr)* 반감 sự
ghét bỏ.

동갑 동갑 내기, 동년
Cùng năm tuổi, cùng tuổi.

동갑계 동계 Hội cùng
tuổi.

동강 동강이, 토막, 도막
Từng khúc, từng đoạn.

동강나다 조각 나다
Chặt ra từng mảnh, từng
khúc.

동거하다 동주 하다,
같이 살다, 동숙 하다
Chung sống, sống chung.

(tr) 별거하다 sống riêng.

동결하다 얼어 붙다,
결빙하다 đóng băng.
(tr) 해동 하다, 녹 이다
tan băng.

동경 Kinh đông. *(tr)*
서경 kinh tây. *(tk)* 위도
vĩ độ, 경도 kinh độ.

동계 겨울, 동기 Mùa
đông.

동고동락 Cùng khổ
cùng sướng.

동공 동자, 수륜, 눈
동자 đồng tử mắt.

동구권 동구라파 Vùng
đông Âu. *(tk)* 서구라파
vùng tây Âu.

동굴 굴, Hang, động.
동혈 động huyệt.

동궁 황태자, 세자 Thế
tử. *(tt)* 태자 thái tử. *(tk)*
왕자 hoàng tử.

동그라미 동그라미
Tròn.

동그라미표 Dấu hình

tròn. *(tr)* 가위표 dấu chéo (nghĩa là không).

동그랗다 동글다, 동그렇다, 원형 하다 Hình tròn.

동급 동등 Cùng đẳng cấp.

동기 Động cơ. 원인, 계기 nguyên nhân.

동기 동기생, 한 동기, 동기생 Người cùng thời, học sinh cùng thời.

동기방학 Nghi đông. *(tr)* 하기 방학 nghi hè.

동나다 다떨어지다, 남지않다, 바닥나다 Hết cả, hết.

동남 남동 Vùng phương vị đông nam.

동남향 남동향 Hướng đông nam.

동냥중 Sư đi khất thực.

동냥하다 구걸 하다, 얻어먹다, 빌어먹다 Cầu thực, đi ăn xin.

동네 동내, 동리, 근처 Trong vùng. *(tk)* 이웃 láng giềng, 마을 làng xóm.

동년 동령, 동년배, 동이 Cùng tuổi, cùng lứa.

동동하다 뚱뚱 하다 To béo.

동등권 평등권 Quyền bình đẳng.

동등하다 Đồng đẳng, bình đẳng, *(tr)* 차이 하다 khác nhau, 불평 등하다 không bình đẳng.

동떨어지다 외떨어지다 Xa, xa nhau, không có quan hệ gì.

동란 난리 Loạn lạc, loạn.

동력 Động lực. *(tk)* 에너지 năng lượng.

동료 Đồng liêu. 동무 bạn đồng nghiệp.

동류 동종 Đồng tộc, đồng loại.

동맥 Động mạch. *(tk)* 정맥 tĩnh mạch.

동맹국 연합국 Nước đồng minh. *(tk)* 비동맹국 nước phi đồng minh.

동면하다 겨울 잠자다 Ngủ đông.

동무 동료 Đồng nghiệp. *(tk)* 동지 đồng chí. 친구, 벗 bạn. 동무 하다 *(tt)* 친구되다 kết bạn.

동문 동학, 동창 Bạn cùng trường xưa.

동문서답 Hỏi đông đáp tây, hỏi thế này trả lời thế khác.

동문회 동창회 Hội bạn cùng lứa, cùng trường.

동물원 Vườn động vật. *(tr)* 식물원 vườn thực vật.

동물화 Bức tranh vẽ động vật. *(tk)* 산수화 bức tranh sơn thủy. 인물화 tranh vẽ người. 조상화 bức ảnh lớn. 정물화 bức tranh tĩnh vật.

동반자 동행인,

동행자 Người cùng đi.

동반하다 동행 하다 Đồng hành, cùng đi.

동배 동류, 동년배 Đồng liêu, người cùng lứa tuổi và cùng chức tước.

동복 겨울 옷, 동의 Quần áo mùa đông. *(tk)* 하복 quần áo mùa hè. 춘추복 quần áo mùa xuân thu.

동부 동체, 몸, 몸체 Mình, thân thể, phần mình.

동북부 Vùng đông bắc bộ. *(tr)* 서 남부 vùng tây nam bộ.

동분서주 뛰어다니다 đi đông tây, tỏ ra bận rộn.

동산 Động sản (tài sản trừ vật kiến trúc, đất đai). *(tr)* 부동산 bất động sản.

동상 Giải thưởng đồng, giải hạng ba. *(tk)* 금상 giải vàng. 은상 giải bạc.

동생 아우 Em (nói chung).

(tk) 형 anh (em trai gọi).
오빠 anh (em gái gọi).
누나 chị gái (em trai
gọi). 언니 chị gái (em
gái gọi). 여동생 em gái.

동 석 하 다 합석 하다
Cùng ngồi một chỗ, ngồi
chung.

동 성 Cùng giới tính. *(tr)*
이성 khác giới tính.

동 성 애 Đồng tính luyến
ái. *(tr)* 성애 tình yêu nam
nữ.

· **동 숙 하 다** 동침 하다
Ngủ chung, ngủ với nhau.

동 승 하 다 합승 하다,
동차 가다 Cùng đi một
chuyến.

동 시 같은 시간 Đồng
thời, cùng lúc.

동 시 동요 Đồng dao, thơ
thiếu nhi.

동 심 Đồng tâm, đồng lòng.
(tr) 이심 không đồng lòng.

동 아 리 무리 Cùng bầy.

패 cùng phe.

동 아 줄 밧줄 Dây thừng
lớn và bền.

동 양 계 Nòi, giống người
phương Đông. *(tk)* 서양계
giống người phương Tây.

동 양 풍 Phong tục phương
Đông. *(tr)* 서양풍 phong
tục phương Tây.

동 양 화 Bức tranh phương
Đông. *(tr)* 서양 화 bức
tranh phương Tây.

동 여 매 다 잡아 매다,
동이다 Bắt trói lại, bện
lại.

동 요 동가 Bài đồng
dao, bài hát trẻ em.

동 요 하 다 불안 하다
Dao động. 흔들다 lung
lay.

동 우 회 동 호회 Hội
người cùng mục đích, sở
thích, v.v…

동 위 원 소 동 위체
Nguyên tố đồng vị.

동음이의어 Từ đồng âm khác nghĩa. *(tk)* 동음어 từ đồng nghĩa.

동의 Đồng nghĩa. *(tk)* 이의 khác nghĩa. 반의 trái nghĩa.

동의어 유의어 Từ đồng nghĩa. *(tr)* 반의어 từ trái nghĩa. *(tt)* 유사어 từ tương tự.

동의하다 Đồng ý. *(tk)* 찬성하다 tán thành. *(tr)* 반의, 반대하다 phản đối.

동의하다 Đồng ý, thuận theo. *(tr)* 이의 있다 có ý kiến khác. 반대하다 phản đối.

동인 영문, 원인 Nguyên nhân.

동일성 Tính đồng nhất. *(tr)* 차 이성 tính khác nhau.

동자 사나이, 동남 Bé trai. *(tk)* 동자승, 동자중 chú tiểu.

동적 Mang tính động. *(tr)* 정적 mang tính tĩnh.

동전 주화 Tiền xu.

동절 동계, 겨울절 Mùa đông. *(tk)* 하절, 하계, 여름절 mùa hè.

동정 Động tĩnh. *(tk)* 동태, 동향 động thái.

동정남 Trai tơ. *(tr)* 동정녀, 숫처녀 gái tơ.

동정하다 불 쌍히 여 기다 Thương cảm, lấy làm đáng thương.

동제 Làm bằng đồng. *(tk)* 금제 làm bằng vàng. 은제 làm bằng bạc. 석제 làm bằng đá. 목제 làm bằng gỗ.

동제 동신제 Lễ tế thần ở làng.

동조자 동반자 Người cùng chí hướng, người cùng đi.

동족 겨레 đồng tộc. *(tk)*

이민족 dân tộc khác.

동족상잔 Cùng dân tộc, cùng anh em giết hại lẫn nhau.

동종 동류 Cùng loại, cùng chủng loại.

동종 동종 Cùng họ hàng, cùng tổ tiên.

동지 Hạ chí (khoảng 22 – 23/12). *(tr)* 하지 하 지 chí.

동질성 Tính đồng chất. *(tr)* 이질성 tính khác chất.

동창 Cửa sổ mở về phía đông. *(tk)* 남창 cửa sổ mở về phía nam.

동창생 동기생 Học sinh cùng trường cũ, hay cùng thầy xưa.

동체 Cùng cơ thể. *(tk)* 이체 khác cơ thể.

동침 침, 대침 Kim châm huyệt. *(tk)* 바늘 kim may.

동태적 Dạng động, dạng lưu động. *(tr)* 정태적 dạng tĩnh.

동편 동쪽 Phía Đông. *(tk)* 서편, 서쪽 phía Tây.

동포 Đồng bào. *(tk)* 민족, 겨레 dân tộc.

동하다 움직이다 Động, chuyển động.

동행인 동행자 Người đồng hành, người cùng đi.

동혈 동굴 Hang sâu.

동화 Hiện tượng đồng hoá. *(tr)* 이화 hiện tượng dị hoá. *(tk)* 이변 dị biến.

동화 동전 Đồng xu bằng đồng. *(tk)* 금화 đồng tiền vàng, 은화 đồng tiền bạc.

돛단배 돛 배, 범 선 Thuyền buồm.

돼지 우리 돈사, 돼 지집 Chuồng lợn, chuồng heo. 도야지 con lợn.

돼지고기 돈육, 저육 Thịt lợn.

돼지기름 돈지 Mỡ lợn.

되게 엄청, 된통, 아주, 몹시 Rất, ... (mức độ, số lượng).

되는대로 함부로, 마구, 아무렇게나 Bừa, ẩu, mặc sức.

되다 이루어지다 Thành. 이룩하다 đạt được.

되돌아오다 돌아오다, 되들다 Quay trở về.

되레 도리어, 오히려, 반대로 Ngược lại, đâm ra.

되묻다 반문하다 Hỏi ngược lại.

되바라지다 좁다 Chật hẹp.

되찾다 Lấy lại, tìm lại, lĩnh lại. (tt) 찾다 tìm kiếm, lĩnh tiền từ ngân hàng.

되풀이 거듭, 반복, 되풀이, 중복 Lặp đi lặp lại.

되풀이하다 겹치다, 전전 하다 Trùng lặp.

된서리 무서리 Sương muối, sương đậm.

된소리 경음 Tiếng bật ra không thành âm (như âm ㄲ, ㄸ, ㅃ, ㅆ, ㅉ).

된장 토장 장재 Tương.

됨됨이 겉 모양 외모 Bề ngoài, hình dáng bên ngoài.

두 도 Cũng (trợ từ).

두 둘 Hai (số lượng).

두 말 Đấu, thăng, mủng, thúng (đơn vị đo lường).

두개골 머리뼈, 두골 Xương sọ, xương đầu.

두건 머리 수건 Khăn quấn đầu.

두꺼비 Con cóc. (tk) 개구리 con nhái, con ếch. 맹꽁이 con ễnh ương.

두껍다 두툼하다 Dày. (tr) 얇다 mỏng. (tk) 얕다

cạn. 깊다 sâu.

두께 Độ dày. (*tk*) 크기 độ lớn. 넓이 độ rộng.

두뇌 뇌, 골 Não (trong đầu). (*tk*) 뇌수 não tủy

두다 놓다 đặt xuống, để xuống.

두더지 전서 Con chuột chù.

두둑 둑 Bờ ruộng.

두둑하다 두껍다 Dày.

두드리다 Gõ (ra tiếng). (*tk*) 치다 đâm. 때리다 đánh.

두레박줄 Dây gàu múc nước.

두려움 공포, 위 구심, 가공 Nỗi sợ hãi, tâm lý sợ sệt.

두려워하다 겁먹다, 겁내다, 무서워하다 Sợ sệt, sợ hãi.

두렵다 무섭다 Lo sợ.

두루마기 주막의, 주의 Quần áo truyền

thống mặc khi có đại lễ (Hàn Quốc).

두루미 학, 백학, Con hạc trắng.

두르다 둘러싸다, 싸다 Gói lại, quấn gói.

두메 벽지, 산골, 산협 Vùng xa, vùng hẻo lánh.

두목 우두 머리, 괴수 Đầu mục. (*tk*) 두령 đầu lĩnh, 수령 lãnh tụ, thủ lĩnh.

두발 머리카락, 머리털 Tóc, lông đầu.

두번 차 Hai lần. 이차 lần thứ hai.

두부 Đậu phụ.

두부 승부 Phần đầu.

두상 머리 위 Phần trên đầu.

두서 실마리 Đầu mối, múi chỉ (của công việc).

두수 Số lượng con vật.

두엄 퇴비, 거름 Phân hữu cơ hỗn hợp.

두음 Âm, chữ đầu tiên trong chữ. *(tr)* 말음 chữ, âm cuối cùng trong chữ.

두절하다 단절하다, 절단하다 Cắt đứt. *(tr)* 연결하다, 잇다 nối, liên kết.

두텁다 두텁다, 깊다, 돈독하다 Dày, sâu đậm tình nghĩa.

두툼하다 넉넉하다, 풍족하다 Đầy đủ, sung túc. *(tr)* 야 팍하다 nghèo nàn.

둑 뚝, 제방 Đê, đập, đê điều.

둔갑하다 변하다, 변신하다 Biến thân, biến đổi.

둔덕 언덕 Gò cao, vùng đất cao.

둔부 궁둥이, 볼기, 엉덩이 Cái mông.

둔재 Người bất tài. *(tk)* 천재 thiên tài. 수재 người

có tài năng. 영재 anh tài.

둔탁하다 둔중하다, 둔하다, 미련하다, 어리석다 Ngốc, đần, không nhạy cảm. *(tr)* 예민하다 nhạy bén.

둔하다 Cùn. *(tr)* 나카롭다 sắc.

둘러보다 살피어보다, 살펴보다 Chăm nom, chăm sóc, trông coi.

둘레 언저리, 연변, 주변 Ven, biên, xung quanh.

둘째 손가락 집게손가락, 식지, 검지, 인지 Ngón tay thứ hai.

둘째 제이, 둘째 Thứ hai.

둥우리 둥지 Cái chuồng.

둥우리 보금자리, 둥지, 새집 Cái tổ, cái ổ (chim, động vật).

뒤 Sau (vị trí). *(tr)* 앞 trước. *(tk)* 후 sau (thời gian).

뒤 곁 Sân sau hay vườn sau nhà.

뒤꽁무니 Xương cụt (sau mông).

뒤꿈치 발뒤꿈치 Gót chân.

뒤끓다 끓다 Sôi. 혼잡하다, 소란하다 hỗn tạp.

뒤끝 마무리, 끝마무리 Phần cuối công việc.

뒤대다 뒤보다, 돌봐주다 Trông coi, chăm sóc.

뒤돌아보다 Nhìn lại. 회고 하다 nhớ lại ngày xưa.

뒤따르다 뒤쫓다, 쫓아가다, 쫓다 Đuổi theo sau, đuổi theo.

뒤떨어지다 뒤처지다, 처지다, 낙오하다, 뒤서다 Tụy hậu, tụt về sau. (tr) 나아가다, 앞서가다 đi trước.

뒤바뀌다 바꾸다 Đổi.

뒤에 후에, 나중에, 그다음에 Sau, sau đó. (tr) 앞에, 앞서 trước đó.

뒤집다 뒤바꾸다 Lộn ngược ra.

뒤집히다 전복 되다 Lật ngược, lật và đổ.

뒤쫓아가다 Đuổi theo phía sau. (tk) 뒤쫓아오다 đuổi theo đến từ phía sau.

뒤척거리다 뒤척대다, 뒤척 이다 Trằn trọc không ngủ được.

뒤통수 뒷골, 뒷머리, 후두 Gáy đầu, sau gáy.

뒤틀다 꼬다, 비틀다 Bện, làm cho xoắn lại.

뒤틀리다 꼬이다, 얽 히다 Bị xoắn lại.

뒤편 편 Phần sau. (tr) 앞쪽.

뒤흔들다 흔들다 Lung lay. 동요하다 dao động.

뒷간 먼데, 변소 화장실

Nhà vệ sinh.

뒷걸음 퇴보 Bước thụt lùi.

뒷구멍 항문 Lỗ đít, lỗ khu, hậu môn.

뒷날 후일, 훗날 Ngày sau, sau này. 장래 tương lai sau này. *(tr)* 전날, 전일 ngày trước.

뒷날개 Cánh sau. *(tr)* 앞날개 cánh trước.

뒷다리 뒷발 Chân sau. *(tk)* 앞다리, 앞발 chân trước.

뒷머리 Gáy đầu, sau gáy. 앞머리, 이마 cái trán.

뒷모습 뒷맵시, 뒷모양 Hình dáng nhìn từ phía sau.

뒷문 후문, 이문 Cửa sau.

뒷바라지하다 보살 피다 Chăm nom, chăm sóc.

뒷받침하다 후원하다

Hậu viện, giúp đỡ phía sau.

뒷일 Ngày sau. *(tr)* 앞일 ngày trước.

뒷장 Trang sau. *(tr)* 앞장 trang trước.

뒷줄 후열 Dòng trước, hàng trước. *(tr)* 앞줄 dòng, hàng trước.

드넓다 Rộng rãi, thoải mái. *(tr)* 비좁다, 좁다 chật hẹp.

드디어 결국, 마침내, 끝내 Kết cục, cuối cùng, kết quả.

드러나다 노출하다 Lộ ra, hiện ra. 나타나다 xuất hiện. 보이다 hiện ra. *(tr)* 없어지다 biến mất.

드러내다 나타내다 Làm rõ hiện rõ ra. 밝히다 làm sáng tỏ, làm rõ.

드리다 Dâng lên, trao lên

(từ kính trọng của 주다).

(*tk*) 올리다 trao lên, trình lên.

드리다 문 닫다 Đóng cửa. 폐업하다 dẹp tiệm.

드리다 증정하다 Dâng lên, đệ trình, cho (kính trọng). (*tr*) 받다 nhận.

드문드문하다 Thỉnh thoảng mới có, hiếm có. (*tr*) 허다하다 đầy rẫy ra.

드물게 자주 자꾸 Thỉnh thoảng đôi lúc, cũng có lúc.

드물다 Hiếm có, thỉnh thoảng.

드물다 Hiếm, ít khi, không có nhiều. (*tr*) 흔하다 nhiều, đầy rẫy.

드세다 세다, 강 하다, 억세다 Mạnh, mãnh liệt.

드잡이하다 멱살

잡다 Nắm lấy cổ áo.

득 소득 Lợi, phần hơn. 이익 lợi ích. (*tr*) 실 thiệt, hại, lỗ.

득남하다 아들을 낳다 Đẻ con trai. (*tr*) 득녀하다 đẻ con gái.

득녀하다 딸을 낳다 Đẻ con gái.

득세하다 Lợi thế, đắc thuế. (*tr*) 실세 하다 thất thế, 실권하다 mất quyền hành.

득실 득상 Được và mất. 손익 tổn thất và lợi ích.

득점하다 Ghi thêm điểm, thêm bàn thắng. (*tr*) 실점 하다 mất điểm.

득하다 얻다 Thu được, đạt được. 잃다 mất mát.

든든히 단단히, 뜬뜬 하다 Rắn chắc, chắc, rắn.

듣다 잘듣다, 효과

있다 Có hiệu nghiệm.

듣다 청문하다, 청취
하다, 경청 하다 Nghe.
귀기울이다 lắng tai nghe.
알아듣다 nghe hiểu ra.

들 들판, 벌 Cánh đồng.
평야 bình nguyên.

들 등, 따위 Vân vân, như
là…

들고일어나다 들고
일어서다 Đứng dậy,
đứng lên, vùng lên.

들고 파다 몰두하다,
전념하다, 열중하다
Toàn tâm toàn ý.

들기름 참기름 Dầu
vừng, dầu mè.

들깨 참깨, 깨 Vừng, mè.

들꽃 야화 Hoa dại, hoa
đồng.

들다 Dùng (cơm, nước),
ăn uống (kính trọng). *(tk)*
먹다 ăn, 마시다 uống.

들다 잡다, 가지다 Cầm

lên. *(tr)* 놓다 đặt xuống.

들르다 거 치다, 경유
하다, 들러가다 Ghé
qua, quá cảnh.

들리다 들게 하다 Được
nhấc lên.

들보 보 Xà nhà. *(tk)* 대
들보 cái văng nhà, kèo
cây cột nhà.

들숨 Hơi thở vào. *(tr)*
날숨 hơi thở ra.

들어가다 진입 하다
Đi vào. *(tr)* 나가다 đi ra.

들어눕다 눕다 Nằm.
잠자다 nằm ngủ. *(tr)*
일어나다, 기상하다
thức dậy.

들어몰다 Lùa vào trong.
(tr) 내 몰다 đẩy ra ngoài.

들어오다 Đi vào phía
trong. *(tr)* 나가다 đi ra
ngoài.

들여놓다 Mang đặt
vào bên trong. *(tr)* 내놓다

mang đặt ra ngoài.

들여다보다 Nhìn vào trong, nhìn lén vào trong. *(tr)* 내다보다 nhìn ra ngoài.

들여오다 Mang vào. *(tr)* 내오다 mang ra ngoài.

들이밀다 Đẩy vào trong. *(tr)* 내밀다 đẩy ra ngoài.

들이비치다 Chiếu vào bên trong (ánh sáng). *(tr)* 내비치다 chiếu ra ngoài.

들이세우다 Dựng vào bên trong. *(tr)* 내세우다 dựng ra ngoài.

들이쉬다 Thở hít vào. 내쉬다 thở ra.

들일 밭일 Việc đồng án.

들쥐 해서 Chuột đồng. *(tr)* 집쥐 chuột nhà.

들짐승 Súc vật nhà. *(tk)* 산짐승 thú rừng. 물짐승 thú dưới nước.

들추다 들추어내다, 어내다 Làm rõ ra, làm sáng tỏ. *(tr)* 감추다, 숨기다 giấu, che giấu.

들키다 발각되다 Bị phát giác. 꼬리를 밟히다 dậm phải đuôi.

들판 벌판 Cánh đồng

들풀 Cỏ đồng *(tt)* 야생초, 야초 cỏ hoang dạ.

듯하다 양하다 Giống như

등 들, 따위 Vân vân.

등 등때기 Lưng, phần lưng. *(tr)* 배 phần bụng, bụng.

등교하다 Đi học, đi tới trường. *(tr)* 하교하다 đi học về.

등귀하다 급등하다 Tăng vọt lên (giá cả). *(tr)* 하락하다 giảm xuống, xuống giá.

등극하다 즉위하다
Lên ngôi vua.

등급 등위 Đẳng cấp.
차례, 순서 thứ tự, tuần
tự.

등단하다 Đăng đàn, lên
diễn đàn, xuất hiện trên
văn đàn. *(tr)* 하단 하다
xuống diễn đàn.

등대 cột đèn, ngọn đèn
cao.

등락 당락 Việc thi đậu
hay trượt.

등록 등기 Sự đăng ký,
sự ghi chép vào sổ sách.

등록세 Phí đăng ký.
(tk) 취득세 thuế quyền
sử dụng.

등반하다 등산 하다,
산에 올라가다 Leo núi.
(tr) 하산하다 xuống
núi.

등뼈 등골 Xương lưng.
(tk) 척수, 척추 cột sống.

등산하다 산에 올라
가다 Leo núi. *(tr)* 하산
하다, 산에서 내리다
xuống núi.

등식 Đẳng thức, dấu bằng
nhau *(tt)*. *(tr)* 부등식 bất
đẳng thức.

등신 병신, 바보 Người
ngu đần (tục).

등심 심지 Bấc đèn.

등심 안심, 등심살 Thịt
lưng.

등용하다 뽑다, 기용
하다 Việc tuyển, sử dụng
người tài.

등위 등급 Hạng, đẳng
cấp, thứ hạng.

등위 즉위 Sự lên ngôi
vua.

등유 석유 Đèn dầu, dầu
hoả.

등잔불 등불 Lửa đèn.

등장하다 나오다 Xuất
hiện (nhân vật quan trọng).

(tk) 나타나다 hiện ra, lộ ra. *(tr)* 퇴장하다 rút lui, thôi khỏi (vũ đài chính trị).

등정하다 떠나다 Xuất phát, xuất xứ, rời đi.

등지느러미 배기 Vây lưng.

등지다 등 대다, 기대하다 Dựa lưng vào.

등차 등급 Cấp bậc, đẳng cấp.

등한 Lỏng lẻo, sơ sài, sơ suất. *(tr)* 철저 thận trọng.

등한시하다 등한하다, 소홀하다, 소홀히여기다 Coi thường, khinh suất. *(tr)* 중시하다 coi trọng, cẩn thận.

등한히 소홀히 Lỏng lẻo, sơ suất, bất cần. *(tr)* 중요시 thận trọng.

등화 등불, 등잔불 Lửa đèn.

등화 등불, 등잔불 Lửa đèn.

디디다 딛다 Tỳ chân vào. 밟다 dẫm chân lên, 디디고 서다 đứng tỳ chân.

디스카운트하다 할인하다, 깎다 Giảm giá, hạ bớt giá.

디스크 원반, 원판, 음반 Đĩa ghi nhớ, đĩa máy tính, đĩa máy hát.

따갑다 뜨갑다 Nóng bỏng, rất nóng. 따뜻하다 ấm áp.

따귀 뺨따귀 Vùng má, vùng thái dương. 뺨 má. 얼굴 mặt.

따끔하다 따끔거리다 Nhức, đau rát. 아프다 đau (nói chung).

따님 Cô gái rượu (của ai). *(tk)* 영애, 영양 lệnh ái, 아드님 công tử, cậu ấm.

따다 잡아 떼다 Hái
xuống. 뜯다 gỡ, mở ra.

따돌리다 Bị né tránh,
bị bỏ rơi.

따뜻이 따듯이, 따뜻
하게 Một cách ấm áp.

따뜻하다 다 스하다,
온하다 Ấm áp. 온화하다
ôn hòa.

따라가다 Đi theo. 뒤쫓
아가다 đuổi theo sau.
따르다 theo. (tr) 이끌다,
인도하다, 선도하다
dẫn đi, dắt đi.

따라서 그렇기 때문에
그러 므로 Vì vậy cho
nên.

따라오다 Theo đến.
뒤쫓 아오다 Đuổi theo
sau đến.

따라지 땅딸보 Người
bị xã hội xa lánh vì không
có tiền có chức vụ.

따로 별도로, 홀로 Riêng

biệt, một mình. (tk) 함께,
같이 cùng nhau

따르다 따라가다 Đi
theo. 뒤따르다 theo
sau.

따분하다 맥없다 Mất
sức, mất nhuệ khí.

따스하다 따뜻 하다
Ấm, ấm áp.

따옴표 인 용부 Dấu
ngoặc đơn ( ).

따위 불리, 등, 등등
Như là…, vân vân.

따지다 Xem xét ra sao,
so đọ. 밝히다 làm sáng
tỏ. 추궁하다 truy xét.

딱 정확히, 확실히,
정확 하게 Một cách
chính xác.

딱 한마디로, 단호히
Một cách dứt khoát, dứt
điểm.

딱딱대다 위협 하다
Uy hiếp. 협박하다 đe

dọa.

딱 딱 하 다 단단 하다, 굳다 Cứng, khô. (tr) 부드 럽다 mềm mỏng.

딱 지 Cái tem, cái để lên cái khác.

딱 지 거 절, 거부 Sự từ chối, sự không đồng ý (trong yêu đương, v.v…).

딱 지 를 놓 다 거절 하다 Từ chối.

딱 총 Súng nước.

딱 하 다 가엾다, 불쌍 하다 Tội nghiệp, đáng thương.

딱 하 다 어렵다, 난처 하다 Khó xử, khó khăn.

딴 마 음 딴생각, 이심, 타심 Lòng khác, suy nghĩ khác, hai lòng.

딴 소 리 딴말, 잔말, 잔 소리 Lời nói vô ích, lời không đâu.

딴 소 리 하 다 딴전부

리다 Nói điều không cần thiết.

딴 채 Nhà nhỏ, nhà phụ (trong nhiều nhà). (tr) 본채 nhà chính.

딸 Con gái. 영애 lệnh ái. 여아, 영양 bé gái. (tr) 아들 con trai. 남아 bé trai.

딸 리 다 붙어있다, 딸려 있다, 붙다 Dính, liền với, treo cùng. 부속되다, 종속 되다 phụ thuộc, thuộc vào.

딸 애 Bé gái. (tr) 아들애 bé trai.

땀 바늘땀 Vết kim may, lỗ chân kim.

땀 한시리 Mồ hôi. 땀내 mùi mồ hôi.

땀 내 다 Chảy mồ hôi, đổ mồ hôi.

땀 받 이 한의 Loại áo dùng thấm mồ hôi ra.

땀 빼 다 Đổ mồ hôi vì
việc gì,애먹다, 애쓰다,
수고하다 cố gắng. 고생
하다 vất vả.

땅 대지, 황지 Đất. *(tk)*
토양 토양 thổ nhưỡng. 토지
토지 địa. 땅덩이, 땅덩
어리 diện tích đất, khối
đất.

땅값 지가, 토가 Giá đất.

땅굴 토굴 Hang trong
đất, hang đất.

땅덩어리 땅덩이 Diện
tích đất, khoảng đất.

땅 딸 막 하 다
뚱뚱하다 To béo.

땅 바 닥 지면 Mặt đất.

땅벌 토봉 Ong đất.

땅 세 지대, 지세 Địa
thế đất, hình thái đất.

땅 속 Trong lòng đất. *(tt)*
지하 지하 địa hạ, ngầm dưới
đất.

땅콩 Củ lạc, đậu phộng.

때 Lúc, thời. 기회 cơ hội,
thời cơ. 시절 lúc, khoảng
thời gian. 경우 trường
hợp.

때 더러운 것 Vết bẩn,
ghét bẩn.

때 다 지피다, 태우다,
사르다 Đốt nóng lên,
nung nóng lên.

때 때 로 때로, 간 간이
Thỉnh thoảng, đôi lúc. *(tr)*
자주 thường xuyên.

때 때 옷 때때, 반의 Áo
màu sặc sỡ của trẻ em.

때 려 눕 히 다 때려잡다
Đánh ngã xuống. 때려부
수다, 타도하다, 부수다,
박살내다, 깨뜨리다
Đập vỡ tan.

때 려 치 우 다 그만두
다, 걷어 치우다, 중지
하다, 중단하다 Dừng
lại, thôi (công việc).

때 리 다 구타하다, 치다,

주먹 질하다, 타격하다
Đánh. đánh đập. 공격
하다 공격 **kích.** *(tr)* 맞다
trúng phải đòn, bị đánh.

때 묻 다 다랍다, 인색
하다 **Keo kiệt, bẩn.**

때 묻 다 더 러 워 지 다,
때리다, 오염하다 **ô**
nhiễm.

때 없 이 Không kể lúc
nào. 수시 thường xuyên,
nhiều khi.

때 우 다 땜질하다, 땜
하다 **Hàn, gắn.**

땔 감 땔나무, 땔거리
Củi cây, củi đun. *(tk)* 연료
nhiên liệu.

땔 나 무 장작, 화목 **Cây,**
gỗ dùng làm củi.

떠 꺼 머 리 처 녀
노 처 녀 **Gái quá lứa.** *(tr)*
떠꺼머리 총각, 노
총각 **trai quá lứa.**

떠 나 다 Rời khỏi, đi khỏi,

xuất phát.

떠 다 니 다 떠돌다 **Lan**
đi (tin đồn), đi đây đó.

떠 다 밀 다 떠밀다 **Đẩy**
mạnh, đẩy dúi ra phía
trước.

떠 돌 다 떠돌아다니다,
유랑하다, 유회하다
Đi đây đó, đi lại, lan ra.
(tr) 정착하다 **gắn, cố**
định, định cư.

떠 돌 이 부랑자, 방랑자,
방랑객, 떠돌뱅이 **Người**
lang thang, người nay đây
mai đó.

떠 돌 이 별 Sao di động,
sao di dời vị trí, hành tinh.
(tr) 항성 **định tinh, sao**
cố định một chỗ.

떠 들 다 지껄 이다, 들
레다 **Nhốn nháo, làm ồn**
ào. 큰소리치다 **nói lớn,**
la hét.

떠 밀 리 다 Bị đẩy mạnh.

(tk) 떠밀다 đẩy mạnh.

떠받들다 받다 Nhận.

떠보다 저울질하다 Cân lên xem. 재보다 đo xem. 헤아리다, 알아보다 đoán xem, áng chừng xem.

떠오르다 솟아오르다, 돋다 Nổi lên, mọc lên. (tr) 가라앉다, 내려가자, 지다 lặng xuống.

떠지다 뜨다 Mở mắt, mắt mở.

떡 편, 노티 Các loại bánh HQ.

떡값 Tiền cà phê, tiền hoa hồng. (tk) 상여금 tiền thưởng, 뇌물 của hối lộ.

떨다 털다, 털어버리다, 덜어내다 Rũ ra, giũ ra, làm cho rơi ra.

떨다 흔들리다 Rung, run, lung lay. 요동하다 giao động.

떨리다 Run lên, rung

lên. 겁나다, 두려워하다, 무섭다 sợ hãi.

떨어뜨리다 떨어지게 하다 Làm cho rơi xuống. 투하하다 té xuống, ngã xuống.

떨어지다 추락하다 Rụng xuống, rơi xuống.

떨이하다 Việc bán lần cuối cùng trong ngày. (tr) 마수, 마수걸이, 개시 việc bán mở hàng trong ngày.

떨치다 Giũ ra. 날리다 làm cho bay mất.

떳떳이 Đường hoàng, minh bạch. (tr) 몰래 lén lút, không để ai biết.

떳떳하다 당당 하다 Đường đường chính chính.

떼 무리, 군, 무더기 Bầy, đàn... (động vật), đám đông, 떼 죽음 sự chết hàng loạt.

떼거지 떼 거리 Bầy người lang thang, ăn mày bầy.

떼다 뜯다 Bứt ra, tháo ra, dứt ra. 개봉하다 mở niêm phong ra. *(tr)* 붙이다, 대다 gắn, đặp vào, dán vào.

떼돈 Tiền lớn bỗng dưng mà có. *(tk)* 목돈 số tiền lớn.

떼먹다 떼어먹다, 가로 채다 Ăn chặn, ăn quỵt.

떼쓰다 고집부리다, 억제부리다 Khăng khăng, một mực, bướng, cố chấp.

떼어놓다 Bứt ra, tháo ra. *(tr)* 붙이다 gắn dán vào.

또 거듭, 또다시 Lại một lần nữa.

또는 혹은 Hoặc là, hay là.

또다시 제차, 다시 Lại, lặp lại, lặp lại.

또렷이 뚜렷이, 분명히, 똑똑히 Rõ ràng, minh bạch.

또한 역시 Lại, lặp lại.

똑같이 동일하게 Giống như nhau. 차별 없이 không có sự phân biệt gì. *(tr)* 달리 Khác, khác với, khác nhau.

똑딱선 모터 보트 (*Motorboat*) Thuyền máy.

똑똑하다 영리 하다, 총명하다, 머리가 좋다 Thông minh. *(tr)* 우둔하다, 어리석다 ngu, đần.

똑바로 바로, 바르게 Nghiêm, đúng tư thế, thẳng. 정직하다 chính trực, ngay thẳng. *(tr)* 비 뚜로 xiêu vẹo (tư thế).

똑바로 제대로 Ngay thẳng. 정직 하다 chính trực, ngay thẳng.

똥 변, 분 Phân động vật.

(tk) 대변 đại tiện. 소변 tiểu tiện. 오줌 nước tiểu. 배설물 chất bài tiết.

똥값 헐값 Giá bèo, giá rẻ mạt.

똥구멍 항문, 밑, 밑구멍 Hậu môn.

똥누다 대변 보다, 변 보다, 똥싸다 Đi ia, đi đại tiện. *(tr)* 오줌 누다 đi đái.

똥오줌 대소변 Đại tiểu tiện.

뚜 뚜쟁이, 포주 Mụ chứa, mụ Tú bà.

뚜껑 개 Cái vung, cái nút, cái nắp.

뚜렷하다 선명 하다, 분명하다 Rõ ràng, minh bạch, phân minh.

뚝뚝하다 굳다, 단단 하다 Cứng, rắn.

뚫다 구멍내다, 꿰뚫다, 관통하다 Thùng, xuyên qua, khoan thủng.

뚫리다 Bị thủng, bị xuyên qua. *(tr)* 막히다 bị lấp lại, 메우다 lấp (lỗ hổng).

뚱뚱보 뚱보, 뚱 뚱이 Người béo to. 비만하다 béo phì.

뛰다 뛰어가다 Nhảy. 도약 하다 nhảy vọt lên. 뛰어넘다 nhảy vọt qua.

뜨겁다 따 갑다 Nóng bỏng. 덥다 nóng. *(tr)* 차 갑다, 차다 lạnh lẽo.

뜨다 개안하다 Mở mắt. *(tr)* 감다 nhắm mắt.

뜨다 날다, 비행하다 Bay lên. 이룩하다 cất cánh.

뜨다 돋다, 솟다 Mọc lên. *(tr)* 지다 lặn.

뜨다 발효되다 Lên men.

뜨듯하다 따뜻 하다 Ấm áp.

뜬구름 부운 mây trôi

nổi.

뜬소문 헛소문, 낭설, 유언비어 Tin đồn nhảm, tin nhảm.

뜯기다 깨물리다 Bị cắn vỡ.

뜯기다 빼앗기다 Bị cướp.

뜯다 뜯어내다 Bóc ra, dứt ra, tháo ra.

뜯아 뜯어먹다, 빼앗다 Cướp, giành lấy ăn.

뜯어보다 열어 보다 Mở ra xem.

뜰 마당, 정원 Sân, vườn, khoảng trống trước sân.

똠부기 Con cuốc.

뜸하다 Ít khi có. (tr) 잦다 có nhiều.

뜻 의미 nghĩa, ý nghĩa.

뜻밖 의외, 생각 밖 Ngoài ý muốn, ngoài suy nghĩ, bỗng nhiên. 상상 밖 ngoài tưởng tượng.

띄우다 띄다 Nổi lên.

띠다 매다, 차다 Thắt,

띠 Cái vòng, cái dây. (tk) 허리띠 cái thắt lưng. đeo vào người. (tr) 벗다 cởi (thắt lưng).

띵하다 조금 아프다 Đau (đầu).

ㄹ

라디오 수신기, 방송 수신 기 Máy thu thanh.

라면 Mì gói, mì.

라이프 목숨 Tính mạng.

러버 사랑 Tình yêu.

로 Lộ, đường đi. *(tt)* 길 đường đi, 대로 đại lộ, 골 목 ngõ nhỏ.

로고 (*Logoagram*) biểu tượng, logo.

률 율... Tỷ lệ, phần trăm.

ㅁ

마 Con ma. *(tt)* 마귀 ma quỷ. *(tk)* 천사 thiên sứ, cô tiên, ông bà tiên.

마 Củ mài.

마 삼, 대마 Cây đay.

마감하다 마무리하 다, 끝을 맺다. 끝내다

Kết thúc, xong (công việc). *(tr)* 시작하다 bắt đầu.

마고할미 Cụ già. 노파 bà già.

마구간 말간, 마구, 외 양 Chuồng ngựa.

마굴 마권, 소굴 Sào huyệt, hang ổ.

마귀 잡귀 Ma quỷ. *(tt)* 악마 ác ma. 악귀 ác quỷ. 귀신 quỷ thần, 요 괴 yêu quái. 사탄 quỷ Sa tăng.

마냥 처럼 Như là...

마녀 요녀 Yêu nữ. 요괴 con yêu quái.

마느라 아내 Vợ. *(tr)* 남편 chồng.

마늘 Tỏi. *(tk)* 파 hành, 양파 hành tây.

마다나 대로, 처럼,

말한바와 같이 Giống
như.

마 담 (*Madam*), 부인,
귀부인 Bà, lệnh bà.

마 당 뜰, 정원 Cái sân
trước nhà.

마 당 발 Bàn chân to, rộng.

마 도 로 스 (*Matroos*),
선원, 뱃사람 thuyền viên.

마 디 결절 Khúc, đốt,
đoạn. 구절 từng đoạn lời
nói.

마 디 다 Bền, lâu hỏng.
(*tr*) 헤프다 mau hỏng,
mau hư.

마 땅 찮 다 적당하지
않다, 비위안 맞다
Không thích đáng, không
vừa lòng. (*tr*) 마땅하다.

마 땅 하 다 어울리다,
알맞다 Vừa phải, hợp
với.

마 력 매력 Sức hấp dẫn.

마 련 하 다 장만하다,
미리 준비하다, 갖추다

Chuẩn bị sẵn.

마 르 다 야위다 Khô,
gầy. 건조되다 phơi khô,
sấy khô. (*tr*) 젖다 ướt
nước, 살찌다 béo.

마 른 갈 이 Việc cày
ruộng khô. (*tr*) 물갈이
việc cày ruộng nước.

마 른 걸 레 Giẻ khô. (*tr*)
물걸 레, 진걸 레 giẻ
thấm nước.

마 른 국 수 건면, 괘면
Miến khô.

마 른 나 무 건목 Cây
khô. (*tr*) 생나무 cây tươi.

마 른 날 Ngày khô ráo.
(*tr*) 진날 ngày mưa, ngày
ẩm ướt.

마 른 풀 Cỏ khô. (*tr*) 생
풀 cỏ tươi.

마 마 Ông, bà. (*tt*) 폐하
bệ hạ, 전하 điện hạ (gọi
vua chúa và gia đình nhà
vua chúa ngày xưa).

마 마 천연두, 역신, 두

신, 손님 **마마** Bệnh đậu mùa.

마마님 마님, 부인 Bà, 부인 (gọi người phụ nữ).

마마하다 천연두앓다 Mắc bệnh đậu mùa.

마멸하다 마모하다, 마손하다 Làm mòn, bào mòn. 닳아 없어 지다 mòn mất đi. 닳다 mòn.

마무리하다 매기단 하다, 끝마감하다 Kết thúc, xong

마법 Ma pháp, phù thủy. *(tt)* 술법, 요술 yêu thuật.

마부 마차부 Phu đánh xe ngựa.

마분지 판지 Giấy vàng sản xuất từ rơm.

마비 Chứng tê liệt. 정 지 dừng lại, đình chỉ. 기 능상실 mất khả năng.

마사 안마, 마사지 Việc xoa bóp, mát xa.

마사지하다 Xoa bóp.

두드리다 gõ, vỗ. 주무 르다, 문지르다 bóp, véo, xoắn.

마소 Ngựa bò. *(tt)* 우마 ngưu mã.

마수 개시 Việc bán mở hàng.

마술 승마술 Kỹ thuật cưỡi ngựa.

마술사 마법사, 주술 사, 요술쟁이, 마술쟁 이 Mụ, lão phù thủy.

마스크 가면, 복면 Cái khẩu trang, cái mặt nạ, cái che mặt. *(tk)* 탈 cái mặt nạ.

마스터키 *(Master key)*, 곁쇠, 만능 열쇠 Chìa khóa vạn năng.

마스터 플랜 *(Master plan)*. 기본 계획 Kế hoạch cơ bản. 기본 설계 thiết kế ban đầu.

마스터 *(Master)*, 우두 머리 Người đứng đầu.

주인 chủ nhân.

마시다 빨아들 이다
Uống, hít thở.

마약 중독자 아편
중독자, 마약 쟁이 Kẻ
nghiện ma túy.

마약 아편 Thuốc phiện,
ma túy.

마을 말 Làng. 촌, 동네
thôn xóm. 읍 ấp, 리 xã,
현 huyện, 군 quận, 도성
tỉnh thành.

마음 맘, 마음씨 Tấm
lòng, trong bụng. 본심
bản tính.

마음껏 맘껏, 실컷 Tha
hồ, tùy sức.

마음놓다 안심하다
An tâm, yên chí.

마음대로 맘대로, 멋
대로, 임의대로 Theo ý
mình, thỏa chí, tha hồ.

마음먹다 맘먹다 Có
ý, quyết trong lòng.

마음씨 심상, 심정 Tấm

lòng, tận tình, tâm hồn.

마이너스하다 빼다,
제외 하다 Trừ ra.

마이동풍 우이독경,
소귀에 경읽기 Đọc kinh
tai bò, nước đổ lá môn.

마일 (*Mile*), 영리, 이
Một dặm.

마장 경마장 Sân đua
ngựa.

마저 까지도, 조차 Ngay
cả, đến… cả.

마저 모두, 다, 죄다,
몽땅 Tất cả, hết cả.

마제 석기 타제 석기
Thời kỳ đồ đá.

마주 잡다 돕다, 협력
하다 Giúp đỡ, hợp lực.

마주치다 부딪치다
Đụng phải. 충돌하다 xung
đột, đụng độ.

마중하다 맞이하다
Đón tiếp. 영접 하다
nghênh tiếp. (*tr*) 환송 하
다, 배웅 하다 tiễn đi.

마지막 끝, 끄트머리, 막판 Hết, phần cuối. 끝장 cảnh hết. (tr) 처음, 시초 ban đầu, ngay từ đầu.

마지못하다 부득이 하다, 불가부득하다 Bất đắc dĩ, đành phải.

마진 (Margin) 이익금 Tiền lời.

마찬가지 같음, 마치 한가지, 매일반 Cùng loại, giống nhau, cùng thứ.

마찰 Ma sát. 총돌 xung khắc.

마취제 마취약 Thuốc mê, thuốc gây mê.

마치 망치 Cái búa.

마치다 끝내다, 끝맺 다 Kết thúc, làm xong. (tr) 시작하다 bắt đầu.

마침내 마지막에는, 급기야, 결국, 필경 Kết cục, cuối cùng thì, kết luận, tổng kết.

마침표 종지 부 Dấu chấm hết.

마크 (Mark), 기호 Ký hiệu. 상표 thương hiệu.

마흔 불혹 Bốn mươi. (tt) 사십 tứ thập.

막 막이제, 곧바로, 지 금바로 Ngay bây giờ, ngay lập tức.

막 천막, 막사 Cái lều, cái trại.

막개 뚜껑, 덮개, 복개 Cái nắp, cái nút, cái vung, cái đậy

막걸리 탁주, 범주, 백 주 Rượu chưa chưng cất.

막내 막내둥이, 막냇 자식 Con út trong nhà. (tr) 맏이 cả. (tk) 장남 trưởng nam. 장녀 trưởng nữ.

막노동하다 막일하 다 Lao động chân tay, lao động nặng nhọc.

막다 틀어막다, 가로막 다 Ngăn lại, ngáng, ngăn.

막달 Tháng cuối cùng.

(tr) 첫달 tháng đầu tiên.

막 대 막대기 Cái que dài, cái gậy. *(tk)* 지팡이 cái gậy chống tay.

막 대 기 막대, 봉 cái gậy, khúc que, que côn.

막 대 하 다 엄청나다, 어마 어마하다, 아주 많다 Quá nhiều, vô cùng lớn.

막 도 장 Con dấu gỗ bình thường. *(tk)* con dấu được đăng ký theo luật.

막 되 다 버릇없고 거 칠다 Hỗn, mất dạy, không có hiếu. *(tk)* 불효자 con bất hiếu. 건방지다 hỗn hào.

막 막 하 다 끝없이넓 다, 아득 하다 Mênh mang.

막 막 하 다 아득 하다 Mênh mông, xa vời. 끝 없다 không bờ bến.

막 무 가 내 무작 정

Không suy nghĩ, bừa, ẩu.

막 바 로 곧바로, 즉시, Tức thì, ngay lập tức.

막 바 지 마지막, 끝나 가는 단계 Cuối, giai đoạn cuối.

막 바 지 막다른 골목 Ngõ cụt, đáy ngõ cụt. *(tr)* 초입 ngay đầu ngõ vào.

막 벌 인꾼 막 일꾼 Người làm tạp vụ, người làm bất cứ việc gì.

막 상 막 하 난형난제, 비슷 비슷 Không khác nhau mấy, một chín một mười.

막 설 탕 흑설탕, 흑사 탕 Đường đen. *(tr)* 정당 đường tinh luyện.

막 소 주 Rượu gạo bình dân. *(tt)* 소주 loại rượu gạo Hàn Quốc.

막 술 Rượu cuối cùng, rượu nhạt. *(tr)* 첫술 rượu ra đầu tiên, rượu ngon.

막심하다 심하다 Trầm
trọng, nặng nề.

막아 내다 막다 Ngăn
lại. 물리치다, 격퇴하
다 đẩy lùi, đánh lui.

막역하다 친하다, 가
깝다 Thân, gần gũi. *(tr)*
멀다 xa.

막연하다 망막하다,
불투 명하다 Mập mờ,
không rõ ràng. *(tr)* 확실
하다 chắc chắn, 명확
하다 minh bạch, 뚜렷
하다 rõ ràng.

막일 상일, 막노동 Việc
làm chân tay, việc lao
động nặng. 막일꾼 người
lao động chân tay.

막장 Loại tương bình
thường, nhút. *(tt)* 된장
tương.

막장 끝장 Đoạn cuối
công việc.

막중하다 아주중요
하다 Rất quan trọng. *(tk)*

중대 하다 trọng đại.

막차 마지막차, 종차
Chuyến xe cuối cùng trong
ngày. *(tr)* 첫차 chuyến
xe đầu tiên.

막판 끝판 Trận cuối cùng,
vào điểm cuối. 종국 kết
cục. *(tr)* 첫판 trận đầu,
ngay từ đầu.

막후 배후 Bí mật giật
giây, đứng sau lưng điều
khiển.

막히다 Bị ngăn lại. *(tk)*
밀리다 dồn đến, tắc xe.

막히다 메다, 메이다
Bị ngăn lại, bị lấp mất.
(tr) 열리다 được mở ra,
트이다 nứt ra.

만개하다 활짝 피다
Nở rộ (hoa, nụ cười).

만기 기한, 만료 Hết hạn,
mãn kỳ.

만끽하다 배불리먹
다, 포식 하다 Ăn no
thỏa sức.

만 끽 하 다 즐기다, 누 리다 Hưởng thụ đầy đủ.

만나다 상봉하다, 상 면하다, 상견하다, 대 면하다 Gặp mặt. *(tr)* 이 별하다 ly biệt.

만날 늘, 노상, 항상 Hàng ngày, mỗi ngày, từng ngày.

만남 Sự gặp nhau. *(tr)* 이별 sự ly biệt, 이산 sự ly tán.

만년 말년, 노년 Tuổi già, thời gian cuối đời.

만년필 Cái bút máy.

만능 Vạn năng. *(tr)* 무 능 không có khả năng.

만대 Vạn đại. 만년 vạn năm. *(tt)* 만세 vạn tuế.

만들다 제작하다, 작성 하다 Làm ra, tạo ra, làm thành. 제조하다 chế tạo.

만류하다 말리다, 목 하게하다 Ngăn cản, can ngăn, không cho làm gì.

(tr) 간여하다 can dự, tham gia vào.

만만하다 문문하다, 만질 만질하다 Mềm mềm. 연하다 mềm.

만만하다 얕보다, 얕 잡다, 넘보다 Coi thường, ngạo mạn, ta đây, có vẻ.

만무하다 전혀 없다 Hoàn toàn không có.

만물 만유, 온갖 물건 Vạn vật trên đời. 천지 만물 vạn vật trong trời đất.

만민 만백성 Tất cả mọi người, trăm họ, toàn dân.

만반 제반, 모든 것, 갖 가지 (chuẩn bị đầy) Đủ mọi thứ.

만발하다 Nở rộ.

만방 모든 나라, 만국, 여러 나라 Tất cả các nước, mọi nước.

만백성 온백성. 전국 민 Toàn dân, tất cả mọi

người, trăm họ.

만 복 백복 Tất cả mọi bổng lộc.

만 사 매사, 모든 일, 백사, 범사 Vạn sự, mọi việc.

만 사 형 통 백사여의 Vạn sự như ý, mọi việc toại nguyện.

만 삭 막달, 산달, 해산달 Tháng ở cữ, tháng sinh nở. 만월 thai đầy tháng sinh.

만 성 만숙 Loại lúa chín muộn. *(tr)* 숙성 loại chín sớm.

만 성 병 Bệnh mãn tính. *(tk)* 급성병 bệnh cấp tính.

만 세 Vạn đời, muôn năm. 만대 vạn đời. 영구 vĩnh cửu.

만 수 무 강 하 다 Vạn thọ vô cương. *(tk)* 장수하다 trường thọ. *(tr)* 단수하다 đoản thọ. 요사

하다 chết non.

만 약 만일 Vạn nhất, giả sử.

만 연 하 다 돌다, 확산하다 Lan ra, lan tràn. 유행 하다 lưu hành.

만 월 만삭 Đầy tháng ở cữ.

만 월 보름달, 망, 영월 Trăng rằm.

만 인 모든 사람 Tất cả mọi người.

만 일 만약, 만혹, 혹시 Vạn nhất, hoặc là, nếu là.

만 장 일 치 Toàn toàn, tất cả nhất trí.

만 점 가장 점수 Đạt điểm cao nhất.

만 조 Nước thủy triều lên tới mức cao nhất. 밀조 nước triều lên. *(tr)* 간조, 낙조, 저조 mực triều thấp nhất. 썰물 nước triều xuống.

만 조 선 고조선 Mực

nước cao nhất. (tr) 간
조선, 저조선.

만족하다 달갑다 Hoàn
toàn hài lòng. (tr) 불만
하다 bất mãn. (tk) 마음
에 들다 vừa lòng.

만지다 주무르다, 문
지르다, 손질하다 Sờ
mó, mân mê.

만찬회 Bữa tiệc tối, cơm
tối. (tk) 조찬회 bữa tiệc
sáng, 오찬회 bữa tiệc
trưa, cơm trưa.

만추 늦가을 Mùa thu
muộn.

만취하다 대취하다
Say mèm, say hoàn toàn
(rượu).

만치도 만큼도 Không
bằng … (tk) 처럼 như
…, như là…

만큼 정도 Bằng mức,
như mức, bằng chứng…

만혼하다 Kết hôn
muộn. (tr) 조혼하다 tảo

hôn, kết hôn sớm.

만화 만필화, 극화 Sách
tranh. 많다 nhiều, lắm.
(tr) 적다 ít. (tk) 적다,
기재하다 ghi chép.

맏누이 큰누이, 첫째
누이 Chị gái đầu (em gái
gọi).

맏딸 큰딸, 장녀 Con
gái đầu, trưởng nữ.

맏며느리 큰며느리,
맏잡이 Con dâu cả.

맏물 선물, 선출 Ngũ
cốc đầu mùa. (tr) 끝물
ngũ cốc cuối mùa.

맏사위 큰사위 Con rể
đầu.

맏손녀 큰손녀, 장녀
Cháu gái đầu.

맏손자 큰손자, 장손,
주손 Cháu trai đầu, cháu
đích tôn.

맏아들 큰아들, 장남,
장자 Con trai đầu, trưởng
nam.

맏이 큰아이, 첫째, 맏아이, 맏자식 Người con đầu. *(tk)* 막내 người con út.

맏형 큰형, 장형 Anh đầu, anh cả.

맏형수 큰형수 Chị dâu đầu.

말 한마디 한마디 말 Một lời nói, một câu nói.

말 마 Con ngựa, 마필 cỗ xe ngựa. 마차 xe ngựa.

말 말씨, 언사 Lời nói.

말갈기 Cái bờm ngựa.

말경 말년, 노년 Tuổi già, cuối đời.

말굽 자석 Nam châm hình chữ U.

말굽 추녀 Cái máng hình chữ U.

말굽 말발굽, 마제 Cái móng ngựa bằng sắt.

말귀 어의 (Khả năng nghe hiểu) Lời, ý người khác. *(tk)* 말뜻 nội dung lời nói.

말기 말엽, 종, 말세 Thời kỳ cuối giai đoạn cuối. *(tr)* 초기 thời gian, giai đoạn ban đầu.

말꼬리 말끝, 말미 Lời kết. *(tr)* 말머리 lời nói đầu.

말끔히 깨끗이, 멀끔히 Sạch sẽ.

말끔히 싹, 남김없이 Sạch, không còn gì. 깨끗이 sạch sẽ. 전부 toàn bộ.

말년 늦바탕, 말기 Thời kỳ cuối. 노년 tuổi già.

말다 아니하다 Không, đừng, không phải. 중지하다, 그만두다 dừng lại.

말단 끝 Cuối, đoạn cuối cùng.

말대꾸하다 말대답하다 Trả miếng bằng lời.

말동무 말벗 Bạn nói

chuyện với nhau.

말 뜻 뜻 Nghĩa của từ, ý nghĩa của lời nói.

말 라 깽 이 Người gầy đét. *(tr)* 뚱뚱이 người béo phục phịch.

말 라 리 아 열병 Malaria, 학질 bệnh sốt rét.

말 랑 말 랑 하 다 Mềm, nhũn. *(tr)* 딱딱하다 cứng ngắc.

말 로 말년 Thời kỳ cuối cùng. 최후 cuối cùng.

말 류 하류 Hạ lưu. *(tr)* 상류 thượng lưu.

말 리 다 건조하다, 마르게 하다 Sấy, làm cho khô. *(tr)* 적시다, 추이다 làm cho ướt nước.

말 리 다 만류하다, 하지않게하다 Can ngăn. 화해하다 hòa giải. 중재하다 làm trọng tài giải quyết.

말 문을 막 다 Cấm nói,

làm cho không nói ra được. *(tk)* 말문을 열다/닫다 nói/ không nói ra nữa.

말 미 휴가 Kỳ nghỉ phép.

말 미 암 다 Có liên quan. 간여되다 có can dự tới.

말 버 릇n 입버릇, 말씨, 입버릇 Thói quen khi nói, cách nói, kiểu nói 구기 khẩu khí.

말 벌 Con ong chúa.

말 본 어법, 말법, 문법 Ngữ pháp, cách nói, cách viết.

말 살 하 다 멸살 하다 Mạt sát. 업신여 기다 coi thường.

말 석 Chức vụ thấp. *(tr)* 수석 chức vụ cao cấp.

말 석 Ghế dưới, ghế hạng thấp. *(tr)* 상석 ghế trên.

말 소 리 연성, 목소리 Tiếng nói. *(tk)* 음성 âm thanh.

말 소 하 다 없애다, 지

우다 Xóa, tẩy, chùi, làm cho mất đi.

말 솜씨 말재주, 말재간, 언재 Tài ăn nói, tài nói.

말썽 부리다 일저지르다 Gây hỏng việc, cản trở công việc.

말썽꾸러기 말썽꾼 Người hay làm hỏng việc, người hay sinh chuyện.

말 쑥 하 다 말끔하다, 깨끗하다, 말끔하다 Sạch sẽ, sạch gọn. *(tr)* 지저분하다, 추접하다 bẩn thỉu, luộm thuộm.

말씀드리다 아뢰다, 고하다, 진언하다 Tâu lên, nói lên, trình bày lên.

말씀 Lời nói (kính trọng). 고의 cáo ý, cáo kiến.

말 씨 말투 Lời nói, kiểu nói, cách thái đội khi nói.

말없이 묵묵히 Yên lặng, không nói không rằng.

말없이 탈 없이 Bình yên, không có gì đáng nói.

말 일 그음, 그음날 Ngày cuối tháng. 마지막일, 최후의날 ngày cuối cùng. *(tk)* 초일, 첫날, 초하루 đầu tháng ngày mồng một.

말 재주 말솜씨, 말재간 Tài ăn nói, tài biện bạch.

말 조 심 하 다 Nói phải cẩn thận.

말 직 Chức thấp. 하관 quan thấp. *(tr)* 고관 quan cao cấp.

말 참견하다 Nói tham gia vào.

말 투 어조 Giọng nói.

말 하 다 이야기하다, 말씀 하다 Nói, nói chuyện. *(tr)* 듣다 nghe. 시청하다 xem nghe.

말 하 자 면 따져말하면, 이를테면 Nói rõ là,

nói thẳng ra là…

맑다 맑스그 레하다
Trong (nước, bầu trời).
(tr) 흐리다 đục. 맑은소
리, 무성음, 청음 Âm
không vần, âm câm.

맑은술 청주 Rượu đã
cất. *(tr)* 막걸리

맘껏 마음껏, 마음대
로, 맘대로 Tha hồ, thoả
chí.

맘먹다 마음 먹다, 결
심하다, 작심하다 Quyết
tâm, có ý làm.

맛 Vị (đầu lưỡi). *(tk)* 미
각 vị giác.

맛깔스럽다 맛있다
Ngon, vị ngon.

맛나다 맛있다 Có vị
ngon. *(tr)* 맛없다 không
ngon.

맛보다 Nếm 시식하
다 시음하다 uống thử.

맛있다 맛좋다 Ngon.
(tr) 맛없다 không ngon.

망 그물 Lưới.

망 보름날, 보름, 망일
Ngày rằm.

망가뜨리다 망치다
Làm hư hỏng. 못쓰게
하다 làm cho không
dùng được.

망각하다 잊어버리
다, 잊다, 까먹 다 Quên
mất, đãng trí. 건망 증
chứng hay quên. *(tr)* 기
억하다 nhớ.

망고 *(Mango)*, Trái xoài.

망국 Sự mất nước. *(tr)*
건국 sự kiến quốc.

망국지탄 Than mất
nước, nỗi niềm mất nước.

망나니 못된놈, 부랑
자, 불량배 Thằng hư đốn
lêu lổng.

망나니 사수, 사형 집
행자 Tử tù.

망년지우 망년 지교
Bạn vong niên với nhau.

망년회 송년회 Lễ tất

niên.

망 대 망루, 전망대 Đài quan sát. 망라하다, 포함하다, 함유하다 Bao gồm, có chứa.

망 령 Vong linh. 혼령 혼 linh. 영혼 linh hồn.

망 막 Võng mạc mắt.

망 막 하 다 망망 하다 Mênh mang, mênh mông.

망 망 대 해 Mênh mông đại hải. 대해 biển lớn.

망 명 자 망명가, 망명객 Người lưu vong (lý do chính trị).

망 모 선모, 선비, 선자 Người mẹ đã mất. (tr) 망부 người cha đã mất.

망 발 하 다 망언하다, 망담하다 Nói không có căn cứ, nói láo. 실언 하다 lỡ lời.

망 보 다 경계하다 Cảnh giới.

망 보 다 Canh gác, trông

chừng, trông coi.

망 부 선친, 선고 Cha đã mất. (tr) 망모 người mẹ đã mất.

몽 상 하 다 공상 하다 Mang ảo tưởng.

망 설 이 다 주저하다, 머뭇 거리다 Ngần ngại, tần ngần, do dự.

망 신 하 다 창피당하다, 망신당하다 Bị mất mặt, bị xấu hổ.

망 실 Người vợ đã mất. (tr) 망부 người chồng đã mất.

망 아 지 Con ngựa con.

망 언 하 다 망담 하다 Nói dối, nói láo.

망 연 하 다 아득하다, 망망 하다 Mênh mang, mênh mông.

망 원 경 만리경 Kính viễn vọng. 천 리경 kính ngàn dặm.

망 인 망자, 사자, 사제, 죽은 사람 Người chết.

고인 古人 cổ nhân.

망 자 망인 Người hiện
hồn về (khi lên đồng).

망 조 Dấu hiệu thất bại
hay diệt vong. 망운, 운,
số diệt vong hay thất bại.

망주석 망두석 Đá vọng
chủ (đứng canh giữ mồ).

망중한 망중유한, 망중
투한 Thời gian rỗi trong
lúc bận. *(tr)* 한중망 bận
trong khi đang rỗi.

망 치 마치 Cái búa cầm
tay.

망치다 망하게 하다
Làm hư hỏng, làm hư.
상하다 hư, thiu thối.

망태기 망태 Cái túi
đan bằng sợi, cái rổ.

망하다 잔멸하다, 쇠망
하다, Diệt vong. 도산
하다 phá sản. *(tr)* 흥하
다 hưng thịnh.

망 향 회향, 향수 Nước
hoa, nước thơm.

맞 다 맞이하다, 받아
들이다 맞아들 이다
Nhận, đón nhận.

맞 다 옳다, 바르 다
Đúng, phải. *(tr)* 틀리다,
그르다 sai.

맞닿 다 마주 닿다, 부
딪다 Đối mặt, trực diện,
đụng độ.

맞 돈 직전 Tiền trả ngay
tại chỗ. 현금 tiền mặt.
(tr) 외상 bán chịu.

맞먹 다 비슷하다, 비
등하다 Tương tự, cùng
đẳng cấp.

맞바꾸다 교환 하다
Trao đổi, đổi cho nhau.

맞바람 Gió ngược. *(tr)*
순풍 gió thuận.

맞붙이다 대면시키
다, 대질시 키다 Làm
cho gặp mặt nhau.

맞서 다 마주 서다 Đứng
đối đầu với nhau.

맞 수 맞적수, 맞잡이,

호적수 Kỳ phùng địch thủ. *(tk)* 적수 địch thủ.

맞아들이다 맞이하다, 마중하다 Đón. 영접하다 nghênh tiếp. *(tr)* 배웅하다 tiễn đưa.

맞은편 건너편, 맞은쪽 Phía bên kia, phía đối diện.

맞이하다 맞다 Nhận, đón. *(tr)* 보내다 gửi đi, 바래다, 바래주다 tiễn đưa.

맞잡다 마주잡다, 협동하다 Hiệp đồng, hỗ trợ nhau.

맞추다 맞게 하다, 맞도록하다 Làm cho đúng, cho khớp, đo và làm khớp.

맞춤법 철자법 Phép ghép chữ.

맞춤법 철자법, 문법 Ngữ pháp.

맞춤복 Quần áo đo may. *(tr)* 기성복 quần áo may

sẵn.

맞춤복 Quần áo đo rồi may. *(tr)* 기성복 quần áo may sẵn.

맡기다 Được giao cho. 신탁하다, 위탁하다 ủy thác. 기탁하다 ký thác.

맡다 Nhận (công việc). 담당하다 đảm nhiệm công việc. 책임 맡다 nhận trách nhiệm.

매 장 Tấm, trang (ảnh, giấy).

매 독수리 Con diều hâu.

매 회초리, 채찍 Cái roi. 몽둥이, 곤봉 cái dùi cui. 막대기 cái gậy.

매각하다 매도하다, 팔아버리다, 팔다 Bán đi. *(tk)* 매매하다 buôn bán việc mua và bán. 매수하다 mua lấy, mua chuộc. *(tr)* 매입하다 mua vào.

매개자 Người môi giới. *(tt)* 매개물, 매개체 vật

trung gian.

매 개 체 매체, 매개물, 매연물 Cơ quan, tổ chức trung gian, môi giới.

매 관 매 직 Mua quan bán chức. 매직 mua chức. 매명 mua danh.

매 국 노 Kẻ bán nước. *(tr)* 애국자 người yêu nước.

매 기 다 부과하다 Tính tiền thuê. 채점하다 cho điểm.

매 끄 럽 다 미끄럽다, 미끈 하다 Trơn, nhẵn, bóng. 꺼칠하다, 껄끄럽다 sần sùi, nhám.

매 년 해마다, 매해 Hàng năm, mỗi năm. *(tk)* 격년 cách năm.

매 니 저 *(Manager)*, 관리 인, 지배인 Người quản lý. 감독자 người giám sát.

매 다 맺다, 묶다, 옭다,

옭매다 Buộc, thắt. *(tr)* 풀다 mở ra, tháo ra.

매 달 애월, 달마다 Hàng tháng, mỗi tháng, mỗi tháng.

매 달 다 걸다, 드리우 다 Treo, ngoắc, mắc lên.

매 도 자 Người bán. *(tr)* 매수자 người mua.

매 도 하 다 Bán ra. *(tr)* 매입 하다, 사들이다 mua vào.

매 독 Bệnh giang mai, bệnh gia liễu.

매 듭 짓 다 끝내다, 끝 장내다, 끝맺다 Kết thúc, xong, hoàn thành.

매 력 Sức hấp dẫn. 마력 ma lực. 유혹, 매직 mê hoặc.

매 료 하 다 흐리다, 홀 리다, 사로잡다 Cuốn hút, lôi kéo, hấp dẫn.

매 립 하 다 채워메우 다, 매축하다, 매설하 다 Lấp, san cho đầy, chôn

vùi. *(tr)* 파다, 굴착하다 đào lên.

매 맞 다 Bị đánh roi đòn. 구타당하다 bị đánh. 때리다 đánh.

매 매 하 다 사고팔다, 저자보다 Mua bán, buôn bán.

매 무 새 맵시, 모양새, 모양 Kiểu hình, hình khuôn, bề ngoài.

매 무 시 하 다 여미다 Vuốt ve (quần áo).

매 미 매라지 Con ve ve.

매 번 때마다, 번번히 Mỗi lần, từng lần.

매 복 잠복 Có sẵn trong đó.

매 복 하 다 숨어있다 Ẩn náu, giấu kín mình, mai phục.

매 부 자형 Anh rể. *(tk)* 매제 em rể, 처남 em vợ.

매 사 Mọi sự. 모든 일, 일마다 mọi việc.

매 상 고 판매량 Số lượng bán ra trong thời gian nhất định.

매 설 하 다 파묻다 Chôn vùi.

매 섭 다 악독하다 Ác độc.

매 수 하 다 사다 Mua, mua chuộc.

매 시 간 시간마다, 매시, 한 시간마다 Từng giờ, mỗi giờ, hàng giờ.

매 연 태연 Khói thải.

매 우 아주, 몹시, 무척 Rất, vô cùng (số lượng, mức độ).

매 월 월마다, 다달이, 달마다, 매달, 각월 Mỗi tháng, hàng tháng.

매 음 매춘 Mại dâm.

매 음 굴 사창굴, 추굴 Động mại dâm, nhà thổ.

매 음 하 다 몸 팔 다 Bán thân.

매이다 딸리다 Dính vào, phụ thuộc vào.

매일 노상, 항상, 만날 Hàng ngày, mỗi ngày.

매입하다 사, 사들이다 Mua vào. 구입하다, 구매하다 tìm mua.

매장 판매장 Gian hàng, nơi bán.

매장하다 Mai táng, 땅에묻다 chôn vùi. (tk) 매장량 trữ lượng.

매점 가게 Cửa hàng, cửa hiệu.

매점매석 사재기 Việc tàng trữ, đầu cơ.

매정하다 무정하다, 냉정하다 Không có tình, vô tâm. 박정하다 bạc tình.

매제 Em gái vợ, em rể. (tr) 매형 anh rể.

매주 Người bán, người mua (nói chung).

매진하다 다팔리다, 바닥나다 Bán hết, bán hết cả, bán sạch.

매진하다 힘쓰다, 애쓰다 Cố gắng, vất vả nỗ lực, có công sức.

매춘부 창녀 Gái điếm, gái mại dâm. (tk) 포주 mụ chứa.

매출하다 매도하다, 매각하다, 팔다 Bán ra. (tr) 매입하다, 사들이다 mua vào.

매콤하다 맵다, 매콤하다, 맵싸하다 Cay, hăng.

매한가지 매일반, 마찬가지다 Giống nhau, như nhau.

매해 매년, 해마다 Hàng năm, mỗi năm, từng năm.

매형 자형, 매부 Anh rể. (tr) 매제 em rể.

매혹하다 호리다, 현혹하다, 사로잡다 Mê hoặc, làm mê lú đi.

매화나무 매실나무,

매화 Cây mận, cây mơ.

맥 맥락 Mạch. 혈맥 huyết mạch. 광맥 mạch quặng.

맥 힘, 기운 Sức mạnh, tinh thần.

맥보다 진맥하다 Xem mạch khám bệnh. 진찰하다 khám, chuẩn đoán bệnh.

맥없다 힘없다 Không có sức lực, không có tinh thần.

맨끝 마지막, 말미, 말단 Cuối cùng.

맨머리 과두 Đầu trần đầu không đội gì cả.

맨몸 알몸, 나신, 나체 Mình trần, loã thể.

맨발 도선, 선발 Chân không, chân trần.

맨밥 매나니 Cơm không, cơm không độn.

맨손 빈손, 공수, 매나니 Tay không, tay trắng.

맨주먹 빈주먹 Nắm tay không.

맴돌다 돌다 Quay vù vù, quay mòng mòng.

맵다 매콤하다 Cay, hăng.

맵시 모양새, 매무새 Hình dáng, đường nét.

맷돌 돌매, 연애, 마석 Cối đá (hai thớt).

맹랑하다 허황하다 Hư ảo, hoang tưởng. 터무니없다 không có căn cứ.

맹렬하다 세차다, 억세다 드세다 Mãnh liệt. 사납다 dữ dội.

맹목적 무조건적 Vô điều kiện. 무분별적 không phân biệt.

맹물 청수 Nước tinh khiết. (tk) 짠물 nước mặn.

맹세코 맹세하고, 절대로, 절대 Tuyệt đối không.

맹세하다 다짐하다

Thể, quyết tâm.

맹신하다 Tin mù quáng.
무조건 믿다 tin không
điều kiện.

맹인 소경, 장님, 봉사
Người mù. *(tk)* 벙어리
người câm.

맹장 강장 Ruột thừa.
(tk) 소장 ruột non. 대장
đại tràng.

맹장 Ruột thừa.

맹하다 Ngốc. *(tk)* 영리
하다 nhanh nhạy, thông
minh.

맺다 연결하다 Liên kết
với nhau, thắt vào. 끝맺
다 kết thúc, chấm dứt.

맺음말 Lời kết. *(tr)* 머
리말, 들어가는 말 lời
nói đầu.

맺히다 Được thắt lại.
결실하다 kết quả. *(tr)*
풀리다 được tháo ra.

머금다 고이다, 괴다
Đọng, dồn ứ (nước, ...).

머금다 넣다 Bỏ vào,
đưa vào.

머나멀다 멀고멀다,
매우멀다 Xa xôi, xa xăm.

머리 두부, 수두 Cái đầu.
대가리 cái đầu (tục).

머리기사 톱기사 Bài
báo thuộc trong 10 bài
lớp trên.

머리말 머리글, 서문,
두서 Lời nói đầu (sách).

머리맡 Trên đầu giường.
(tr) 발치 cuối đầu giường.

머리뼈 두골, 두개골
Xương đầu.

머리카락 머리칼, 두
발, 머리털 Tóc. *(tk)* đơn
vị tính là 올.

머리카락 머리칼, 머
리털, 두발, 모발 Tóc,
lông trên đầu.

머무르다 묵다, 머물
다 Ở lại đó, qua đêm ở
đấy.

머뭇거리다 머무적

대다, 주저하다 Chần chừ, ngần ngừ, do dự. *(tr)* 덤벙대다 lồng lên ngay.

머슴 머슴꾼, 종, 고공 Người đầy tớ. 일꾼 người làm công.

머슴살이 고공 살이 Cuộc đời đi ở.

머저리 못난이, 바보 Người ngốc.

머지않아 불원간 Không lâu, không bao lâu. *(tk)* 조만간 không sớm thì chầy, sớm muộn.

머플러 Khăn quàng cổ.

먹 먹물 Mực viết.

먹거리 먹을 것, 먹이 Thức ăn, các thứ dùng để ăn.

먹구름 암운, 비구름 Mây đen .

먹다 귀먹다, 멀다, 절 벽 이다 Bị điếc.

먹다 드시다, 잡수시 다, 복용하다 Ăn. 삼키

다 nuốt. 마시다 uống.

먹보 식충이 Kẻ tham ăn. 밥통 cái túi cơm.

먹이다 먹이 연쇄 Vòng tuần hoàn trong giới sinh vật (ăn, bị ăn thịt).

먹지 먹종이, 탄소지 *(carbon)* Giấy than, giấy cácbon.

먹통 Lọ mực, hộp mực thợ mộc.

먼 데 보다 한눈 팔 다, 딴전 보다 Để mắt đâu, chú ý việc khác.

먼산 원산 Núi xa. *(tr)* 근산 núi gần.

먼저, 우선 Trước hết. *(tk)* 처음 ban đầu. 우선 ưu tiên. *(tr)* 나중 sau này.

먼젓번 저번 Lần trước, lần qua.

먼지 티, 미지 Bụi, bụi bặm. *(tk)* 쓰레기 rác rưới.

멀거니 멍하니 Thần ra, đần ra, đực ra.

멀 다 가깝지 않다 Xa, xa xôi. *(tr)* 가깝다 gần, gần gũi.

멀 다 눈멀다 Mắt mờ, mắt không nhìn rõ. *(tr)* 눈뜨다 mở mắt ra.

멀 리 Xa xôi.

멀 리 Xa, không gần. *(tr)* 가까이 gần.

멀 리 뛰 기 넓이 뛰기 Nhảy xa.

멀 리 하 다 멀리두다, 멀리 기피하다 Tránh xa, né xa. *(tr)* 가까이 하다 gần gũi, thân gần.

멀 미 하 다 Say (tàu xe, người). 멀쩡하다 말짱 하다, 깨끗하다 Sạch, không có dấu vết.

멀 찌 감 치 멀찍이, 조 금멀다 Hơi xa, một quãng hơi xa.

멋 맵시, 소기 Vẻ đẹp, kiểu dáng bên ngoài.

멋 대 로 마음대로 Tuỳ lòng, tự ý mình. 생각 하는대로 theo như mình suy nghĩ. 하고 싶은 대로 theo như mình muốn.

멋 없 다 Không đẹp, không hay ho thích thú gì. *(tr)* 멋있다 hay, thích, đẹp.

멍 Vết bầm, vết máu đọng trong da.

멍 들 다 Bầm, dập, bầm dập.

멍 청 이 멍텅구리, 바 보 Anh ngốc.

멍 하 다 아득하다 Xa xôi, xa vời, xa xăm.

메 - 차지 않다 Khô, không có nước. *(tr)* 차, 참 có nước, ẩm.

메 가 폰 *(Megaphone)*, 확성 나발, 확성기 Máy phát thanh, máy khuếch đại âm thanh.

메 뉴 식단, 채단 Thực đơn, các món ăn.

메 다 지다, 짊어지다

Gánh, vác, mang. 이다 đội (hàng).

메들리 Khúc nhạc tổng hợp.

메뚜기 종사 Con châu chấu.

메마르다 거칠다 Khô cằn, bạc màu. *(tr)* 기름 지다, 걸다 bạc màu.

메모하다 기록하다, 적다 Ghi chép, viết vào, chép.

메벼 Lúa nước. *(tr)* 찰 벼 lúa khô.

메스거하다 수술 하다 Phẫu thuật, mổ.

메스 *(Mes)*, 해부도, 해 부용칼, 수술용칼 Dao dùng để phẫu thuật.

메시지 *(Message)*, 통 고, 전언 Thông báo, báo cho biết.

메아리 산울림 Tiếng vọng từ núi ra.

메우다 메다, 채우다

Lắp, san. *(tk)* 메이다 bị lấp.

메이크업 *(Make up)*, 화장 Sự tranh điểm. 분 장 sự bôi phấn.

메주 Men làm tương, làm xỳ dầu.

멜로디 선율, 곡조 Nhạc điệu.

멜빵 Dây đeo hàng khi gùi cõng.

멤버 구성원, 성원 Thành viên.

멥쌀 Gạo tẻ. *(tr)* 찹쌀 gạo nếp.

멧돼지 산돼지 Lợn rừng, lợn lòi.

멧새 산새 Chim rừng.

며느리 자부 Con dâu. *(tr)* 사위 con rể.

며칠 날짜 Ngày, ngày tháng.

며칠 몇 날, 수일 Trong mấy ngày.

면 국수 Phở, miến.

면 목화 Hoa bông.

면 얼굴, 낯, 안면 Mặt (người, động vật).

면구하다 부끄럽다 Xấu hổ, ngượng.

면담 이야기, 담화 (Việc) Nói chuyện, đàm thoại, câu chuyện.

면도기 면도칼, 면도 날 Dao cạo râu.

면도하다 면도질하 다 Cạo râu, cạo mặt.

면면 Nhiều mặt, nhiều phía.

면모 면목, 체면 Thể diện, mặt mũi, diện mạo.

면목 없다 낯없다 Không có thể diện, không có mặt mũi nào.

면밀하다 빽빽하다 Dày, dày kín. (tr) 엉성 하다 thưa, thưa thớt, sưa.

면밀히 자세히, 세밀 히 Tỉ mỉ, chi tiết.

면사 Chỉ bông.

면사무소 면소 Văn phòng hành chính xã.

면실유 면화씨 기름 Dầu hạt bông.

면역 Miễn dịch. 저항력 sức đề kháng.

면의 무명옷 솜옷 Áo bông.

면장 면허장, 면허증 Giấy phép (lái xe).

면적 Diện tích, độ rộng.

면전 눈앞, 코앞 Trước mặt, trước mắt, trước mũi.

면접하다 면화하다 Gặp mặt và thăm dò. 면접 시험 thi hỏi đáp trực tiếp.

면직하다 사면하다 Bãi bỏ chức vụ. (tr) 임 명하다 bổ nhiệm. 채용 하다 tuyển dụng.

면책하다 책망하다 Trách móc. 나무라다 la mắng, chửi.

면치레 겉치레, 외면 Mặt ngoài, bề ngoài.

면 포 무명, 면직, 면직
물 Vải bông.

면 하 다 Tránh được, tránh
ra. 벗어나다 tránh, né. *(tr)*
당하다 bị (tai nạn, v.v...).

면 학 공부, 탁마 Việc
trau dồi học vấn.

면 허 증 면허장, 허가
장, 면 장 Giấy phép,
bằng …

면 화 목화 Cây bông.

면 회 하 다 만나다, 대
면하다, 면접하다 Gặp
mặt, gặp và nói chuyện.

멸 망 하 다 멸하다, 망
하다 Diệt vong, chết, không
còn. 멸종하다 diệt chủng.

멸 시 하 다 Miệt thị. 깔
보다, 업신여기다, 무
시하다 coi thường, coi
khinh. *(tr)* 중시하다 coi
trọng.

멸 치 약어 Cá cơm, cá
mòi.

멸 하 다 망하다, 소멸

하다 Mất, biến mất, diệt
vong.

명 Mệnh. 운명 số mệnh.
목숨, 생명 tính mạng,

명 검 명도, 보검 Bảo
kiếm.

명 구 명문 Câu nói hay.

명 군 Minh quân, vua
hiền. *(tr)* 폭군, 난군 vua
bạo ngược. 거주 Kiệt Trụ
(xưa).

명 단 명주 Danh sách.

명 답 잘된 답 Câu trả
lời đúng, trả lời rõ ràng.

명 당 Nơi đất tốt cho miếu
mộ, đất phát.

명 도 명암, 색상, 채도
Độ sáng tối.

명 령 명, 영, 분부 Mệnh
lệnh.

명 료 하 다 명백하다,
투명 하다 Minh bạch,
rõ ràng. *(tr)* 불투명하
다 không minh bạch, không
rõ ràng.

명료히 분명히 Rõ ràng, dứt khoát.

명맥 목숨 Sinh mạng. 수명 tuổi thọ.

명명하다 이름붙이다 Đặt tên, gọi tên cho ai.

명목 Danh mục. 명호 danh hiệu.

명문 명치, 배 Vùng bụng.

명물 명품 Hàng nổi tiếng. 특산물 hàng đặc sản.

명민하다 Thông minh và nhạy bén. (tr) 우둔하다 đần, dốt.

명백하다 뚜렷하다, 명명하다, 투명하다 Minh bạch, rõ ràng.

명복 신분 Chức phận, danh phận.

명사 체언 Danh từ.

명산 Người nổi tiếng.

명상 사색, 생각 Sự suy nghĩ sâu sắc.

명색 이름, 명칭 Tên gọi, tên.

명성 이름, 성명 Tên tuổi, danh tính.

명세 내역, 자세, 정밀 Nội dung chi tiết, cụ thể.

명소 명승지, 명지, 승지 Địa danh nổi tiếng.

명수 명인 Danh thủ, người nổi tiếng.

명수 명인 Người nổi tiếng. 대가 đại gia. 일인자 người số 1, đứng đầu.

명수 목숨 Mạng sống. 수명 tuổi thọ.

명승 고승 Cao tăng, vị sư nổi tiếng. 대덕 đại đức.

명승 명납 Nhà sư nổi tiếng. 대덕 đại đức.

명승 절경, 가경 Phong cảnh tuyệt đẹp.

명승지 관광지, 명소, 명승 Nơi du lịch nổi tiếng.

명시 제시 Sự chỉ ra rõ ràng. (tr) 암시, 묵시 sự ám chỉ.

명시 제시 Sự nhìn rõ.

(tr) 암시, 묵시 사 ám
thị, sự ám chỉ.

명심하다 신경 쓰다
Ghi nhớ, để ý tới. 유의
하다, 유념하다 lưu ý.

명심하다 유념하다
Ghi nhớ. 유의하다 lưu
ý, 신경 쓰다 để ý.

명안 묘안, 좋은생각,
좋은안 Sự suy nghĩ tốt,
suy nghĩ ra điều hay.

명안 좋은 생각, 양안
Suy nghĩ tốt, đề án tốt.

명암 Sáng tối. 혼명 u
mê và sáng suốt. 희비 bi
hài. 행불행 hạnh phúc
và bất hạnh.

명언 명담, 격담 Câu nói
hay, câu nói nổi tiếng.

명언스럽다 Thuộc về
danh dự.

명예 명성, 공명 Danh
dự. *(tr)* 불명예 không
danh dự.

명예롭다 명예롭다

Vinh dự, danh dự. 영광
스럽다 vinh quang.

대사 Lãnh sự/đại sứ danh
dự. *(tk)* 대사 lãnh sự/đại
sứ được cử đến.

명예욕 Vinh nhục.

명예직 Chức vụ danh
dự (không có lương). *(tr)*
유급직 chức vụ có lương.

명월 맑은 달 Trăng sáng.
보름달 trăng rằm.

명의 고의, 대의, 양의
Danh y, cao danh, thầy
thuốc nổi tiếng.

명의 명분, 본분, 명목,
신분 Chức phận, tư cách,
thân phận.

명인 달인, 일인자
Người tài giỏi, người
đứng đầu.

명인 이름 Tên. 달인
người tài giỏi.

명일 기일 Ngày giỗ,
ngày kỵ.

명일 내일 Ngày mai.

명일 명절, 명절날, 국경일 ngày lễ. *(tk)* 설, 구정 tết Nguyên Đán. 추석 Trung thu.

명작 걸작, 수작 Kiệt tác, tác phẩm hay. *(tr)* 졸작 tác phẩm tồi.

명장 명공, 명수 Danh tướng. *(tr)* 졸병 lính tốt.

명재상 명상, 명재 Tể tướng nổi tiếng.

명절 명질, 명일, 가절 Ngày lễ.

명제 Mệnh đề. 제목 đề mục.

명조 내일 아침 Sáng ngày mai.

명주 비단, 연주, 필단 견직 Vải tơ tằm.

명주실 견사, 비단실 Chỉ tơ tằm.

명중하다 맞다, 맞히다, 들어맞다, 바로 맞다 Trúng đích, trúng mục tiêu.

명증 증명 Chứng cớ.

명찰 이름표, 명패 Thẻ tên.

명창 Nam ca sĩ.

명창 명가수 Ca sĩ nổi tiếng.

명철하다 총명 하다 Tài giỏi, thông minh.

명칭 이름, 호칭, 명목 Họ tên, danh nghĩa.

명쾌하다 시원하다 Mát, sảng khoái.

명패 이름표, 명찰 Phiếu ghi tên, thẻ tên.

명패 이름표, 이름표 Bảng tên, phiếu ghi tên.

명품 명산품, 걸품, 명물 Hàng nổi tiếng, hàng tốt.

명필 대필, 선서신필 Người viết chữ đẹp. *(tr)* 악필 người viết chữ xấu.

명하다 명령 하다 Mệnh lệnh.

명함 명자, 명첩 Danh

thiếp.

명확하다 뚜렷하다
Chính xác và rõ ràng.

명확하다 정확하다,
뚜렷 하다, 틀림없다
Chính xác, rõ ràng, không
sai.

명확히 분명히 Rõ ràng,
minh bạch.

몇 번 여러번 Mấy lần.

모 각, 모서리 Góc (nhà,
hình, …).

모 모서리, 모퉁이, 귀,
규 Góc, chỗ quanh khúc.

모 양모 Lông cừu.

모 어머니, 모친 Mẫu,
mẹ. 양모 mẹ hiền. (tr)
부, 부친, 아버지 phụ,
cha.

모가지 목 Cổ họng.

모간 Phần lông. 모개로
전부, 한꺼 번에 Một
lần, tất cả.

모개로 전부, 한꺼번
에 Tất cả một lần.

모갯돈 Khoản tiền lớn.
(tr) 푼돈, 잔돈 khoản
tiền nhỏ, tiền thừa.

모계 Thuộc về đàng mẹ.
(tr) 부계 thuộc về đàng
cha.

모계 꾀, 계교 Mưu kế.
계책 kế sách.

모계 Mẫu hệ, thuộc bên
mẹ. (tr) 부계 phụ hệ,
thuộc bên cha.

모계 여계 Mẫu hệ, thuộc
bên mẹ. (tr) 부계 phụ hệ,
thuộc bên cha.

모국 Mẫu quốc. 조국 tổ
quốc. 고국 cố quốc. 본
국 bản quốc. (tr) 이국,
타국, 외국 nước ngoài.

모국어 모어 모국말
Tiếng mẹ đẻ. (tr) 외국어
tiếng nước ngoài. 외래
어 tiếng ngoại lai.

모권 Quyền lợi của người
mẹ. (tr) 부권 quyền lợi
người cha.

모근 털뿌리 Phần gốc của lông.

모금 Việc gom tiền.

모기떼 문성, 문진 Bầy muỗi.

모기장 방장, 문장, 방장 Màn, mùng chống muỗi.

모기향 살문향 Hương muỗi.

모나다 각지다 Có góc cạnh. (*tr*) 둥글다 tròn trịa.

모내기하다 모내다, 모심 기하다, 모심다 Cấy lúa.

모녀 어머니와 딸 Mẹ và con gái. (*tk*) 모자 mẹ và con trai. 부자 cha và con trai. 부녀 cha và con gái.

모년 어떤해, 아무 해, 어느해 Năm nào đó.

모눈종이 방안지 Bản thiết kế, giấy vẽ.

모델 견본 Vật mẫu.

모두 몽땅, 모조리 Tất cả. (*tt*) 전부 toàn bộ. 모조리, 도합 sạch, tất cả.

모뜨다 흉내다, 본뜨다 Bắt chước.

모란꽃 모란 Hoa mẫu đơn.

모래 세사 Cát.

모래밭 모래사장, 모래톱 Bãi cát.

모래시계 Đồng hồ cát.

모래흙 사토 Đất cát.

모략 Mưu lược. 책략 sách lược. 모계 mưu kế.

모략가 모사, 권모가 Mưu sĩ, tham mưu.

모레 재명일, 제후일 Ngày kia.

모르다 알지못 하다 Không biết, không hiểu, không biết. (*tr*) 알다, 이해하다 hiểu, biết.

모른체하다 Làm như không biết.

모름 지기 당연히 Đương nhiên.

모리배 사기꾼 Quân lừa đảo.

모마 수말 Con ngựa cái.

모면하다 Lánh mặt. 기피하다 né tránh.

모반 Sự mưu phản.

모방 머리털, 머리카락 Tóc, lông đầu.

모방하다 Bắt chước, rập khuôn. (tr) 창조하다, 독창하다 sáng tạo.

모범 본보기, 모본, 범례, 본 Gương, tấm gương.

모법 Luật nước mình, luật căn cứ theo luật.

모병 Mộ binh, chiêu mộ tân binh. 모군 mộ quân.

모본 본보기 Mẫu. 모형 mô hình.

모사 책사, 모사꾼 Mưu sỹ.

모사 털실 Chỉ bằng lông động vật. (tk) 면사 chỉ bong. 견사 chỉ tơ.

모색 Ánh sáng chập tối.

모서리 모, 귀퉁이, 구석 Góc, xó, chỗ ghẹo.

모성애 Tình mẫu tử. (tk) 부성애 tình phụ tử.

모순 부조리, 갈등 Mâu thuẫn.

모순되다 Trở nên mâu thuẫn.

모습 생김새, 모양 Bộ dạng bên ngoài, hình kiểu.

모시 아무 때, 아무시간, 어느 때나 Bất cứ lúc nào, bất kể mọi lúc.

모시다 과 (와) Cùng … với (tôn kính).

모심기 Mùa cấy mạ.

모씨 아무양반, 어떤 사람, 모인 Người nào đó.

모아 들다 모이어 들다, 모이다 Kéo đến, tập trung lại.

모양 모습, 꼴 Bộ dạng, bề ngoài. (tt) 모형 mô hình.

모양내다 꾸미다, 치

장하다 Làm dáng, làm đỏm, trang điểm.

모옥 자택 Ngôi nhà của ai.

모욕 모독 Sự si nhục. 멸시 sự miệt thị.

모욕하다 Làm nhục. 깔보다, 업신여기다, 넘보다 coi khinh. 가벼이 보다 xem nhẹ.

모유 어미젖 Sữa mẹ.

모으다 수집하다 Gom lại, tập trung lại.

모음 홀소리, 모운 Nguyên âm. *(tk)* 자음, 닿소리 phụ âm.

모의하다 꾀하다, 짜다 Lập mưu, lập kế hoạch.

모이 먹이, 사료 Mồi cá, thức ăn gia súc.

모이다 뫼다, 모아들다, 수집하다 Tập trung gom lại.

모일 어느날, 아무날 Ngày nào đó, bất cứ ngày nào.

모임 회, 미팅, 집회 Cuộc họp mặt, hội nghị.

모자 Cái mũ. 갓모자 cái mũ phớt. 베레모 mũ bê rê.

모자 자모 Mẹ và con trai. 모녀 mẹ và con gái.

모자라다 부족하다, 못미치다 Thiếu, khuyết, chưa đến mức. *(tr)* 충분하다 đầy đủ. 넘치다 vượt quá.

모작 Tác phẩm nhái, bắt chước. *(tr)* 원작 nguyên tác.

모정 Tình yêu của mẹ đối với con cái. *(tk)* 부정 tình yêu của cha với con cái.

모조리 모두, 몽땅, 전부, 깡그리 Toàn bộ, tất cả, sạch sành sanh.

모조품 가짜, 짝통 Hàng nhái, hàng dởm. *(tr)*

진품 hàng thật. 정품 hàng chính phẩm.

모종 모, 묘목 Cây giống, 종자 nòi giống.

모주 밑술 Rượu cặn, rượu dưới.

모지다 각지다 Có góc cạnh, sinh gai góc.

모직 모직물 Vải lông cừu. *(tk)* 견직 vải tơ.

모진목숨 질긴목숨 Mạng sống dai dẳng.

모진 바람 악풍 Cơn gió bão, cơn gió dữ.

모질다 모지락스럽다 Độc, dữ.

모집하다 Triệu tập. 모으다 gom lại. 뽑다 chọn lựa ra.

모쪼록 아무쪼록 Cầu mong…

모처 아무 데나, 모소 Nơi nào đó, bất cứ nơi nào.

모처럼 오랜만에 Lâu lắm rồi mới …, đã lâu rồi

nay mới…

모체 Thân chính. 주체 chủ thể.

모친 어머니 Mẫu thân. *(tk)* 부친, 가친 phụ thân.

모친상 모상 Tang mẹ. *(tk)* 부친상 tang cha.

모태 Bào thai. *(tk)* 바탕 nền tảng, 근원 căn nguyên.

모터 *(Motor)*, 발동기, 동력기 động cơ điện. 전동기 động cơ điện.

모퉁이 귀퉁이, 우각 Phần gấp khúc, phần gãy góc.

모포 담요, 털요 Cái chăn bằng lông.

모피 털가죽 Da nguyên lông của thú.

모함하다 올가미 씌우다 Gài bẫy, đặt bẫy hại ai.

모해하다 모함하다, 모략하다 Mưu hại, hãm hại ai.

모 험 도전 Sự mạo hiểm,
sự cả gan dám làm.

모 형 모본 Mô hình.

모 호 하 다 애매모호
하다 Ngập ngừng, mập
mờ, không dứt khoát (lời
nói, thái độ).

모 훈 모교, 자훈 Lời dặn,
lời dạy của cha mẹ.

목 ch 목요일 Thứ năm
(trong tuần).

목 모가지 目. 인후 Cổ
họng, cổ.

목 가 적 서정적 Mang
tính trữ tình.

목 각 목각화 Bức điêu
khắc bằng gỗ.

목 격 하 다 직접 보다
Nhìn thấy trực tiếp.

목 공 목수 Người thợ mộc.

목 기 러 기 목안 Con
ngỗng gỗ.

목 놓 아 울 다 마냥울
다 Khóc gào lên.

목 덜 미 덜미 Bờm, lông
gáy.

목 도 리 목수건 Cái khăn
quàng cổ.

목 돈 거금, 거액 Số tiền
lớn. *(tr)* 푼돈 số tiền nhỏ.

목 동 목수, 카우보이
Mục đồng, trẻ chăn trâu,
cao bồi.

목 록 목차, 순서, 차례
Mục lục, thứ tự đề nội dung.

목 마 르 다 목타다 Khát,
khô cổ họng.

목 발 목다리 Chân gỗ.

목 발 이 상 이 군 인
Thương binh cụt chân.

목 본 수목 Cây gỗ. *(tr)*
초본 cây leo.

목 뼈 경골 Xương cổ.

목 상 재목상, 목재상
Cái bàn gỗ.

목 선 나무배, 목조선
Cái thuyền gỗ.

목 성 덕성 Sao mộc,
mộc tinh.

목 소 리 말소리, 음성

Tiếng nói, âm thanh.

목 수 목공, 대공, 대목
Thợ mộc.

목 숨 걸 다 생명을걸
다, 죽음 각오하다 Liều
chết làm việc gì.

목 숨 끊 다 목숨거두
다, 목숨잃다, 죽다, 돌
아가다 Chết, qua đời,
ngưng thở.

목 숨 생명, 명 Tính mạng,
sinh mạng. 수명, 수 tuổi
thọ.

목 쉬 다 Khàn giọng, mất
giọng.

목 요 일 목 Thứ năm
(trong tuần).

목 욕 실 욕실, 목욕탕
Nhà tắm, phòng tắm.

목 욕 하 다 씻다 Tắm
rửa. 세수하다 rửa mặt.

목 인 목도장 Con dấu
gỗ, triện gỗ.

목 자 목 인, 양 치 기
Người nuôi cừu. (tk) 목자,

성직자 mục sư hay cha
cố nói chung. 목사 mục
sư, 신부 cha cố.

목 자르다 목베다 Giết
bằng cách cắt cổ.

목 자르다 해고 하다
Cho thôi việc.

목 재 재목 Nguyên liệu gỗ.

목 적 Mục đích. 목표
mục tiêu. 동기 động cơ.

목 적 론 Mục đích luận.
(tr) 기계론 máy móc luận.

목 적 세 특별세 Thuế
đặc biệt vì mục đích gì
đó. 보통세 thuế bình
thường.

목 적 어 Tân ngữ. (tk) 주
어 chủ ngữ.

목 적 지 신지 nơi đến,
mục tiêu đến.

목 적 형 교육형 Hình
phạt mang tính giáo dục.

목 전 눈앞, 안전, 직면
Trước mắt, nhãn tiền.

목 젖 Yết hầu, u thịt ở vòm

홍 trên.

목 제 목제품, 목조 Đồ gỗ, hàng gỗ.

목 차 차례, 목록 Mục lục (sách báo).

목 청 성, 성대, 성문 Thanh quản, bộ phận phát âm.

목 초 초목, 나무 와풀 Thảo mộc, cây cỏ.

목 축 업 목양업 Nghề chăn nuôi.

목 침 목대기 Cái gối bằng gỗ. *(tk)* 베개 cái gối.

목 탁 목어 Cái mõ.

목 탁 지도자 Người dẫn đường.

목 탄 숯 Than củi. *(tk)* 석탄 than đá.

목 판 널 Tấm ván. *(tk)* 쟁반 cái khay.

목 표 표적 Mục tiêu. 목적 mục đích.

목 피 나무껍질, 나무 껍데기 Vỏ cây.

목 하 현재, 지금, 목금, 바로 Bây giờ, hiện nay, ngay bây giờ.

목 화 면화, 면 Cây bông.

목 화 씨 면화씨, 면실 Hạt bông.

몰 년 죽은 해 Năm chết.

몰 다 쫓다 Đuổi ra, xua đuổi.

몰 두 하 다 Tập trung suy nghĩ.

몰 라 보 다 망각하다, 잊어버리다 Quên mất. *(tr)* 알아보다, 기억나 다 nhớ lại.

몰 락 하 다 멸망하다, 영락 하 다 Diệt vong, suy tàn. *(tr)* 번영 하다 phồn vinh, 번성 하 다 phồn thịnh.

몰 래 남몰래, 살짝 Lén lút, không cho ai biết.

몰 려 가 다 Dồn đi về một phía. 쫓겨가다 đuổi ra. *(tk)* 몰려오다 dồn đến.

몰려오다 Dồn đến, ào đến.

몰매 Đòn đánh tập thể.

몰살하다 모두죽이다 Giết chết hết.

몰상식하다 당치않다 Không có thường thức.

몰수하다 압수하다 Tịch thu. 빼앗다 cướp lấy.

몰아가다 Lái xe đi. *(tk)* 몰아오다 lái xe đến. 운전하다 lái xe.

몰염치 물렴, 파염치 Vô liêm sỉ. *(tr)* 염치 có liêm sỉ, biết xấu hổ.

몰염치하다 Không có liêm sỉ. 몰이하다, 몰아내다, 쫓다, 몰다 Đuổi ra, dồn ra ngoài.

몰인정하다 냉정하다, 매정하다 Lạnh lùng, không có tình người.

몰지각하다 Không có tri giác.

몰취미 무취미, 무미 Không hay ho thú vị gì.

몸 신체 Mình, thân mình, cơ thể. *(tt)* 몸뚱이, 몸통, 몸집, 체구, 몸체 phần thân thể.

몸가짐 태도, 거동, 행동 Thái độ, hành động của con người mình.

몸값 신가 Giá cơ thể mình, tiền chuộc, tiền xứng đáng với chuyên môn năng lực mình.

몸담다 종사하다 Làm nghề gì. 직업 nghề nghiệp.

몸뚱이 덩치, 몸집, 몸 Cơ thể, phần mình.

몸매 몸맵시 Kiểu dáng người, hình thể người.

몸무게 체중 Trọng lượng cơ thể.

몸살나다 몸살 앓다 Rùng mình, lạnh cả mình, ốm.

몸서리나다 싫증나다 Đâm sợ mà run.

몸소 손수, 친히, 직접 Tận tay, chính mình, trực tiếp (trao cái gì cho ai…)

몸엣것 월경 Máu khi có kinh.

몸져눕다 앓아 눕다 Bệnh nằm xuống.

몸조리하다 몸조심하다, 몸단속하다 Giữ mình mau hồi phục.

몸조심하다 Cẩn thận giữ mình. 건강관리하다 quản lý sức khỏe tốt.

·몸집 몸통 Cơ thể người. *(tr)* 사지 tứ chi. 팔다리 chân tay.

몸풀다 해산하다, 분만하다 Sinh con, sinh nở.

몹시 매우, 아주, 굉장히, 대단히, 되게 Rất, vô cùng (mức độ).

못 Xấu, không tốt. *(tr)* 잘 tốt, khá.

못쓰게되다 안되다 Không dùng được. 좋지

않다 không tốt. *(tr)* 쓰다 dùng được.

못 연못, 지당 Cái đầm sen. *(tk)* 호수, 저수지 cái hồ, cái đầm nước.

못나다 못생기다 Sinh ra xấu xí. *(tr)* 잘생기다, 잘나다 sinh ra đẹp người.

못난이 머저리 Người xấu xí. 바보, 멍청이 người dốt (coi thường).

못내 늘, 그지없이 Luôn luôn, không ngừng.

못되다 미달하다 Không được (mức nào đó) , tồi. 나쁘다 xấu. *(tr)* 잘되다 được, tốt đẹp, khá.

못박다 다짐하다, 다짐두다 Chắc chắn, quyết tâm.

못박이다 변지 생기다, 못생기다 Sinh ra đã xấu người.

못살다 Sống khổ, sống

nghèo nàn. 가난 하다
nghèo nàn. *(tr)* 잘살다
sống sung sướng.

못생기다 못나다 Sinh
ra vốn xấu người. *(tr)*
잘생기다, 잘나다 sinh
ra đẹp người.

못쓸 악독한, 못된, 나
쁜 Độc ác, xấu xa.

못자리 묘판 ruộng mạ,
nơi dâm trồng cây con.

못하다 Kém, không bằng.
낮다 thấp. 떨어지다 tụt
hậu. 미흡하다 không đạt.

못하다 할수없다, 불
가능 하다. 불능 하다
Không thể... được, không
thể có khả năng...

몽달귀신 몽달귀 Quỷ
trai (con trai chưa vợ có
nhiều oán thù sau khi chết).

몽당붓 독필 Bút tù ngòi,
tù đầu.

몽둥이 막대기 Cái gậy,
cái cây bằng gỗ.

몽둥이질 몽둥이찜
Việc đánh đập bằng gậy.
매질 việc đánh bằng roi.

몽땅 모두, 다, 죄다,
전부 Tất cả, toàn bộ.

몽매간 몽중 Trong cơn
mê muội.

몽매하다 어리 석다
Ngốc, ngu đần. 무지다
vô trí. *(tr)* 현명 하다 sáng
suốt, 똑똑 하다 thông
minh.

몽상 헛된 생가가, 망
념, 망상 Suy nghĩ không
thực, mơ tưởng.

몽상가 공상가, 유토
피안 *(Utopian)* Nhà ảo
tưởng, con người suy nghĩ
không thực tế.

몽우리 망울, 꽃망울
Nụ hoa.

몽유병 Bệnh mộng du.

묘 묘, 무덤 Mộ, phần
mộ. *(tk)* 묘지 mộ chí.
묘비, 묘석 bia mộ.

뫼 山 Núi, gò đồi, vùng cao giữa đồng.

묘기 기술 Tài nghệ, kỹ thuật.

묘령 방년, 꽃다운 나이 Tuổi hai mươi.

묘목 어린나무 Cây non, cây giống.

묘미 묘한 맛, 자취 Vị ngon đặc biệt.

묘방 기방, 묘법, 비법 Phương pháp tài tình, đặc biệt.

묘비 묘석, 비석 Bia mộ.

묘사하다 기술하다, 서술하다 Miêu tả.

묘소 소산, 무덤, 조역 Miếu, mộ, phần mộ.

묘안 명안, 묘수 Phương án kỳ diệu. 좋은 생각 suy nghĩ hay.

묘약 성약, 비약 Thuốc đặc hiệu, thuốc hiệu nghiệm đặc biệt.

묘연하다 흐릿하다, 흐리다 Đục, mờ, không rõ ràng.

묘지 묘소, 산소, 무덤 Mộ, phần mộ, vùng đất đặt mộ.

묘지기 묘직 Người canh giữ mộ. 묘책, 묘계, 신책, 신계 Kế, mưu sách kỳ diệu.

묘포 묘석, 묘지 Bia mộ.

묘하다 절묘하다 Tuyệt diệu. 미묘하다 mỹ miều. 신기하다 thần kỳ.

묘혈 Huyệt mộ.

무 Vô, không có. (tr) 유 hữu, có.

무 Võ. (tr) 문 văn. 무무승부 Không thắng không thua, hoà. (tk) 승 thắng. 패 bại.

무감각 Vô cảm giác. 무지각 vô tri giác. 무감 vô cảm. 무관심 không quan tâm. (tr) 예민하다 nhạy cảm.

무겁다 무겁디 무겁다 Nặng. 납덩이 같다 nặng như cục chì. *(tr)* 가볍다 nặng.

무게 중량 Trọng lượng.

무고 Không có sự cố. *(tr)* 유고 có sự cố.

무고하다 결백하다 Vô tội.

무고하다 탈없다 Bình an vô sự.

무곡 무도곡 Khúc nhạc để múa.

무공 무훈, 무열 Công trạng quân sự.

무관 무신 Võ quan. 무변 võ biền. *(tr)* 문관 quan văn.

무관심하다 Không có quan tâm.

무관하다 관계없다, 상관없다 Vô can, không liên quan. *(tr)* 유관있다 Có liên quan, có quan hệ.

무궁하다 Vô cùng. 무궁무진하다 vô cùng vô tận. 무한하다 vô hạn. 끝없다 không hết. *(tr)* 유한하다 có giới hạn.

무궁화 국화 Hoa dâm bụt (quốc hoa Hàn Quốc).

무기 Vô kỳ hạn. *(tr)* 유기 có kỳ hạn.

무기 Vũ khí. 병기 binh khí. 군기 quân khí. 흉기 hung khí.

무기력하다 Không có khí lực. 힘없다 không có sức. 기운없다 không có sinh lực.

무기명 무서명 Không ghi chép rõ. *(tr)* 기명 có ghi chép rõ ràng.

무기물 무기체, 유기질 Chất vô cơ. *(tr)* 유기물, 유기질 chất hữu cơ.

무기징역 Tù khổ sai vô thời hạn, 종신징역 khổ sai chung thân.

무기하다 무죄하다 Không tội. **무기한** 무기, 무한정 Vô kỳ hạn. *(tr)* 유기한 có kỳ hạn.

무기형 Hình phạt chung thân, suốt đời.

무난하다 쉽다, 용이하다 Dễ, dễ dãi.

무남독녀 Vô nam độc nữ. 외딸, 외동딸 con gái duy nhất.

무너뜨리다 무너지게하다, 허물다 Làm cho sụp đổ, phá đi. *(tr)* 세우다 dựng nên, 건설하다 xây dựng nên.

무너지다 허물어지다 Sụp đổ. 부서지다, 깨지다 vỡ tan ra.

무념무상 무상무념 Không suy nghĩ gì, lòng trống (ngồi thiền).

무능 Sự không có năng lực. *(tr)* 유능 sự có năng lực.

무능력자 Người vô năng lực.

무능하다 능력없다 Không có tài, không có năng lực.

무늬 문양, 문채, 문, 장 Vân (vài), dấu vết riêng.

무단히 괜히 Một cách vô ích, không có lý do, tự ý.

무당 무녀, 박수, 축사 Bà đồng, bà cốt.

무당벌레 Con bọ cánh cứng.

무대 단 (*Stage*) Vũ đài, sân khấu.

무대 장치 Trang trí sân khấu.

무더기 더미, 산더미, 산미 Một đống, nhiều, một loạt, cả lũ.

무더위 한더위, 폭염 Sự nóng bức.

무던하다 충분하다 Đầy đủ, thoải mái. *(tt)* 너그럽다 rộng rãi.

무덤 묘, 외, 산소,

분묘, 묘소 Mộ, phần mộ. 묘지 mộ chí.

무덥다 덥다 Nóng nực, nóng như nung.

무도 무용, 무술, 무예 Vũ đạo, vũ nghệ.

무디다 어리석다 Cùn, đần. *(tt)* 둔하다 dốt. *(tr)* 예민 하다 nhạy bén.

무뚝뚝하다 Không có tình, khô khan, cứng nhắc.

무량하다 한량없다 Số lượng nhiều vô cùng.

무럭무럭 쑥쑥 Vùn vụt, mườn mượt (cây cối).

무려 자그마치 Quá là nhiều.

무력 Vũ lực. 힘으로 bằng sức mạnh.

무력하다 힘없다, 무기력하다 Không có sức mạnh. 기력 없다, 기운 없다 không có sinh lực, không có tinh thần.

무렵 즈음, 그 앞뒤의 때 Vào dịp, vào lúc, nhân dịp.

무례하다 Vô lễ. 버릇 없다, 무람 없다 không có lễ nghĩa. *(tk)* 실례 하다 thất lễ.

무뢰배 불량배, 무뢰 한 Người vô công rồi nghề, kẻ không nghề nghiệp.

무료 거저, 공짜, 무임, 무보수 Không mất tiền, cho không. *(tr)* 유료 mất tiền, phải chi tiền.

무료하다 심심하다 Không có gì hứng thú, buồn tẻ.

무르녹다 무르익다 Chín muồi, chín đến cỡ. 설익다 chín chưa muồi.

무르다 물렁하다, 문 문하다 Mềm, mềm mềm. *(tr)* 단단하다, 딱딱하 다 cứng.

무릅쓰다 Bất chấp. 견디다 chịu đựng và

chiến thắng.

무릇 대개, 대체 Đại khái, đại để.

무릉도원 도원 Cảnh đào viên. 선경 cảnh thần tiên.

무릎 꿇다 Quỳ gối. 굴복하다 khuất phục. 항복하다 hàng phục.

무릎 무르팍 Đầu gối.

무리 떼, 일군, 일단, 도배 Bầy động vật.

무리 우박 Mưa đá.

무리로 억지로, 무리하게, 부당 Một cách vô lý.

무리수 Số vô tỷ. *(tk)* 유리수 số hữu tỷ.

무리하다 Bất cẩn, thiếu suy nghĩ.

무마하다 달래다, 가라앉히다 An ủi, làm cho dịu xuống, cho lắng xuống.

무망 Vô vọng. *(tr)* 유망 có hy vọng.

무명 Vô danh, không tên tuổi. 익명 giấu tên. *(tr)* 유명 có tên tuổi.

무명 목면포, 목면, 면포 Vải bông.

무명실 명실, 면사, 목사, 목실 Chỉ bông.

무명씨 무명인, 실명씨, 무명인 Người vô danh nào đó. *(tr)* 유명인 người có tên tuổi rõ ràng.

무명지 약손가락, 약지 Ngón tay kế út.

무명하다 이름 없다 Không tên tuổi.

무모하다 Vô mưu.

무문 Không vân, trơn.

무미건조하다 메마르다 Không khô khốc.

무미하다 맛 없다 Không có vị, không ngon. 재미없다 không hay ho gì.

무방비 무비 Trạng thái không phòng bị.

무방하다 상관없다, 관계 없다 Không có liên quan, không có quan hệ.

무병 하다 탈 없 다 Không bệt tật. 건강하다 khỏe mạnh.

무보수 무급, 무상, 무 댓 가 Không tiền công, không thù lao. 무료, 공 짜 không mất tiền.

무분별하다 Không phân biệt được. 지각없 다 không có tri giác.

무사 싸울아비, 무인 Võ sư, võ sĩ. (tr) 문사 văn sĩ, 문인 văn nhân.

무사태평하다 태평 하다 Thái bình, thanh bình.

무사하다 탈없다, 일 없다 Vô sự, không có gì xảy ra. (tr) 유사 하다 hữu sự, xảy ra việc.

무산계급 Giai cấp vô sản. (tr) 유산 계급 giai cấp có tài sản.

무산되다 Phá sản, không thành công. (tr) 성 사되다 thành công, thành sự thật.

무산자 Người vô sản. (tr) 유산자 người có tài sản.

무상 무보수, 공짜, 무 료, 거저 Không có bồi thường, không lấy tiền công. (tr) 유상, 유료 có tiền công, không bồi thường.

무상 최상 Tối thượng, tốt nhất. (tk) 최고 cao nhất

무상출입 Đi lại không mất tiền.

무상하다 덧없다, 허 무하다 Hư không, hão, không có thực.

무색 Có màu sắc. (tr) 무 색 không màu sắc.

무색옷 색의 Quần áo màu.

무색하다 낯없다, 면

목없다 Không có mặt mũi nào. 체면없다 không có thể diện.

무생물 Không có sự sống, vô sinh vật. *(tr)* 유생물, 생물 sinh vật. 미생물 vi sinh vật.

무서리 Sương thoảng. *(tr)* 된서리 sương đậm cuối thu.

무서움 겁, 두려움, 궁구, 공포, 두려움 Nỗi sợ hãi.

무서워하다 무섭다, 겁내다 Sinh ra sợ hãi, sợ hãi.

무선 Vô tuyến, không có dây. *(tr)* 유선 hữu tuyến, có dây.

무성 Không có giới tính, giống trung. *(tr)* 유성 có giới tính.

무성 Không có tiếng, không có âm thanh. *(tr)* 유성 có âm thanh.

무성생식 Sinh sản vô tính. *(tr)* 유성생식 sinh sản hữu tính.

무성영화 Phim câm, phim không tiếng.

무성의하다 성의없다 Không thành tâm, không thật lòng.

무소 코뿔소, 서 Con tê giác.

무소속 Không thuộc đảng phái nào.

무소식하다 Không có tin tức.

무소유 Không sở hữu. *(tr)* 소유 có sở hữu.

무수하다 Vô số. 한없다 không có hạn.

무수히 수없이 Vô số, vô cùng nhiều.

무술 무예 Vô thuật, võ nghệ.

무술 샤머니즘 Thuật lên đồng.

무슨 짝 무슨 면목.

무슨 모양 Mặt mũi nào, kiểu gì.

무슨 어떤, 어떠한 Nào đó.

무승부 무 Không phân thắng bại, hòa. 동점 cùng điểm.

무시하다 깔보다, 업신여기다 Coi thường, khinh thường. *(tr)* 중시하다 trọng thị, coi trọng.

무식쟁이 무식꾼, 무지렁이 Người vô học.

무식하다 무지하다 Vô học, vô thức, không có kiến thức. *(tr)* 유식하다 có kiến thức.

무신경하다 둔하다 Không có cảm giác. 무관심 không quan tâm.

무신론 Thuyết vô thần. *(tr)* 유신론 thuyết có thần.

무심 무심결 Chưa suy nghĩ, chưa quyết định.

무심코 무심결에, 무

심히 Không biết, vô ý, vô thức.

무심하다 무념무상하다 Vô tâm. 무관심하다 không quan tâm. 무의식 không có ý thức.

무쌍 Vô song. 무적, 무전 vô địch. 유일 duy nhất.

무아지경 무아경 Mải suy nghĩ việc khác mà quên cả mình.

무안하다 부끄럽다, 낯없다 Xấu hổ, không mặt mũi nào. 낯뜨겁다 mặt dày.

무언극 Kịch câm.

무엄하다 무례하다, 예의 없다 Không có lễ phép, vô lễ. 버릇없다 không có giáo dục.

무엇 무어, 뭐, 뭣 Cái gì, điều gì vậy.

무역수지 국제 수지, 경상 수지 Chỉ số mậu

dịch, tỷ lệ so sánh xuất
nhập khẩu.

무역 적자 Tổn thất do
nhập siêu. 무역 흑자 lợi
do xuất siêu.

무역 Mậu dịch. 수출입
việc xuất nhập khẩu. 교역,
거래 sự giao dịch.

무역국 교역국 Nước
buôn bán với nhau.

무역항 상 항 Thương
cảng.

무연탄 경매, 경탄 Than
không khói, than nhẹ. *(tr)*
유연탄 than có khói.

무염치 Vô liêm sỉ, không
biết xấu hổ.

무용 무도, 춤 Điệu múa.

무용가 무용수, 댄서
Người làm nghề múa.

무용지물 Đồ vứt đi.
쓰레기 rác rưởi.

무용하다 쓸데없다
Vô dụng, vô ích. 무익
하다 không có ích lợi.

(tr) 유용 Hữu dụng, hữu
익하다 có

무용하다 춤추다 Múa.

무위도식하다 놀고
먹다 ăn chơi. 빈둥거
리다, 빈둥 대다 lang
thang, vô công.

무의미하다 Không
có ý nghĩa gì, vô ý nghĩa.

무의식 Không có ý
thức. *(tr)* 의식적 có ý
thức.

무이자 Không có tiền
lãi. *(tk)* 이자 tiền lãi,
고이자 lãi suất cao,
저이자 lãi suất thấp.

무익하다 Không có
ích. *(tr)* 유익하다 hữu
ích.

무인 무사 Võ sĩ. *(tr)*
문인 văn sỹ.

무인 손도장, 지장 Việc
lấy dấu tay.

무인도 Đảo hoang, đảo
không người. *(tr)* 유인

도 đảo có người.

무일푼 Không có lấy một xu tiền. 무전, 빈털터리 không tiền.

무자비하다 매정하다 Không từ bi. 박정하다 bạc tình. 잔악하다 tàn ác. *(tr)* 자비롭다 từ bi.

무자위 수차, 수룡, 펌프 Cái bơm nước.

무작정 무턱대고, 생각없이 Cứ thế liều làm cái gì, không có kế hoạch.

무장 Có võ trang. *(tr)* 비무장 phi vũ trang.

무저항주의 무저항 Chủ nghĩa không đối kháng. 비폭력주의 chủ nghĩa phi vũ trang.

무적 Vô địch. 무쌍 vô song.

무전유죄 Không tiền thành có tội. *(tr)* 유전무죄 có tiền thành không

có tội.

무절제 Việc quản lý được trật tự. *(tr)* 절제 việc lập trật tự.

무정 비정 Không có tình cảm. *(tr)* 다정 đa tình, 유정 hữu tình.

무정란 Trứng không thụ tinh. *(tr)* 유정란, 수정란 trứng đã thụ tinh.

무정하다 인정없다 Không có tình cảm. *(tr)* 유정하다 có tình cảm.

무조건 조건없다 Không điều kiện. *(tr)* 절대적 một cách tuyệt đối.

무좀 Bệnh đục nước, bệnh ngứa giữa các ngon chân khi đi vào nước bẩn.

무죄 vô tội, không có tội. *(tr)* 유죄 có tội.

무지개 천궁 Cầu vồng, móng cụt.

무지근하다 무겁다, 답답하다 Cảm thấy buồn

nặng trong tâm trí.

무지무지하다 대단
하다 Rất, quá, vô cùng
(quy mô, mức độ).

무지하다 무식하다
Không có trí, vô học. 어
리석다 ngu dốt.

무직 무직업 Không nghề
nghiệp. 실업 thất nghiệp.

무직자 Người không có
nghề nghiệp.

무진장하다 무궁무
진하다, 무진무궁하다
Vô cùng, không ngừng.
무한 không giới hạn.

무진장하다 무진장
많다 Vô cùng nhiều, rất
nhiều.

무질서 Không có trật
tự. *(tk)* 혼란 hỗn loạn.
질서 trật tự.

무질서하다 Không
có trật tự. 어지럽다 lộn
xộn, chóng mặt. 혼란하
다, 문란하다 hỗn loạn.

무찌르다 쳐들어 가
다/ 오다 Đánh vào. 공
격하다 công kích.

무차별하다 Không
phân biệt. *(tr)* 차별하다
phân biệt.

무참 참혹, 비참 Bi thảm.
잔인 tàn nhẫn.

무채색 Màu sắc không
rõ ràng hay lẫn lộn. *(tr)*
유채색 màu sắc rõ ràng.

무책임하다 Không
có trách nhiệm.

무척 아주, 매우, 대단
히, **훨씬**, 엄청, 굉장히
Rất, vô cùng, ghê gớm
(mức độ).

무척추동물 민등뼈
동물 Động vật không
xương sống. 무치다, 버
무리다, 양념하다, 조미
하다 Thêm gia vị, làm
cho thêm hay thêm ngon.

무턱대고 무작정, 까
닭 없이 Không có kế

hoạch, bừa ẩu.

무 패 Không thất bại bao giờ. *(tk)* 전승하다 toàn thắng.

무 학 불학 Vô học, không được học. *(tr)* 유학 có học.

무 한 Vô hạn, vô hạn tịnh vô hạn định. 무한량 vô hạn lượng. *(tr)* 유한 hữu hạn, có hạn.

무 한 대 Lớn rộng vô cùng. *(tk)* 무한소 bé nhỏ vô cùng.

무 한 하 다 끝없다, 한 없다 Vô hạn, không giới hạn.

무 해 Vô hại. 무독 không độc. *(tr)* 유해 có hại. 유 독 có độc.

무 허 가 Không được phép. *(tr)* 허가 được phép.

무 혈 Không đổ máu. *(tr)* 유혈 có đổ máu.

무 형 문 화 재 문화 재, 인간 문화재 Tài sản

văn hoá như ngôn ngữ, âm nhạc.

무 형 Vô hình, không có hình thể hay trạng thái nhất định. *(tr)* 유형 có hình dạng, trạng thái nhất định.

무 화 먹그림 Bức tranh vẽ bằng mực.

무 효 하 다 Không có hiệu quả.

무 휴 Không có hiệc lực hay hiệu quả. *(tr)* 유효 có hiệu lực và hiệu quả.

묵 먹 Mực viết, mực in.

묵 계 하 다 Hiểu ngầm với nhau. 묵약하다 đồng ý ngầm với nhau.

묵 념 묵상, 묵도하다 Mặc niệm, tưởng niệm.

묵 다 머무르다, 체류 하다, 숙박하다 Cư trú, ở, lưu thân.

묵 도 하 다 묵기도하 다, 묵념하다 Cầu nguyện

bằng suy nghĩ.

묵독하다 목독 하다 Đọc ngầm, đọc trong đầu. *(tr)* 음독하다, 송독하 다 đọc thành tiếng. 낭독 하 다 đọc to lên.

묵례 눈인사 Chào bằng mắt, đưa mắt chào.

묵묵하다 조용하다, 말없다 Yên lặng, yên tĩnh.

묵사발 묵주머니, 박살 Bình mực viết.

묵살하다 모른 척하 다, 무시하다 Coi như không biết, bỏ qua.

묵상하다 묵념하다 Suy nghĩ trong đầu.

묵은 쌀 진미 Gạo cũ, gạo lâu ngày. *(tr)* 햅쌀, 신미 gạo mới trong năm.

묵은해 Năm cũ. *(tr)* 새 해 năm mới.

묵인하다 묵시하다 Làm ngơ, nhắm mắt cho

qua.

묵중하다 묵직 하다 Có trọng lượng (lời nói, …).

묵직하다 무겁다 Rất nặng. *(tr)* 가볍다 nhẹ.

묵히다 Yên lặng làm ngơ. 그냥 두다 để vậy. 내버려 두다 bỏ mặc.

묶다 얽어 매다, 얽다, 매다 Bó lại, buộc lại, thắt lại.

묶음 다발, 단 Một bó, một buộc.

묶이다 포박되다 Bị bắt trói, bị trói lại.

문 문장, 글귀, 문구, 월 Câu văn.

문 문제 Đề thi, đề ra. 물음 câu hỏi. *(tr)* 답 câu trả lời. 답안 đáp án.

문 출입문, 출입구 Cửa vào ra. 비상구 cửa thoát hiểm.

문건 문서, 서류 Hồ sơ

giấy tờ, văn kiện, văn thư.

문고 문고본, 문고판
Loại sách bỏ túi tiện sử
dụng. 도서관 thư viện.

문고리 고리, 쥘손,
손잡이 Vòng tay nắm ở
cửa.

문과 Ngành khoa học xã
hội. *(tr)* 이과 khoa học
tự nhiên.

문관 동반, 숭문 Quan
văn. *(tr)* 무관 quan võ.

문단 문원 Văn đàn.
문학계 giới văn học.

문닫다 폐문하다 Đóng
cửa, chấm dứt việc gì.
폐업 하다 đóng cửa
(nhà máy).

문답 Việc hỏi và trả lời.
대화하다 đối thoại.

문대다 문지르다 Măn
mó, vân vê.

문둥병 나병 Bệnh hủi,
bệnh phong, bệnh cùi. *(tk)*
문둥이 người có bệnh

phong.

문드러지다 궤란하
다 Lở ra, lở loét.

문득 갑자기, 돌연 Đột
nhiên, bỗng nhiên.

문득 문뜩, 갑자기,
문득 문득 Bất kỳ, bất
ngờ, đột nhiên.

문란 난잡 Sự loạn tạp,
혼잡하다 sự hỗn tạp.
무질서 không có trật tự.

문란하다 어지럽 다,
지저분하다 Lộn xộn,
không có nề nếp.

문리 문맥 Mạch văn,
lối hành văn.

문맥 문리, 맥락 Mạch
văn, dòng văn.

문맹 Mù chữ. *(tk)* 무학
không, 맹이, 문맹자,
까막눈이 người mù chữ.
문맹 퇴치 xoá bỏ nạn
mù chữ.

문명 Có tên tuổi. *(tr)* 무
명 vô danh.

문명 Văn minh. *(tk)* 미 개 còn mông muội. 야만 dã man. 비문명 không văn minh. 개발 도상국 nước đang phát triển.

문명국 Nước văn minh. 선진국 nước tiên tiến. *(tr)* 미개국 nước chưa phát triển.

문명병 Bệnh trong xã hội phát triển như béo phì, cao huyết áp.

문명인 Con người văn minh. *(tr)* 미 개 인 con người còn hoang sơ.

문묘 공묘 Văn miếu, miếu thờ Khổng tử.

문무 Văn võ.

문밖 문외 Ngoài cửa. 밖, 바깥 bên ngoài.

문방구 문구 Văn phòng phẩm. 문구점 hiệu văn phòng phẩm. *(tk)* 책방 hiệu sách.

문방사우 Bốn thứ bút

mực giấy và nghiên mực. 벼루 hòn đá mài mực.

문벌 집안, 가문 Gia phong, nề nếp gia đình.

문법 문전 Ngữ pháp.

문병 병문안 Việc thăm viếng người bệnh.

문빗장 빗장 Then cài cửa.

문사 Văn sĩ. 문관, 문신 quan văn.

문상 조상하다 Vấn tang. *(tk)* 조의금 tiếng phúng điếu. 조문 điếu văn.

문상객 Khách đến chia buồn. *(tr)* 하객 khách đến chúc mừng.

문서 Văn tự, giấy tờ, hồ sơ. 서류, 기록 hồ sơ ghi chép.

문설주 설주, 설단 Cột cửa, khung cửa.

문신 문관 Quan văn. *(tr)* 무신, 분관 quan võ.

문신 문관, 무사 Quan

võ. *(tr)* 문신, 문관 quan văn.

문신 자문 Vết xăm trên mình.

문안 드리다 안부여 쭈다 Vấn an, thăm viếng.

문안 집안, 안 Trong nhà, nội trong gia đình. *(tr)* 문밖 ngoài xã hội.

문양 무늬 Hoa văn, văn hoa (trên vải, …).

문어 글말 Văn viết. *(tk)* 구어, 입말 văn nói.

문어 Con bạch tuộc. 낙지 con mực.

문어체 문장체 Kiểu văn, hình câu văn.

문예 부흥 네상스 *(Renaissa)* văn nghệ phục hưng.

문자 글자 Chữ, chữ viết. 문자 언어 ngôn ngữ viết.

문장가 문필가 Cây bút nổi tiếng.

문재 글재주 Người viết chữ tốt.

문제 Đề ra. *(tk)* 질문 câu hỏi. *(tk)* 문제지 giấy thi, đề thi 답안지 đáp án.

문제아 문제 아동 Trẻ có vấn đề, trẻ cần được giáo dục riêng.

문제작 화제 작 Tác phẩm gây tranh cãi.

문제점 문젯거리 Vấn đề tồn tại.

문제지 시험지 Tập đề thi. *(tk)* 답안지 đáp án.

문지기 골키퍼 Người giữ cửa thành, thủ môn.

문틀 문지방, 문턱 Ngạch cửa.

문하생 문하, 문인, 제자 Đệ tử theo học.

문학지 문예지 Tạp chí văn nghệ.

문화면 Trang văn hoá. *(tk)* 사회면 trang xã hội, 정치면 trang chính trị.

문화인 교양인, 지성인, 문명인 Con người văn minh, con người có học.

묻히다 Được chôn, được đậy lên. *(tk)* 묻다 chôn, đậy.

물 빛깔, 색 Màu sắc.

물 수, 수액 Nước. 용액 dung dịch.

물가 Vật giá. 가격 giá cả. 시가 giá chợ.

물가 Ven bờ (ao, hồ, sông). 강변 bờ sông. 해변, 해안 ven biển.

물갈이 Việc cày ruộng nước. *(tr)* 건갈이 việc cày ruộng khô.

물갈퀴 오리발, 복 Chân vịt (để bơi).

물감 안료, 도료, 염료 Chất màu, thuốc nhuộm.

물개 수구, 해구 Con hải cẩu.

물거품 물보라, 수포, 수말 Bong bóng nước.

물건 물품, 물체 Đồ vật, hàng hóa. *(tr)* 인건, 인사 thuộc về con người.

물건비 Tiền lương, tiền công, tiền chi cho con người.

물걸레 젖은 걸레, 진걸레 Cái giẻ ướt. *(tr)* 마른 걸레 giẻ khô.

물결 파도 Làn sóng, sóng.

물고기 고기, 수사화 Cá. *(tk)* 생선 cá biển nói chung.

물고늘어지다 매달리다, 달라 붙다 Đeo đẳng, dính lấy.

물귀신 수백 Hà bá, thủy thần.

물기 수기, 수분 Thành phần nước, hơi nước.

물길 수로, 수도 Thủy lộ. *(tk)* 뱃길 đường tàu thuyền đi. *(tk)* 육로 lục lộ, đường bộ.

물난리 수재, 홍수 Nạn lụt lội, lũ lụt. *(tr)* 가뭄,

한발 nạn hạn hán.

물내리다 맥빠지다, 기운 빠지다 Mất tinh thần, mất nhuệ khí.

물다 베어물다 Cắn, 머금다 ngậm.

물다 지르다, 지불하다 Chi trả.

물들다 묻다, Bị dây bẩn, bị dính. 감염하다 bị nhiễm bệnh.

물딱총 물총 Súng nước (đồ chơi).

물때 밀물 썰물, 무수기 Nước thủy triều lên xuống.

물러가다 물러 서다, 물러서다, 뒤로 나서다 Đứng lùi lại, lùi lại phía sau. 후퇴하다 rút lui.

물러나다 물러가다, 사임 하다 Rút lui khỏi chức vụ. 사직하다 từ chức.

물러서다 비키다, 비

켜서다 Tránh ra.

물러앉다 나서 서앉다, 그만두다 Dừng lại, thôi (chức vụ).

물렁물렁하다 Mềm, mềm mềm. *(tr)* 딱딱하다, 굳다 cứng.

물레 방아 물방아, 수차, 수대 Cối nước.

물레 베틀 Cái khung cửi, khung dệt vải.

물려받다 계승 하다, 이어 받다, 상속 하다 Thừa kế, nhận từ ai cái gì. *(tr)* 물려주다 để lại cho ai.

물론 말할 필요도 없이, 마땅히, 당연히 Đương nhiên, tất nhiên.

물리다 깨물리다, 뜯기다 Cắn nứt ra, cắn đứt ra, cắn ra.

물리다 늦추다, 미루다, 연기하다 Lùi lại sau, kéo dài về sau (thời hạn).

물리다 밀리다 Đuổi ra.

물리력 힘 Sức ép.

물리요법 Trị liệu vật lý.

물리치다 격퇴하다, 퇴치하다 Đánh lui, đẩy lùi.

물마루 수종 Ngọn sóng, đường chân trời nơi biển cả.

물만두 물교자 Bánh trôi.

물맛 수미, 무미 Vị của nước.

물망 우상 Thần tượng.

물목 물품의 목록 Danh mục hàng.

물물교환 실물 교환 Trao đổi vật chất, hàng hóa với nhau.

물밀다 Nước lên. (tr) 물써다 nước xuống.

물밑 수저, 물아래 Dưới mặt nước, cặn dưới nước. (tr) 물위 trên mặt nước.

물바다 홍수, 한강 Cả biển nước, lũ lớn.

물방개 선두리 Con niềng niễng.

물병 물통, 수통 Bình nước, cái bi đông.

물빛 물색 Màu sắc nước.

물뿌리개 조로 Bình phun nước.

물소 Con trâu. (tk) 소 con bò.

물속 수중 Trong nước.

물어내다 변상하다 Đền (thiệt hại). (tt) 보상 하다 bồi thường.

물욕 탐욕 Lòng tham.

물위 상원 Thượng nguồn. (tt) 상류 thượng lưu.

물위 수면 Mặt nước. (tk) 물밑 đáy nước. 해저 đáy biển.

물음 질문, 문의 Câu hỏi. (tr) 해답 giải đáp. (tr) 물아래, 하류 hải lưu.

물장사 물장수 Người buôn nước.

물적 물질적 Thuộc về vật chất. *(tk)* 심적 thuộc về lòng người. 인적 thuộc về con người. 정신적 thuộc về tinh thần.

물증 증거 Vật chứng, chứng cớ. *(tk)* 심증 cảm nhận trong long. 기계 문명 văn minh máy móc.

물질 문명 Văn minh vật chất. *(tk)* 정신 문명, 문화 문명 văn minh văn hoá.

물질 주의 Chủ nghĩa vật chất. 유물론 chủ nghĩa duy vật. *(tr)* 정신 주의 chủ nghĩa duy tâm.

물집 수포 Bóng bóng nước.

물탱크 물통 Bình nước, thùng nước.

묽다 Quá nhiều nước, nhão. *(tr)* 되다, 건조하다 khô.

뭇매 물매 Đòn roi tới tấp.

뭍 육지, 땅 Lục địa, đất. *(tk)* 해양 hải dương. 바다 biển, 섬 đảo.

뭍사람 Người sống ở lục địa. *(tk)* 섬사람 người sống ở đảo.

뮤직 *(Music)*, 음악 Âm nhạc.

미 아름다움 Cái đẹp, nét đẹp. *(tr)* 추 cái xấu, nét xấu.

미각 미감, 입맛 Vị giác, cảm giác đầu lưỡi.

미간 Chưa phát hành. *(tr)* 기간 đã phát hành.

미간 양미간 Giữa đôi lòng mày.

미개간지 미개척지 Đất khai hoang. *(tr)* 개척지 đất vỡ hoang, đất đã khai hoang.

미개하다 Chưa khai phát. *(tr)* 문명하다 văn minh.

미결수 Tù chưa tuyên án. *(tr)* 기결수 tù đã có

án.

미결하다 Chưa quyết định, chưa giải quyết xong. *(tr)* 기결하다 đã quyết định. 완결하다 đã giải quyết xong hoàn toàn.

미곡 알곡, 쌀 Lúa gạo. *(tk)* 맥곡, 맥류 loại lương thực hạt mạch.

미곡상 쌀가게 Cửa hàng gạo. *(tk)* 정미소 trạm xay lúa.

미관 가경, 경관, 경치 Cảnh đẹp. 절경 cảnh tuyệt đẹp.

미관 소관, 말관 Quan nhỏ. 미관말직 quan nhỏ, chức thấp.

미국 미, 아메 리카 Nước Mỹ.

미궁 미로 Mê cung, mê lộ, nơi vào khó ra.

미꾸라지 추어 Con chạch. *(tk)* 추어탕 canh chạch. 장어 con lươn.

미끄러지다 활주하 다 Trơn, trơn trượt.

미끄럽다 매끄럽다, 반드럽다 Trơn bóng (mặt băng).

미끈하다 매끈하다 Trơn tru.

미끼 고기밥, 낚싯밥, 먹이, 구이, 모이 Mồi câu.

미남 미남자 Đẹp trai. *(tr)* 추남 xấu trai. 미녀 mỹ nữ.

미납하다 Chưa nạp tiền. 미녀 미인, 천인 Người đẹp, mỹ nhân. *(tr)* 추녀 xấu gái.

미니 *(Mini)*, 소형 Loại nhỏ. *(tr)* 대형 loại lớn.

미달 Chưa đủ. 미만 chưa đầy (tuổi). 부족 thiếu.

미달하다 Chưa đạt tới mức. 모자라다 thiếu. *(tr)* 초과 하다 vượt quá.

미덕 Đức đẹp, có đức.

덕행 đức hạnh. *(tr)* 악
덕 ác đức.

미덥다 Đáng tin. 믿
음성있다, 믿음직 하다
có thể tin được. *(tr)* 의
심스럽다 nghi ngờ.

미래 장래, 앞날 Tương
lai, ngày mai. *(tk)* 현재
hiện tại. 과거 quá khứ.

미량 극소량 Vi lượng,
số lượng rất nhỏ. *(tk)* 소량
số lượng ít. 다량 số lượng
nhiều. 다소 ít nhiều.

미려 사려 Đẹp, mỹ lệ.
(tr) 추, 추악 xấu, xấu xí.

미려하다 Mỹ lệ. 아름
답다 đẹp.

미련하다 미욱스럽
다, 어리석다, 둔하다
Ngốc, không sáng suốt.

미루다 연기하다 Lùi
lại sau (ngày tháng). *(tr)*
앞당기다 kéo sớm hơn,
định ngày sớm hơn.

미룸 짐작, 추측, 예측

Sự dự đoán, dự trù.

미륵 보살, 미륵, 관음
보살 Quan âm Bồ tát.

미리 벌써, 먼저, 진작
Trước, đã, rồi. *(tr)* 아직
hãy chưa. 나중, 나중에
sau này.

미만 Chưa đầy, chưa đủ
số lượng hay mức độ. *(tr)*
초과 vượt quá. 이하
mức dưới.

미망인 과 부, 과 수
Người quả phụ, người
đàn bà chồng chết ở một
mình.

미명 여명, 새벽 Lúc
chưa sáng, tàn sáng, bình
minh. *(tr)* 황혼 hoàng
hôn. 저녁 buổi tối.

미모 미색, 미안, 미용
Vẻ đẹp.

미목 얼굴 모양 Khuôn
mặt. 용모 dung mạo.

미묘하다 이상야릇
하다 Đẹp khó nói.

미 문 명문, 명언 Những
lời nói, câu văn hay.

미 분 학 Vi phân học. *(tr)*
적분학 tích phân học
(toán học).

미 불 하 다 미지급하
다 Chưa trả tiền. *(tk)*
완불 하다 trả hết tiền.

미 비 하 다 Chưa hoàn
thiện, hoàn chỉnh. *(tr)*
완비하다 hoàn chỉnh.
hoàn thiện.

미 사 일 *(Missile)* Tên
lửa. *(tk)* 장거리 (중거
리, 단거리) 미사일 tên
lửa tầm dài (trung, ngắn).

미 색 미인 Đàn bà đẹp.

미 성 년 자 Người chưa
trưởng thành, vị thành
niên. 미성숙하다 Chưa
thành thục. *(tr)* 성숙하
다 thành thục.

미 소 년 Thiếu niên đẹp.
(tk) 미소녀 thiếu nữ đẹp.

미 숙 아 조 산 아 Trẻ

sinh non.

미 술 전 미전, 미술 전
람회 Triển lãm mỹ thuật.

미 시 Tầm nhìn hạn hẹp.
(tr) 거시 tầm nhìn lớn rộng.

미 신 Mê tín. *(tk)* tín
ngưỡng.

미 싱 재봉틀 Máy khâu.

미 안 하 다 죄송 하다
Xin lỗi.

미 역 미역국 Canh rong
biển. *(tk)* 김 lá rong biển
đã chế biến.

미 온 적 소극적 Một
cách tiêu cực. *(tk)* 적극
적 một cách tích cực.

미 완 성 품 Hàng chưa
thành phẩm. *(tk)* 반제품
hàng bán thành phẩm. 완
성품 hàng thành phẩm.

미 용 실 미장원 Thẩm
mỹ viện. *(tk)* 이발소, 이
용원 nơi cắt tóc.

미 움 Sự ghét. *(tr)* 사랑
tình thương yêu. 증오 sự

phẫn nộ.

미음 죽 Cháo. *(tk)* 밥 com.

미장이 미장공 Thợ xây, thợ nề.

미정 Chưa định. *(tr)* 기정 đã định.

미제 Hàng Mỹ. *(tk)* 외제 hàng ngoại. 일제 hàng Nhật. 국산, 국산품 hàng nội.

미주 가주, 좋은 술 Rượu ngon, rượu tốt.

미증유 전대 미문 Chưa bao giờ có, chưa bao giờ thấy.

미지 Chưa hề biết, chưa được biết. *(tr)* 기지 đã được biết.

미지수 Số đã biết, đáp số.

미진 약진 Động đất nhẹ. *(tr)* 강진 động đất mạnh.

미처 미리, 벌써 Đã, rồi. *(tr)* 아직 hãy chưa.

미천 비천, 천박 Thấp hèn, bần tiện. *(tr)* 고귀 cao quý, 존귀 tôn quý.

미천하다 낮다, 천하다 Thấp kém, hèn hạ. *(tr)* 거룩 하다, 고귀 하다 cao quý.

미치광이 미친 놈 Người điên. 미치다, 닿다, 다다 르다 đạt tới, với tới.

미치다 매치다 Bị điên, bị bệnh thần kinh.

미친개 Con chó dại, chó điên.

미풍 실바람 Gió nhẹ. *(tr)* 강풍 gió mạnh.

미풍양속 미속, 미풍 Phong tục tốt đẹp.

미필 미완, 미료 Chưa xong, chưa hoàn thành.

미해결하다 Chưa giải quyết. *(tr)* 해결 하다 giải quyết.

미행하다 간행하다 Vi hành, đi bí mật để xem

tình hình.

미혹하다 홀리다, 헷갈리다 Đầu óc lung tung.

미혼 Chưa kết hôn. *(tr)* 기혼 đã kết hôn.

미화 미국 돈, 달러 Đô la Mỹ.

미화하다 꾸미다 Làm cho đẹp, trang sức.

미흡하다 부족하다, 미만하다 Chưa đầy đủ, chưa đạt yêu cầu, chưa đủ điều kiện. *(tr)* 흡족하다 đầy đủ điều kiện.

미희 미인, 미녀, 가희 Người con gái đẹp.

민 Dân. 군 quân. 관 quan.

민가 민호, 사삿집, 사가 Nhà dân. *(tr)* 관가 nhà quan.

민간 기업 Xí nghiệp tư nhân. *(tk)* 국경 기업, 공기업 xí nghiệp quốc doanh.

민감하다 예민하다 Nhạy cảm, mẫn cảm. *(tr)*

둔감 하다 không mẫn cảm. 날카롭다 sắc bén.

민권 Chính quyền dân dự. *(tr)* 군권 chính quyền quân đội.

민들레 Loại hoa cúc phát tán.

민란 민요 Sự nổi dậy của nông dân. *(tr)* 군란 sự nổi dậy của quân đội.

민망 민만, 민요 Yêu cầu, nguyện vọng của dân chúng.

민망하다 면구스럽다, 부끄럽다 Xấu hổ, ngượng.

민머리 백두 Đầu trắng. 대머리 독두, 민대가리 đầu sói.

민며느리 Con dâu tương lai. *(tr)* 데릴사위 con rể tương lai.

민물 담수 Nước ngọt. *(tr)* 짠물, 바닷물 nước mặn.

민물고기 담수어, 단물고기 Cá nước ngọt. *(tr)* 바닷 물고기, 짠물고기 cá nước mặn.

민박 민숙 Việc ăn ở trong dân.

민법 Luật dân sự. *(tr)* 형법 luật hình sự.

민병 Dân binh, dân quân, tự vệ. 의병 nghĩa binh. *(tr)* 정규군 quân chính quy.

민사 Dân sự. *(tr)* 형사 hình sự.

민사재판 민재 Xử án dân sự. *(tr)* 형사재판 xử án hình sự.

민생고 생활고, 생활난 Khó khăn trong sinh hoạt.

민선 Việc dân bầu ra. *(tk)* 관선 việc bổ nhiệm do quan chức.

민속학 Môn nghiên cứu về phong tục, tập quán.

민심 민망 Lòng dân. 민정 dân tình. *(tr)* 천심 ý trời.

민어 소여 Con cá hồi.

민영 Dân kinh doanh. *(tr)* 국영 quốc doanh.

민요 가곡, 속요 Cao dao, bài hát dân gian.

민정 Dân tình. *(tk)* 민심 lòng dân.

민족 겨레 Dân tộc.

민주 Dân chủ. *(tr)* 비민주 không dân chủ.

민주성 Tính dân chủ. *(tr)* 전제 정치 nền chính trị chuyên chế.

민중 Dân chúng. *(tt)* 대중 đại chúng.

민초 백성, 인민 Nhân dân.

민화 설화 Chuyện ngụ ngôn, chuyện dân gian.

믿다 Tin, tin tưởng. *(tr)* 불신하다 bất tín.

믿음 신용 Niềm tin.

밀 밀가루 Bột mì.

밀감 귤, 감귤 Quả cam.

밀 담 밀어하다 Mật đàm, họp kín.

밀 물 Nước thủy triều lên. *(tr)* 썰물 thủy triều.

밀 림 정글, 열대 밀림 Rừng nhiệt đới. *(tk)* 산림 rừng trồng xuống. 조수 thuỷ triều

밑 아래 Bên dưới, dưới.

밑 돌다 Không đạt dưới, dưới mức. *(tr)* 웃돌다 đạt mức trên.

밑 바 닥 바닥 Nền, mặt đáy.

밑 바 탕 기초, 기저 Nền tảng, cơ sở.

밑 지 다 적자 Bị lỗ. *(tr)* 남다, 흑자 lời.

ㅂ

바가지 긁다 잔소
리하다, 잔말하다 Càu
nhàu, càn nhằn.

바가지 Cái gáo, cái gàu
múc nước. *(tk)* 박 quả
bầu gáo.

바겐세일 *(Bargain sale)*,
염가 대매출 bán hạ giá
hàng loạt.

바깥 밖, 겉, 외면 Mặt
ngoài. *(tr)* 안 trong.

바깥방 바깥채 Phòng
ngoài. *(tr)* 안방, 내방,
내실 phòng trong, buồng.

바깥사돈 Ông sui gia
(nói chung).

바깥양반 남편, 바깥
주인, 바깥어른 Chồng,
người chồng. *(tk)* 아내,
안사람 bà vợ.

바깥일 Việc ngoài nhà
(đồng áng, xã hội). *(tr)*
안일 việc nhà.

바깥주인 Ông chủ nhà.
(tr) 안주인 bà chủ nhà.

바꾸다 교체하다, 교
환하다 Đổi, thay đổi
(hàng, vật).

바뀌다 변하다 Thay
đổi. 달라지다 khác đi.
변형하다 biến hình.

바늘 침 Cái kim, kim
may.

바늘귀 침공 Lỗ kim.

바다 해 Biển. *(tt)* 해양
hải dương. 대양 đại dương
(tr) 땅, 뭍, 육지 lục địa.

바닥 밑바닥 Nền, đáy.
(tk) 땅바닥 nền đất. 방
바닥 nền phòng.

ㅂ

바닥나다 없어지다, 떨어지다 Hết, cạn kiệt.

바닷가 해안, 해변 Bờ biển, ven biển.

바닷길 뱃길, 항로, 해로 Đường tàu bè đi trên biển.

바닷물 해수 Nước biển. 짠물 nước mặn. *(tr)* 민, 담수 nước ngọt.

바닷물고기 생선 Cá biển. *(tr)* 민물 고기 cá nước ngọt.

바닷바람 해풍 Gió biển. *(tr)* 산풍 gió núi.

바둑판 Bàn cờ batuc. 장기판 bàn cờ tướng.

바라다 원하다, 소망하다, 염원하다 Mong muốn. 기대하다 trông chờ (vào ai, điều gì).

바라문 바라문교 Đạo Bàlamôn.

바라보다 내다보다, 건너보다 Ngước nhìn, nhìn lên, trông chờ.

바람 맞다 풍병걸리다 Mắc bệnh phong.

바람 소망 Niềm mong muốn, nguyện vọng.

바람 풍, 풍금 gió. 공기 Không khí.

바람개비 풍향계 Cái chong chóng gió.

바람결 풍 문, 소 문 Tin đồn.

바람 둥이 풍 장 이 Người ngoại tình.

바람막이 Cái ngăn gió. 병풍 cái bình phong.

바람이나다 바람피우다 Sinh ra lăng nhăng trong chuyện giới tính.

바래다 변색하다, 퇴색하다 Trở nên bạc màu.

바래주다 Tiễn đưa, tiễn. *(tr)* 맞다, 맞이하다 đón.

바로 곧바로, 지금곧 Ngay bây giờ, ngay lập tức.

바로 올바로, 곧바로
Thẳng, ngay thẳng, đứng
đắn.

바로미터 (*Barometer*)
các loại đồng hồ đo lượng
mưa. *(tk)* 청우계 máy
đo Lượng mưa. 기압계
máy đo áp suất.

바로잡다 곧게 하다,
바르게하다 Sửa lại cho
đúng. 고치다 sửa.

바르다 옳다 Đúng,
thẳng, ngay. *(tr)* 틀리디,
그르다 sai trái.

바른쪽 오른쪽, 우측
Phía phải. *(tr)* 왼쪽, 좌측
phía trái.

바삐 급히, 부지런히
Một cách bận rộn, chăm
chỉ.

바이어 (*Buyer*) 수입상
khách mua hàng.

바이올린 (*Violin*) đàn
violon.

바지 Cái quần. *(tk)* 나팔

바지 quần ống loe, 치마
cái váy.

바짝 바싹 Khô không
khốc.

바치다 Cho, đưa cho ai
cái gì (kính trọng). *(tt)* 주
다 cho đưa.

바퀴 바퀴벌레 Con gián.

바탕 본바탕, 기질,
기반, 지반 Nền tảng, cơ
sở ban đầu.

박 Quả bầu gáo. 바가지
cái gáo bầu.

박 박자 Nhịp của âm nhạc.

박격포 Súng cối. *(tk)* 포
pháo. 대포 đại bác.

박다 치다, 찍다, 넣다
Đóng vào, ấn vào, bỏ vào.

박대하다 푸대접하
다, 냉대하다 Bạc đãi.
(tr) 후대하다 hậu đãi.

박덕 Bạc đức, không có
đức. 악덕 ác đức. *(tr)* 후
덕 hậu đức, có đức.

박두하다 임박하다,

당두하다 Đến gần, đang đến gần, gần đến nơi. 닥쳐오다 dồn đến (về thời gian).

박람회 전람회 Đợt triển lãm.

박력 힘 Sức mạnh. 기운 tinh thần phấn khởi. 추진력 sức xúc tiến.

박리 Lợi ích ít. *(tr)* 폭리 lợi ích nhiều (do tiêu cực).

박멸하다 Xóa bỏ, dẹp bỏ.

박명하다 기구하다 Bạc mệnh. 박복하다 bạc phúc. 단명하다 đoản mệnh.

박복하다 Không có phúc. 불행하다 bất hạnh. *(tr)* 유복하다 có phúc, 다복하다 nhiều phúc.

박봉 Lương bổng bạc bẽo, thấp.

박사 Tiến sĩ, học vị tiến sĩ. *(tk)* 학사 học sĩ, cử

nhân, 석사 thạc sĩ.

박살하다 때려죽이다, 쳐서죽이다 Đánh tơi bời cho chết.

박색 추녀 Người phụ nữ xấu. *(tr)* 일색, 절색 tuyệt sắc.

박수 남자 무당 Ông cốt. *(tk)* 무당 bà đồng.

박수하다 Vỗ tay.

박스 *(Box)* 상자 cái thùng giấy, cái hộp cacton.

박식하다 박학하다, 해박하다 Uyên thâm. 유식하다 có kiến thức. *(tr)* 무식하다 không có kiến thức. vô học.

박애주의 Chủ nghĩa bác ái. 사해동포주의 chủ nghĩa đồng bào bốn phương.

박이다 끼어 있다 Được đóng vào, được gài vào.

박정하다 박정스럽다, 매몰차다 Bạc tình.

인정없다 không có tình người. *(tr)* 다정하다 đa tình, nhiều tình cảm.

박제 표본 Tiêu bản (động vật).

박차다 냅다 차다 Đá bỏ, ném bỏ.

박탈하다 강탈 하다, 빼 앗 다, 강 취 하 다 Cướp bóc.

박테리아 *(Bacteria)* 바 이러스, 세균 vi khuẩn, vi trùng.

박토 Đất bạc màu. *(tr)* 옥토 đất phì nhiêu. *(tk)* 황무지, 황지, 황야, 미개척지 đất hoang hoá.

박하다 Bạc, bạc bẽo. *(tr)* 후하다 có hậu, hậu tình.

박학 박식, 박학다식 Học nhiều hiểu rộng. *(tr)* 천학 học ít hiểu cạn.

박해하다 해롭게 하 다 Làm hại. 못살게 굴 다, 괴롭히다 làm quấy

rầy ai.

박히다 찍히다, 인쇄 되다 Được đóng vào, được in vào.

밖 바깥, 외, 겉 Bên ngoài. *(tr)* 안, 속 bên trong.

반 Một nửa. 중간 giữa chừng. *(tr)* 전, 전부 toàn bộ.

반 학급 Lớp học.

반가 Nhà, gia đình tầng lớp quý tộc.

반감 Cảm tình xấu. 악감 ác cảm. *(tr)* 호감 cảm tình tốt.

반갑다 기쁘다 Vui mừng, vui sướng. 즐겁 다 vui vẻ.

반값 반가 Nửa giá. 염 가 giá rẻ.

반걸음 반보 Nửa bước chân.

반경 반지름 Bán kính. *(tk)* 직경 đường kính, 지름길 đường đi tắt.

ㅂ

반기 조기 Cờ tang, cờ
rủi.

반기 한 기간의 절반
Nửa kỳ. *(tk)* 상반기 nửa
năm đầu. 하반기 nửa
năm sau. 전반기 nửa kỳ
trước. 후반기 nửa kỳ sau.

반나절 한나절, 반일
Nửa ngày, một buổi.

반나체 반라 Bán khỏa
thân.

반납하다 되돌려주
다, 돌려주다, 반려하
다, 반환하다 Trả lại, trả.

반년 반세 Nửa năm. 분
기 một quý, 3 tháng.

반달 보름간, 반월 Nửa
tháng, trăng bán nguyệt.
(tk) 보름달 trăng rằm,
초승달 trăng đầu tháng.

반대 Phản đối. *(tr)* 지지
ủng hộ. 찬성 tán thành.

반대어 반대말, 상대
어 Từ trái nghĩa. *(tr)* 동
의어 từ đồng nghĩa.

반대편 맞은편 Phía
đối diện.

반대표 Phiếu phản đối.
(tr) 찬성표 phiếu tán thành.

반동 분자 Phần tử
phản động. *(tk)* 반역자
kẻ phản nghịch. 배신자
kẻ bội phản.

반드럽다 매끈매끈
하다 Trôi chảy, trơn tru.

반드시 꼭, 틀림없이,
필히 Nhất định, nhất thiết.

반듯하다 바르다, 곧
다 Thẳng, thẳng đuột, ngay
thẳng.

반딧불이 반디 Con
đom đóm.

반락 폭락, 하락 Xuống,
đi xuống (giá cả). *(tr)* 반
등 đi lên.

반란군 반군 Quân phản
loạn. *(tr)* 정부군 quân
chính phủ.

반려자 동반자 Người
đồng hành. *(tk)* 배우자

người bạn đời.

반론 논박 Ý phản bác, ý kiến phản đối. 이의 sự nghi ngờ.

반만년 Năm ngàn năm.

반말 낮은 말 Lời coi thường, lời không tôn trọng. *(tr)* 존댓말, 존대어, 경어, 높임말 Lời kính trọng.

반말하다 반말질하다 Nói hỗn, nói thiếu tôn trọng người nghe.

반면 반대 방면 Phi, ngược lại. 반대로, 그 반대로 ngược lại.

반문하다 되묻다 Hỏi ngược lại, hỏi lại người nói trước.

반미 Phản Mỹ. *(tr)* 친미 thân Mỹ. *(tk)* 반일 phản Nhật, 친일 thân Nhật.

반박하다 반론하다, 논박하다 Phản bác, bác lại.

반반 이등분, 절반 Một nửa.

반반하다 고르다, 평평하다 Đều đều, bình bình.

반발하다 대들다, 반항하다 Chống lại, phản kháng.

반보 반 걸음, 경보 Nửa bước chân.

반복하다 되풀이하다, 거듭하다 Lặp đi lặp lại. 중복하다 trùng lặp.

반분하다 이등분하다, 반 타다 Chia đôi, chia hai.

반비례 Tỷ lệ nghịch. *(tr)* 정비례 tỷ lệ thuận.

반사광선 반사선, 반사광 Tia sáng phản xạ. 반상, 밥상 Bàn cơm, mâm cơm.

반색하다 반가워하다, 반기다, 기뻐하다 Vui mừng, vui sướng.

반생 반생애, 반평생

ㅂ

Nửa cuộc đời.

반생반사 Nửa sống nửa chết.

반석 초석 Tảng đá bằng phẳng.

반성하다 Phản tỉnh. 후회하다 hối hận, nghĩ về sau.

반세기 오십년 Nửa thế kỷ, năm mươi năm.

반세상 반세, 반평생 Sống nửa đời người.

반소경 애꾸눈 Người chột mắt.

반소매 반팔 Nửa ống tay (áo cụt tay).

반송하다 Chở gửi đi.

반송하다 환송하다, 회송 하다, 되돌려보내다 Gửi trả lại.

반시간 반시 Nửa giờ.

반식민지 Đất nửa thuộc địa. *(tk)* 식민지 đất thuộc địa.

반신 Bán thân, nửa mình.

(tk) 상반신 nửa thân trên. 하반신 nửa thân dưới.

반신반의 Bán tín bán nghi, nửa tin nửa ngờ.

반액 돈의절반, 반가 Nửa số tiền. 반값 nửa giá. *(tr)* 전액 toàn bộ số tiền.

반역 모역/ 모반하다 Phản nghịch, mưu phản.

반영하다 영향을끼치다 Gây ảnh hưởng.

반올림하다 Phép làm tròn số (số chuẩn là 5).

반월형 반 달 형 Hình bán nguyệt.

반응 Phản ứng. *(tk)* 자극 kích thích.

반의 Ý phản đối. *(tr)* 동의 đồng ý.

반의반 반반, 사분의 일 Một phần tư.

반의어 대어, 반대말 Tiếng trái nghĩa. 유사어 từ tương tự. 동의어 tiếng đồng nghĩa.

반입하다 들여오다, 들이다 Đưa vào. *(tr)* 반출하다 đưa ra (vật dụng, hàng hoá, …).

반장 급장 Lớp trưởng.

반전하다 전쟁을반대하다 Phản chiến, chống chiến tranh.

반절 절반 Một nửa.

반점 얼룩점 Lốm đốm.

반정 식당 Nhà ăn.

반정하다 바로 잡다 Sửa cho đúng.

반제품 Hàng chưa thành phẩm. *(tr)* 완제품 hàng thành phẩm.

반증 Chứng cớ phản bác lại. 반지, 가락지, 지환 Cái nhẫn.

반지랍다 번지럽다, 윤택하다 Bóng, soi bóng được.

반지름 반경 Bán kính. 지름, 직경 đường kính.

반짝거리다 반짝하다, 반짝이다 Nhấp nháy.

반쪽 Một nửa (cái gì).

반찬 찬, 잔품 Thức ăn, đồ ăn. *(tk)* 부식 thức ăn phụ, 주식 thực phẩm chính.

반찬거리 반찬감, 찬거리 Các thứ để nấu thức ăn.

반촌 반향 Làng nhà giàu, khu vực người giàu. *(tr)* 빈촌, 민촌 làng người nghèo.

반추 반추류 Động vật ăn cỏ. 반추위, 되새김밥통, 되새김 위 Dạ dày động vật ăn cỏ.

반출하다 Đưa ra. *(tr)* 반입하다 đưa vào (vật gì đó).

반타작하다 병작하다 Thu hoạch chỉ không quá một nửa.

반탁 Phản đối việc giám sát của Liên hiệp quốc.

(tr) 찬탁 ủng hộ sự giám sát của Liên hiệp quốc.

반 팔 반소매 Nửa tay áo, cộc tay (áo).

반 편 이 바보, 반편, 멍청이, 반병신 Người ngốc, người thiểu năng.

반 평 생 반생 Nửa cuộc đời.

반 포 하 다 펴다 Được truyền ra rộng rãi.

반 항 저항 Phản kháng. *(tr)* 순종 thuần phục. 복종 phục tùng.

반 환 하 다 돌려주다, 되돌리다 Trả lại, gửi trả lại.

받 들 다 모시다 Đón nhận. 봉양하다 phụng dưỡng cha mẹ.

받 아 넘 기 다 대꾸다 Trả lời phản ứng, đối đáp.

받 아 들 이 다 수용하다, 수납 하다 Thu nhận cho. *(tt)* 허락

하다 cho phép, đồng ý.

받 아 쓰 기 *(Dictation)* Viết chính tả.

받 을 어 음 Hối phiếu nhận vào. *(tr)* 지급 어음 hối phiếu chi trả.

받 쳐 들 다 받들다 Giơ lên, đội lên.

받 치 다 복받치다, 치 밀다 Đỡ lên, đỡ lấy.

받 치 다 쓰다 Đội (trên đầu) .

받 침 받침대 Cái giá đỡ, cái ghế. 기둥, 지주 cây cột đỡ.

발 족 Chân. *(tk)* 손, 수 tay.

발 가 락 Ngón chân. *(tr)* 손가락 ngón tay.

발 가 벗 기 다 모두빼 앗다 Cướp lấy dùng.

발 가 벗 다 Cởi trần ra. *(tt)* 탈의하다 thay quần áo.

발 가 숭 이 벌거숭이, 빨가숭이, 나신, 나체

Mình trần, lõa thể.

발각되다 탄로나다, 들키다, 드러나다, 노출되다 Bị phát giác ra, lộ ra, lòi ra.

발간거짓말 새빨간 거짓말 Nói dối trắng trợn.

발간하다 간행하다, 출판하다, 출간하다 Xuất bản, ấn hành.

발갛다 빨갛다 Rất đỏ, đỏ rực lên. *(tt)* 붉다 đỏ.

발개지다 벌개지다, 발갛게 되다 Trở nên đỏ.

발견하다 Phát hiện ra *(tt)* 찾아내다 tìm ra. *(tk)* 검출하다 kiểm tra phát hiện ra.

발광체 Vật phát quang, vật phát sáng.

발광하다 Phát điên. *(tt)* 미치다, 지랄하다 điên.

발군하다 뛰어나다 Nổi bật, xuất sắc, nổi trội.

발굴하다 Đào lên. *(tr)*

묻다, 파묻다 chôn vùi, đào chôn.

발그레하다 조금 빨갛다 Hơi đỏ.

발기계 발틀 Máy đạp chân. *(tr)* 손기계 máy dùng tay.

발기다 끝장내다 Kết thúc, cho xong.

발기인 Người khởi nghiệp, người đi đầu.

발기하다 Nổi lên và lòi ra ngoài. *(tk)* 일으키다 dấy lên, làm nổi lên.

발길 발길질, 왕래 Đường đi nước bước, lối đi lại.

발길질하다 차다 Đá cái gì (dùng chân).

발끈 벌컥 Đột nhiên cái đùng.

발끈하다 성내다, 화나다 Nổi nóng.

발단 시작 Bắt đầu. *(tt)* 처음 ban đầu. 발달 Sự

phát đạt. *(tk)* 발육 sự
phát dục. 장성 sự trưởng
thành.

발동기 엔진 (*Engine*),
모터 (*motor*) Động cơ,
máy nổ, môtô.

발동기선 기선, 동력
선, 모터 보트 Thuyền
máy.

발동하다 활동 개시
하다 Phát động, làm cho
hoạt động.

발뒤꿈치 좆지, 발꿈
치, 발뒤축 Gót chân.

발등 Mu bàn chân. *(tr)*
발바닥 lòng bàn chân.
(tk) 손등 mu bàn tay.
손바닥 lòng bàn tay.

발매소 발매처 Nơi
bán ra.

발매하다 판매하다,
내어팔다 Bán đi, bán ra.

발명 창안, 고안 Phát
minh.

발문 Lời kết cuốn sách.

(tr) 머리말, 서문 lời
nói đầu (sách).

발발하다 일어나다,
생기다 Nổi lên, dấy lên.
터지다 nổ ra.

발버둥이치다 발버
둥치다 Dẫm chân, đạp
chân (bất mãn, bực bội).

발병하다 병들다, 병
나다 Phát bệnh, sinh bệnh.
(tt) 병에 걸리다 mắc
bệnh.

발본색원하다 뽑아
없애다, 뿌리뽑다 Nhổ
trừ tận gốc. *(tt)* 근절하
다 loại trừ tận gốc.

발부리 발톱 Đầu
móng chân.

발부하다 발급하다
Cấp, phát (hồ sơ).

발붙이다 디디고서
다 Tỳ chân vào. *(tk)* 의지
하다, 의탁하다 dựa vào,
ỷ vào.

발붙임 발붙일곳 Nơi

đặt chân. *(tk)* 의지할 곳,
의탁할곳 nơi nương tựa.

발뺌 변명 Sự biện bạch,
biện minh.

발사하다 불질하다,
쏘다 Bắn súng, nã pháo.

발산하다 풍기다 Phát
tán, lan tỏa ra. *(tr)* 수렴
하다 hội tụ, tập trung lại.

발상 기원, 요람, 발원
Cội nguồn. *(tk)* 발상지,
발원지, 근원지 nơi
phát nguồn.

발상하다 Phát nguồn,
bắt nguồn.

발생하다 생겨나다
Sinh ra. *(tk)* 출생하다
sinh ra (con người). *(tr)*
없어지다 mất đi.

발설하다 일러바치
다 Nói ra cho biết.

발성영화 음화 Phim
có tiếng. *(tr)* 무성영화
phim câm, phim không
tiếng.

발소리 발자국 소리
Tiếng chân, tiếng bước chân.
(tk) 발자국 bước chân.

발송하다 보내다, 부
치다 Gửi đi. *(tr)* 수취
하다, 접수하다 nhận,
tiếp thu.

발신 송신 Phát tin. *(tk)*
발신자 người đưa tin.
(tr) 수신 thu, nhận tin.

발씻다 세족하다 Rửa
chân.

발씻다 손데다, 손씻
다 Rút chân ra, thôi không
làm việc gì nữa.

발아하다 눈트다, 막
트다 Nẩy mầm. *(tr)* 발
근하다 nhổ rễ.

발안 발의 Đề nghị, đề án.

발연하다 Phát ngôn.
(tt) 말하다 nói ra.

발원지 발상지, 상원
Thượng nguồn sông.

발육하다 Phát dục. *(tt)*
성장하다 trưởng thành.

자라다 lớn lên.

발음기관 Bộ phận phát âm.

발자국 발자취, 족적 Dấu bàn chân.

발전하다 Phát triển. *(tt)* 진전하다 tiến triển. *(tr)* 쇠퇴하다, 퇴보하다 thoái lui.

발주자 Người đặt mua hàng. *(tr)* 수주자 người nhận đơn hàng.

발주하다 Đặt hàng trước. *(tr)* 수주하다 nhận đơn đặt hàng.

발진하다 Nổi da gà.

발짓하다 Đưa chân ra hiệu, lấy chân làm hiệu. *(tk)* 손짓하다 ra hiệu bằng tay. 몸짓하다 ra hiệu bằng mình.

발짝 걸음, 발자국 Bước chân.

발차하다 Cho xe đi. *(tt)* 출발하다, 떠나다

xuất phát, rời đi. *(tr)* 정차하다 dừng xe lại.

발췌하다 뽑다, 고르다, Lựa chọn ra.

발치 Nơi cuối giường, nơi đặt chân khi nằm ngủ. *(tr)* 머리맡 nơi đầu giường.

발칙하다 발칙스럽다, 못되다 Không có nề nếp, thiếu được giáo dục.

발탁하다 선발하다 Tuyển chọn.

발톱 Móng chân. *(tk)* 손톱 móng tay. 톱 lưỡi cưa.

발틀 발기계 Máy dùng chân. *(tr)* 손틀, 손기계 máy dùng tay.

발판 교두보, 널판 Bàn đạp, nơi đặt chân.

발표하다 알리다 Phát biểu, nói cho biết. *(tr)* 미발표하다 chưa phát biểu.

발하다 피다, 개화하다 Nở hoa.

발항하다 출항하다, 출선하다 Tàu xuất cảng, tàu đi. *(tr)* 착항하다 tàu cập bến.

발행 출판, 발간, 간행 Sự phát hành sách báo.

발화하다 점화하다 Phát h a, điểm hỏa.

발효하다 뜨다 Lên men, *(tt)* 익다 chín tới.

발휘하다 떨쳐드러내다 Phát huy, tỏ rõ tài năng.

밝기 광도, 명도 Độ sáng

밝다 환하다, 양명하다 Sáng, sáng sủa, hoan hỷ. *(tr)* 어둡다, 캄캄하다 tối.

밝음 Ánh sáng. *(tr)* 어둠 bóng tối.

밝히다 환하게 하다, 밝게 하다 Trở nên sáng sủa, trở nên hoan hỷ.

밟다 디디다 Đạp lên, dẫm lên.

밟히다 Bị dẫm, bị đạp lên. *(tk)* 밟다 dẫm, đạp lên.

밤 야 ban đêm, dạ (đơn vị tính 박). *(tr)* 낮, 주, 대낮 ban ngày. *(tk)* 낫 cái liềm. 낫다 khá hơn.

밤길 야로 Đường đi ban đêm.

밤나무 Cây hồng.

밤낮 밤낮없이, 늘, 언제나, 항상 Bao giờ cũng, luôn luôn.

밤늦다 밤 깊다, 밤이 오래되다, 밤들다 Đêm khuya, về khuya.

밤마다 매일밤, 매야, 야야 Đêm đêm, đêm nào cũng vậy.

밤비 Mưa đêm.

밤사이 밤새, 야간 Vào ban đêm.

밤새도록 밤새, 밤새껏, 밤새워서 Suốt cả đêm, suốt đêm.

밤새 우다 밤새다, 밤샘 하다, 밤새움하 다 Thức suốt đêm.

밤색 브라운 Màu hạt dẻ.

밤소경 야맹증 Chứng quáng gà.

밤손님 도둑 Kẻ trộm ban đêm.

밤송이 Bông hoa dẻ.

밤일 Việc ban đêm. *(tr)* 낮일 việc ban ngày. 야근 làm việc ban đêm.

밤잠 Giấc ngủ đêm. *(tk)* 낮잠 giấc ngủ ngày.

밤중 야반, 오밤중, 한 밤중 Trong đêm khuya. *(tr)* 대낮 giữa bạch nhật.

밤차 야간 열차 Xe lửa ban đêm.

밤참 야식, 야찬 Ăn bữa giữa buổi đêm. *(tk)* 간식 bữa ăn phụ.

밤하늘 Bầu trời ban đêm, trời đêm.

밥먹다 식사 하다, 진

지 잡수시다 (tôn kính) Ăn cơm.

밥 부스러기 Mụn nhọt.

밥 진지 Cơm. *(tk)* 식사 bữa cơm. 끼니 bữa cơm (đơn vị). 반찬 thức ăn, 요리 việc nấu ăn.

밥값 식비, 식대 Tiền cơm, tiền ăn.

밥그릇 주발, 바리 Bát cơm, chén cơm. *(tk)* 식기 dụng cụ dùng cho ăn uống.

밥맛 입맛, 식욕 Vị cơm, sự thèm ăn uống.

밥반찬 Cơm và thức ăn.

밥벌레 식충이, 무위 도식자 Sâu cơm (chỉ người ăn nhiều). *(tk)* 밥 주머니 túi cơm. 밥보 người ăn nhiều.

밥상 식반, 식상, 소반 Bàn có thức ăn, mâm cơm. *(tk)* 쟁반 cái khay.

밥쌀 반미 Gạo dùng nấu

cơm.

밥알 밥풀 Hạt cơm. *(tk)* 쌀알 hạt gạo.

밥주걱 주걱 Cái thìa múc cơm. 밥줄 **1.** Cần câu cơm. *(tt)* 직업 **2.** 식도 thực quản.

밥짓다 밥하다, 밥만들다, 취사하다 Nấu cơm, làm cơm.

밥통 1. 위 Cái dạ dày. **2.** 멍청이 chỉ người chỉ biết ăn.

밥풀 밥알 Hạt cơm.

방 발 phát súng đạn.

방 방사, 룸, 실 Phòng, căn phòng.

방계 계 Hệ thống huyết mạch gián tiếp. *(tk)* 직계 hệ thống huyết mạch chính thống.

방공호 대피호 Hầm trú ẩn.

방과후 Sau khi tan học, tan trường.

방관하다 내버려두다, 방임하다 Bỏ mặc, không để ý.

방광 오줌통 Bàng quang, túi chứa và thoát nước tiểu.

방구들 구들, 온돌 Lò sưởi nền trong phòng.

방구석 Góc phòng. 방안 trong phòng.

방귀 방기 Trung tiện, đánh rắm. 방글거리다, 방글대다 Cười mỉm.

방금 바로 조금 전, 금방 Vừa mới đây, một lúc trước. *(tt)* 바로이제 ngay bây giờ.

방년 꽃다운 나이 Tuổi xuân, tuổi hoa.

방뇨하다 Đái dầm.

방대하다 크다, 막대하다, 대단하다 To lớn. *(tr)* 미소하다 nhỏ bé.

방도 방법, 도리 Cách thức, phương pháp.

방랑자 떠돌이 Người

lang thang.

방 랑 하 다 유랑하다,
떠돌아다니다 Đi lang
thang, không ở cố định
một chỗ. *(tr)* 정착하다
ở cố định một nơi.

방 류 하 다 방수하다,
흘려보내다 **1.** Xả lũ,
phóng lũ. **2.** 놓아주다,
방생하다 thả ra, phóng
sinh.

방 망 이 몽둥이 Cái gậy.
(tt) 곤봉 dùi cui.

방 매 하 다 내놓아 팔
다, 팔아 버리다 Bán
tháo, bán đổ.

방 면 Phương diện. *(tk)*
방향 phương hướng. 쪽
phía.

방 면 하 다 석방 하다
Phóng thích, thả cho tự do.

방 명 이름, 성명, 성함
Họ tên, tính danh.

방 명 록 인명록 Bản ghi
họ tên.

방 목 방축 Việc nuôi thả
rong gia súc.

방 목 지 목장, 목지, 목
축지 Trang trại nuôi gia
súc.

방 목 하 다 놓아기르
다, 방사하다 Nuôi thả
rông (trâu bò…).

방 문 하 다 Thăm, đi
thăm. *(tt)* 찾아보다 tìm
đến. *(tk)* 왕래하다 thăm
hỏi lẫn nhau. 방일 thăm
Nhật. 방중 thăm Trung
Quốc…

방 밖 실외 Ngoài phòng,
ngoài nhà. *(tr)* 방안 trong
phòng, trong nhà.

방 방 곡 곡 도처, 각처,
곳곳이 Khắp nơi, mọi
chốn.

방 방 이 방방, 방마다
Các phòng, mỗi phòng.

방 법 방도 Phương pháp.
(tk) 수법, 수단 phương
tiện, thủ đoạn. 조치 cách

xử lý.

방불하다 비슷하다
Tương tự, gần giống.

방비하다 막아지키
다 Phòng bị. *(tt)* 지키다
giữ, giữ gìn.

방사능진 방사진,
낙진 Bụi phóng xạ, tia
phóng xạ.

방사선 방사능선 Tia
phóng xạ. *(tk)* 복사선 tia
phóng xạ.

방석 안석 Cái đệm ngồi.
(tt) 좌석 chỗ ngồi.

방성대곡 통곡 Khóc
to, khóc rống lên.

방송국 Đài phát thanh
truyền hình.

방습제 Chất chống ẩm.
(tt) 건조제 chất làm khô.

방식 Phương thức. 방법
phương pháp. 형식 hình
thức.

방심하다 마음놓다,
안심 하다 An tâm. *(tr)*

걱정 하다, 염려 하다
lo lắng.

방아쇠 Cò súng.

방안 방도, 대책 Phương
pháp giải quyết.

방어하다 Phòng ngự.
(tt) 방위하다, 방수하
다 phòng thủ. *(tr)* 공격
하다 công kích.

방언 Thổ ngữ. *(tt)* 사투
리 tiếng địa phương. 표
준어

방열기 증기 난방 Lò
sưởi hơi nước.

방위하다 지키다, 막
다 Phòng bị, giữ lấy.

방음장치 Bộ phận cách
âm. *(tt)* 방음벽 tường
cách âm.

방임하다 내버려두
다 Bỏ mặc. *(tr)* 통제하
다 quản lý thống chế.

방자하다 예의없다,
버릇 없다 Không có lễ
nghĩa.

방장 주지, 주지 스님
Sư chủ trì trong chùa.

방전 Sự phóng điện. *(tr)*
충전, 축전 sự tích nạp
điện.

방정식 Phương trình.
(tk) 항등식 hằng đẳng
thức. 부등식 bất đẳng thức.

방조범 가담범, 교사범
Tội xúi dục người khác
phạm tội.

방종하다 Quá trớn. *(tk)*
절제하다 có khuôn phép.

방죽 둑, 냇둑, 방천
Đê sông. *(tk)* 방조제 đê
biển.

방지 방비, 예방 Sự đề
phòng, dự phòng.

방직업 Nghề dệt vải.

방청객 방청인 Khách
tham dự và nghe.

방추형 정사 각추, 방
추 Hình chóp đáy vuông.

방춘 방기, 방년 Tuổi
thanh xuân.

방출하다 배출하다,
내놓다 Phóng ra, thả ra.
(tr) 흡수하다 hấp thụ.

방치하다 그대로두
다, 내버려두다 Bỏ mặc,
bỏ đó.

방탕하다 놀아 나다
Chơi bời, lêu lổng. *(tr)*
건전하다 lành mạnh.

방패 Cái ngăn, cái thuận.
(tk) 창 cái mâu, cái thương.

방편 임시 방편 Biện
pháp tạm thời.

방학 Sự nghi học. *(tr)* 개
학 sự khai giảng.

방한하다 추위 막다
Chống lạnh.

방한하다 한국 방문
하다 Thăm Hàn Quốc.

방해물 장 애 물 Vật
trở ngại.

방해하다 Cản trở, làm
trở ngại. *(tr)* 협조하다
giúp đỡ.

방향 -쪽 Phía, phương

hướng.

방향 향기, 꽃다운 향기 Hương thơm của hoa. *(tk)* 향수 nước hoa.

방화 Sự đề phòng hỏa hoạn. *(tr)* 실화 việc vô ý gây ra cháy.

방화 국내 영화 Phim trong nước. *(tk)* 외화 phim nước ngoài.

방화하다 불지르다 Phóng hỏa, đốt cháy. *(tr)* 진화 하다 chữa cháy.

방황하다 Đi lang thang không do tâm thần bất định.

밭 전, 밭뙈기 Ruộng màu, đồng khô. *(tr)* 논 đồng nước.

밭농사 밭일 Nghề làm ruộng màu. *(tt)* 논농사, 논일 nghề làm ruộng nước.

밭 다 짧다 Ngắn, không dài.

밭이랑 Luống đất. *(tr)* 밭고랑 rãnh đất.

밭일 논 일 Việc đồng ruộng.

발장 다리 Người đi chàng chân.

배 두드리다 배불리 먹다 Ăn thoải mái no bụng.

배 앓다 시샘 하다 Đau bụng.

배 곱, 곱절 Gấp bội, gấp hai.

배 배아, 씨눈 Nơi mầm hạt sinh ra.

배 복부, 복 Bụng. *(tr)* 등 lưng.

배 선박, 선함 Thuyền, tàu bè. *(tk)* 뗏목 bè gỗ.

배 잔 Ly, chén (đơn vị tính).

배격하다 Bài trừ. *(tk)* 물리치다 đầy ra.

배경 전경 Bối cảnh.

배곯다 곯다, 주리다 Nhịn đói, nhịn khát, đói khát.

배구 Bóng chuyền. *(tk)*

농구 bóng rổ, 야구 bóng chày. 축구 bóng đá.

배금 둘째, 제이 Thứ hai, hạng thứ. *(tr)* 으뜸 hạng nhất.

배급 Bao cấp. *(tk)* 분배 sự phân phối.

배기다 견디다, 참다, 버티다 Chịu đựng, kiên trì gắng chịu.

배뇨하다 오줌 누다, 소변하다 Tiểu tiện, đi tiểu. *(tr)* 대변하다 đại tiện. *(tk)* 배설하다 bài tiết.

배다 습관되다 Quen tay, thành thói quen.

배다 임신하다 Có mang.

배다리 선교, 주교 Tấm ván nối làm cầu giữa các thuyền.

배달민족 한족 Dân tộc Hàn. *(tt)* 백의민족 dân tộc áo trắng.

배달하다 날려주다,

가져주다 Mang đi giao hàng, đưa hàng.

배당금 Phần tiền được chia.

배당하다 나누어주다 Được chia, được phân phối.

배라먹다 빌어 먹다 Xin ăn, ăn mày.

배란하다 Đẻ trứng. *(tk)* 배란기 kỳ rụng trứng.

배려하다 관심해주다 Quan tâm, giúp đỡ tới.

배리 역리 Không đúng với đạo lý, thực tế.

배면 뒷면, 등쪽 Phía lưng, lưng. *(tr)* 복면 phía bụng.

배반자 배신자 Kẻ bội tín, kẻ bội phản.

배반하다 Bội phản. *(tt)* 배신하다 bội tín. 배은하다 bội ơn.

배변하다 배설하다 Bài tiết.

배부르다 No bụng. *(tt)*

임신하다 có mang. *(tr)*
배고프다 đói bụng.

배분하다 분배하다,
나누어주다 Phân phối,
chia phần.

배상금 보상금, 배상
액 Số tiền bồi thường.

배상하다 보상하다,
변상하다 Bồi thường.
(tt) 물어주다 trả cho,
손해배상하다 bồi thường
thiệt hại.

배설물 Chất bài tiết. *(tt)*
오줌 nước tiểu. 똥 phân.

배설하다 내보내다,
누다 Bài tiết.

배수 Bội số. *(tr)* 약수
ước số.

배수하다 물을 빼다
Tháo nước đi. *(tr)* 급수
하다 cung cấp nước.

배알 마음, 심정 Tấm
lòng.

배알 알현 Sự thăm
viếng ai.

배양하다 기르다 Nuôi
dưỡng. *(tk)* 배식하다,
재배하다 trồng trọt.

배열하다 늘어 놓다
Trưng bày, bày ra.

배영 송장 Bơi ngửa.

배우다 가르침 받다,
익히다, 공부하다, 학습
하다 Học tập.

배우자 남편이나 아내
Người bạn đời.

배움터 Nơi học. *(tt)* 학
교 trường học. 학원 học
viện.

배웅하다 전송하다,
바래다, 송별하다 Đưa
tiễn. *(tr)* 마중하다 đón,
đi đón.

배은망덕 Sự bội ơn.
(tr) 보은, 사은 sự báo
ơn, tạ ơn.

배정하다 배당 하다,
배치 하다 Bố trí.

배제하다 배척하다
Bài trừ. *(tt)* 빼놓다, 빼다

nhổ ra, tháo ra.

배 짱 뱃심 Tính dũng cảm, tính cương quyết.

배 척 하 다 Bài trừ, đẩy ra.

배추 Rau cải, cải làm dưa. *(tk)* 김치 dưa. 무 củ cải

배타적 Có tính bài ngoại. *(tr)* 의타적 có tính ỷ lại.

배탈 나다 설사 나다 Đau bụng ia chảy.

배편 선편 Chuyến thuyền, chuyến tàu, bằng tàu thuyền. *(tk)* 항공편 chuyến bay.

배필 부부 Vợ chồng. *(tt)* 짝 một cặp. 배우자 người bạn đời.

배합하다 섞다, 혼합 하다 Trộn, pha trộn.

배 회 하 다 돌아다니 다, 상양하다 Đi đây đó.

배후 뒤쪽 Đứng đằng sau, hậu thuận.

백 Bách, một trăm. *(tk)* 십 mười. 천 ngàn. 만 vạn, 백

만 một triệu. 천만 mười triệu. 억 trăm triệu, 조 ngàn tỉ.

백광 백색광 Ánh sáng trắng. *(tk)* 색광 ánh sáng màu.

백구 갈매기 Chim hải âu, con nhãn

백금 Bạch kim. *(tk)* 황금, 금 vàng.

백날 백일 trăm ngày.

백내장 녹내장 Bệnh đục tinh thể mắt.

백년가약 백년가기 Duyên trăm năm, duyên vợ chồng. *(tt)* 혼인 hôn nhân.

백년대계 백년 지계 Kế hoạch trăm năm.

백년손님 사위, 백년 손, 백년지객 Khách trăm năm, con rể.

백년해로 백년 해락 Bách năm giai lão.

백당 Đường trắng.

백 대 오랜 동안 Muôn đời, trong thời gian dài.

백 두 흰 머 리, 백 수 Đầu bạc.

백 두 산 불 함 산 Núi Bạch đầu sơn.

백 로 해오라기, 학 Con chim hạc.

백 마 백말, 흰말 Con ngựa trắng.

백 만 장 자 갑부 Tỉ phú, người rất giàu có.

백 모 큰어머니 Vợ bác gái đầu. *(tk)* 백부, 큰아버지 bác trai.

백 미 흰쌀 Gạo trắng.

백 발 밥, 흰밥 Cơm trắng.

백 발 흰머리, 백수, 백두 Đầu tóc trắng. *(tk)* 노란 머리 tóc vàng.

백 방 천방 Nhiều phương.

백 병 전 육 박 전 Trận đánh giáp lá cà.

백 부 큰아버지 Bác trai

cả. *(tk)* 백모 bác gái cả, 숙부 chú. 숙모 thím hay mợ.

백 분 흰 가루 Phấn trắng, bột trắng. *(tk)* 연분 son phấn.

백 분 율 백분비 Tỉ lệ bách phân.

백 사 흰 모래 Cát trắng.

백 사 흰 뱀 Rắn trắng.

백 살 백 세 Trăm tuổi.

백 색 흰색, 백, 하양 Màu trắng. *(tr)* 검정색, 흑색 màu đen.

백 성 민초, 국민, 동포 Nhân dân, quốc dân, đồng bào.

백 송 Cây thông cao to.

백 신 Vác xin phòng bệnh.

백 안 시 Cái nhìn coi thường.

백 안 시 하 다 냉대하 다 Đón tiếp lạnh nhạt.

백 여 우 흰 여우, 백호 Con cáo trắng.

백열등 형광등 Đèn huỳnh quang.

백의 흰옷 Quần áo trắng.

백인 백인종, 백색인종 Người da trắng. *(tk)* 화인, 황인종 người da vàng, 흑인종, 흑인 người da đen.

백일 돌 Ngày chẵn năm của trẻ. *(tk)* 돌잔치 tiệc mừng chẵn năm.

백자 청자, 흰자기 Sứ trắng.

백작 Bạch tước (chức vụ quý tộc phương tây). *(tk)* 공작 nam tước. 남작 nam tước. 후작 hậu tác.

백조 고니 Con ông lão, loại chim trắng và to.

백주 대낮 Ban ngày. *(tr)* 심야 đêm khuya.

백주에 공연히, 당연히 Đương nhiên, không có lý do gì.

백중 백중날 Ngày rằm tháng 7 âm lịch, ngày xoá tội vong nhân.

백지 흰 종이 Giấy trắng.

백차 순찰차 Xe tuần cảnh sát.

백척간두 Như trứng để đầu gậy.

백치 바보, 천치 Người thiểu năng, anh ngốc. *(tr)* 천재 thiên tài.

백치 하얀이 Răng trắng.

백합 나리 Quan lớn (xưa).

백합 Con hến.

백합화 나리꽃, 백합꽃 Hoa huệ trắng.

백해 무익 백해 Chỉ có hại.

백혈구 흰피톨 Bạch huyết cầu, máu trắng. 적혈구 hồng cầu.

밸 창자, 배알 Bụng (động vật). *(tt)* 소장 ruột non, 대장 ruột già. 맹장 ruột thừa.

뱀 Con rắn. *(tt)* 사 xà. *(tt)*

도마뱀 con thằn lằn, con kỳ đà. 뱀장어 con lươn, con chạch.

뱀장어 장어 Con lươn.

뱃길 선로, 수로 Đường thủy, đường thủy đi.

뱃노래 선가 Bài hát người đi thuyền.

뱃머리 Mũi thuyền. *(tr)* 선미 đuôi thuyền.

뱃멀미 선취 Chứng say đi thuyền.

뱃사공 사공 Người lái đò. *(tk)* 뱃사람, 성원 thuyền viên.

뱃사람 선인, 선원 Người đi tàu thuyền.

뱃속 복중 Trong bụng. *(tt)* 심중 trong lòng, trong tấm lòng.

뱃속 Trong suy nghĩ.

뱅충맞다 어리석다 Dốt, không sáng suốt.

뱉다 토하다 Nhổ ra, nôn ra.

버들 강아지 버들 개지 Hoa cây liễu.

버들 버드나무 Cây liễu, cây dương liễu.

버러지 벌레 Con sâu bọ. *(tk)* 곤충 côn trùng. 벼룩 con bọ nhỏ. 버리지 người ăn bám.

버르장머리 버르쟁이 Người có thói quen xấu (coi thường).

버릇 Thói quen. *(tk)* 버릇없다 không có lễ độ, không có giáo dục.

버릇없이 Vô lễ. *(tt)* 건방하다 hỗn hào.

버리다 내버리다 Vứt, bỏ. *(tr)* 줍다 nhặt lên.

버림받다 Bị vứt bỏ, bị bỏ đi.

버무리다 뒤섞다, 혼합하다 Hỗn hợp, trộn lẫn vào.

버섯갓 삿갓 Vành nấm, vành mũ.

버성기다 톰나다, 벌어지다 Thưa, sưa, không dày. *(tr)* 치밀하다, 빽빽하다 dày, dày đặc.

버티다 견디다, 참다 Chịu đựng.

번개같다 빠르다, 날새다 Nhanh như chớp.

번갯불 노화 Ánh chớp. *(tk)* 전광 ánh điện quang.

번거롭다 어수선하다 Lộn xộn, luộm thuộm.

번뇌하다 고뇌하다, 번민하다, 고민하다 Khổ sở trong lòng, đau đầu khó nghĩ.

번번이 때마다 Lần nào cũng vậy. *(tt)* 늘, 항상 luôn luôn.

번성 번창, 창성 Sự thịnh vượng, hưng thịnh. *(tt)* 장성 sự trưởng thành.

번역 옮김, 역 Sự dịch từ tiếng này ra tiếng khác. *(tt)* 통역하다 thông dịch,

번역하다 dịch.

번역자 역자 Người phản bội. *(tr)* 원저자 người phục tùng.

번연히 잘, 뻔히 (알다) Rất rõ (hiểu biết).

번영 번창, 번성 Sự phồn vinh.

번영하다 Trở nên thịnh vượng, phồn vinh. *(tr)* 몰락하다, 쇠퇴하다 suy thoái

번잡하다 복잡하다 Phức tạp, lộn xộn.

번지 지역 Vùng đất, khu.

번지다 확산하다 Lây lan ra, mở rộng ra.

번창하다 성하다 Thịnh, thịnh vượng.

번호 호수, 순번 Số, số thứ tự.

벌 Hình phạt. *(tt)* 징계 kỷ luật. *(tr)* 상 giải thưởng.

벌 벌판, 평야, 펄 Cánh đồng rộng.

벌 봉 Con ong. 꿀벌 ong 밀. 벌꿀 mật ong.

벌거벗다 발가벗다 Cởi trần, cởi truồng. 벗다 cởi ra.

벌거숭이 나체, 나신, 알몸 Mình trần, lõa thể.

벌겋다 발갛다, 붉다 Đỏ.

벌금 Tiền phạt. *(tr)* 상금, 상여금 tiền thưởng.

벌꿀 봉밀 Mật ong.

벌다 돈 벌이하다 Kiếm tiền.

벌레 Con sâu. 곤충 côn trùng. 유충 ấu trùng.

벌리다 발리다, 넓게 열다 Há ra rộng, mở rộng ra.

벌목하다 나무 베다 Chặt, đốn cây. *(tr)* 식목 하다 trồng cây.

벌목하다 풀 베다 Chặt cây cối.

벌받다 벌서다, 수벌

하다 Chịu, bị phạt. *(tr)* 수상 하다 lĩnh thưởng.

벌써 이미, 전에 Đã rồi, trước đây. *(tr)* 아직 hãy chưa, chưa.

벌어지다 터지다 Xảy ra, nổ ra. *(tt)* 멀다 xa.

벌이 돈벌이 Việc kiếm tiền. *(tr)* 씀 씀 이 việc tiêu tiền.

벌이하다 벌다 Kiếm tiền.

벌주 Rượu phạt. *(tr)* 상주 rượu thưởng.

벌주다 벌하다 Phạt. 징벌하다 trừng phạt. *(tr)* 상주다 thưởng cho.

벌집 Tổ ong.

벌채 채벌 Việc chặt cây cối.

벌충하다 대신 채우 다 Thế thay vào, bổ sung thay thế.

벌컥 갑자기, 별안간 Đột nhiên, bỗng nhiên.

벌 판 벌, 평원 Đồng bằng, bình nguyên.

범 호랑이 Con hổ.

범 굴 호굴 Hang hổ.

범람하다 넘쳐흐르 다 Trào chảy ra ngoài.

범 례 머리말, 일러두 기 Lời nói đầu.

범 민 서민 Dân thường.

범 부 범인, 평범한 사람 Người thường, người bình thường. *(tk)* 범인, 범죄 인 phạm nhân.

범 사 매사, 모든 일 Mọi việc, tất cả mọi việc.

범상하다 대수롭지 않다 Không có gì đặc biệt, bình thường. *(tr)* 특 별하다 đặc biệt.

범 선 돛 단 배, 돛 배 Thuyền buồm.

범신론 범일론, 만유 신론 Thuyết cho rằng thiên nhiên và thần là một. *(tr)* 이신론 thuyết cho

rằng thần tồn tại độc lập.

범 애 Bác ái.

범 위 테두리 Phạm vi. 한계 giới hạn. 영역 lĩnh vực.

범 인 범죄인 Phạm nhân.

범 인 Người bình thường. *(tr)* 거인 người khổng lồ. 대인 đại nhân. 기인 kỳ nhân.

범 절 모든 절차 Mọi thủ tục, mọi quy trình.

범죄하다 죄 짓 다 Phạm tội, gây tội.

범 주 Phạm trù. *(tk)* 영역 lĩnh vực.

범하다 Phạm phải. 위반 하다, 위배하다 vi phạm.

법 법규 Luật pháp.

법과대학 법대, 법률 대학 Đại học luật.

법 관 Người làm trong nghành toà án. *(tk)* 판사 thẩm phán. 검사 kiểm sát viên.

법관 사법관 Quan tòa.

법규 Pháp quy.

법당 법전 Phật đường, gian chính thờ Phật ở chùa.

법도 불도 Luật nhà chùa.

법령 Pháp lệnh. *(tk)* 명령 mệnh lệnh.

법률 법 Pháp luật, luật. *(tk)* 규정 quy định. 규칙 quy tắc.

법률안 법안 Luật (nói chung).

법률혼인 Hôn nhân đúng pháp luật.

법명 승명 Pháp danh, tên nhà Phật.

법석 떨다 법석대다 Làm ồn ào, làm nhặng lên.

법어 법문, 불경 Kinh phật.

법열 Niềm vui theo nhà Phật.

법원 Pháp viện, toà án. *(tk)* 재판소, 재판장 nơi xử án. 법정, 재판정

pháp đình.

법의 법복 Quần áo nhà sư.

법의학 Ngành pháp y, ngành y về tội phạm.

법인 무형인 Người có tư cách pháp nhân. *(tr)* 무형인 người không có tứ cách pháp nhân.

법정 재판소 재판정 Pháp đình, tòa án.

법조계 법계 Giới người làm luật pháp.

법치국가 Quốc gia xử lý theo luật.

벗 친구, 동무, 봉우, 친우 Bạn bè, bạn.

벗기다 벗게하다 Làm cho bóc, cho cởi ra. *(tt)* 까다 bóc ra.

벗다 타의하다 Cởi quần áo ra.

벗어나다 Thoát ra khỏi. *(tt)* 자유롭게 하다 được tự do. *(tk)* 탈피하다 lột xác.

벗하다 사귀다, 벗삼사
Kết bạn, chơi với nhau.

벙거지 모자 Mũ nhà
binh.

벙긋거리다 벙긋대
다, 방싯 Cười mủm mỉm.

벙어리 언어장 애인
Người câm.

베 마포, 삼베 Vải đay,
베실 chỉ đay.

베갯머리 머리 맡,
침상 Trên đầu giường, gối
đầu giường.

베끼다 옮겨 쓰다, 복
사 하다 Y sao, sao chép.

베다 자르다, 끊다
Chặt cắt. *(tt)* 벌목하다
chặt cây. *(tr)* 식목하다,
나무 심다 trồng cây.

베레모 베레 Mũ bê rê.

베어먹다 베먹다, 잘
라먹다 Chặt ăn, cắt ăn.

베풀다 여다, 벌이다
Mở tiệc chiêu đãi. *(tt)* 도

와 주다 giúp đỡ cho.

벨 종 Cái chuông. *(tk)* 초
인 종 chuông báo thức.

벨트 허리띠 Cái thắt lưng.

벼농사 쌀농사 Nghề
nông trồng lúa. *(tk)* 논
농사 nghề làm ruộng
nước. 밭농사 nghề làm
ruộng màu.

벼락 맞다 벌받다 Bị
trừng phạt. *(tt)* 급살맞
다 bị tai bay vạ gió.

벼락같이 빨리, 속히
Nhanh như chớp, nhanh
chóng.

벼랑 낭떠러지, 절벽
Vách đất đá, vực, dốc thẳm.

벼루 연석 Hòn đá mài
mực nho.

벼룩 Con bọ chét. *(tk)*
이 con chấy rận. 빈대
con rệp.

벼르다 마음먹다, 결
심하다 Quyết tâm.

벼슬 관직 Quan chức.

(tt) 공명 공 danh. *(tk)*
벼슬, 볏 cái mồng gà.

벼슬길 사도, 사로,
환도 Con đường quan lộ.

벼슬살이하다 벼슬
살다, 벼슬 지내다, 벼
슬하다 Sống cuộc đời
làm quan.

벼슬아치 관료, 관인,
관원 Quan, quan lại, quan
viên.

벼슬아치가되다 벼
슬길에 오르다 Bước
đường công danh.

벼슬자리 관위, 벼슬
Chức quan.

벽 Bức tường. *(tk)* 벽돌
gạch xây dựng. 담 bờ
rào, bờ tường rào.

벽 버릇, 습관 Thói quen,
tập quán, nết cũ.

벽공 푸른 하늘 Trời
xanh.

벽난로 Lò sưởi gắn vào
tường.

벽돌 벽, 연화 Gạch. *(tk)*
벽와 gạch ngói. 기와 ngói.

벽돌공 Nhà máy làm
gạch ngói.

벽력 벼락 Tai vạ, tai
họa bất ngờ.

벽력같다 우렁 차다
Vang dội như sấm.

벽보 벽서 Bích báo, báo
tường.

벽지 도배지 Giấy dán
tường.

벽지 두메, 산골, 시골,
벽촌 Nông thôn, vùng
xa cách. *(tr)* 도회지 đất
đô hội.

벽지다 궁벽하다, 외
지다 Xa xôi hẻo lánh.

변 Việc đại tiểu tiện. *(tk)*
변을/소변/ 변을 보다
đi vệ sinh/ tiểu/đại tiện.

—변 -가 Ven…, lề…, cạnh…
(tk) 길가 lề đường.

변 변고, 사고, 재난 Sự
cố, biến. *(tk)* 변을 당

하다 bị tai nạn.

변 변리, 이, 이자 Lãi, lãi suất, lời.

변격 변칙, 불규칙 Không quy tắc. *(tr)* 정격 quy định chính cống.

변경 변방 Vùng biên cương. *(tt)* 전방 tiền phương. *(tr)* 중심지 đất trung tâm.

변경하다 고치다, 바꾸다 Sửa đổi (luật, v.v...).

변기 요강 Bồn tiểu, bồn cầu.

변덕맞다 변덕스럽다 Thay đổi tính nết, tính nết thất thường.

변덕부리다 Thay đổi lòng.

변동비 Chi phí biến động. *(tr)* 고정비 chi phí cố định.

변동하다 변하다, 움직이다 Biến động, thay đổi. 불변하다, 부동하다 bất biến.

변두리 가, 가장자리, 변 Biên, lề, bờ, ven. *(tr)* 복판, 한복판 chính giữa.

변란 대란, 반란 Biến loạn, đại loạn, phản loạn.

변론 변호, 논증 Biện luận, biện hộ, biện chứng.

변론하다 Biện luận. *(tk)* 변호하다 biện hộ.

변명하다 변백하다, Biện minh, biện bạch.

변모 변형, 변신 Sự biến dạng, biến hình, biến thân.

변방 변경 Nơi biên cương, biên ải.

변변하다 넉넉하다, 부유하다 Giàu có, dư dật.

변별 구별, 식별 Sự phân biệt, sự khác nhau.

변사 Người mồm mép, người giỏi ăn nói.

변사 Cái chết do tai nạn.

변사체 변시체 Thi thể

người chết bất thường.

변상하다 보상하다, 변제 하다, 배상하다 Đền, bồi thường.

변소 화장실, 뒷간, 측간 Nhà vệ sinh.

변수 Biến số (toán học). *(tr)* 생수 hằng số, số không đổi.

변압기 트랜스 Máy biến áp.

변온동물 Động vật có nhiệt độ thân thể thay đổi theo nhiệt độ môi trường. *(tt)* 항온동물 động vật thân nhiệt không thay đổi.

변제하다 갚다 Trả.

변조하다 위조하다 Ngụy tạo, sự làm giả.

변증론 변증법 Phép biện chứng.

변천하다 달라지다 Thay đổi, biến đổi.

변태 탈바꿈 Sự biến thái. *(tr)* 정상 sự bình thường.

변태 성욕 Sự thèm muốn tình dục bất thường.

변함없다 이전과그대로 Như cũ, không có gì thay đổi.

변혁하다 혁신하다, 개혁 하다 Cách tân, cải cách.

변형 변태 Sự biến hình.

변호 비호 Sự bào chữa.

변호사 변사 Luật sư.

변화무상 변화무상 Biến hóa vô cùng.

변화하다 Biến hoá. *(tk)* 변경하다 sửa đổi, 변환하다 biến đổi.

변환하다 바꾸다 Đổi, đổi chác.

별것 별거, 별건 Cái khác.

별 Ngôi sao, sao. *(tt)* 성두 tinh tú. 항성 hằng tinh sao không đổi. *(tk)* 위성 vệ sinh.

별개 다른 것, 다른 일 Cái khác, việc khác.

별거하다 Sống riêng ra, sống ly thân. *(tr)* 동거하다, 같이 살다 cùng sống, sống chung.

별걱정 별걱정, 기우 Sự lo lắng vô ích.

별고 별탈 Biến cố đặc biệt.

별관 Biệt quán, tòa nhà phụ. *(tk)* 본관 tòa nhà chính.

별나다 다르다, 별다르다 Khác biệt.

별난 사람 변인 Người có tài khác biệt.

별다르다 별나다 Khác biệt.

별당 별채, 별동 Tòa nhà phụ. *(tr)* 본당 tòa nhà chính (chùa, v.v…).

별도 Phương pháp đặc biệt khác.

별똥돌 운석 Thiên thạch.

별똥별 혜성, 운성, 성화 Sao chổi.

별로 그다지 Không nhiều lắm, không mấy.

별리 이별하다 Ly biệt, biệt ly.

별명 별칭, 작호 Biệt danh, tên khác. *(tr)* 본명 tên chính.

별미 진미 Gạo ngon đặc biệt.

별반 별다르다 Khác biệt.

별빛 성휘, 성채 Ánh sao.

별세하다 죽다 Chết. *(tt)* 돌아가다 *(kt)* trở về với tổ tiên.

별수 없다 어쩔수 없다, 방법 없다, 도리 없다 Không có cách nào khác, đành vậy.

별안간 갑자기 Đột nhiên, bỗng nhiên.

별일 별남 일 Việc khác.

별자리 성좌 Ngôi báu, ngai vàng.

별종 다름 종자, 이종 Giống nòi khác.

별천지 선경 Cảnh thần tiên.

별칭 별명, 별호 Biệt danh, biệt hiệu.

별호 Biệt hiệu. 별명 비읏 danh vẹt, 계관 cái mồng gà.

병 질병, 질환 Bệnh tật. *(tk)* 환자 người bệnh.

병 탈, 질병, 질환, 병환, Bệnh, bệnh tật, bệnh hoạn.

병간호하다 병구완하다 Chăm sóc người bệnh.

병균 Bệnh khuẩn, vi trùng bệnh.

병근 병인 Căn bệnh.

병기 Binh khí. 무기 vũ khí. 군기 quân khí.

병기고 병고, 무기도 Kho vũ khí.

병나다 병들다, 수병하다 Sinh bệnh, mắc bệnh, đổ bệnh. *(tt)* 자리에 눕다 nằm xuống vì bệnh.

병란 군란, 난리 Binh biến.

병란 전란 Loạn chiến tranh.

병력 군사력 Binh lực. *(tt)* 전투력 sức chiến đấu.

병렬하다 나란히늘어서다 Đứng sát cánh.

병립하다 나란히서다 Sát cánh bên nhau.

병마개 Cái nút chai.

병사 Binh sĩ. *(tk)* 졸병 sĩ tốt.

병사 병석 Giường bệnh.

병세 병상, 병태 Tình hình bệnh. *(tk)* 병증상 chứng bệnh.

병신 병든 몸, 환자 Người bệnh. *(tt)* 불구자, 장애인 người tàn tật.

병실 환자실 Phòng người bệnh, phòng bệnh.

병아리 계추, 어린 닭 Gà con. *(tr)* 어미 닭 gà mẹ.

병원 Bệnh viện. *(tk)* 보

건소, 의원 trạm y tế.

병원 병인 Nguyên nhân
bệnh. *(tk)* 증상 chứng bệnh.

병졸 군졸 Lính tốt.

병충해 Thiệt hại do sâu
bệnh.

병합 합병 Bệnh tổng hợp.

병후 Hết bệnh, sau cơn
bệnh.

볕들다 햇빛 비치다
Nắng, mặt trời chiếu sáng.

보 보자기, 보따리 Tấm
vài gói hàng, tay nải.

보강 보완, 보충 Sự bổ
sung, sự hoàn thiện thêm.

보검 명검, 보도 Gươm
báu, gươm thiện.

보결 보충 Sự bù vào chỗ
khuyết, bổ sung cho đủ.

보고 통지, 알림 Thông
báo.

보고서 보고문서 Bản
báo cáo.

보관하다 간수하다,
간직하다, 보유하다

Bảo quản, giữ gìn, gìn giữ.
(tr) 버리다 bỏ, vứt.

보균자 Người ủ bệnh,
người mang bệnh khuẩn.

보금자리 둥지, 둥우
리, 새둥주리 Cái tổ ấm.

보급하다 대어주다,
퍼뜨리다, 펴다, 펼치
다 Phổ cập, truyền bá.

보기 싫다 Ghét, không
muốn nhìn. *(tr)* 보기 좋다
thích, ưa nhìn.

보기 예 Ví dụ.

보내다 부쳐주다, 우
송하다 Gửi đi.

보너스 *(Bonous)* 상여
금 tiền thưởng.

보다 구경하다, 바라
보다 Xem. *(tt)* 관찰하
다 quan sát. *(tk)* 보이다
nhìn thấy.

보답하다 은혜 갚다
Báo đáp, đền ơn. *(tr)* 배신
하다 bội ơn.

보도 인도 Đường người

đi. *(tk)* 차도, 차선 đường xe.

보도하다 소식 알리다, 소식 전하다 Đưa tin, truyền tin. *(tt)* 싣다 đăng tải tin.

보드랍다 부드럽다, 연하다 Mềm mại, mềm. *(tr)* 거세다 thô, ráp, cứng.

보따리 보통 이 Gói hàng, gói hành lý.

보람 결과, 효력, 이익 Ích, hiệu quả.

보람없다 결과 없다 Không có ích, không có một thành quả gì. *(tr)* 보람차다 có ích, có hiệu quả.

보루 누, 누각 Lâu đài.

보루 보채 Cái lô cốt, trận địa phòng thủ.

보류하다 미루다 Bảo lưu, để lại xem xét sau. *(tr)* 통과하다 thông qua, đạt yêu cầu.

보름달 만 월, 망 월 Trăng rằm. 보름날 ngày rằm.

보리 대 맥, 숙 맥 Lúa mì, lúa mạch.

보리밥 맥반 Cơm hạt mì.

보릿고개 춘궁기, 춘궁, 추궁 thời kỳ giáp hạt, lúc lúa uốn câu.

보물 보배, 보화 Báu vật, bửu bối, của quý.

보배롭다 가치 있다, 값지다 Có giá trị. *(tt)* 귀중하다 quý. 희귀하다 quý hiếm.

보병 보군, 보졸 Bộ binh, lính bộ.

보복 앙갚음, 복수 Sự báo thù, sự phục thù.

보복하다 복수하다 Báo phục, trả thù, phục thù.

보살 Vị Bồ tát. *(tt)* 관음 보살 Quan âm Bồ tát.

보살 피다 돌보다

Trông coi, chăm sóc, theo giõi.

보상하다 배상하다, 변상하다, 갚아주다, 물어주다 Đền, đền bù, bồi thường.

보석 Đá quý.

보수 Bảo thủ. *(tk)* 혁신 개혁 cải cách, 진보 tiến bộ. 급진 cấp tiến.

보수 임금, 수수료 Tiền công.

보수주의 Chủ nghĩa bảo thủ. *(tr)* 진보주의 chủ nghĩa tiến bộ. 개혁주의, 혁신주의 chủ nghĩa cải cách, đổi mới.

보수하다 고치다, 수리하다 Sửa chữa.

보스 *(Boss)* 수령, 영수, 거물, 실력자, 우두머리 Người đứng đầu, lãnh tụ.

보슬비 부슬비, 가랑비 Mưa bụi, mưa hạt nhỏ.

(tk) 소나기 mưa rào.

보시기 보, 작은 사발 Cái bát, cái đĩa nhỏ.

보신 보양, 몸보신 Bổ cho cơ thể. 보약 thuốc bổ.

보신탕 개장국, 개장 Món thịt chó nước, món ăn bổ từ thịt chó.

보아 왕뱀 Con rắn to, rắn chúa.

보아주다 봐주다 Tha cho.

보약 보강제, 건강제 Thuốc bổ, thuốc tăng lực.

보양 보신, 양생 Sự dưỡng sinh.

보얗다 부옇다, 희끄무레하다 Trắng đục.

보완하다 Bổ sung hoàn thiện cho đầy đủ, hoàn chỉnh. *(tk)* 메우다, 채우다 lấp cho đầy.

보유하다 지니다, 지니고 있다, 가지다 Có,

đang giữ. *(tt)* 소유하다
sở hữu.

보육 양육 Sự nuôi dưỡng,
giáo dục trẻ em.

보육기 인큐베이터
(Incubator) Lồng ấp trẻ
sinh thiếu cân (<2, 5 kg).

보육원 고아원 Viện
trẻ mồ côi.

보육하다 기르고교
육하다 Nuôi và dạy.

보은하다 Báo ân. 은
혜 trả ơn. *(tr)* 배은하다
bội ơn.

보이다 눈에 뜨이다,
눈에 비치다, 뵈다 Đập
vào mắt, bắt mắt, nhìn thấy.

보일러 *(Boiler)* Lò hơi,
lò sưởi.

보임새 외관, 겉모습
Bề ngoài, bộ dạng bên ngoài.

보자기 보, 보자 Cái túi,
tay nải.

보잘것없다 Không
ra gì. *(tt)* 가치 없다 không

có giá trị gì.

보장하다 Bảo đảm cho.
(tt) 책임지다 chịu trách
nhiệm cho.

보전하다 간직하다,
지키다 Bảo toàn, giữ gìn.

보조 걸음 상태 Kiểu
đi, dáng đi. 발걸음 bước
chân.

보조 도움 Sự giúp đỡ,
hỗ trợ. 보조금 tiền hỗ
trợ.

보조개 볼우물 Lúm
đồng tiền.

보조금 보조 Tiền trợ
cấp, tiền giúp đỡ.

보조익 Cánh phụ máy
bay. 주익 cánh chính máy
bay.

보조자 곁인, 보조원
Người phụ tá, người phụ
giúp.

보존 보전 Bảo toàn, giữ
nguyên. *(tt)* 유지 sự duy
trì.

보좌 옥좌, 성좌 Ngôi báu, đài sen.

보증인 보인, 증인 Người bảo lãnh, người chịu nợ thay.

보지 음부, 음문 Cơ quan sinh dục nữ. *(tr)* 자지 cơ quan sinh dục nam.

보직 직무 Chức vụ. 직책 chức trách.

보청기 Máy nghe, máy trợ thính.

보충 Sự bổ sung. *(tk)* 보완 Sự bổ sung và hoàn chỉnh.

보태다 채우다, 메우다, 더하다 Thêm vào, bù vào. *(tr)* 빼다, 감하다 bớt, trừ đi.

보통 통상, 일상, 평상 Sự bình thường. *(tr)* 특별, 특수 sự đặc biệt, sự đặc thù.

보통내기 보통 사람, 범부, 범부 Người bình thường.

보통세 Thuế bình thường. *(tr)* 목적세 thuế thu với mục đích đặc biệt.

보편성 Tính phổ biến. *(tr)* 개별성 tính cá biệt, 특수성 tính đặc thù.

보필하다 돕다 Giúp đỡ.

보행하다 걷다 Đi bộ, bước, bước đi. *(tk)* 횡단보도 lối đi ngang qua đường.

보험료 보험부금 Tiền bảo hiểm y tế. 보호무역 Mậu dịch bảo hộ. *(tr)* 자유무역 mậu dịch tự do.

보호색 Màu ngụy trang. *(tt)* 경계색 màu cảnh giới (để bảo vệ mình của sâu bọ).

보호하다 Bảo hộ. 감싸다 bao cho, bao che cho.

보화 금은, 보물 Vàng bạc châu báu.

복 Phúc, kép. *(tr)* 단 đơn,

lẻ.

복 Phúc. 길운, 행운 vận may. *(tr)* 화 họa.

복구하다 Phục hồi, khôi phục. 복원 하다 phục nguyên.

복권 Xổ số, vé số. 제비 thẻ bốc thăm.

복권하다 Phục hồi lại chức vụ, quyền lợi và nghĩa vụ.

복귀하다 되돌아가 다 Quay về, quay về chỗ cũ.

복날 복, 복일 Một trong ba ngày đầu tiên, giữa và cuối ở Hàn Quốc.

복대기다 법석거리 다 Lộn xộn đến chóng mặt.

복더위 Ngày nóng nhất. *(tr)* 엄동설한 ngày rét nhất. *(tk)* 동지 ngày đông chí. 하지 ngày hạ chí.

복덕방 거간, 부동산 Phòng môi giới bất động sản.

복도 Hành lang, lối đi.

복리 복변리 Lãi kép, lãi sinh từ lãi. 복리, 복지 Phúc lợi.

복면 앞면 Mặt bụng, mặt trước. *(tr)* 배 면, 뒤 면 mặt sau.

복면하다 얼굴 가리 다 Bịt mặt. *(tk)* 복면 강도 tên kẻ cướp bịt mặt.

복모음 Nguyên âm phức. *(tr)* 단모음 nguyên âm đơn.

복받치다 솟아오르 다 Sôi lên, trồi lên, bùng lên.

복부 배 부분 Phần bụng.

복사 Phô tô, phục chế. *(tk)* 모방 sự bắt chước. *(tr)* 창조 sáng tạo.

복사본 사본 Bản sao, bàn phô tô. *(tr)* 원본, 정본 bản chính.

복사지 먹종이, 탄소 지 Giấy than.

복선 Đường ray kép, đường ray hai chiều.

복수 Số phức. *(tk)* 실수 số thực. 홀수 số lẻ. 짝수 số chẵn.

복수전 Trận đấu trả thù. 설욕전 trận đấu rửa nhục.

복숭아꽃 복사꽃, 도화 Hoa đào.

복스럽다 복되다 Có phúc.

복습 Sự ôn tập bài. 예습 sự học trước.

복안 겹눈 Mắt hai mí. 단안 mắt một mí.

복용하다 투약하다, 복약 하다, 약을 먹다 Uống thuốc.

복음 겹소리, 중음 Âm kép. 복음 기쁜 소식 Tin vui, tin mừng.

복잡성 Tính phức tạp. *(tr)* 단순성 tính đơn giản.

복장 가슴, 한복판 Vùng ngực.

복장 옷차림 Kiểu ăn mặc, ăn vận.

복종하다 순종하다, 맹종 하다 Phục tùng, thuần phục. *(tr)* 반항하 다 phản kháng, bất phục hạ 다 không khuất phục.

복통 Đau bụng. 뱃병 bệnh về bụng. 두통 đau đầu. 신경통 đau thần kinh.

복판 가운데 Chính giữa, trung tâm. *(tr)* 가, 변, 가 장자리 biên bờ, gờ.

복판 중심, 가운데 Vùng trung tâm, vùng chính. *(tr)* 가장자리, 가, 변두리 vùng bờ biên, lề.

볶다 Rang lên. *(tk)* 익히 다 làm cho chín. 찌다 ninh, 삶다 luộc.

볶아치다 서두르다 Vội vàng. *(tk)* 서투르다 còn ngượng, chưa quen (công việc).

본 본보기 Tấm gương

noi theo. *(tk)* 견본 hàng
mẫu.

본가 친정 Nhà mẹ đẻ.
(tr) 양가 nhà chồng.

본값 본가 Giá gốc. 원금
tiền vốn.

본고장 본고향, 본처
Quê gốc, quê chính. 본관
bản quán.

본관 Tòa nhà chính. *(tr)*
별관 tòa nhà phụ.

본국 제 나라 Bản quốc.
(tt) 조국, 모국 tổ quốc,
고국 cố quốc, 본토 quê
hương.

본급 기 본 급, 본 급
Lương chính, lương cơ
bản. 본능적 Thuộc về
bản năng. 선천적 thuộc
về bẩm sinh. 후천적
thuộc về sau khi sinh.

본댁 본집, 본가, 생가
Ngôi nhà khi mà ai đó
sinh ra.

본데없다 버릇없다

Không có giáo dục, không
có nết.

본동사 Động từ gốc,
chính. *(tk)* 조동사 trợ
động từ.

본디 본래, 애당초 Vốn
lẽ, ngay từ đầu.

본뜻 본의 Ý chính.

본류 Khúc sông chính.
(tk) 지류 nhánh sông.

본마음 본맘 Tấm lòng
thật.

본말 앞뒤, 시말 Đầu
đuôi sự việc. 앞뒤 trước
sau.

본명 본이름, 실명 Tên
thật. *(tr)* 가명 tên giả.

본바탕 밑바탕, 본질
Bản chất.

본받다 본보다 Noi
theo, làm theo. !겨울로
삼다 lấy làm gương.

본보기 보기, 거울, 모
범 Tấm gương noi theo.
(tk) 우상 thần tượng.

본봉 본급, 기 본 급
Lương cơ bản, lương chính.

본부인 Vợ chính. *(tr)* 첩
thiếp.

본분 직분, 명분 Chức
phận, danh phận, chức trách.

본사 당사 Công ty chính,
công ty mẹ. *(tk)* 지사 chi
nhánh, công ty con.

본생가 생가, 본생 Ngôi
nhà cũ của ai đó.

본선 예선 Trận đấu vòng
loại. *(tk)* 결전 trận chung
kết.

본성 천성 Bản tính, bản
chất, tính trời sinh. 본질
bản chất.

본업 본직, 주업 Nghề
chính.

본연 자연, 본래 Vốn
lẽ, vốn trừ đầu…

본인 당사자, 장본인
Người đương sự, người
đó. *(tk)* 자기 mình. 자신
tự mình. 타인 người khác.

본전 원금 Tiền gốc. *(tk)*
이자 tiền lãi.

본점 Cửa hàng chính. *(tr)*
지점 chí điểm, cửa hàng
phụ.

본줄기 근간, 본간 Cái
gốc của vấn đề, sự việc.

본증 Bằng chứng, chứng
cớ chính. *(tr)* 반증 phản
chứng.

본처 본부인, 정실 Vợ
chính. *(tk)* 소실 vợ bé. 첩
bồ thiếp.

본처 정체 Phần chính của
sự việc.

본체만체 보고고아
니 본체 Biết mà như
không biết, biết cũng như
không.

본토박이 토박이, 현
지인 Người bản xứ.

볼거리 구경거리 Cảnh
đáng xem.

볼기 둔부 Mông đít.

볼꼴사납다 눈꼴사

납다 Trông rất dữ.

볼낯 없다 면목없다 Không có mặt mũi nào. 부끄럽다 xấu hổ.

볼록 거울 Gương lồi. *(tr)* 오목 거울 gương lõm.

볼록하다 내밀다 Lồi ra. *(tr)* 오목하다 lõm vào.

볼모 저당물 Vật thế chấp. 저당하다 thế chấp.

볼일 할일 Việc phải làm.

볼트 *(Bolt)* Cái đinh vít. 볼트 수나사 Cái ốc vít. *(tr)* 너트, 암나사 cái vặn ốc.

볼품없다 초라하다, 몰골스럽다 Trông tiều tụy.

봄 봄철, 방춘, 춘, 춘천 Mùa xuân.

봄갈이 Cày vụ thu. *(tk)* 가을 갈이 cày vụ thu.

봄기운 춘기 Khí sắc mùa xuân.

봄놀이 봄나들이 Cuộc đi chơi xuân.

봄바 춘풍 Gió xuân.

봄밤 춘야 Đêm xuân.

봄비 춘우 Mưa xuân.

봄철 춘기 Tiết xuân.

봄추위 꽃 샘, 꽃 샘 추위, 춘한 Rét xuân, rét lộc rét đài.

봉 봉황, 봉황새 Còn chim phượng hoàng.

봉건제도 봉건제 Chế độ phong kiến.

봉고 봉고차, 승합차 Loại xe 10-12 chỗ ngồi.

봉급 삵, 임금, 보수 Tiền lương, tiền công.

봉급쟁이 월급 쟁이 Người làm công ăn lương.

봉변 수 모, 모 욕 Sự nhục nhã.

봉변하다 욕하다, 무 안당하다 Bị nhục, nhục nhã.

봉사 장님, 소경, 명인 Người mù.

봉사료 팁 Tiền boa.

봉사 하다 서비스
하다 Dịch vụ, làm tình
nguyện.

봉서 편지 봉투 Phong
bì thư.

봉쇄 Bế quan toả cảng,
đóng cửa. *(tr)* 개방하다
mở cửa.

봉우리 산봉우리, 산봉
Đỉnh núi.

봉착하다 처하다 Gặp
phải, đụng phải (việc xấu,
v.v...).

봉토 Đất phong (vua cho
hạ thần). *(tk)* 영지 lãnh địa.

봉투 봉지 Phong bì,
phong bì giấy.

봉 하다 Niêm phong lại.
(tr) 개봉하다 mở niêm
phong ra.

봉합하다 Băng bó. *(tr)*
개 봉 하 다 mở, tháo
băng ra.

뵈 다 Gặp (kính trọng).

부 부결 Phủ định, phủ
quyết. *(tr)* 가, 가결, 찬성
tán thành, thông qua.

부 부귀, 부유 Giàu sang,
phú quý. *(tr)* 빈 bần, 가난
nghèo nàn.

부 부친 Phụ thân, cha. 모,
모친 mẹ.

부가 하다 첨가하다,
덧붙이다 Thêm vào. *(tr)*
삭제하다 xóa bỏ. *(tk)*
정착하다 gắn vào (tên
lửa vào máy bay) .

부각 하 다 나타나다,
드러나다 Lộ ra, hiện ra.

부감 하 다 내려다보
다 Nhìn xuống.

부결 하 다 Phủ quyết.
(tr) 가결 하다 đồng ý
thông qua.

부계 Dượng, cha kế. *(tk)*
모계 mẹ kế.

부계혈족 Anh em, máu
mủ bên mẹ. *(tr)* 모계혈
족 anh em, huyết tộc bên

메.

부 고 부음 Cáo phó, tin buồn.

부 교 배 다 리 Cầu nối các thuyền bè.

부국 부강국 Nước giàu. *(tr)* 빈국 nước nghèo.

부권 가장권 Phụ quyền. *(tr)* 모권 mẫu quyền.

부귀 Phú quý. *(tr)* 빈천 nghèo hèn. 빈한 bần hàn. *(tk)* 영화 부귀 vinh hoa phú quý.

부근 근처, 근방 Phụ cận, lân cận, láng giềng.

부 끄 럽 다 부끄러워 하다, 볼낯없다 Xấu hổ, mặt dày dạn.

부녀 Cha và con gái. *(tk)* 부자 cha và con trai. 모녀 mẹ và con gái. 모자 mẹ và con trai.

부녀자 부녀, 부인, 여자 Đàn bà, con gái. *(tr)* 남자, 남성 đàn ông.

부농 Phú nông. *(tk)* 지주 địa chủ. 중농 trung nông

부닥치다 닥치다, 맞닥치다 Đụng phải, gặp phải.

부담 짐 Gánh nặng, điều trở thành khó khăn khó xử.

부담하다 맡다 Gánh chịu. 책임지다 chịu trách nhiệm.

부당성 Tính không chính đáng. *(tr)* 정당성 tính chính đáng.

부당하다 옳지 않다, 옳지못하다 Không đúng, không chính đáng.

부대 자루, 포대 Túi to, túi vải.

부도덕하다 Không có đạo đức.

부도수표 공수표 Ngân phiếu phá sản (không còn giá trị).

부도체 Chất không dẫn điện. *(tk)* 도체 chất dẫn điện. 반도체 chất bán dẫn.

부동 Bất động. *(tr)* 이동 di động. 유동 lưu động.

부동산 Bất động sản. *(tk)* 동산 động sản.

부두 선창 Bến tàu. *(tt)* 항구 cửa cảng, cảng.

부둥켜안다 꼭 끌어 안 다, 껴안다 Ôm chặt cứng, ôm khư khư.

부드럽다 Mềm mại. 연하다 mềm. *(tr)* 딱딱하 다 cứng.

부득불 불가불, 어쩔 수없이, 할수없이, 부 득이 Bất đắc dĩ, không sao khác được.

부등식 Bất đẳng thức. *(tk)* 등식 đẳng thức.

부딪치다 부딪다 Vấp phải, đụng phải. *(tt)* 충돌 하다 xung đột.

부락 Bộ lạc. *(tt)* 촌락 thôn làng. 마을 làng xóm.

부랑아 Trẻ lang thang.

(tk) 미아 trẻ lạc. 부랑인, 부랑자 người lang thang.

부러지다 Bị gãy. 절단 되다 bị cắt đứt.

부럽다 Thèm muốn được thế. 탐내다, 욕심나다 sinh tham muốn.

부류 갈래, 종류 Nhánh, loại.

부르다 (배가) No, có chứa. *(tr)* 고프다 đói bụng, thiếu thốn.

부르다 칭 하 다 Gọi, xưng hô.

부리 조동이, 조동아 리 Cái mỏ chim. 입 cái miệng.

부리나케 아주 급히, 급히 Cấp bách, rất gấp.

부모 어버이, 양친 Cha mẹ, song thân. *(tr)* 자식 con cái.

부부 내 외, 부 처 Vợ chồng. *(tk)* 남편 chồng. 아내 vợ.

부부간 부부 지간, 내외지간 Quan hệ vợ chồng, 동서지간 quan hệ cọc chèo.

부부애 금슬, 부부지정 Tình yêu vợ chồng.

부분적 Thuộc bộ phận. *(tt)* 국부적 tính cục bộ. *(tr)* 전체 toàn thể, toàn bộ.

부사 Phó từ, trạng từ.

부산물 부속물 Hàng, đồ phụ, phụ tùng. *(tr)* 주산물 hàng, thứ chính.

부산하다 바쁘다, 분주하다 Bận, bận rộn. 어수선하다 bề bộn.

부삽 화삽 Cái xẻng nhỏ để xúc than trong lò.

부상 Sự đi lên, nổi lên. *(tr)* 하 강, 하 락 sự đi xuống.

부상 해가 뜨는 곳, 양곡 Nơi mặt trời mọc. *(tr)* 함지 nơi mặt trời lặn.

부상병 상병, 전상병, 상이군인 Thương binh.

부상하다 상처 입다, 다치다 Bị thương.

부서지다 바서지다, 깨지다 Bị vỡ ra, bị tan ra.

부성애 Tình yêu cha đối với con cái. *(tk)* 모성애 tình yêu mẹ đối với con cái.

부속품 부품, 부분품 Phụ tùng.

부수다 바수다, 깨뜨리다, 분쇄하다 Đập vỡ, làm cho tan ra.

부스러기 조각 Mành vụn, mảnh vỡ.

부시다 눈부시다 Tỏa sáng chói mắt.

부시다 씻다, 가시다 Rửa, làm cho sạch.

부식 Thực phẩm phụ. *(tk)* 반찬 thức ăn.

부식토 썩은 흙 Đất mùn.

부실 기업 Xí nghiệp

không có khả năng tài chính. *(tr)* 우량 기업 xí nghiệp vững tài chính.

부실하다 Không thật thà (trong làm ăn). *(tr)* 실하다 thật thà (trong làm ăn).

부싯돌 수석, 화석 Đá cuội, đá do nước chảy bào mòn.

부업 Nghề phụ. *(tr)* 주업 nghề chính.

부엉이 부엉새 Con cú mèo.

부엌 주방 Bếp, nhà bếp.

부엌데기 식모 Người làm bếp.

부엌일 취사 Công việc nấu nướng.

부유층 Tầng lớp giàu có. *(tr)* 빈민층 tầng lớp nghèo khổ.

부유하다 부하다, 넉 넉하다 Giàu có.*(tr)* 가난 하다 nghèo, 빈곤하다

bần cùng.

부의금 조의금 Tiền phúng điếu, tiền viếng.

부익부 Giàu càng giàu. *(tr)* 빈익빈 nghèo càng nghèo.

부인과 산부인과 Khoa sản phụ.

부인하다 Phủ nhận. 시 인하다 thừa nhận, 인정 하다 công nhận.

부자 Người giàu. 갑부 người giàu số một. *(tr)* 빈자 người nghèo, 가난뱅이 kẻ nghèo.

부자 부표 Cái phao.

부정선거 Bầu cử gian lận. *(tr)* 공명선거 bầu cử trong sạch.

부정의 Bất nghĩa. *(tr)* 정의 chính nghĩa.

부정적 Một cách tiêu cực. *(tr)* 적극, 긍정적 một cách tích cực.

부조리 모순 Mâu thuẫn.

부족하다 모자라다,
결핍하다, 째다 Thiếu
thốn, thiếu. *(tr)* 가득차
다 đầy tràn. 부종, 부증
Chứng phù nề.

부주의 Bất cẩn. *(tr)* 고
의 cố ý.

부지런하다 꾸준하
다 Đều đặn chăm chỉ. *(tr)*
게으르다, 태만하다
lười nhác.

부지런히 Cần cù, chăm
chỉ. *(tr)* 게으름, 태만
lười nhác.

부지중 부지불식간,
모르는 사이 Trong lúc
không biết, không hay.

부질없다 쓸모없다,
헛되다, 보람없다 Vô
ích, vô bổ.

부채 빚 Tiền nợ, tiền
vay. 채금 tiền nợ. 갚다
trả nợ. 채무 con nợ. *(tr)*
채권 chủ nợ.

부처 석가모니 Đức Phật,
Thích ca Mô ni.

부추기다 추기다, 선
동하다, 책동하다 Xúi
giục. 자극하다 kích thích,
khêu gợi.

부치다 우송하다, 보내
다, 탁송하다 Gửi đi, gửi.
(tr) 받다 nhận, nhận được.

부치다 Đuối sức. 부칙
Điều khoản phụ. *(tk)* 본
칙 điều khoản chính.

부친상 Tang cha, tang
phụ thân. *(tk)* 모친상 tang
mẹ, tang mẫu thân.

부탁하다 청하다, 청
탁하다 Nhờ làm việc gì.
당부하다 căn dặn làm
việc gì. 사정하다 van
nhờ ai việc gì.

부통령 Phó tổng thống.
(tk) 대통령 tổng thống.

부패하다 썩다 Thối,
thối nát. *(tk)* 부정 부패
tham nhũng.

부평초 개구리밥 Bèo,

bèo cám.

부풀어오르다 팽창
하다 Nở ra, bành trướng
ra.

부피 체적 Thể tích. *(tk)*
면적 diện tích.

부하 휘하 Cấp dưới.
(tr) 상사 cấp trên.

부하다 부유하다 Giàu
có. *(tr)* 가난하다 nghèo.

부합하다 들어맞다
Phù hợp. 어울리다 phù
hợp nhau. *(tr)* 어긋나다,
상치하다 không hợp
nhau.

부화뇌동하다 뇌동
부화하다, 부동하다
Phụ họa, làm theo. 아첨
하다 nịnh bợ.

부활하다 소생하다
Sống lại. 부흥하다 phục
hưng. 부활절 lễ phục sinh.

북 태고, 고 Cái trống. 장
구 cái trống nhỏ.

북경 Bắc kinh.

북극 북단 Bắc cực. *(tr)*
남극, 남단 Năm cực.

북극성 극성 Sao Bắc
cực. 칠성 sao thất tinh.

북극해 북극양 Bắc
băng dương.

북녘 북부, 북쪽 Phía
bắc, miền bắc. *(tr)* 남녘,
북쪽, 남부 phía nam,
miền nam.

북단 북극 Bắc cực. *(tk)*
남단, 남극 nam cực.

북돋우다 격려하다
Khích lệ.

북동풍 된새바람 Gió
mùa đông bắc.

북두칠성 북두, 북두
성, 칠성 Thất tinh / chùm
sao bắc đầu.

북방 Phương bắc. *(tr)*
남방 phương nam.

북새 북새통, 북새질,
야단법석 Trận la mắng
om sòm.

북소리 고성 Tiếng trống.

북어 마른/ 말린명태, 건태 Cá minh thái khô.

북위 북위도 Vĩ độ bắc. *(tk)* 남위, 남위도 vĩ độ nam.

북적거리다 끓어오르다 Ồn ào, sôi nổi.

북채 고봉 Thân trống.

북춤 무고 Múa trống.

북풍 북새 Gió bắc.

북한 Bắc Hàn. 북조선, 이북 Bắc Triều Tiên.

북한산 삼각산 Núi Bắc Hàn (địa danh Seoul).

북회 귀선 하지선 Đường hạ chí. *(tr)* 남회귀선, 동지선 đường đông chí.

분 Phấn. 백분 phấn trắng. 가루, 분말 bột phấn.

분가루 분별하다, 구분하다 Phân biệt ra.

분가하다 세간나다, 살림 나다 Ở riêng, ra ở riêng. *(tr)* 동거하다 ở chung.

분갑 분통 Hộp phấn.

분개하다 분노하다, 화내다, 성내다 Nổi giận.

분계선 경계선, 분경선 Đường ranh giới.

분권 제도 Chế độ phân quyền. *(tr)* 집권 제도 chế độ tập quyền.

분기 분 Lòng uất ức. 분기충천 uất hận tận trời xanh.

분꽃 분화 Phấn hoa.

분노하다 Phẫn nộ. 성내다 nổi giận.

분뇨 Phân (똥), nước tiểu (오줌). *(tk)* 배설물 chất bài tiết.

분단 Sự chia cắt. *(tk)* 절간 sự cắt đứt.

분담하다 Chia cùng nhau gách vác. *(tr)* 전담하다 mình chịu hết.

분란하다 Ồn ào, nhốn nháo.

분량 Phân lượng. 수량,
양 số lượng. 질 chất.

분류하다 Phân loại.
구분하다 phân biệt.

분리하다 Phân ly. 격리
하다 cách ly. 나누다
chia ra.

분만하다 아이낳다,
몸풀다 Sinh con. 순산
하다 sinh con thuận lợi.

분말 가루, 분 Bột. (tr)
덩어리 tảng. 결정 kết
tinh.

· 분명히 명확히 Rõ ràng,
trong sáng, không mờ ám.
(tk) 광명정대 quang minh
chính đại.

분모 Mẫu số. (tk) 분자
trừ số. 분수 phân số.

분묘 무덤 Ngôi mộ.

분무기 뿜이개 Cái bình
phun hạt nước.

분발하다 발분하다,
새롭게 결심하다 Quyết
tâm mới.

분배 제도 배급제도
Chế độ bao cấp.

분배하다 배분하다
Phân phối. 나누다 chia ra.

분별력 Khả năng phán
đoán.

분부하다 뿜어내다
Phun ra. 분부하다, 시키
다 Sai khiến, bắt làm cái
gì.

분비 배설, 배설 Sự bài
tiết.

분사 소사하다 Chết cháy.

분산하다 흩어지다
Phân tán ra. (tr) 모으다
gom lại.

분석 분해, 해석 Sự
phân tích, phân giải. (tr)
종합 sự tổng hợp.

분쇄하다 부수다, 쳐
부수다 Đập cho tan ra,
nát ra.

분수 Phân số. (tt) 정수
số tự nhiên, số không và
số âm. 소수 số có số

tuyệt đối nhỏ hơn một.

분신하다 소신하다 Tự thiêu.

분실하다 잃다, 잃어버리다 Mất, đánh mất, làm mất.

분야 영역, 부류 Lĩnh vực.

분열하다 찢어지다, 갈라지다 Trở nên chia rẽ, phân chia. *(tr)* 단결하다, 뭉치다 đoàn kết.

분위기 Bầu không khí. 상태 trạng thái. 환경 môi trường.

분유 가루우유 Sữa bột.

분자 구성원 Phần tử. 분자 phân số. *(tr)* 분모 mẫu số.

분쟁 마찰 Sự tranh chấp. 분쟁하다, 다투자, 싸우다 tranh chấp, cãi tranh nhau.

분점 지점 Chi điểm.

분주하다 바쁘다,

분주스럽다 Bận rộn. *(tr)* 한가하다 rảnh rỗi, nhàn rỗi.

분지 지점, 지사 Chi nhánh. *(tk)* 본점, 본사 công ty mẹ.

분포하다 널리어있다 Phân bố, có rải rác.

분풀이하다 양 갚다, 원수 갚다 Trả thù, rửa hận.

분필 백목 Phấn viết, phấn trắng.

분하다 Phẫn nộ. 억울하다 uất ức.

분해하다 Phân giải. *(tr)* 합성하다 hợp thành.

분향하다 Thắp hương lên.

분홍색 Màu hồng.

분화 미분화하다 Phân hoá/ chưa phân hoá.

분화하다 Phun lửa. *(tk)* 분화구 miệng núi lửa.

불 달러, 미화 tiền Mỹ,

đôla Mỹ.

불 화재 Lửa, nạn cháy.

불가 Nhà Phật. 불문 cửa Phật. 선문 cửa thiền. 찬불가 bài ca ca ngợi đức Phật.

불가능 Không có khả năng. *(tr)* 가능 khả năng.

불가불 부득불, 어쩔 수 없다 Bất đắc dĩ, không sao khác được.

불가사의하다 이상 야릇 하다 Kỳ lạ.

불가피하다 피할 수 없다 Không tránh khỏi.

불가하다 옳지 않다, 좋지 않다 Không đúng, không tốt. *(tr)* 가하다.

불건전하다 Không lành mạnh. *(tr)* 건전하 다 lành mạnh.

불결하다 더럽다, 지 저분하다 Không sạch sẽ, bẩn thỉu. *(tr)* 청결 하다 sạch sẽ.

불경 불전, 불법 Kinh Phật, lời dạy của Phật. *(tk)* 경 kinh. 경전 kinh điển.

불경기 불황 Nền kinh tế xấu, khủng hoảng. *(tr)* 호경기 kinh tế tốt.

불공평 Sự không công bằng. 불평등 sự bất bình đẳng. *(tr)* 공평, 평등 công bằng/ bình đẳng. 균형 sự cân bằng.

불공하다 공양 하다 Cúng, dâng Phật.

불과하다 지나지않 다 Bất quá, không qua chỉ là, không ngoài.

불교도 불도, 불자 Phật tử.

불구 불구자, 병신, 장 애인 Người tàn tật. *(tr)* 정상 인 người bình thường.

불구하다 무릅쓰다 Bất chấp, không đếm xỉa đến.

불굴하다 굽지 않다

Bất khuất, không cúi mình.

불규칙하다 Không có quy tắc, quy định.

불균형 Không thăng bằng, không đồng đều.

불길하다 좋지 않다, 흉하다 Không tốt, hung. 길하다 lành. 흉하다 dữ.

불꽃 화염 hoa lửa.

불나다 Phát cháy. 방화하다 phóng hỏa.

불놀이 불꽃놀이 Chơi bắn pháo hoa.

불능 무능력 Không có khả năng.

불당 불각, 불전 Phật đường. 불사 chùa Phật.

불량 불량품 Hàng hư, hàng hỏng. (tr) 우량, 우량품 hàng tốt.

불량배 무뢰배 Nhóm người hư hỏng. (tk) 깡패 côn đồ.

불량하다 Xấu, không lương thiện. (tr) 선량 하다 lương thiện.

불러내다 호출 하다 Gọi đến.

불로소득 Thu nhập ngoài lao động.

불로초 Cỏ bất lão, cỏ trường sinh. (tk) 불사약 thuốc bất tử. 불멸하다 bất diệt.

불륜 패륜 Loạn luân, không có luân lý.

불리다 날리다 Bị thổi bay.

불리하다 Bất lợi. (tr) 유리하다 có lợi, thuận lợi.

불만 시쁘다 Bất mãn. (tt) 불평하다 bất bình. (tr) 만족하다 thoả mãn. 마음에 들다 vừa lòng, bằng lòng.

불면증 Chứng/ bệnh mất ngủ.

불모지 박토 Bạc thổ, đất khô cằn. (tr) 옥도 đất

tốt.

불문율 Luật không thành văn. 관습법 luật thói quen. *(tr)* 성문율 luật thành văn, pháp luật.

불문하다 캐묻지않다 Không đả động đến nữa. 덮어두다 đậy lại, tấp lại.

불미하다 불미스럽다 Không hay, không tốt (sự việc).

불발하다 Bị thúi, không nổ tung ra. *(tr)* 폭발하다 nổ tung ra.

불법 무법, 위법, 탈법 Vi phạm luật, trái luật.

불벼락 꾸중, 나무람 Trận chửi bới.

불변성 Tính bất biến.

불복하다 복종하다 Không phục tùng. *(tr)* 복종하다 phục tùng.

불분명 불투명, 불명료 Không rõ ràng, không

trong sáng.

불빛 Ánh lửa.

불사르다 불태우다, 태우다, 사르다 Đốt cháy, đốt.

불상 Tượng Phật.

불상사 흉사 Việc xấu. 사고 tai nạn. 변고 biến cố.

불성실하다 Không thành thật. *(tr)* 성실하다 thành thật.

불손 교만, 오만 Kiêu ngạo, ngạo mạn.

불순하다 더럽다, 지저분하다 Bẩn, không trong sạch. *(tr)* 순수/순진하다 thuần túy, sạch.

불시에 갑자기, 별안간 Bất ngờ, đột nhiên.

불신하다 불신임하다, 믿지않다 Bất tín. *(tr)* 신뢰 có tín nhiệm, có uy tín. 믿다 tin tưởng.

불쌍하다 가엾다, 애

처롭다 Đáng thương.

불안 걱정/근심하다,
두렵다, 걱정하다 Lo
lắng, buồn phiền.

불알 고환 Hòn dái. *(tk)*
난소 nhụy hoa. 난자
trứng trong buồng trứng.

불우 하 다 불행하다
Bất hạnh. *(tr)* 행복하다
hạnh phúc. 다복하다
nhiều phúc.

불운 좋지 않은 운수
Vận rủi, vận đen. *(tr)* 행
운 vận may.

불운 아 Trẻ bất hạnh.
미아 trẻ lạc. *(tr)* 행아 trẻ
hạnh phúc.

불응 하 다 배내밀다
Không ưng, không chấp
nhận. *(tr)* 순응하다 ưng
thuận.

불의 Bất chính. *(tk)* 의
nghĩa. 정의 chính nghĩa.

불의 뜻밖, 비의 Bất ý,
bất ngờ.

불의신 화신 Thần lửa.

불임증 Chứng vô sinh
ở phụ nữ.

불입 하 다 납부하다,
치르다, 내다 Trả tiền,
chi tiền.

불자동차 소방차 Xe
chống cháy, xe nước chữa
cháy.

불제자 불자 Phật tử.

불지르다 불놓다, 불
사르다 Đốt, đốt cháy.

불지피다 불질 하다
Bắt lửa, bén lửa.

불참하다 Không tham
dự được. *(tr)* 참석하다
tham dự.

불처 불타, 석가 모니
Đức Phật thích ca mô ni.

불철주야 밤낮을 가
리지 않다 Không kể
ngày đêm.

불초자 아들 Thằng con
trai của mình (gọi thân mật).

불치병 Bệnh bất trị, bệnh

không trị được.

불친절하다 Không thân thiện. *(tr)* 친절하다 thân thiện.

불편하다 편찮다 Không thuận lợi, phiền phức.

불평하다 투정부리다, 두덜거리다 Bất bình. 불만하다 bất mãn. *(tr)* 마음 들다 vừa lòng.

불필요하다 필요 없다, 필요치 않다 Không cần thiết. 쓸모 없다 vô ích.

불하하다 팔아 넘기다 Bán chuyển cho ai.

불한당 화적 Đám côn đồ.

불합격 낙방하다 Hỏng thi. *(tr)* 합격하다 thi đậu.

불합리 Không hợp lý. 모순 mâu thuẫn.

불허하다 Không cho phép. *(tr)* 허가하다 cho

phép.

불화하다 Không hòa hợp, không hòa với nhau. *(tr)* 화목하다 hòa thuận, 조화하다 hòa hợp.

불확실 불 투명 Sự không chắc chắn, không rõ ràng.

불효하다 Bất hiếu. *(tr)* 효도 có hiếu. *(tk)* 효자 hiếu tử.

불후하다 Bất hủ. 영원 vĩnh viễn.

붉다 빨갛다 Đỏ, màu đỏ.

붉은 색 적색 Màu đỏ.

붉은팥 Đậu đỏ.

붉히다 붉게 하다 Làm cho đỏ lên.

붐비다 북적대다 Nhộn lên, ồn lên.

붓 털붓, 모필 Bút lông.

붓글씨 서예 Thư pháp.

붓끝 필단 Ngòi bút.

붓대 Quản bút.

붙다 달라 붙다, 부착

하다 Dính vào, bám lấy, đeo đẳng.

붙들다 Nắm chặt lấy. *(tr)* 놓다, 놓아주다 thả ra, tháo ra.

붙어 살다 엎혀살다 Sống kế, ăn bám, ăn theo. 기생하다 sống ký sinh.

붙잡다 붙들다 Nắm, giữ chặt lấy.

붙잡히다 잡히다, 붙들리다 Bị bắt, bị nắm lấy. *(tr)* 놓치다 bị lỡ, không bắt được.

브랜드 *(Brand)* 상표 tên hãng sản xuất hàng.

브로커 중개인 Người môi giới.

블루진 청바지 Quần jean xanh.

비 Mưa. *(tk)* 우박 mưa đá.

비 아이 피 *(VIP)* 요인, 귀빈 Quý nhân, yếu nhân.

비 비석, 빗돌 Bia đá.

비 빗자루 Cây chổi.

비 왕비, 태자비 Phi, vương phi. *(tt)* 황후 hoàng hậu.

비 잘못 Sai, lầm. *(tr)* 시 đúng. 시비 đúng sai.

비감 슬픔, 비애 Buồn. bi ai. 비감하다, 슬퍼 하다 buồn.

비강 콧속, 구강 Khoang miệng mũi.

비결 노하우 Bí quyết, bằng trí thông minh. 비방, 비법 phương pháp thần kỳ.

비공개 Không công khai. 비밀 bí mật.

비공식 Một cách không chính thức. *(tr)* 공식적 chính thức (thăm viếng giữa hai quốc gia).

비관하다 Bi quan. *(tr)* 낙관하다 lạc quan. *(tk)* 소극적 có tính tiêu cực. 염세 có tính yếm thế.

비교급 Thuộc loại tương đối. *(tr)* 최상급 thuộc loại cao nhất.

비교하다 대조하다 So sánh, đối chiếu.

비구 Sư nam. *(tr)* 비구니 sư nữ.

비극 Bi kịch. *(tk)* 희극 kịch hài.

비금속 Á kim, không phải kim loại. *(tk)* 금속 kim loại. 귀금속 kim loại quý.

비기다 Hoà, không thắng, không thua. *(tk)* 비기다 đọ sức. 이기다 thắng. 지다 thua.

비난하다 책잡다, 책하다, 비평 하다 Phê phán, chê bai. *(tr)* 칭찬하다 khen.

비너스 *(Venus)*, 사랑의 여신 nữ thần tình yêu.

비녀 소두, 잠 Cái kim thoa, cái giun tóc của phụ nữ.

비누 Xà phòng. *(tk)* 세제 chất tẩy

비다 Trống, bỏ không, vắng. *(tr)* 꽉 차다 đầy ắp.

비단 명주 Tơ lụa *(tk)* 명주실, 견사 tơ.

비단…아니다 다만, 단지 Không chỉ…nhưng mà.

비단길 실크 로드 Con đường tơ lụa.

비단실 명 주, 견 사 Chỉ tơ.

비단옷 금의 Áo gấm.

비대증 비만증 Chứng béo phì. 비대하다, 살찌다 béo ra.

비둘기 Chim bồ câu.

비등점 끓는 점 Nhiệt độ sôi, điểm sôi. *(tr)* 빙점 nhiệt độ đong băng.

비등하다 끓어오르다 Sôi, sôi lên (chất lỏng).

비뚜로 Xiêu vẹo, không thẳng. *(tt)* 휘다 cong. *(tr)* 똑바로 ngay, thẳng.

비렁뱅이 빌어 먹는 사람, 거지 Người ăn mày, người ăn xin. *(tt)* 빌어 먹다 ăn xin.

비례세 Thuế tỉ lệ. *(tr)* 누진세 thuế tỉ lệ.

비로소 처음으로 Ngay từ đầu.

비록 아무리 그러하 다하더 라도 Cho dù như vậy..

비롯하다 비롯되다, 시작하다 Bắt đầu từ (hiện tượng, …).

비루하다 추하다 Xấu, bẩn và xấu.

비리 Hành vi tiêu cực. *(tr)* 조리 thuận lý, tích cực.

비리비리하다 여위 다, 마르다 Gầy khô.

비린내 비린 냄새, 생

선 냄새 Mùi tanh (nói chung), mùi cá tanh.

비만증 비대증 Chứng béo phì.

비망록 메모 Bị vong lục.

비명 횡사 사고에 죽 다 Chết do tai nạn.

비명 비문 Văn bia, chữ khác trên bia.

비방 Đơn thuốc đặc hiệu. *(tk)* 처방 đơn thuốc.

비보 Tin buồn. *(tr)* 낭보 tin vui.

비보 급보 Cấp báo.

비복 노비 Nô tì, đầy tớ (trai gái nói chung).

비분강개하다 슬프 다 Buồn.

비비 꼬다 비틀어 꼬 다 Xoắn lại, bị xoắn.

비비다 Xoa xoa. 문지 르다 mân mê. 손대다 động tay tới.

비상금 상비금, 비상

비 Tiền để phòng bất thường, quỹ đen.

비상시 Lúc bất thường, lúc khẩn cấp. *(tr)* 평상시 lúc bình thường.

비상하다 Không bình thường, khác thường. *(tr)* 평범/ 심상 하다 bình thường.

비소 비웃음, 조소 Nụ cười nhạo báng. 비웃다, 조소하다 cười nhạo báng.

비속하다 속되다, 천하다 Hèn kém, thấp hèn. *(tr)* 고상하다 cao thượng.

비슷하다 거의 같다, 유사하다 Giống nhau, tương tự như nhau.

비슷한 말 Tiếng tương tự. *(tr)* 반대말, 반의어 từ ngược nghĩa.

비시 *(BC)*, 기원전 Trước công nguyên. *(tr)* 에이 디 *(AD)*, 기원후 sau

공 nguyên.

비싸게 굴다 Tỏ ra ta đây, vênh váo, ngạo mạn.

비싸다 값지다, 다락 같다 đắt. *(tr)* 싸다, 값 싸다, 헐하다 rẻ. 염가 giá rẻ.

비싼흥정하다 Đòi giá cao. *(tr)* 싼흥정하 다 kêu giá rẻ.

비애 Bi ai. 애상, 슬픔 nỗi buồn.

비약적 Có tính nhảy vọt. 급진적 có tính cấp tiến.

비어 *(Beer)* 맥주 bia rượu.

비어 천한 말, 비언, 반말 Lời nói tầm thường, tục, không trong. *(tr)* 경 어 từ kính trọng.

비영리 Không lợi nhuận. *(tr)* 영리, 이득 lợi nhuận.

비옥하다 기름 지다 Phì nhiêu, màu mỡ. *(tr)* 척박 하다, 메마 르다.

박토하다 bạc màu, cằn cỗi.

비옷 우의, 우비, 우장 Áo mưa. 우산 ô che mưa. 양산 ô che nắng.

비용 Phí dụng, tiền tiêu việc gì.

비우다 치우다, 없애다 Làm cho trống, chùi hết. (tr) 채우다, 메우다 lấp cho đầy.

비운 액운 Vận rủi. (tr) 행운 vận may.

비웃다 놀리다, 비웃적거리다, 조롱하다 Cười cợt, nhạo báng. 비방하다 phi báng.

비위 당기다 마음에들다 Vừa lòng ai, lôi kéo lòng ai.

비위 좋다 Vui lòng.

비위 분위기, 마음 Suy nghĩ, tâm trạng của ai đó.

비유 유, 인유, 예를

들어 Ví dụ, ti dụ.

비율 율 Tỉ lệ, phần trăm.

비음 콧소리, 통비음 Giọng mũi.

비인간 Phi nhân đạo. 인간적 thuộc về con người.

비자 (Visa) 사증 visa, 입국비자 giấp phép nhập cảnh.

비장 장비, 장엄 Sự nghiêm trang.

비전 (Vision) 전망, 미래 tương lai, triển vọng.

비정 나쁜 정치, 악정 Nền chính trị độc ác. (tr) 선정 nền chính trị tốt.

비정하다 매정하다 Không có tình cảm. 목석 같다 như gỗ đá. (tr) 다정하다 nhiều tình cảm.

비조 원로 Nguyên lão, người bắt đầu sự nghiệp.

비좁다 배좁다, 좁다, 협소하다 Chật hẹp, hẹp

hò. *(tr)* 드넓다 rộng rãi
(lòng dạ).

비지떡 부친 떡 Bánh
rẻ tiền.

비참하다 슬프고끔
찍하다 Bi thảm. 참사
thảm họa.

비천하다 천하다 Bần
tiện. *(tr)* 고귀하다 cao quý.

비추다 조명하다 Chiếu
sáng, rọi vào.

비축하다 쌓아두다
Chất đống, tàng trữ.

비치다 내리쬐다
Chiếu xuống, rọi xuống.

비칭 낮은말 Lời nói
coi thường. *(tr)* 존칭 gọi
kính trọng.

비켜나다 물러나다,
피하다 Lùi tránh ra,
nhường chỗ cho.

비켜서다 물러서다
Đứng tránh ra.

비키다 물러나다, 비

켜나다 Tránh ra, tránh chỗ.

비타민 Vitamin.

비탄하다 슬퍼하다
Buồn, buồn rầu.

비탈 경사, 경사지 Dốc
lên xuống, chỗ đất dốc.

비탈길 사경, 사로
Đường dốc. 언덕길
đường dốc.

비탈지다 기울어지
다, 가파르다 Dốc,
nghiêng.

비통하다 마음아프
다 Đau lòng, đau buồn.

비틀어지다 비꾸러
지다 Bị cong, bị vênh, bị
xoắn.

비판 Sự phê phán. 비평
sự phê bình.

비평 평론하다 Phê bình/
bình luận.

비품 Vật tiêu dùng lâu dài.
(tr) 소모품 vật rẻ tiền
mau hỏng.

비하라다 저하하다, 미천 하다 Hạ thấp, coi thường. *(tr)* 존대 하다 đối xử tốt.

비합법적 Thuộc về phi pháp. *(tr)* 합법적 thuộc về hợp pháp.

비행 나쁜 짓 Việc làm xấu *(tr)* 선행 việc làm tốt.

비행 비상 Không bình thường: 비상구 cửa thoát hiểm.

비행기 날틀, 항공기 Máy bay.

비행사 조종사 Thợ lái máy bay. 승무원 tiếp viên.

비행선 항공선 Đường bay.

비행장 공항 Sân bay.

비행하다 날다 Phi hành, bay.

비호같다 재빠르다 Nhanh như bay.

비호하다 Bao che.

빈 Bần. *(tr)* 부 phú.

빈곤층 Tầng lớp bần cùng, tầng lớp nghèo đói. *(tr)* 부유층 tầng lớp giàu có.

빈국 Nước nghèo. *(tr)* 부국 nước giàu.

빈궁하다 Bần cùng. *(tt)* 가난하다 nghèo nàn, 빈곤하다 nghèo và khốn cùng. *(tr)* 부유하다, 풍요 하다 giàu có.

빈농 Bần nông. 고농 cố nông. 중농 trung nông. 부농 phú nông. 지주 địa chủ.

빈대떡 녹두적 Bánh bột đậu xanh lẫn hẹ.

빈도 잦기, 도수 Tần số.

빈둥거리다 게으름 피우다 Lắng nhắng, lười nhác.

빈민 영세민 Dân nghèo.

빈민굴 빈민가, 빈민촌 Xóm nghèo, làng nghèo.

빈번히 자주, 여러 번 Nhiều lần, suốt…, thường xuyên.

빈상 빈국 Tướng nghèo nàn. *(tr)* 복상 tướng có phúc.

빈손 맨손, 맨주먹, 공손 Tay trắng, tay không.

빈약하다 Nghèo yếu. *(tr)* 부강하다 giàu mạnh.

빈자 가난한 사람 Người nghèo. *(tr)* 부자 người giàu.

빈자리 공석 Ghế trống, chỗ chưa có ai ngồi.

빈정거리다 비웃적거리다 놀리다 Diễu cợt, quấy rầy.

빈천하다 Bần tiện. *(tr)* 부귀하다 phú quý.

빈촌 Làng nghèo. *(tr)* 부촌 làng giàu.

빈틈 틈 Kẽ hở. *(tt)* 여우 chút thong thả.

빈틈없다 철두철미 Bận suốt thời gian, chặt chẽ.

빌다 기도하다 Cầu nguyện, van lạy.

빌다 빌리다, 빌려쓰다, 차대하다, 대차하다 Vay mượn, thuê mướn. *(tr)* 임대하다 cho vay mượn.

빌딩 *(Building)* 건물, 건축물 toà nhà.

빌려주다 Cho mượn, cho vay. *(tr)* 빌리다, 꾸다, 차용하다, 빌려주다 vay mượn.

빌미 화근, 기화, 도화선 Dây dẫn lửa, nguồn lửa.

빌붙다 빈대 붙다 Bám lấy. 기생하다 sống nhờ.

빌어주다 임대하다 Cho vay mượn.

빌어먹다 개걸하다

Ăn xin, ăn mày.

빗 나 가 다 빗가다, 빗
나다, 엇나가다 Trệch
ra ngoài, trượt ra khỏi.

빗 맞 다 Không trúng, trật
(tâm).

빗 물 우수, 천수 Nước
mưa. 지하수 nước ngầm.

빗 변 현 사병 Cạnh bên.
(tr) 밑변 cạnh đáy.

빗 보 다 잘못 보다, 횡
보다 Nhìn sai.

빗 속 우중 Trong mưa.

빗 장 뼈 쇄 골 Xương
lồng ngực.

빙 결 하 다 얼다, 얼어
붙다, 결빙 하다 Đóng
băng, sinh băng. *(tr)* 해
빙하다 băng tan.

빙 고 얼음 창고 Kho
đá lạnh. 얼음 đá lạnh.

빙 과 냉과 Hoa quả ướp
lạnh.

빙 모 장모 Mẹ vợ. *(tr)*

빙부, 장부 cha vợ.

빙 벽 Vách băng. 빙산
núi băng.

빙 원 빙판 Mặt băng,
cách đồng băng.

빙 자 하 다 핑계 하다
Giả vờ, giả cách (ốm đau,
…).

빙 점 얼음 점, 어는점,
결빙점 Điểm đóng băng.
(tr) 끓는 점, 비등 점
điểm sôi.

빙 충 맞 다 어리석다
Trông không nhanh nhẹn.

빙 하 만년빙, 만년설
Băng hà.

빚 부채, 채무, 채금,
차간, 사채 Tiền nợ,
món nợ. *(tt)* 빚더미 món
nợ.

빚 내 다 빚지다, 차용
하다, 차입하다 Vay nợ.
(tr) 빚주다 cho vay nợ.

빚 다 양조 하다 Vắt,

nặn (từ đất, bột, ...).

빛 빛살, 광선 Ánh sáng.

빛깔 색깔, 색, 빛 Màu, màu sắc. *(tk)* 주색 주색 tửu sắc.

빛나다 Tỏa sáng. 눈부시다 làm chói mắt.

빛내다 빛나게 하다 Làm tỏa sáng.

빛발 Tia sáng.

빛보다 공개하다 Đưa ra ánh sáng, công khai cho biết.

빠듯하다 꼭 차다 Vừa đầy, vừa đủ.

빠뜨리다 잃어버리다, 분실하다 Bị mất.

빠르다 Nhanh (động tác), sớm. *(tt)* 이르다. *(tr)* 늦다 muộn.

빠지다 떨어지다 Rơi rụng. 누락하다 thiếu sót.

빠짐없이 모두다, 몽땅, 전무 Tất cả, không

sót, không chừa.

빤하다 밝다 Tỏa sáng, lóe lên (trong bóng tối).

빨강 뻘겅, 빨간 빛 Màu đỏ tươi.

빨갛다 Đỏ tươi.

빨갱이 공산주의자 Người cộng sản.

빨다 Hút, nút (chất lỏng). 빨대 ống hút. 흡입/ 흡수하다 hấp thụ/ hấp thu.

빨다 때 빨다, 빨래하다, 세탁하다 Giặt, giặt giũ, tẩy.

빨리 조속히, 신속히 Nhanh chóng, thần tốc.

빨아먹다 착취하다 Hút ăn (máu), bóc lột.

빨치산 Du kích.

빵점 영점 Điểm không (bài thi).

빻다 찧다 Nghiền, đâm cho nát ra. 제분하다 làm thành bột.

빼 기 뺄셈 Phép trừ. *(tk)* 더하기 phép cộng. 나누기, 나눗셈 phép chia. 곱하기, 곱셈 phép nhân.

빼 내 다 빼다, 뽑다 Tháo ra, rút ra, nhổ ra. *(tr)* 박다 đóng vào (đinh).

빼 돌 리 다 횡령하다 Biển thủ, lấy trộm (tiền, v.v...). 피신하다 lẩn tránh.

빼 먹 다 뽑아먹다, 빼어먹다 Ăn chặn, ăn trước cái gì của ai.

빼 앗 기 다 뺏기다. Cướp bóc

빼 앗 다 약탈하다, 착취하다 Cướp bóc, bóc lột.

백 후원자 Ô dù che chở, người giúp sau lưng.

백 백 하 다 조밀하다 Dày, không thưa. *(tr)* 성글다, 성기다 thưa, sưa.

뺄 셈 표 Dấu trừ.

뺑소니 치 다 도망가

다 Bỏ chạy, bỏ trốn (sau khi gây tai nạn).

뺨 따 귀 볼, 따귀 Má (trên mặt) .

뻔 뻔 스 럽 다 염치없다, 낯두껍다 Vênh váo, không có liêm sỉ, mặt dày.

뻔 히 확실히, 분명히, 뻔히 Rõ ràng.

뻗 다 펴다, 내밀다, 뻗치다 Vươn ra, chìa ra.

뼈 골 Xương, cốt. *(tr)* 살 thịt.

뼈 대 골격, 골조 Cấu trúc xương, hình dáng, cốt cách.

뼈 마 디 골절, 골관절, 관절 Đốt xương, khuỷu, khớp xương.

뼈 저 리 다 뼈 아프다, 사무치다 Nhức xương, đau xương.

뼛 속 골수, 뼛골 Tuỷ xương, tuỷ.

뽀얗다 선명하지 않다
Lờ mờ, không rõ, đục.

뽐내다 잘난 체하다
Tỏ ra ta đây, làm như ta
đây.

뽑다 빼다, 선발하다
Nhổ ra, tuyển chọn ra. *(tr)*
박다 đóng vào. 끼다
lồng vào.

뽑히다 선발 되다, 채
용되다 Được tuyển chọn,
được sử dụng.

뽕 뽕나무 Cây dâu. 뽕
밭 ruộng dâu.

뾰족 하다 Nhọn, sắc
nhọn. 날카롭다 sắc. *(tr)*
뭉툭하다 cùn, trơ.

뿌리 박다 고착 하다
Cắm rễ, ghi sâu vào lòng.

뿌리 뽑다 근절하다
Trừ tận gốc, nhổ gốc.

뿌리 근, 밑동 Rễ, gốc,
củ. 부리 mỏ chim.

뿌리다 살포하다 Rải
rắc, gieo cái gì.

-뿐 -만 Chỉ, duy nhất.

뿔 각 Sừng, gạc. 뿔소 con
tê giác.

뿔나다 화나다, 성나
다 Mọc sừng, nổi giận.

뿜다 뿜어내다, 분출하
다 Phun ra, phun trào ra
(dung nham). 뱉다 nhổ
ra (nước miếng).

삐다 탈구 하다 Trật
khớp xương.

삐라 전 단 Băng rôn
khẩu hiệu.

人

사 Tử, cái chết. 죽다 chết.
(tr) 생 sinh. 살다 sống.
(tk) 생사 từ sinh, sống
còn.

사 Việc tư. *(tr)* 공 việc công.
공사 구분 phân biệt
công tư.

사 넷, 네 Bốn (số từ).

사 사단 Sư đoàn.

사 회사 Công ty.

사가 역사가 Nhà lịch sử.

사각 네모 Bốn góc.

사각 Góc nghiêng.

사각모자 사각모, 대학
모자 Mũ tốt nghiệp cử
nhân.

사각형 네모꼴 Hình tứ
giác.

사거리 네거리,
십자로 Ngã tư đường.
(tk) 삼거리 ngã ba đường.

사건 Vụ việc, sự kiện.
(tt) 사, 일 việc.

사격하다 Xạ kích. 쏘다
bắn (súng).

사견 사의 Ý kiến riêng,
cá nhân. *(tk)* 중의, 중론
ý kiến chung.

사경 죽을 고비, 죽을
지경, 빈사 Cảnh sắp
chết. 위독하다 hấp hối.

사계 사변 Tai nạn, sự
biến.

사고 생각/사유하다
Tư duy, suy nghĩ.

사고 Tứ khổ, khổ khi
sinh ra, già yếu, bệnh tật
và chết (Phật giáo).

사공 뱃사공, 뱃 사람
Người lái đò. 서원 thuyền
viên.

사과 죄송/사하다 Xin

lỗi. 사죄하다 tạ tội.

사관 ch 역사관 Quan điểm lịch sử.

사교성 Khả năng xã giao.

사교육 Giáo dục tư nhân. *(tr)* 공교육 giáo dục công.

사귀다 교제하다, 친구 하다, 교우하다 Giao tiếp, kết bạn.

사글세 사글세, 월세 Tiền thuê nhà trả từng tháng. *(tk)* 전세 kiểu thuê nhà đặt cọc toàn bộ.

사글세 월세 Tiền thuê nhà hàng tháng. *(tr)* 전세 thuê nhà đặt cọc toàn bộ.

사금 Sa kim. *(tk)* 금광 quặng vàng.

사기 사서 Sách truyện lịch sử.

사기 자기 Đồ sứ.

사기업 Xí nghiệp tư nhân. *(tk)* 공기업 xí nghiệp công

사기하다 속이다 Lừa đảo. 속다 bị lừa đảo.

사나이 젊은 남자, 사내 Cậu con trai. *(tk)* 남자 con trai, đàn ông. 사내 아이 Bé trai. *(tr)* 계집 아이 bé gái.

사나흘 사흘 Ngày thứ tư trong tháng, trong 4 ngày.

사납다 매섭다 Dữ dằn. 포악/험악하다 hiểm ác.

사내 아이 사내, 남아 Bé trai. 사내 사나이, 남자 Con trai, đàn ông.

사내종 남자 종 남노 Đầy tớ trai. *(tr)* 계집 종 đầy tớ gái.

사냥하다 수렵 하다, 사냥 질하다 Săn bắn, săn. 사냥꾼 người đi săn.

사다 구입하다, 매입 하다, 사들이다 Mua, mua vào. *(tr)* 팔다, 판매하다, 매출 하다

bán, bán ra.

사닥다리 사다리 Cái thang.

사단 발단 Sự phát đạt. *(tt)* 번영 sự phồn vinh.

사단 재단 Tổ chức, đoàn thể, công ty.

사당 Đảng cá nhân. *(tr)* 공당 công đảng.

사대 사대주의 Chủ nghĩa nước lớn.

사도 Tà đạo. *(tr)* 정도 chính đạo.

사돈 인친, 사돈댁 Nhà thông gia.

사돈댁 사부인, 안사돈 Bà thông gia. *(tk)* 바깥 부인 ông thông gia.

사동 사환 Trẻ chạy việc vặt trong công sở xưa.

사라지다 없어지다 Biến mất, mất đi. *(tr)* 생기다 sinh ra. 나타나다 xuất hiện.

사람 인간, 세인 Con người. 인류 nhân loại.

사랑 애정, 연정, 총애 Tình yêu, tình thương. 애모 ái mộ. *(tr)* 미움 sự ghét bỏ, 증오 Sự căm thù. 사랑채.

사랑 좋아하다, 아끼다 Yêu, thích. *(tr)* 미워하다 ghét.

사려 깊다 Tư duy, suy nghĩ sâu sắc. *(tr)* 무모하다 thiếu suy nghĩ.

사력 Sức mạnh cuối cùng. *(tt)* 전력 toàn lực.

사령 영혼 Linh hồn người chết.

사례 보기, 본 보기, 예 Tấm gương noi theo.

사례하다 사은하다 Tạ lễ, tạ ơn. 후사하다 hậu tạ.

사로잡다 생포하다 Bắt sống.

사료 먹이, 모이 Thức ăn gia súc....., mồi.

人

사료하다 헤아리다
Suy nghĩ kỹ, cân nhắc.

사르다 소각하다, 불태
우다 Thiêu hủy.

사리 Tư lợi. *(tr)* 공리
공리 Tư lợi.

사리 이치, 도리 Đạo lý.

사립 사설 Tư lập. *(tr)*
공립 công lập. 국립 quốc
lập.

사마귀 Con ngựa trời,
con bọ ngựa.

사막 Sa mạc. 모래사장
bãi cát. 황사 hoàng sa.

사망률 Tỷ lệ tử vong.
(tr) 출생률 tỷ lệ sinh đẻ.

사망하다 죽다 Tử
vong, chết. *(tr)* 출생하다
sinh đẻ.

사멸하다 멸종하다
Tuyệt chủng, chết mất.

사무 Việc tư. *(tr)* 공
무 việc công.

사무소 사무실 Văn
phòng.

사무원 회사원 Người
làm việc ở công ty.

사무치다 뼈저리다
Khắc sâu vào xương, đau
tận xương.

사문 중, 스님, 출가하는
사람 Sư, nhà sư.

사문서 Thư riêng. *(tr)*
공문서 công văn.

사방 Bốn phương. 사향
bốn hướng.

사범대학 사대, 사
범대 Trường đại học sư
phạm.

사법 Tư pháp. 행정 hành
chính. 입법 lập pháp.

사변 변고, 사고 Tai nạn,
biến cố.

사별하다 여의다 Vĩnh
biệt nhau, xa nhau do chết.
(tr) 생이별하다, 생별하
다 xa nhau khi còn sống.

사병 병사 Binh lính.
(tk) 장교 sĩ quan. 졸병
lính quèn.

사복 평복 Quần áo thường dân. *(tk)* 군복 quân phục. 유니폼 정복, 제복 đồng phục.

사본 복사본, 등본 Bản sao. *(tr)* 원본 bản gốc.

사부 스승 Sư phụ, thầy. *(tt)* 선생 tiên sinh. 교사, 교원 giáo viên. 교수 giáo sư.

사비 Tư phí, tiền riêng. *(tr)* 공비 tiền công.

사비 자비 Kinh phí cá nhân, kinh phí tự lo. *(tr)* 국비, 관비, 공비 chi phí do quốc đài thọ.

사사 Việc tư, việc riêng. *(tr)* 공무 công vụ, việc riêng.

사사건건 Việc việc, từng việc. 모든 일 mọi việc.

사산하다 Đẻ ra khi trẻ đã chết. *(tk)* 조산하다 đẻ non.

사상가 사상자 Nhà tư tưởng.

사상자 Người chết và bị thương. *(tk)* 사망하다, 죽다 tử vong, chết, 부상 당하다, 다치다 bị thương.

사색 죽을 낯, 죽을 빛 Nét mặt người chết.

사색하다 명상하다, 깊이 생각하다 Suy nghĩ kỹ, sâu sắc.

사생 Việc tử sinh, việc sống chết. *(tk)* 생존하다 sống sót, sinh tồn. 살다 sống, 죽다, 사망하다 tử vong.

사생결단 죽을 각오, 결사적 Quyết tử, quyết hy sinh.

사생아 사생자 Trẻ ngoài giá thú, con hoang.

사생화 Bức tranh thực. *(tr)* 상상화 bức tranh vẽ theo tưởng tượng.

사생활 Sinh hoạt tư,

đời tư.

사 서 사기 Sử ký.

사 서 사전 Từ điển.

사 선 (Luật sư bào chữa do bị cáo) Tự chọn. *(tr)* 공선, 관선 do toà án chọn.

사 선 빗금 Đường gấp khúc.

사소하다 하찮다, 잘다 Nhỏ vặt và không quan trọng. *(tr)* 중요하다 quan trọng.

사수 궁사, 궁수, 사격수 Cung thủ, xạ thủ, pháo thủ.

사 신 사절 Sứ thần, sứ giả. 외교관 quan ngoại giao.

사 실 실사, 진상, 실상 Sự thật.

사실혼 Hôn nhân thực tế. 법률혼 hôn nhân theo luật pháp.

사 심 나쁜 마음, 사의 Lòng xấu, ý cá nhân.

사 십 마흔 Bốn mươi (số lượng).

사 악 악독 Ác độc. *(tr)* 선 thiện.

사악하다 간악하다 Ác, ác độc. *(tr)* 선하다 thiện. 착하다 hiền lành.

사 양 지는 해, 석양 Mặt trời lúc lặn.

사 양 하 다 Từ nhượng. 사절 하다 từ chối. 거절 하다 cự tuyệt. 양보하다 nhượng bộ.

사 어 Từ cũ xưa nay không dùng.

사 업 가 경 영자 Nhà doanh nghiệp. 사업주 chủ doanh nghiệp.

사 업 체 기업체, 회사 Công ty.

사 업 하 다 경영 하다 Kinh doanh, làm ăn.

사 역 까닭, 이유, 사정, 연유 Nguyên do, nguyên nhân, lý do.

사역하다 부리다, 시키다 Sai khiến, sai làm.

사욕 사리 사욕 Tham vọng cá nhân. 사심, 사의 lòng tư.

사용 Dùng cho tư nhân. *(tt)* 사유물 đồ dùng cá nhân. *(tr)* 공용 dùng cho tập thể. 공유물 đồ dùng tập thể.

사용료 셋돈 Tiền sử dụng, thuế.

사용인 피고 용자 Người được tuyển dụng. *(tt)* 근로 자, 노동자 người lao động. *(tk)* 고용주 chủ sử dụng.

사용하다 쓰다, 활용하다, 이용하다 Sử dụng, dùng đến.

사원 Tu viện. 절 chùa. 교회 nhà thờ.

사위 백년 손님 Con rể. *(tr)* 며느리, 새아기 con dâu.

사유 개인 소유 Sở hữu tư nhân. *(tr)* 공유 sở hữu chung. 국유 sở hữu nhà nước.

사유 사고, 사색 Sự tư duy.

사유물 사물 Vật sở hữu cá nhân. *(tr)* 공유물 vật sở hữu công cộng.

사유재산 사재, 개인 재산 Tài sản tư nhân. *(tr)* 국가 재산 tài sản quốc gia.

사유지 사령, 사지, 사토 Đất riêng, đất sở hữu cá nhân. 공유지 đất sở hữu nhà nước.

사유화하다 Tư hữu hoá. *(tr)* 국유화하다 quốc hữu hoá. 공유 화하다 công hữu hoá.

사육하다 기르다, 먹이다 Nuôi (động vật).

사이 좋다 친하다, 친근하다 Quan hệ với

nhau

사 이 새, 틈 **1.** Khoảng cách, kẽ hở giữa giữ hai vật. **2.** quan hệ quan hệ.

사 이 드 (Side), 옆, 가 Bên cạnh.

사 이 비 Không chính thống, (tr) 정교 chính thống.

사 이 즈 (Size), Cỡ. 크기 độ lớn. 치수, 척도 số đo.

사 인 (Sign), 서명 하다 Ký tên.

사임하다 사직 하다, 사퇴 하다 Từ chức, thôi chức vụ.

사 자 Sứ giả. (tt) 천사 thiên sứ, cô tiên.

사 자 사망자, 사인, 죽은 사람, 망인 Người chết. (tr) 생자 người sống.

사 자 Sư tử, chúa loài vật.

사 장 사주 Chủ nhà máy, giám đốc. 대표이사 giám đốc được bầu.

사 재 기 하 다 투기하다 Đầu cơ trục lợi.

사 저 사택 Nhà riêng. (tr) 관저 công sở.

사 적 Thuộc về tư nhân. (tr) 공적 thuộc về công.

사 적 고적, 유적 Di tích lịch sử.

사 전 Từ trước, khi việc xảy ra. (tr) 사후 sau việc xảy ra.

사 전 Từ điển.

사 전 에 미리, 이전에, 먼저, 앞에 Từ trước, từ đầu. (tr) 사후에 sau đó.

사 정 형편, 상황 Tình hình, hoàn cảnh (sự việc).

사 제 스승과 제자, 사생 Sư và đệ.

사 죄 하 다 Xin lỗi (kính trọng). (tt) 미안하다.

사 주 (Tứ trụ: giờ, ngày, tháng, năm sinh), 사주팔자, 팔자, 운명 Số mệnh, số phận.

사주단자 주단,
사주 Tờ giấy ghi chép.

사증 비자 Visa.

사지 팔다리, 사족 Tứ
chi, hai tay và hai chân.
(tr) 몸통 phần mình.

사직원 사직 청원서,
사표 Đơn xin từ chức,
đơn xin thôi việc. *(tr)*
지원서 đơn tình nguyện.

사직하다 사퇴하다
Từ chức. *(tt)* 사임하다
từ nghiệm. *(tr)* 취임하다
nhận chức.

사진가 사진사 Nghệ
sĩ nhiếp ảnh.

사진관 사정 Hiệu ảnh.

사진집 사진첩, 앨범
Anbum.

사채 Nợ vay tư nhân. *(tt)*
공채 nợ tiền công.

사천왕 사천 Bốn vị
thần giữ chùa.

사철 사계, 사시 사계절

Bốn mùa trong năm. *(tt)*
춘하 추동 xuân hạ thu
đông.

사체 시체, 송장 Tử thi, thi
hài.

사촌 Anh chị em con
chú, con bác, con cô. *(tk)*
외사촌 anh em con dì,
con cậu.

사춘기 청춘기 Tuổi dậy
thì, tuổi lên thanh niên.

사취하다 빼앗다, 속여
빼앗다 Lừa lấy, cướp lấy.
사치품 hàng xa xi.

사치하다 호사하다
Xa xi. *(tt)* 낭비하다 lãng phí.
(tr) 검약하다 tiết kiệm.

사타구니 Háng, chạng
chân.

사탄 Quỷ Satăng. 악마
ác ma.

사탕 과자 Quà bánh.
(tk) 설탕 đường ăn.

사탕발림하다 비위
맞추다, 아부하다, 아첨

人

하다 Nịnh nọt, nịnh bợ.

사 태 사정, 상태, 형편 Tình hình, hoàn cảnh.

사 택 관사 Nhà nước hay công ty cho mượn.

사 토 모래흙, 모래땅 Đất cát.

사 통 하 다 Tư thông. *(tt)* 외도하다 ngoại tình.

사 투 리 방어, 시 골말 Tiếng địa phương, thổ âm. *(tr)* 표준어 tiếng chuẩn, tiếng phổ thông.

사 팔 뜨 기 사시 Người lác mặt (coi thường).

사 포 모래 종이, 연마지 Giấy nhám, giấy cát.

사 표 사 직서, 사 직원, 사퇴서 Đơn xin từ chức.

사 학 Trường tư thục. *(tr)* 관학 trường công.

사 항 항, 항목, 조항 Mục, khoản, điều khoản (trong hợp đồng).

사 행 심 Lòng muốn gặp

vận may bất ngờ.

사 형 수 사수 Tử tù, tù bị kết án tử hình.

사 화 산 죽은 화산 Núi lửa đã thôi phun lửa. *(tr)* 활화산 núi lửa đang hoạt động.

사 회 사업 자선 사업 Công việc từ thiện, tự nguyện.

사 회 사회자 Người tổ chức hội nghị, hội họp. *(tk)* 주례 chủ lễ kết hôn.

사 회 성 사교성 Tính xã giao.

사 회 장 Đám tang do đoàn thể tổ chức. *(tk)* 개 인상 tang do gia đình tổ chức. 국상 quốc tang.

사 회 주 의 Chủ nghĩa xã hội. *(tk)* 자본 주의 chủ nghĩa tư bản. 공산 주의 chủ nghĩa cộng sản.

사 후 Sau khi chết. *(tr)* 생전 sinh thời, lúc còn

sổng.

사후강직 Tình trạng thi thể không tan, mà kết.

사흘 삼 일, 세 날 Ba ngày. *(tk)* 하루 một ngày, 이틀 hai ngày. 나흘 bốn ngày. 닷새 năm ngày.

삭감하다 깎다 Giảm, gọt sạch.

삭발하다 머리 깎다 Cạo trọc đầu. 중이 되다 trở thành sư.

삭제하다 Xoá bỏ hay bớt đi. *(tt)* 지우다 xoá mất. *(tr)* 첨가하다 thêm vào.

삭풍 북풍 Gió bắc, gió lạnh.

산 Axít. *(tr)* 염기 chất kiềm.

산 산악, 뫼 Núi, đồi, gò.

산간 두메, 산골, 산중 Vùng rừng núi.

산고 산통 Sự đau khi sinh nở. *(tk)* 진통 sự đau đớn. 진통제 thuốc giảm đau.

산곡 산골짜기, 산골짝 Thung lũng. *(tk)* 고개 đèo núi.

산기슭 산자락 Chân núi.

산길 산도, 산로 Đường núi, đường rừng.

산꼭대기 산봉 우리 Đỉnh núi, ngọn núi.

산나물 산채 Cây rừng.

산더미 무더기 Một đống. 다량 nhiều.

산도 산 성도 Nồng độ axít.

산돼지 멧돼지 Lợn rừng, lợn lòi.

산등이 산등성이, 능선, 산허리, 산중턱 Lưng núi.

산란기 난기 Thời kỳ đẻ trứng. 번식기 thời kỳ sinh đẻ.

산란하다 산만 하다 Lộn xộn. *(tr)* 질서 있다, 정연하다 có trật tự.

산림 숲 Vùng cây, rừng cây. 밀림 rừng. 정글 rừng

nhiệt đới.

산 마 루 산등성마루 Nơi cao nhất trong rừng núi, từng sườn núi.

산 매 하 다 소매 하다 Bán lẻ. *(tr)* 도매하다 bán sỉ.

산 맥 산줄기 Mạch núi.

산 모 산부, 아이 어미 Sản mẫu, sản phụ.

산 목숨 목숨 Mạng sống, sinh mạng.

산 물 Sản vật vùng đó.

산 미 Vị chua. *(tk)* 고소하다 bùi. 달다 ngọt, 쓰다 đắng.

산 발 적 으로 가끔, 때 때로 Thỉnh thoảng, đôi khi. *(tr)* 지속 적으로 một cách liên tục.

산 보 하 다 산책 하다, 나들이하다 Đi tản bộ, đi dạo.

산 봉 산봉우리, 봉우리 Đỉnh núi.

산 불 산화 Đám cháy rừng.

산 사 람 산악인 Người vùng rừng.

산 사 태 산붕 Núi lở.

산 삼 Sâm núi. *(tk)* 수삼 sâm tươi. 홍삼 hồng sâm.

산 성 Tính axít. *(tr)* 알칼리성 tính kiềm.

산 세 산형 Địa hình núi.

산 소 Mộ (kính trọng). 무덤, 묘소 ngôi mộ.

산 속 산간, 산내 Trong núi.

산 수 산술 Phép tính.

산 수 도 산수화 Tranh vẽ thiên nhiên, sơn thủy.

산 신 산신령 Thần núi.

산 악 인 등산가 Người leo núi. *(tt)* 등산하다 leo núi.

산 언 덕 구릉 Đồi, gò núi.

산 업 재 해 산 재 Tai nạn lao động.

산 업 용 공 업용 Dùng trong công nghiệp. *(tk)* 가

정용 dùng trong gia đình.

산업체 제조업체 Nhà máy sản xuất.

산울림 메아리 Tiếng vọng từ núi.

산월 해산 달 Tháng ở cữ, tháng sinh nở.

산음 산그늘 Bóng núi.

산재하다 널려 있다 Rải rác đây đó.

산적 산도적 Sơn tặc, cướp núi. (tr) 해적 hải tặc.

산적하다 쌓이다 Dồn đến, chất đống.

산전 Trước khi sinh nở. (tr) 산후 sau khi sinh nở.

산지 원산지 Nơi sản xuất, đất sinh ra.

산짐승 멧짐승, 산수 Thú rừng.

산출하다 Sản sinh ra. 만들다, 생산하다 sản xuất ra. (tr) 소비하다 tiêu dùng.

산파 조산사, 조산부,

조산원 Bà mụ, bà đỡ, y bác sĩ hộ sản.

산하 산천 Sơn hà. 강토, 산천, 강토 giang sơn, sống núi, đất nước.

산해진미 Sơn hào hải vị, món ngon nhất.

산허리 Lưng núi.

산화 Hiện tượng bị ô xy hóa. 환원 sự kết hợp với oxy.

살 살갗, 피부 Da, phần còn lại trừ phần xương. (tk) 고기, 육 thịt, 뼈 xương.

살 세, 나이의 횟수 Tuổi (đơn vị tính tuổi).

살 액, 재앙 Vận rủi, tai ương.

살 화살 Mũi tên.

살가죽 살갗, 피부 Da (động vật).

살결 살빛 Nước da, ánh da.

살균제 Thuốc sát trùng. 소독약, 소독제 thuốc

xổ độc.

살그머니 몰래, 남몰래 Lén lút, âm thầm.

살다 Sống. *(tr)* 죽다 chết. *(tk)* 생존하다 sống sót.

살덩어리 살덩이 Tảng thịt, cục thịt.

살리다 살려내다 Làm sống lại, cứu sống. 구명하다 cứu mạng. 구조하다 cứu trợ. *(tr)* 죽이다 giết chết.

살림 살림살이 Cuộc sống, đời sống.

살림꾼 주부 Người nội trợ.

살마르다 Gầy đi. *(tr)* 살찌다 béo ra.

살며시 슬그머니, 비밀에 Bí mật, lén lút, âm thầm.

살벌하다 Sát phạt. 죽이다 giết chết.

살붙이 혈연, 일가붙이 Những người ruột thịt.

살빛 살색, 살갗의 빛깔 Màu da.

살사리아 첨꾼 Quân nịnh bợ.

살색 피부색, 살빛 Màu da.

살아나다 소생하다, 회생하다 Sống lại, hồi sinh.

살아남다 생존하다 Sống còn, sống sót.

살아생전 생전 Khi còn sống, sinh thời.

살육하다 살생하다 Sát sinh.

살인마 살인자 Kẻ sát nhân.

살인하다 살해하다 Sát hại, sát nhân.

살짝 몰래, 살며시 Lén lút, bí mật.

살찌다 Béo ra. *(tr)* 여위다, 마르다 gầy mòn.

살충제 Thuốc sát trùng, thuốc xổ giun.

살판나다 신나다 Thấy sống thú vị, thích sống.

살피다 살피다, 살펴보다 Chăm nom, chăm sóc, trông coi.

살해하다 Sát hại. 죽이다 giết chết.

삵 보수, 대가, 임금 Tiền công làm.

삶 생 Sự sống, cuộc sống. *(tr)* 죽음 cái chết.

삶다 Luộc chín. 끓이다 đun sôi. 볶다 rang lên.

삶은 달걀 숙란 Trứng gà luộc.

삼 셋 Ba, số 3 (số lượng).

삼가다 신중하다 Dè dặt, thận trọng.

삼각자 세모자 Thước vuông.

삼각주 델타 Vùng tam giác.

삼각형 세 모꼴 Hình tam giác.

삼거리 세거리 Ngã ba đường.

삼경 Tam kinh (quan hệ giữa vua tôi, cha con, vợ chồng). *(tk)* 오륜 ngũ luân.

삼경 한밤중 Canh ba, trong đêm khuya (13:00 _01:00). *(tk)* 자정 lúc giao thừa.

삼광 월 성일 Ba thần: mặt trời, mặt trăng và sao.

삼년상 삼상 Tang ba năm.

삼다 Lấy làm (vợ chồng, v.v...). 인연 맺다 kết nhân duyên.

삼라만상 물, 만상 Vạn vật, muôn loài.

삼령 천지인 Tam linh thiên địa nhân.

삼류 Loại ba, loại bét. *(tk)* 일류 loại nhất. 이류 loại hai. 일류 loại nhất.

삼림학 임학 Ngành học lâm nghiệp.

삼복 한참 더위 Lúc nóng

nhất.

삼시 세끼, 세 끼니 Ba bữa ăn. *(tk)* 조식 bữa ăn sang. 중식 bữa ăn trưa.

삼십 서른 살, 서른 Ba mươi tuổi.

삼엄하다 Nghiêm ngặt

삼인조 트리오 Tổ ba người.

삼일 사흘 **1.** Ba ngày.

삼자 제삼자 Người thứ ba, người không quan hệ. *(tr)* 당사자 người đương sự, người liên quan.

삼종 Tam tòng (nhỏ theo cha, lấy chồng theo chồng, chồng chết theo con).

삼차 세 차례 Lần thứ 3, ba lần.

삼천지교 맹모삼천 지교 Mẹ Mạnh Tử ba lần dời nhà.

삼촌 숙부, 유부, 작은 아버지 Chú *(tk)* 외삼촌 cậu, bác đẳng mẹ.

삼키다 Nuốt vào. *(tr)* 토하다 nôn ra.

삽입하다 끼우다 Lồng vào, cắm vào, đóng vào.

삿대 Cây sào chống thuyền. *(tk)* 노 cái chèo.

상 Thưởng. 상 금 tiền thưởng. 상장 giấy khen. *(tr)* 벌 hình phạt.

상 염색체 Nhiễm sắc thể bình thường. *(tr)* 성염 색체 nhiễm sắc thể giới tính.

상 Thượng, bên trên. *(tk)* 중 trung, giữa. 하 하, dưới.

상 상의 모습, 얼굴, 낯 Tướng, khuôn nét mặt. *(tk)* 관상 xem tướng.

상가 가게, 상점 Cửa hàng, cửa hiệu.

상가 초상집 Nhà có tang, tang gia.

상감 상감마마, 왕, 임금 Vua, bề trên.

상것 Người hèn mọn (coi

khinh). *(tk)* 상놈 thằng cha

상견하다 만나다, 마주 보다 Gặp mặt, tiếp kiến.

상경 Thượng kinh. *(tr)* 하경 rời kinh đô về địa phương.

상계하다 상쇄 하다 Hòa nhau, xem như bù lẫn nhau (trong tiền nong).

상고 태고 Thời thượng cổ.

상관 상급자 Cấp trên.

상관되다 관련성이 있다 Có liên quan. 상관 없다 không có liên quan gì.

상권 Cuốn đầu. *(tk)* 중권 cuốn giữa. 하권 cuối cuối cùng.

상극 상충 Hai cực đối lập, không cùng nhau được (nước và lửa,...). *(tr)* 상생 cùng tồn tại, nhất trí, hợp nhau.

상근하다 Làm việc theo giờ giấc bình thường. *(tk)* 특근하다 làm ngày lễ, ngày chủ nhật.

상금 Tiền thưởng. *(tr)* 벌금 tiền phạt.

상급생 Học sinh lớp trên. *(tr)* 하급생 học sinh lớp dưới.

상기하다 생각해내다, 회고하다 Suy nghĩ ra, nghĩ lại.

상납금 뇌물 Tiền hối lộ.

상납하다 헌납 하다, 바치다 Cống nạp.

상냥하다 부드 럽다 Mềm mỏng, dễ chịu.

상놈 쌍놈 Thằng thô tục (chửi). 상년 con mẹ (chửi tục).

상단 위 끝 Phần đầu, phần trên. *(tr)* 하단 phần đuôi, phần dưới.

상담하다 자문하다

Tư vấn.

상당량 상당수, 대수 Số lượng nhiều, số lượng lớn.

상당히 무척, 아주 Rất, quá. (mức độ)

상대 상과 대학 Đại học thương nghiệp.

상대방 Phía đối phương. (tk) 상대자 người đối phương, người có quan hệ.

상대성 이론 상대론, 상대성 원리 Thuyết tương đối.

상대적 Một cách tương đối. (tr) 절대적 một cách tuyệt đối.

상대편 상대방 Phía bên kia, phía đối phương. (tr) 자기편 phía mình.

상도 상 도덕 Đạo đức thương mại.

상등 최고급 Thượng đẳng. (tr) 하등 hạ đẳng.

상등병 상병 Binh

nhất.

상등품 Hàng cao cấp. (tr) 하등품 hàng rẻ tiền.

상례 Thường lệ. 통례 thông lệ.

상류 Thượng lưu sông. (tr) 하류 hạ lưu sông.

상류층 Tầng lớp thượng lưu. (tk) 중 류층 tầng lớp trung lưu, 하류층 tầng lớp dưới trong xã hội.

상말 쌍소리, 속어, 비언 Lời nói tục.

상면하다 상봉 하다 Gặp mặt.

상민 상인 Người thuộc tầng lớp trung bình trong xã hội. (tk) 양반 tầng lớp trên. 중민 người bình dân. 천민 dân nghèo.

상반기 Sáu tháng đầu năm. (tk) 하반기 sáu tháng cuối năm, 일/이/삼/사 분기 quý 1/2/3/4.

상반기 전반기 Kỳ trước.

nửa năm trước. *(tr)* 하반기 nửa năm sau.

상반부 Phần trước. *(tr)* 하반부 phần sau.

상반신 윗몸, 상체 Nửa người trên. *(tr)* 하체 nửa người dưới.

상받다 상 타다, 수상 하다 Nhận, lĩnh thưởng. *(tr)* 벌 주다 Phạt. 벌받다 bị phạt.

상보다 관상하다 Coi tướng. 점치다 gieo quẻ.

상복 흉복, 상제 Áo tang.

상봉하다 만나다 Gặp mặt. *(tr)* 이별하다 ly biệt.

상부구조 Kiến trúc thượng tầng. *(tr)* 하부구조 cấu trúc hạ tầng.

상부상조하다 서로 돕다 Giúp đỡ lẫn nhau.

상비약 구급약 Thuốc cấp cứu.

상사병 연병 Bệnh tương

tư.

상사하다 비슷 하다 Tương tự. 닮다 giống nhau.

상상하다 구상 하다 Tưởng tượng. 망상 하다 mường tượng.

상상화 Bức tranh vẽ theo tưởng tượng. *(tr)* 사생화 bức tranh vẽ cảnh thật.

상서하다 길하다, 좋다 Tốt, lành. *(tr)* 흉하다 hung, xấu.

상석 상좌, 윗자리 Ghế trên. *(tr)* 말석 ghế dưới.

상선 무역선 Thuyền buôn, thương thuyền. *(tr)* 군함 quân hạm.

상세히 세밀히, 자세히 Tỷ mỷ, chi tiết.

상속인 상속자 Người được thừa kế. *(tr)* 피상속인 người cho thừa kế.

상속하다 물려 받다, 이어받다 Thừa kế, 계승 하다 kế thừa.

상쇄하다 비기다 Xong hết (trong thanh toán nợ).

상수 Người hơn hẳn mình về mặt nào đó. *(tr)* 하수. *(tk)* 고수 cao thủ.

상수 상책 Thượng sách. *(tk)* 중책 trung sách.

상수도 Nước sạch chưa dùng. *(tr)* 하수도 nước đã dùng.

상순 초순 Thượng tuần, mười ngày đầu. *(tk)* 중순 trung tuần. 하순 hạ tuần.

상술 상계 Cách buôn bán, thuật buôn bán.

상스럽다 천하다, 비속하다 Tầm thường, thô tục, hàn hạ. *(tr)* 고상하다 cao thượng.

상습 버릇, 습성 Thói xấu, thói quen xấu.

상승세 Thế đi lên. *(tr)* 하락세 thế đi xuống.

상승하다 올라 가다. 높아지다 Lên, lên cao,

tăng lên (giá cả). *(tr)* 하강하다, 하락하다 hạ xuống.

상시 늘 Luôn luôn, thường thường.

상시 평상시 Lúc bình thường. *(tk)* 비상시 lúc bất thường.

상식 보통 지식 Thường thức, tri thức thông thường.

상실하다 잃어버리다, 잃다 Đánh mất, làm mất, mất. *(tr)* 획득하다 thu được, đạt được.

상심하다 애태우다, 속태우다 Đau khổ, đau buồn trong lòng, khổ tâm.

상업지 Vùng đất buôn bán. *(tk)* 거주지, 주거지 vùng đất dùng cho dân cư (quy hoạch).

상여금 보너스 Tiền thưởng.

상오 오전 Buổi sáng. *(tk)* 정오, 오정 chính trưa.

오후 buổi chiều.

상온 동물 등온동물, 온혈동물 Động vật máu nóng/ nhiệt độ máu không thay đổi. *(tr)* 냉혈동물 động vật máu lạnh/ nhiệt độ thay đổi theo nhiệt độ bên ngoài.

상온 항온, 평균 온도 Nhiệt độ thông thường.

상용어 일상어 Lời dùng hàng ngày.

상원 Thượng viện. *(tr)* 하원 hạ viện.

상위권 상위의 범위 Phạm vi trên. *(tr)* 하위권 phạm vi dưới.

상응하다 Tương ứng. 상당하다 tương đương.

상의 옷 Áo. *(tk)* 하의 바지 Quần.

상의하다 논의 하다 Thượng nghị, bàn luận.

상이군인 부상병, 상 이병 Thương binh.

상이하다 다르다 Khác nhau. *(tr)* 유사하다, 비슷하다 tương tự, gần giống nhau.

상인 Thương nhân. 장사꾼 người buôn bán.

상자 궤, 통, 갑 Cái thùng, cái hộp 박스 cái hộp giấy.

상장 Giấy khen, bằng khen. *(tk)* 상품 hiện vật khen thưởng kèm giấy khen.

상쟁하다 다투다 Đánh nhau.

상전 벽해 상해 Ruộng dâu thành biển biệc.

상전 Người chủ. *(tr)* 종 nô tỳ, 노예 nô lệ.

상전 뽕밭, 상원 Thương điền, ruộng dâu.

상점 가게, 상가, 점포 Cửa hàng, cửa hiệu.

상정하다 올리다 Đệ trình lên.

상제 Thượng đế, *(tk)* 천제, 하느님 thiên đế,

ông trời.

상 조 상부 상조 Tương
trợ, tương hộ lẫn nhau.

상 종 하 다 사귀다 Chơi
với nhau. 어울리다 hợp
với nhau.

상 좌 상석 Ghế trên, chiếu
trên.

상 주 다 시상하다, 포상
하다 Khen thưởng. (tr)
벌하다, 벌주다 phạt.
상벌 thưởng phạt.

상 중 Đang có tang, đang
chịu tang.

상 징 Tượng trưng. (tt)
기호 ký hiệu.

상 처 하 다 Mất vợ, sống
cảnh mất vợ. (tk) 상부
하다 mất chồng, sống
cảnh không chồng.

상 층 Tầng trên. (tr)
하층 tầng dưới.

상 층 운 Mây tầng cao. (tr)
하층운 mây tầng thấp.

상 치 하 다 서로 어긋
나다 Vênh nhau, không
khớp nhau. (tr) 들어맞다
khớp nhau.

상 쾌 하 다 유쾌 하 다
Sảng khoái. (tr) 불쾌하다
bực bội.

상 투 꼭대기, 정정 Tuyệt
đỉnh, đỉnh cao nhất.

상 투 어 일 상 어 Tiếng
phổ thông.

상 표 브랜드 Thương hiệu,
nhãn hiệu, tên hàng sản
xuất.

상 품 상등품 Hàng loại tốt.
(tr) 하품, 하등품 hàng
loại thường.

상 품 판 매품 Thương
phẩm, hàng hóa.

상 피 근친상간 Việc
người có dòng máu gần
nhau nhưng quan hệ giới
tính với nhau, loạn luân.

상 피 외피 Lớp da ngoài.
(tk) 내피 lớp da trong.

상 하 Trên dưới.

상하다 부상 당하다, 다치다 Bị thương.

상하다 썩다, 쉬다 Bị hôi thối, bị hư hỏng. 손상하다 tổn thương.

상한 Giới hạn trên. *(tk)* 하한 giới hạn dưới.

상한가 Giá cổ phiếu cao nhất trong ngày. *(tr)* 하한가 giá cổ phiếu thấp nhất trong ngày.

상해하다 때리다 Đánh.

상행하다 상경하다 Đi lên phía thủ đô. *(tr)* 하행하다 đi về phía địa phương.

상향하다 Hướng lên trên. *(tr)* 하향하다 hướng xuống dưới.

상현달 반달, 반월 Trăng bán nguyệt trước rằm. *(tr)* 하현달 trăng bán nguyệt sau rằm.

상형 Chữ tượng hình.

상호 피차 Tương hộ.

서로 잖 nhau.

상흔 흉터, 흠집 Vết sẹo, dấu vết thương còn lại.

상환하다 갚다, 돌려 주다 Trả lại, trả cho. 변제하다 đền cho.

상환하다 맞바꾸다 Đổi cho nhau.

상황 형편 Tình hình. *(tk)* 추세 xu thế, tình hình.

상회하다 웃돌다 Vượt lên trên (số lượng). *(tr)* 하회하다 tụt xuống dưới.

샅 사타구니 Nách háng, phần giáp giữa hai chân và bụng dưới.

샅샅이 속속 들이, 모조리 Không sót cái gì.

새 Mới. *(tr)* 헌 cũ.

새 억새풀 Cây lau.

새 조류, 날짐승 Chim.

새기다 Khắc vào. 조각하다 điêu khắc.

새기다 되씹다 Nhai

lại (trâu bò).

새 끼 새끼줄 Dây rơm rạ bện.

새 끼 어린 것 Con, con con. *(tr)* 어미 con mẹ (động vật).

새 다 노출 하다 Rò rỉ, chảy ra, lộ ra.

새 다 밝아오다 Sáng ra. *(tr)* 어두어지다 tối đi.

새 다 새우다, 지새다, 지새우다, 밤을 새우다 Thức suốt đêm.

새 댁 새색시, 새아씨 Cô dâu mới cưới. *(tk)* 새신랑 chú rể mới cưới vợ.

새 로 이 새로 Mới (trạng từ).

새 롭 다 새, 새삼스럽다 Mới.

새 말 신어 Từ mới sinh sau.

새 벽 새벽녘, 미명 Lúc bình minh, tảng sáng. *(tr)* 저녁 buổi tối.

새 벽 달 Trăng sáng mai. 새살 생살 Thịt mới sinh ra trên vết thương.

새 싹 싹 Mầm cây, mầm mới.

새 아 기 며느리 Con dâu. *(tr)* 사위 con rể.

새 어 머 니 계모 Mẹ kế. *(tr)* 친모, 생모 mẹ đẻ.

새 장 Cái lồng chuồng chim.

새 해 신년 Năm mới.

색 색깔, 빛 Màu sắc.

색 여색 Nhan sắc. *(tk)* 주색 tửu sắc.

색 맹 색약 Bệnh mù màu, bệnh không phân biệt được màu sắc.

색 상 명도, 채도 Độ đậm nhạt của màu sắc.

색 인 찾아보기, 인덱스 Sự truy tìm, tìm kiếm.

색 정 색욕, 욕정 Dục vọng, sự ham muốn nhục dục.

색종이 색지 Giấy màu.

색채감각 Cảm giác về màu sắc.

색출하다 뒤져 내다, 찾아 내다 Lục ra, truy tìm ra.

색칠하다 채색하다 Tô màu, bôi màu.

색한 호 색꾼, 호 색가 Người hiếu sắc.

샌님 생원님, 은사 Ấn sĩ.

샘내다 질투하다, 시샘 하다 Ghen tị, ghen ghét.

샘물 생수, 천수 Nước suối.

샘플 (*Sample*) 본보기, 견본 đồ mẫu, hàng mẫu.

샛밥 사이참, 간식 Cơm giữa chừng, bữa ăn tạm.

샛별 금성 Sao mai, sao Kim.

생 삶 Sinh. (*tr*) 사, 사망, 죽음 tử.

생가 본생가 Ngôi nhà nơi sinh ra và lớn lên.

생각나다 기억 나다 Nhớ ra, nghĩ ra.

생각하다 사고하다 Suy nghĩ. 사유하다 tư duy.

생겨나다 생 기다, 있게되다 Sinh ra, xuất hiện.

생경 사경 Cảnh chết, con đường chết.

생계 생도, 생로 Sinh kế, con đường sống.

생계비 Sinh kế phí. (*tt*) 생활비 phí sinh hoạt.

생기가 생기여나다 Sinh ra. 나타나다 xuất hiện. (*tr*) 없어지다 biến mất.

생기설 생기론 Thuyết chủ trương vũ trụ sinh ra bởi bàn tay siêu phàm.

생김새 모양새, 모습 Dáng người, hình dáng người.

생나무 생목 Cây tươi.

(tr) 마른 나무 cây khô.

생 남 하 다 득녀 하 다
Sinh con trai. *(tr)* 생녀
하다, 득녀하다 sinh
con gái.

생 득 관 념 Quan niệm
bẩm sinh.

생 락 하 다 약 하다, 줄
이 다 Lược bớt, tóm tắt.

생 리 Sinh lý. *(tt)* 월경
kinh nguyệt.

생 명 목숨 Sinh mạng,
mạng sống.

생 명 체 생물체, 생물
Sinh vật.

생 모 친모, 친어머니
Mẹ ruột, mẹ đẻ. *(tk)* 양모
mẹ nuôi. 계모 mẹ kế.

생 방 송 Truyền hình,
truyền tin trực tiếp. *(tr)*
녹화방송/녹음방송
truyền hình tin được ghi/âm
được ghi.

생 별 Sự ly biệt khi còn
sống. *(tr)* 사별 tử biệt, ly
biệt khi chết.

생 부 친부, 친아 버지
Cha đẻ. *(tk)* 양부 cha nuôi.
계부 cha dượng. 생부모
cha mẹ ruột. 양부모 cha
mẹ nuôi.

생 불 Phật sống.

생 사 죽살이, 삶과 죽음
Sống và chết. 생사존망
sinh tử tồn vong.

생 산 고 생산액 Số tiền
tính trên hàng hoá. *(tr)*
소비액 số tiền tiêu thụ.

생 산 물 산 출물 Sản
phẩm, hàng làm ra. 생
산량 số lượng làm ra. *(tk)*
소비량 lượng tiêu thụ.

생 산 자 Người sản xuất.
(tr) 소비자 người tiêu dùng.

생 산 적 Thuộc về sản
xuất. *(tr)* 비생 산적 thuộc
về phi sản xuất.

생 산 지 출산지 Nơi
sản xuất. *(tk)* 소비지 nơi
tiêu thụ.

생생하다 생기 왕성하다 Đầy sức sống.

생선 물고기, 선어 Cá (nói chung). *(tk)* 활어 cá sống.

생성하다 Sinh thành. 생기다, 생겨나다 sinh ra. *(tr)* 소멸하다 mất đi. *(tk)* 멸종하다 tuyệt chủng.

생소하다 낯설다, 낯설다 Lạ mặt, không quen biết. *(tr)* 낯익다, 친숙하다 quen thân.

생수 소인, 아마 추어 Người không rành nghề, kém cỏi. *(tr)* 달인 người tài giỏi. 전문가 nhà chuyên môn.

생식기 성기 Bộ phận sinh dục.

생식하다 Sinh sản. *(tk)* 번식하다 phát dục, động dực.

생식하다 날로 먹다 Ăn sống. *(tr)* 화식하다 ăn chín.

생애 생시, 생전 Sinh thời, lúc còn sống.

생이별 Sự ly biệt sống. *(tk)* 사별 vĩnh biệt (người chết).

생일 생일날, 출생일 Ngày sinh nhật. 탄신일, 탄생일 ngày sinh (kính trọng).

생전 생시 Sinh thời, lúc còn sống. *(tr)* 사후 sau khi chết.

생존하다 살아 남다, 살다 Sống sót, sống. *(tr)* 사망하다 tử vong.

생죽음 개죽음, 횡사 Cái chết chưa hết mệnh, chết đáng thương.

생중계하다 Truyền hình trực tiếp.

생쥐 Chuột nhắt.

생채기 상처 Vết thương.

생판 전혀 Hoàn toàn

không quen biết.

생 포 하 다 살로 잡다
Bắt sống.

생 화 Hoa tươi.

생 활 Sinh hoạt đời thường,
cuộc sống hàng ngày.

생 활 관 기숙사 Ký túc
xá.

생 활 사 생활환 Vòng
đời, chu kỳ cuộc đời.

생 후 난생후, 생래 Sau
khi sinh ra.

서 경찰서 Sở, đồn cảnh
sát.

서 서쪽 Phía tây. *(tr)* 동,
동쪽 phía đông.

서 세, 석, 삼 Ba (số lượng).

서 가 서예가 Người
viết thư pháp.

서 가 책장, 책꽂이 Giá
sách.

서 간 문 Chữ viết thư.

서 거 하 다 별세 하다
Chết, tạ thế (kính trọng).
(tt) 죽다, 사망하다 từ

vong.

서 경 Tây kinh. *(tk)* 동경
đông kinh.

서 고 문고, 책방, 서적,
도서, 서점 Hiệu sách, cửa
hàng sách.

서 곡 전주곡 Khúc nhạc
dạo đầu.

서 광 길조 Dấu hiệu tốt
lành. *(tr)* 흉조 điều xấu.

서 구 구미, 서방 Châu Âu
và châu Mỹ, tây bán cầu.
(tr) 동구, 동방 đông
bán cầu.

서 글 프 다 슬프다, 섭섭
하다 Buồn.

서 기 서력기원 Sau kỷ
nguyên.

서 늘 하 다 써늘 하다
Mát. *(tr)* 덥다 nóng.

서 다 Đứng. 일어서다,
기립하다 đứng dậy.

서 당 글방, 학당 Phòng
học, học đường.

서 도 서예 Thư pháp.

서두르다 서둘다, 빠르게 굴다 Gấp, khẩn, vội lên.

서러워하다 슬퍼하다, 서럽게 여기다 Buồn, không vui.

서럽다 원통하다, 애통하다 Đau buồn, đau khổ, khổ sở.

서력 서기 Tây lịch.

서로 Hai bên. 쌍방 hai phía. 양자 hai người.

서로 함께, 상호간에 Lẫn nhau.

서론 서두, 서문, 머리말 Lời nói đầu.

서류 백성, 평민 Dân thường. *(tr)* 양반, 귀족 quý tộc.

서류 파일, 문서, 서면 Hồ sơ, văn bản, giấy tờ.

서리 상상 Sương đậm.

서리다 좌절되다 Thất bại (kế hoạch).

서먹하다 어색 하다,

낯설다 Ngượng ngập, lạ mặt.

서명 날인 기명 날인, 서명과 도장 찍음 Ký tên và đóng dấu.

서명 사인, 서기, 기명 Ký tên, ghi tên.

서모 계모, 새어머니 Mẹ kế. *(tr)* 친모, 생모 mẹ đẻ.

서민 보통 사람, 범민, 평민 Dân bình thường. 서민층 tầng lớp nhân dân bình thường. *(tr)* 부유층 tầng lớp giàu có. 귀족층 giới quý tộc.

서방 서방님, 남편 Chồng. 여보 mình ơi (chồng vợ gọi nhau).

서방 서쪽 Phương Tây. 서방국가 các nước phương Tây. *(tr)* 동방, 동쪽 phương Đông.

서방님 도련님 Gọi em trai chồng đã có vợ.

(kính trọng).

서 사 혹시, 혹 Hay là, hoặc là…

서 사 시 서정시 Trường ca, sử thi.

서 서 히 천천히 Từ từ, chầm chậm.

서 서 히 천천히 Từ từ, chầm chậm. (*tr*) 급히 gấp, khẩn.

서 성 거 리 다 왔다갔 다하다, 다니다 Đi đi lại lại.

서 술 문 평서문 Bản trần thuật. (*tk*) 경위서.

서 슴 다 머뭇 거리다, 주춤거 리 다 Ngần ngừ, chần chừ. (*tr*) 덤비다 lồng lên.

서 식 하 다 거주 하다, 살 다 Cư trú, sinh sống.

서 신 편지 Thư tín, thư.

서 약 약속 Sự cam kết, hứa hẹn. 명세 sự thề hứa.

서 양 사 Lịch sử phương Tây. (*tr*) 동양사 lịch sử phương Đông.

서 언 권두언, 서출, 머 리말 Lời nói đầu.

서 얼 서자, 서출 Con cháu do người vợ thứ đẻ ra. (*tk*) 적출, 적자 con cháu do vợ chính đẻ ra.

서 예 서도, 서법 Thư pháp, cách viết chữ.

서 운 하 다 섭섭 하다 Cảm thấy không vui, buồn.

서 울 1. Thủ đô Hàn Quốc. **2.** 경성 thủ đô nói chung.

서 재 서실, 서각 Phòng đọc sách.

서 점 책방, 도서 판매장, 책 가게 Cửa hàng sách.

서 체 필체 Kiểu chữ, nét chữ.

서 치 라 이 트 (*Seachight*) 탐조등 đèn chiếu sáng.

서 커 스 (*Circus*) 곡예, 곡마 단, 곡예단 xiếc.

서투르다 미숙 하다
Ngượng, chưa quen tay,
vụng về.

서평 비평 Bình luận, thảo
luận đánh giá.

서훈하다 훈장을 주다
Trao tặng huân chương.

석가 석가모니, 석가
여래 Phật Thích ca.

석간수 석천, 샘물,
돌샘 Nước chảy ra từ
khe đá.

석간신문 석간, 석간지
Báo buổi sáng.

석공 석수, 돌장이 Thợ
làm đá.

석곽묘 Ngôi mộ quách
bằng đá.

석교 돌다리 Cầu bằng
đá.

석굴 암굴 Hang đá.

석기 Dụng cụ bằng đá.

석기 석기시대 Thời
đại đồ đá. *(tk)* 구석기
thời kỳ đồ đá cũ. 신석기

thời đại đồ đá mới.

석녀 돌계집 Người phụ
nữ trẻ không có khả năng
sinh nở. *(tk)* 고자 người
đàn ông không có khả
năng sinh con.

석면 Sợi amiang (chế
biến từ đá).

석문 돌문 Cửa làm bằng
đá.

석문 비문, 돌문 Văn
bia đá.

석방하다 방면 하다,
놓아주다 Thả ra, cho tự
do. *(tr)* 구속하다, 가두가
bắt giữ.

석불 돌부처 Tượng Phật
bằng đá.

석비 비석 Bia đá.

석사 Thạc sĩ. *(tk)* 학사 cử
nhân, 박사 tiến sĩ.

석상 좌상, 돌상 Cái
bàn bằng đá.

석순 석주, 석화, 종유석
Nhũ đá, thạch nhũ.

석 실 Phòng đá bảo quản hộp tro cốt.

석 양 낙양, 낙조, 해거름 Mặt trời lúc lặn. 황혼 hoàng hôn. *(tr)* 인출 mặt trời mọc.

석 영 규석, 차돌 Thạch anh.

석 유 Dầu hỏa. 유전 mỏ dầu hỏa.

석 장 지팡이 Cái thiền trượng.

석 정 돌솥 Cái nồi bằng đá.

석 조 Đồ làm bằng đá. *(tk)* 석조 đồ làm bằng gỗ.

석 차 등수 Xếp thứ hạng học tập.

석 탄 탄 Than đá. 연탄 than tổ ong. 숯 than củi.

석 탑 돌탑 Tháp đá.

석 학 대학자 Nhà bác học. 석사 thạc sỹ.

석 현 현인, 고현 Thánh hiền, hiền nhân.

석 호 호석 Hổ đá.

석 회 석 횟돌 Đá vôi.

섞 다 뒤섞다, 혼합하다 Hỗn hợp. 타다 pha lẫn.

섞 이 다 뒤섞 이다, 섞 갈리 다 Bị lẫn lộn, được pha trộn.

선 맞선을 보다 Xem mặt (nam nữ).

선 선덕, 선하다, 착하다 Thiện, hiền. *(tr)* 악, 악덕, 악하다 ác.

선 참선 Ngồi thiền.

선 출, 금 Đường, vết, rạn nứt.

선 각 선각자, 선구자 Người đầu, người mở đầu sự hiểu biết.

선 거 권 Quyền bầu cử. *(tk)* 피선거권 quyền ứng, đề cử.

선 거 인 선거자, 유권자 Cử tri.

선 견 선견지명 Việc nhận đoán trước sự vật.

선경 선계 Tiên giới. *(tr)* 속계 tục giới.

선계 선경 Tiên cảnh. *(tr)* 속세, 속계 tục thế, trần gian.

선고 선친 Cha (gọi khi cha đã qua đời).

선고하다 알리다 Báo cho biết.

선과 Thiện quả. *(tr)* 악과 ác quả.

선교 전도 Sự truyền đạo.

선교 주교 Ván thuyền (dùng làm cầu nối các thuyền, …).

선구 선구자 Người đi tiên phong.

선금 선불 Tiền chi trước.

선녀 천사 Cô tiên, bà tiên.

선대 조상의 시대, 전대 Thời đại xưa, đời trước. *(tr)* 후대 đời sau. 당대 đương đại, thời đại ấy.

선도 신선도 Độ tươi (rau cá, …).

선도하다 인도 하다 Dẫn độ, dẫn đi. *(tr)* 따라 가다 đi theo. 따르다 theo.

선돌 입석, 고인돌 Tượng đá thời xưa.

선동하다 부추 기다, 책동 하다 Xúi giục, kích động ai làm việc gì.

선두 맨 앞 Đầu, trước (vị trí), 선두 서더 đứng đầu. *(tr)* 후미 sau đuôi.

선두 선수, 뱃머리, 이물 Mũi thuyền. *(tr)* 고물, 선미 đuôi thuyền.

선량하다 착 하다, 선하다, 어질다 Lương thiện.

선례 전례, 사례 Tiền lệ. *(tt)* 통례 thông lệ.

선로 레일 Đường ray, đường sắt.

선로 수로, 뱃길, 물길 Đường thủy.

선망하다 부러워하다
Ghen ty, muốn được như
người khác.

선명 선호 Số tàu thuyền.

선명하다 뚜렷 하다,
선뜻하다 Rõ ràng, trong
sáng.

선물 Hàng mua bán đã
được thoả thuận trước.
(tk) 현물 hiện vật. 현금
tiền mặt.

선물 Quà tặng. 사은품
quà tạ ơn.

선미 고물 Đuôi tàu. (tr)
선두, 이물 mũi tàu.

선민 양민 Dân lương
thiện, dân lành.

선박 배, 선척 Thuyền
tàu.

선발 선조기 Máy tiện.

선발하다 뽑다, 택하다
Chọn, tuyển chọn.

선배 Tiền bối, lớp trước.
(tr) 후배 hậu bối, lớp
sau.

선별하다 좋은 것을
골라내다, 가리다 Lựa
chọn. (tk) 선발하다 tuyển,
tuyển chọn.

선보다 간선하다, 맞선
보다 Ra mắt, xem mặt
(trong hôn nhân).

선봉 선봉장, 장두 Người
đi đầu.

선분 유한 직선 Đoạn
thẳng. 직선 đường thẳng,
곡선 đường cong.

선불하다 선급 하다
Trả tiền trước. (tr) 후불
하다 trả tiền sau.

선비 돌아가신 어머니
Mẹ (đã khuất).

선비 성유, 학자 Học
giả (ngày xưa).

선사 Tiền sử. (tr) 유사
sử sau này.

선산 선영, 선릉 Mồ mả
tổ tiên.

선상 부채꼴 Hình quạt.

선생 Thầy giáo, tiên sinh.

(tk) 교사 giáo viên phổ thông. 교수 giáo sư. 스승 sư thầy. 사부 sư phụ. 제자 đệ tử. 학생 học sinh.

선서하다 명세하다 Tuyên thệ, thề.

선선하다 서늘하다 Mát, không nóng.

선심 호의 Lòng tốt, thiện chí. *(tr)* 악심, 사심 lòng xấu.

선악 Thiện ác.

선언하다 선포하다 Tuyên bố.

선열 순국 열사, 순국 선열 Tiền nhân liệt sĩ, liệt sĩ.

선왕 선구 Tiên vương, vua đã mất.

선용하다 Dùng hợp lý. *(tr)* 약용하다 lợi dụng, dùng vào việc, mục đích xấu. *(tk)* 남용하다 Lạm dụng.

선원 뱃사람 Thuyền viên.

선율 가락 Độ cao thấp, ngắn dài của âm thanh.

선의 호의 Thiện ý, thiện chí. 선심 lòng tốt. *(tr)* 악심 lòng xấu. 악의 ác ý.

선이자 Tiền lãi tính trước.

선인 Tiền nhân. *(tk)* 조상, 선조 tổ tiên, tiên tổ. 후인 người sau.

선인 양인, 착한 사람 Người tốt. *(tr)* 악인 người xấu.

선임자 전임자 Người tiền nhiệm. *(tk)* 후임자 người kế nhiệm.

선입견 선입관, 편견 Định kiến, ý kiến có từ trước.

선적하다 배에 짐을 싣다 Chất lên tàu.

선전하다 Tuyên truyền. *(tk)* 광고하다 quảng cáo.

선정 Nền chính trị lành.

(tr) 폭정, 악정 nền chính trị ác. *(tk)* 독재 độc tài.

선 정 하 다 뽑다, 선택하다 Lựa chọn, tuyển chọn.

선 조 Tổ tiên. *(tr)* 손자 con cháu. 후손 con cháu thế hệ sau. 후예 hậu duệ.

선 주 Chủ thuyền tàu.

선 지 자 선지, 예언자, 선견자 Nhà tiên sinh.

선 진 국 Nước phát triển. *(tr)* 개발도상국 nước đang phát triển. 후진국 nước chậm tiến.

선 착 순 도착하는 순서 Theo thứ tự ưu tiên đến trước.

선 착 장 나루터 Bến đò.

선 착 편 하 다 앞지르다, 추월하다 Vượt lên trước.

선 착 하 다 Ra tay trước.

선 창 부두 Cầu tàu.

선 천 성 선천적, 유전적 Thiên tính, bẩm sinh, di truyền. *(tk)* 후천성, 후천적

tính sinh ra sau khi sinh.

선 철 Thánh triết. *(tt)* 현인 hiền nhân. 성인 thánh nhân. 선현 thánh hiền.

선 출 하 다 뽑다, 고르다 Chọn, tuyển chọn.

선 택 과 목 Khoa mục lục chọn. *(tk)* 필수 과목 khoa mục bắt buộc.

선 편 배편 Chuyến thuyền, bằng thuyền. *(tk)* 항공편 chuyến máy bay.

선 포 하 다 알리다, 펴다 Thông báo, tuyên báo.

선 풍 회오리바람 Gió xoáy, gió ma cụt đầu.

선 하 다 Tiến hành trước, làm trước.

선 하 다 착하다 Thiện, hiền lành. *(tr)* 악하다 ác.

선 회 하 다 빙빙 돌다, 돌다 Quay vòng vòng.

선 후 앞뒤, 전후 Trước sau.

섣 달 십이월 Tháng mười

hai.

설 설날, 구정 Tết âm lịch. *(tk)* 신정 Tết Dương.

설 학설 Học thuyết. 주의 chủ nghĩa.

설계사 Công ty thiết kế. 설계자 nhà thiết kế. 설계도 bản thiết kế.

설교사 설 교자 Nhà truyền đạo.

설날 정원, 구정 Tết Nguyên Đán. *(tr)* 신정 tết Dương Lịch.

설다 낯설다 Lạ, không quen. *(tr)* 익다, 낯익다 quen, quen mặt.

설득하다 설복 하다, 납득하게 하다 Thuyết phục.

설렁탕 설령, 설사, 설혹, 가령, 만약, 가정 Giả sử, giả thiết, giả định. 그렇다 하더라도 cho dù như vậy.

설립하다 창건 하다,

세우다, 만들다 Dựng lên, xây nên, làm nên.

설마 아무리, 아무리 하기로 Chả lẽ, chẳng nhẽ… sao?

설비 시설, 설치, 장치 Trang thiết bị.

설사약 지사제, 설사제 Thuốc chống tiêu chảy.

설산 Núi tuyết.

설상 눈과 서리 Tuyết và sương, sương tuyết.

설상가상 Khó khăn chồng chất, khó càng khó khăn. *(tk)* 금상첨화 làm đẹp thêm.

설왕설래하다 옥신 각신 하다 Tranh cãi đúng sai.

설움 슬픔, 서러움 Nỗi buồn. *(tr)* 기쁨 niềm vui.

설익다 Chưa chín hẳn, còn ương. *(tk)* 농익다 chín muồi.

설정 설립, 정립 Sự lắp

đặt.

설 주 문설주 Cột cửa, khung cửa.

설 치 다 날치다, 날뛰다 Lồng lộn, lồng lên.

설 탕 사탕 Đường cát.

설 하 다 설명하다 Thuyết trình, giải thích.

설 화 눈꽃 Hoa tuyết.

싫 다 서럽다 Oán trách và uất ức.

섬 도지, 도서 Đảo. *(tr)* 뭍, 육지 lục địa.

섬 광 불똥, 불꽃, 빛 Ánh lửa.

섬 기 다 봉양 하다, 모 시다 Phụng dưỡng.

섬 나 라 Vùng đảo, đảo quốc.

섬 뜩 하 다 무섭다 Nổi da gà, sợ hãi.

섬 멸 하 다 전멸하다, 소멸 하다 Tiêu diệt.

섬 세 하 다 가늘다 Thon thả, mỏng.

섬 유 섬모 Sợi, lông.

섭 생 하 다 양생 하다 Ăn kiêng, dưỡng sinh.

섭 섭 하 다 서운 하다, Buồn, cảm thấy buồn.

섭 씨 Độ C (lấy nước đông làm 0 độ, nước sôi làm 100 độ) *(tk)* 화씨 độ (nước đông : 0 độ, nước sôi : 100 độ).

섭 취 하 다 흡수 하다, 받아들이다 Hấp thụ, ăn vào.

성 염색체 Nhiễm sắc thể giới tính (X). *(tr)* 상염색체 nhiễm sắc thể bình thường (Y).

성 성씨 Họ. *(tk)* 이름 tên, 성명 họ và tên.

성 화 역정 Sự nổi giận.

성 가 찬송가 Bài thánh ca.

성 공 하 다 Thành công. *(tr)* 실패하다 thất bại.

성 공 하 다 출세 하다

Xuất thế, thành đạt công danh.

성과급 Lương theo năng suất lao động. *(tr)* 기본급 lương cơ bản. *(tk)* 시급제 lương tính theo giờ. 월급제 lương khoán cố định.

성군 성왕 Thánh vương.

성글다 빽빽하다, 조밀하다 Dày, đặc.

성금 Tiền ủng hộ. *(tk)* 헌금 việc ủng hộ tiền.

성급하다 성미가 급하다 Nóng tính. *(tr)* 침착하다, 진정하다 bình tĩnh.

성급히 조급히, 침착하지 않게 Một cách nóng nảy.

성기 생식기 Bộ phận sinh dục.

성기다 성글다, 드문드문하다 Thưa, sưa, không dày. *(tr)* 촘촘하다 dày,

mật độ cao.

성나다 화나다, 성내다 Nổi giận, nổi nóng.

성내 서안 Trong thành. *(tt)* 시내 nội thành. *(tk)* 시외, 외곽 ngoại thành.

성냥 Diêm. 유황 lưu hoàng.

성년 Thành niên, người lớn. *(tk)* 미성년 vị thành niên.

성년기 성인기, 장년기 Thời kỳ hoàn thành, thời kỳ thành người lớn.

성능 Tính năng. 기능 kỹ năng.

성당 천주교회 Nhà thờ đạo thiên chúa. *(tk)* 교회 nhà thờ tin lành. 절 chùa.

성대 목청 Thanh quản.

성대하다 성하다, 크다 To lớn. *(tr)* 초라하다 bé và trông bệ rạc.

성량 음량 Âm lượng.

성립하다 Thành lập.

이루어지다 tạo thành.
이룩되다 đặt được.

성마르다 너그럽다
Rộng rãi, dễ chịu.

성명 성함 Họ và tên.
(tk) 명함 danh thiếp.

성명서사용 이역서
Bản lý lịch.

성미 성깔, 성벽 Khó
tính, tính hay cáu gắt.

성병 임질, 매독 Bệnh
giang mai, bệnh giới tính.

성보 Thánh mẫu. *(tr)* 성부
thánh phụ.

성부 Thánh cha (tôn giáo).
(tk) 신부 cha cố. 목사
mục sư.

성분 구조 성분 Thành
phần cấu tạo.

성불 성불도 Hóa thân
thành Phật.

성선설 Thuyết cho rằng
con người sinh ra vốn
hiền lành.

성숙아 Trẻ sinh đủ ngày

tháng. *(tr)* 미성숙아, 조
산아 trẻ sinh thiếu ngày.

성숙하다 능숙하다,
숙련 하다 Thành thục. *(tr)*
서투르다 ngượng, chưa
quen.

성스럽다 고결 하다,
고상하다 Cao thượng.
(tr) 속되다 trần tục.

성실하다 착실 하다
Thành thật. *(tr)* 태만하다
lười và dối trá.

성심 정성, 지성, 단심,
진심 Lòng thành, chí
tình.

성원 Thành viên. 회원
hội viên.

성인 성자 Thánh nhân.
성현 thánh hiền. 현철
hiền triết.

성인 어른, 성년 Người
lớn, thành niên. *(tr)* 어린
이 trẻ em. 미성년 vị thành
niên.

성장 호르몬 Hóc môn

sinh trưởng.

성장하다 자 라 다
Trưởng thành, lớn lên. *(tr)*
노화하다, 노쇠하다
già yếu.

성전 Kinh điển. 성경 kinh
thánh.

성전 예배당, 교회 Nơi lễ
bái, nhà thờ.

성직자 교역자 Các giáo
chức.

성질 부리다 화내다
Nổi giận, làm mưa gió.

성충 Sâu bọ đã trưởng
thành. *(tr)* 유충 ấu trùng.

성층권 Vùng cao từ 11
km trở lên, nhiệt độ âm 50
độ C. *(tr)* 대류권 vùng
không khí bao quanh quả
đất.

성탄절 성탄일 Ngày
Nôen.

성토하다 규탄 하다
Lên án.

성행 유행 Sự thịnh hành,

thời trang.

성향 기질 Tư chất.

세 사용료 Tiền sử dụng.
임대료, 임차료 tiền
thuê.

세 조세, 세금 Tiền thuế.

세간 살림살이 Đời sống.

세균 균 Vi trùng, vi
khuẩn.

세금 세돈, 조세 Tiền thuế.

세기 백년 Trăm năm.

세끼 삼대, 삼시 Ba
bữa ăn.

세농 소농 Tiểu nông. *(tr)*
대농 sản xuất nông nghiệp
quy mô lớn.

세놓다 세주다, 빌려
주다, 임대하다 Cho thuê.
(tr) 세내다, 임차하다
thuê.

세다 강하다 Mạnh,
cường, cứng.

세다 계산하다 Đếm,
tính toán.

세다 Bạc tóc, trắng ra.

세대 Thời đại, thế hệ. 시세 giá hiện hành, thời thế.

세대 가구, 호구 Gia đình, căn hộ.

세대주 가구주 Chủ gia đình.

세도 부리다 유세 떨다, 유세부리다 Lộng hành, lợi thế làm việc xấu.

세라믹 Đồ gốm sứ.

세력가 세가, 세도가 Nhà quyền thế.

세련하다 다듬다 Tôi luyện. 시련 thử thách.

세례 미사 Lễ rửa tội.

세례명 Tên thánh. *(tr)* 속명 tên tục, tên thật.

세로 종 Hàng dọc. 쓰기 viết dọc. 세 로줄 hàng ngang. *(tr)* 가로 hàng ngang. 쓰기 viết ngang.

세로 작은 길, 골목 Ngõ hẹp. 막다른 골목 ngõ cụt.

세론 여론 Dư luận.

세말 모세 Cuối năm. *(tr)* 세시, 연초, 연초 đầu năm.

세밀하다 Dày đặc. 빈틈 없다 không có kẽ hở.

세배꾼 세객 Khách đến lễ, khách đến cầu nguyện.

세법 조세법 Luật thuế. 세율 thuế suất.

세법 합법 Hợp pháp. *(tr)* 불법 bất hợp pháp.

세분 Sự phân chia tỉ mỉ. *(tr)* 대별 sự phân chia đại khái.

세상 누리 Thế gian. 천하 thiên hạ.

세상만사 만사 Mọi việc trên đời này, vạn sự trên thế gian. 세상일 chuyện thế gian. 세상사람 người đời.

세세하다 세밀 하다, 상세 하다 Ti mỉ, chi

tiết.

세속적 Thuộc về tục thế. *(tr)* 고답적, 고상적 cao thượng.

세수 대야 세안 대야 Cái chậu rửa mặt.

세습하다 대물리다 Truyền từ đời này sang đời khác.

세심하다 조심하다 Cẩn thận.

세요 가는 허리 Thắt đáy lưng ong. 미녀 mỹ nữ.

세우다 세다 Dựng lên, dựng nên. *(tr)* 무너뜨리다 hạ xuống.

세월 연월, 광음 Năm tháng. 시간 thời gian.

세일 판매, 매출 Bán ra (hạ giá).

세자 왕세자, 세자, 동궁 Thế tử, thái tử, ngôi đông cung (người sẽ thay vua).

세제 세정제, 세척제 Chất tẩy, chất làm sạch.

세제곱 Lũy thừa 3. 입방 lập phương.

세주다 세놓다, 임대 하다 Cho mượn, cho thuê. *(tr)* 세내다, 임차하다 thuê, mướn.

세차다 세다, 거세다, 억세다, 강하다 Mạnh (sức).

세척하다 빨다, 씻다 Rửa, tẩy, giặt.

세탁하다 빨래하다, 빨다 Giặt sạch.

세태 Thế thái. 세상 형편 tình hình thế gian.

세파 Phong ba cuộc đời.

섹스 *(Sex)*, 성 giới tính.

센물 Nước khó tẩy. *(tr)* 단물 nước dễ giặt tẩy (ít chất khoáng).

셋방살이하다 곁방 살이하다 Sống nhà thuê.

셋집 세가 Nhà thuê.

소 Tiểu, ít. *(tr)* 다 đa, nhiều.

소가족 Gia đình nhỏ. 핵가족 gia đình chỉ có hai thế hệ. *(tr)* 대가족 gia đình nhiều thế hệ.

소각하다 불사르다, 불태우다 Thiêu hủy.

소갈머리 심지 Lòng dạ, tâm địa.

소감 느낌, 감상 Cảm tưởng, suy nghĩ nhận xét.

소개장 추천장 Giấy giới thiệu, giấy tiến cử.

소거하다 지우다 Xóa, chùi mất.

소견 의견, 견해 Ý kiến, nhận xét. 의사 소견 ý kiến bác sĩ.

소경 문맹자, 맹자, 맹인 Người mù. 문맹, 문맹자 người mù chữ.

소굴 굴 Sào huyệt, hang động.

소극적 Thuộc về tiêu cực. *(tr)* 적극적 thuộc về tích cực.

소금 염, 식염 Muối. 염전 diêm điền.

소금기 염분, 간, 간지 Thành phần muối.

소금물 염수, 짠물 Nước muối, nước mặn. *(tr)* 맹물, 민물 nước ngọt.

소꿉질 소꿉놀이, 소꿉장난 Trò chơi trẻ bắt chước sinh họat người lớn.

소나기 소낙비 Mưa rào. *(tr)* 장마 mưa dài ngày. 가랑비, 보슬비 mưa bụi.

소나무 솔, 송수 Cây thông, cây tùng.

소녀 계집아이, 처녀, 아가씨 Thiếu nữ. *(tr)* 소년 thiếu niên.

소년 사내 아이, 남아 Thiếu niên. *(tr)* 소년 thiếu nữ.

소년기 Thời kỳ niên thiếu. *(tr)* 노년기 thời kỳ già yếu.

소농 세농 Tiểu nông. *(tr)* 대농 đại nông.

소뇌 Tiểu não. *(tr)* 대뇌 đại não.

소독약 소독제 Thuốc xổ độc.

소동하다 Làm náo động, làm ồn ào.

소득 득, 수입 Thu nhập. 이득 lợi tức.

소등하다 불끄다 Tắt đèn, tắt lửa. *(tr)* 점등하다 châm đèn. 등을 켜다 bật đèn.

소략하다 성글다 Thưa, sưa. *(tr)* 빽빽하다 dày, sát nhau.

소량 추호 Số lượng ít. *(tr)* 다량, 대량 số lượng nhiều.

소로 작은 길, 좁은 길 Đường nhỏ, đường hẹp. *(tr)* 대로 đại lộ, đường lớn.

소리 음, 음향, 음성 Âm thanh, âm.

소리치다 아우성치다, 큰소리 치다 La hét, hét lớn, la lớn.

소망 바람, 원, 소망 Mong ước, niềm hy vọng, điều mong muốn.

소망하다 원하다 Trông mong, mong muốn. 기대하다 trông chờ vào.

소매상 소매인, 산매상 Buôn bán lẻ. *(tr)* 도매상 buôn bán sỉ.

소맥분 Bột tiểu mạch. 밀가루 bột mì.

소맷부리 Gấu tay áo.

소멸하다 없어지다 Mất đi. *(tr)* 생기다 sinh ra.

소모전 지구전, 장기전 Trận đánh trường kỳ lâu dài.

소모품 소비품 Hàng tiêu dùng mất đi. *(tr)* 소비품 hàng không mất

theo sự dùng.

소모하다 Hao mòn.
닳다, 닳아 없어지다
mòn đi.

소몰이 소몰이꾼, 목동
Trẻ chăn trâu bò, mục
đồng.

소문 풍문, 뜬소문 Tin
đồn, tin via hè.

소문자 Chữ nhỏ, chữ
viết thường. *(tr)* 대문자
chữ lớn, chữ hoa.

소박 순박, 검소 Sự
giản dị. *(tr)* 화려 sự hoa
lệ.

소변 Sự tiểu tiện. *(tr)* 대변
sự đại tiện. 똥 phân.

소복 상복 Áo trắng, áo
tang. *(tr)* 화복 áo không
màu.

소비 소모 Sự tiêu dùng
mất đi. *(tr)* 생산 sự sản
xuất, làm ra.

소비자 Người tiêu dùng.
(tr) 생산자 nhà sản xuất.

소비재 Các thứ tiêu
dùng. *(tr)* 원자재 nguyên
vật liệu.

소생하다 되살아나다,
회생하다, 부화하다
Sống lại, hồi sinh.

소설 Tiểu thuyết. 단편
소설 truyện ngắn.

소수 Thiều số, số ít. *(tr)*
대수 số nhiều.

소슬하다 고요 하다,
조용하다 Yên tĩnh, êm
đềm.

소식 Việc ăn ít. *(tr)*
대식 việc ăn nhiều.

소식불통 종무소식,
소식이 깡통 Không có
tin gì, tin tức mù tịt.

소신 신념, 확신 Niềm
tin.

소실 부처 Vợ bé, vợ
hai. *(tr)* 본처 vợ cả.

소실하다 살아지다,
없어지다 Mất đi, biến
mất.

소심하다 1. Hẹp hòi.
2. 조심하다 thận trọng.

소아 어린애 Trẻ em.

소외하다 딸리다 Bị
cô lập, không hòa đồng.

소요 수요, 필요 Nhu cầu,
sự cần thiết.

소용 쓸 데 Có tác dụng,
sự có ích.

소원하다 낯설다,
어색 하다 Ngượng
ngập, lạ, không quen.

소원하다 바라다
Mong muốn.

소위 이른바 Như là.

소유하다 Sở hữu.
보유 하다, 소지하다
đang mang, đang có.

소인배 Lũ tiểu nhân.

소일하다 그럭 저럭
지내다 Sống qua ngày.

소임 직책 Nhiệm vụ,
chức trách. 직분 chức phận.

소작인 작인, 잦자
Người làm ruộng rẽ. *(tr)*

지주 địa chủ.

소장 작은청자 Ruột non.
(tr) 대장, 큰 청자 đại
tràng.

소재 재료, 자재 Nguồn
tài liệu, vật tư.

소재지 소재, 수소 Sở
tại, địa chỉ.

소중하다 중하다 Coi
trọng, 귀하다, 귀중하다
quý trọng.

소집하다 Triệu tập. *(tr)*
해산하다 giải tán.
모으다 gom lại.

소찬 Bữa cơm nghèo nàn.
(tr) 진수성찬 bữa cơm
sơn hào hải vị.

소출 산출량, 생산량
Lượng hàng sản xuất ra.

소치 탓, 이유, 원인
Nguyên nhân, lý do, duyên
cớ.

소쿠리 바구니 Cái rổ,
cái thúng đựng. 용기 đồ
đựng.

소탈하다 소박 하다
Đơn giản, giản dị.

소탕하다 쓸어 버리다
Càn quét, tìm diệt sạch.

소택 늪과 못, 소지,
수호, 수호지 Vùng
nước, hồ nước.

소통하다 통하다 Hiểu
nhau, thông hiểu nhau (ngôn
ngữ). 관통 하다 khoan
thủng.

소포 소포 우편물 Hàng
bưu điện, bưu kiện.

소행 행위, 행동, 짓 Làm,
tiến hành, gây nên (danh
từ).

소형 Loại nhỏ. (tr) 대형
loại lớn, 중형 loại vừa (ô
tô, v.v...).

소홀하다 한만 하다
Lỏng, không chặt chẽ.

소화기 Cơ quan tiêu hóa.

소화제 Thuốc tiêu hóa.

소화하다 삭이다 Tiêu
hóa.

속 안, 내 Bên trong. (tr)
겉, 밖, 바깥 bên ngoài.

속계 속간, 세간, 속세
Tục giới, trần gian,

속국 예속국, 종속국
Nước thuộc địa, nước phụ
thuộc. (tr) 독립국, 종주국
nước độc lập.

속껍질 내피 Lớp trong,
da trong. (tr) 겉껍질 lớp
ngoài, da ngoài.

속다 속아 넘어 가다
돌리다, 사기다 Lừa dối,
qua mặt ai. (tr) 속이다
bị lừa. 사기꾼 quân lừa
đảo.

속담 속어 Tục ngữ. 격언
cách ngôn.

속도 속력 Tốc độ.

속되다 상하다, 천하다,
비속하다 Tục, tục tằn,
tục tĩu.

속뜻 의도 Ý đồ, suy
nghĩ trong bụng.

속마음 속맘, 속심,

본심, 속생각 Ý thực trong đầu, lòng thực.

속말 참된 말 Lời nói thật. *(tr)* 거짓말 lời nói dối.

속박하다 Ràng buộc, trói buộc.

속병 속앓이, 속탈, 위병 Đau bụng, đau dạ dày.

속사정 내막 Trong màn, điều kín bên trong.

속삭거리다 귀엣말 하다, 속삭대다 Nói thầm, thì thầm.

속상하다 Đau lòng (마음 아프다), lo lắng (속타다), buồn bực (괴롭다).

속설 Lời truyền trong dân gian. *(tr)* 정설 chính thuyết.

속성 급성 Cấp tính. *(tr)* 만성 mãn tính.

속성 특성 Đặc tính, thuộc tính.

속세 세속 Thế tục, trần gian. *(tr)* 선계 tiên cảnh.

속셈 심산, 궁리 Tính toán thầm trong đầu. 암산 tính nhẩm.

속없다 Không có ác ý.

속옷 내의, 내복 Áo lót, áo trong. *(tr)* 겉옷 áo ngoài.

속이다 Lừa, lừa đảo.

속인 세인, 세상 사람 Người trần gian.

속임수 사기술, 암술, 꾀 Trò ma giáo, trò lừa đảo.

속절없다 별수 없다 Không có cách gì hơn.

속좁다 Lòng dạ hẹp hòi. *(tr)* 너그럽다 rộng lòng.

솎다 Lựa chọn ra.

손 손님, 객, 방문자, 내방객 Khách, người đến thăm. *(tr)* 주인 chủ nhân.

손 손실 Tổn thất. *(tr)* 이득 lợi, lợi ích.

손 수 Tay. 상지 chân trước. *(tr)* 발, 족 chân.

손 후손 Con cháu đời sau. 후예 hậu duệ.

손가락 수지 Ngón tay. *(tr)* 발가락 ngón chân.

손가락질하다 가리키다 Chỉ (bằng ngón tay).

손곱다 Đếm bằng đốt ngón tay, đếm trên đầu ngón tay. 세대 đếm.

손금 수상 Vết, đường trong lòng bàn tay.

손기계 Máy dùng tay. *(tr)* 발기계 máy dùng chân.

손녀 손주딸 Cháu gái 손자 cháu trai (nội).

손대다 Động tay vào. 만지다 măn mó.

손도장 지장 Dấu tay, lấy dấu tay.

손들다 Giơ tay, chịu thua. 항복하다 thua.

손떼다 끝내다 Xong, hết, dừng lại.

손목 Cổ tay. *(tr)* 발목 cổ chân.

손목뼈 완골 Xương cổ tay.

손바닥 손뼉 Lòng bàn tay. *(tr)* 손등 mu bàn tay.

손뼉치다 박수하다 Vỗ tay.

손상하다 Tổn thương. 다치다 bị thương.

손색없다 Không thiếu, không hụt.

손수 몸소, 직접 Trực tiếp tận tay.

손수레 수거 Xe kéo tay.

손실하다 Tổn thất, thiệt hại. 잃다 mất đi.

손씻다 Phủi tay, thôi việc gì. *(tr)* 발들여놓다 đặt chân vào.

손아귀 수중 Trong tay.

손아래 부하 Bộ hạ, tay sai. *(tr)* 손위, 상사 cấp trên.

손익 득실 Được mất.
이해 lợi hại.

손잡다 Bắt tay nhau.
협동하다 hiệp đồng. 협조
하다 cùng góp sức.

손재봉틀 Máy khâu
dùng tay.

손재주 솜씨 Khéo tay,
có tài dùng tay.

손톱자국 조흔 Vết
móng tay non.

손풍금 Đàn cá cóc.

손해보다 낭패 당하다,
손해 입다 Bị thiệt hại.
(tr) 덕보다 có lợi.

솔선하다 앞장 서다
Đứng đầu, tiên phong.

솔직하다 진심 하다
Chân thành. 꾸밈 없다
không có trang trí.

솜옷 Áo bông.

솟다 솟아나다, 치솟다
Mọc lên, ùn lên. (tr) 지다,
없어지다 lặn xuống,
mất đi.

송가 찬송가, 찬가, 찬
미가 Bài hát ca ngợi (ai,
điều gì).

송곳니 송 곳이 Răng
nanh, răng nhọn.

송구영신 Tiễn năm cũ,
đón năm mới.

송구하다 죄송 하다,
미안 하다 Xin lỗi.

송년사 Lời chào tạm
biệt cuối năm.

송두리째 모두, 전부,
몽땅 Tất cả, toàn bộ.

송림 송전 Rừng thông.

송별사 Lời từ biệt. (tr)
답사 lời đáp.

송별연 Tiệc tiễn đưa.

송별하다 보내다 Tiễn
biệt. 배웅하다 tiễn đưa.
(tr) 마중하다, 영접하다
đón tiếp.

송신 발신, 방송 Phát
tin, đưa tin. (tr) 수신 thu
nhận tin.

송이밤 Hạt dẻ nguyên

vỏ. 알밤 하자 대.

송 장 사체, 시체, 주검
Thi thể, xác người chết.

송 진 Nhựa thông.

송 축 하 다 축하 하다,
감축하다 Chúc mừng.

송 화 Phấn hoa thông.

송 화 하 다 Gửi hàng. *(tr)*
수화하다 nhận hành lý.

송 환 하 다 돌려보내다
Gửi trả lại.

솥 옹솥, 가마, 가마솥
Cái chảo.

쇄 골 빗 장뼈, 갈 비뼈
Xương lồng ngực, xương
sườn.

쇄 국 정 책 Chính sách
đóng cửa, bế quan tỏa cảng.

쇄 도 하 다 몰려들다,
몰리다 Dồn đến, đẩy
mạnh.

쇄 신 하 다 경신 하다,
개혁 하다 Cách tân, đổi
mới.

쇠 철 sắt. 강철 Gang sắt.

쇠 가 죽 우피 Da bò.
물소 가죽 da trâu.

쇠 간 우간 Chuồng bò.

쇠 고 기 소고기, 우육
Thịt bò.

쇠 막 대 기 쇠몽 둥이,
철봉 Thanh sắt, thoi sắt,
gậy sắt.

쇠 못 Đinh sắt.

쇠 뿔 우각 Sừng bò.

쇠 사 슬 Xích sắt, dây sắt.

쇠 약 하 다 Suy nhược.
노약하다 già yếu. *(tr)*
건강하다 khỏe mạnh.

쇠 잔 하 다 쇠퇴 하다
Suy tàn. *(tr)* 번창 하다,
번성 하다 thịnh vượng.

쇠 죽 쇠여물 Thức ăn
của bò.

쇠 퇴 하 다 감퇴 하다,
쇠하다 Suy thoái. *(tr)*
발전하다 phát triển.

수 Thọ. 나이 뚜이. 장수
trường thọ.

수 Con số, số. 양 lượng.

수 운수, 사주 팔자 Số mệnh.

수 웅성 Tính nam, tính đực, con đực. (tr) 암, 자 con cái.

수감하다 가두다 Giam cầm.

수갑 쇠고랑, 고랑 Cái vòng sắt, cái còng.

수강하다 배우다, 수업 받다 Thụ giảng, học.

수고하다 애쓰다, 힘쓰다, 욕보다 Cố gắng, vất vả (khen ai).

수괴 우두 머리, 괴수, 두목 Đứng đầu, thủ lĩnh. (tr) 졸개, 졸병 lính tép.

수구초심 Cóc chết quay đầu về núi.

수군 해군 Thủy quân, hải quân.

수꽃술 Nhị hoa đực. (tr) 암꽃술 nhị hoa cái.

수난일 성 금요일 Ngày chúa Giêsu thụ nạn.

수놓다 자수하다 Thêu.

수뇌 두뇌 Đầu não, người đứng đầu.

수뇨관 요관 Ống nước tiểu, niễu quản.

수다 대량, 다수 Số nhiều, số lớn.

수다스럽다 말이많다 Lắm lời, nói nhiều.

수단 꾀 Thủ đoạn.

수도 수행, 수련 Sự tu đạo, thu hành, tu luyện.

수도자 수행자 Nhà tu hành.

수동성 Tính thụ động. 자발성 tính tự phát, chủ động. (tr) 능동성 tính linh hoạt,

수두룩하다 흔하다, 비일 비재하다 Nhiều, không phải một hai lần.

수라장 난장판 Bãi hỗn loạn. 싸움터 bãi chiến trường.

수락 수응, 승낙 Sự đồng

ý, sự ưng thuận.

수려하다 너무 아름답다 Rất đẹp.

수련하다 Tu luyện, dồi mài. 갈고 닦다 mài và đánh bóng.

수렴 Sự hội tụ. (*tr*) 확산 sự phát tán.

수렵기 사냥철 Kỳ, mùa săn bắn.

수령 두목, 우두머리 Lãnh tụ, thủ lĩnh.

수령 원, 원님 Quan lại (ngày xưa).

수령하다 받다, 받아들이다 Nhận vào, nhận. 수령증, 영수증 hóa đơn. (*tr*) 주다 cho, đưa.

수로 수도, 뱃길 Đường thủy.

수록하다 기록하다 Ghi chép.

수뢰하다 Nhận hối lộ. 뇌물 của hối lộ. (*tr*) 뇌물을 주다 đưa hối lộ.

수료하다 졸업 하다, 수업 마치다 Tốt nghiệp. 수료증 bằng tốt nghiệp.

수리하다 고치다, 손보다, 수선하다 Sửa chữa.

수립하다 창립 하다 Thành lập, xây dựng nên. 세우다 dựng nên.

수면 물 낯, 수상 Trên mặt nước.

수면 잠 Giấc ngủ. 수면제 thuốc ngủ.

수명 수 Tuổi thọ. 사용 기간 thời gian dùng.

수모 창피, 모욕, 망신 Sự tủi nhục, sự xấu hổ.

수미 시종, 시발 đoạn đầu và đoạn cuối

수반하다 따르다 đi theo, tháp tùng.

수벌 수벌, 수봉 Con ong đực. (*tr*) 암벌 con ong cái, 왕벌 ong chúa.

수법 방법 Phương pháp. 수단 thủ đoạn.

수복하다 탈환 하다,
도로 찾다, 되찾다
Thu hồi lại, thu lại.

수분 Việc thụ phấn cho
hoa.

수비하다 지키다, 방비
하다 Canh phòng, phòng
vệ. *(tr)* 공격하다 công
kích.

수삼 생삼 Sâm tươi.
(tr) 건삼 sâm khô.

수상 손금 Đường chỉ tay.

수상 이상, 이기 Sự khác
thường. 비상시 lúc nguy
kịch.

수상록 수감록 Sự ghi
nhật ký, cảm nhận lúc đó.

수상하다 상받다 Nhận
thưởng. *(tr)* 벌을 받다
bị phạt.

수상하다 수상스럽다
Nghi ngờ, đáng nghi ngờ.

수색하다 뒤지다 Lục
lọi truy tìm, lục tìm. 조사
하다 điều tra.

수석 으뜸, 맨윗 자리
Đứng đầu, thủ trưởng. *(tr)*
차석, 말석 vị trí cuối
cùng.

수석 Đá có hình dáng tự
nhiên.

수속 절차 Thủ tục, các
bước tiến hành.

수송하다 운반 하다,
실어나르다 Vận tải,
vận chuyển. 싣다 chở (lên
xe).

수수료 보수. 커미션
Phí hoa hồng.

수수방관하다 내버
려두다, 버려두다 Bỏ
mặc, không liên quan. *(tr)*
간여 하다 can dự đến.
간섭 하다 can thiệp.

수술 Nhị đực. *(tr)* 민꽃
식물 Thực vật bào tử.

수술 수꽃술 Nhị hoa
đực. *(tr)* 암술 nhị hoa
cái.

수습하다 Thu thập, tập

hợp lại.

수 시 로 자주 Thường xuyên, nhiều lần.

수 신 하 다 Thu tin. *(tr)* 발신 하다 phát tin.

수 심 하 다 근심 하다, 걱정 하다 Lo lắng.

수 양 버 들 버드 나무 Cây liễu.

수 양 하 다 닦다 Tu dưỡng. 수련하다 tu luyện. 수신하다 tu thân.

수 업 공부 Việc học tập.

수 업 료 학비 Tiền học phí.

수 업 하 다 배우다 Nghe giảng, học tập.

수 없 다 무수히 많다, 헤아릴 수 없다 Vô số, nhiều không đếm hết.

수 없 이 무수히 Vô số, vô kể.

수 영 하 다 헤엄 치다, 미역 감다 Bơi lội.

수 완 Bàn tay (trong việc

gì) . 수단 thủ đoạn.

수 요 Nhu cầu. 요구 yêu cầu. 공급 sự cung cấp.

수 용 하 다 거두어들 이다, 받아들이다 Thu dụng, thu vào. *(tr)* 기각 하다 từ chối (luật).

수 용 하 다 넣어 두다, 가두어넣다 Giam vào. 수용소, 감옥 trại giam.

수 용 하 다 징수 하다 Trưng thu.

수 원 수근, 원류 Nguồn nước.

수 월 우월 Ưu việt. *(tr)* 열등 hạng cuối. 열등감 lòng tự ti.

수 월 찮 다 수월 하지 아니하다 Không dễ, khó khăn.

수 월 하 다 손쉽다 Trôi chảy, dễ.

수 월 히 쉽게, 손쉽게, 용이 하게 Trôi chảy, dễ.

수 위 일등, 첫째, 일위

Hạng nhất.

수은주 Cột thủy ngân. 온도기 nhiệt kế.

수의 옥의 Áo tù.

수익 이익, 이득 Lợi, lợi tức. *(tr)* 손실 tổn thất.

수일 Trong mấy ngày. 수삼일 trong ba bốn ngày.

수입 Nhập khẩu. *(tr)* 수출 xuất khẩu.

수입 소득 Thu nhập. *(tr)* 지출 chi tiêu, chi ra.

수재 물난리, 수해 Thiệt hại do nước. *(tr)* 한해 thiệt hại do hạn hán.

수재 총각 Con trai chưa vợ (kính trọng).

수저 Thìa và đũa.

수전노 구두쇠, 노랑이 Kẻ keo kiệt, bủn xỉn.

수절 정절 Sự thủ tiết, ở vậy không lấy chồng nữa. *(tr)* 개가, 재가 sự tái giá.

수정관 정관 Ống dẫn tinh trùng. *(tr)* 난관 ống dẫn trứng. 수정 sự thụ tinh.

수정란 Trứng đã thụ tinh. *(tr)* 무정란 trứng không thụ tinh.

수제품 수제, 수공품 Hàng làm tay, hàng thủ công. 수제하다 làm bằng tay.

수족 손발 Thủ túc, tay chân, bộ hạ. 수족관 quán thủy cung.

수준 표준, 정도 Tiêu chuẩn, mức độ.

수줍다 E thẹn. 부끄럽다, 수줍다 ngượng, xấu hổ.

수중 물 속, 물 가운데 Trong nước, dưới nước.

수중 손안, 손아귀 Trong tay.

수증기 증기, 김 Hơi nước.

수지 입출 Thu chi, đầu vào đầu ra.

수지맞다 득보다,

이익 보다 Có ích, có lợi.

수직선 연직선, 수선 Đường thẳng đứng. *(tr)* 수평선 đường nằm ngang.

수집하다 모으다, 거두다 Gom lại, tập hợp lại.

수차 물레방아 Cối nước.

수차 수회, 여러 번, 몇 차례 Nhiều lần, mấy lần, mấy lượt.

수채통 수채, 하수관, 하수도 Ống nước, cống nước.

수척하다 야위다, 여위다, 파리하다, 마르다 Gầy, còm nhom.

수첩 Sổ ghi chép.

수초 물풀 Tảo nước, rong nước.

수축하다 오그라들다, 줄어들다 Co lại, xẹp xuống. *(tr)* 팽창하다 bành trướng. 늘다, 늘어나다 dãn ra.

수출 Xuất khẩu. *(tr)* 수입 nhập khẩu.

수치 Trị số, số trị, giá trị.

수치 수괴 Sự xấu hổ, sự nhục nhã.

수컷 수놈, 웅성, 남성 Con đực, giống đực. *(tr)* 암컷, 암놈 con cái.

수탈하다 Bóc lột, bắt xṑ ṅṓ, ạṩ ṅṓ cướp bóc.

수통 빨병, 물통 Bình nước.

수평선 Đường nằm ngang, đường chân trời. *(tr)* 수직선 đường thẳng đứng.

수포 물거품, 포말 Bong bóng nước.

수풀 숲, 삼림 Bụi cây.

수필 시론, 소론 Tùy bút.

수학 수, 산학 Toán học.

수해 수난, 수재 Thiệt hại do lụt gây ra. *(tr)* 한해

thiệt hại do hạn hán.

수행하다 Tu hành. 수련하다 tu luyện.

수행하다 따라 가다, 따르다 Đi theo, tháp tùng.

수행하다 이행 하다, 행하다, 해내다 Thực hiện. 시행하다 thi hành.

수혈 Sự truyền máu. (tr) 채혈하다 sự lấy, rút máu.

수호하다 지키다, 보호 하다 Bảo vệ, giữ gìn.

수화기 Máy nghe âm, máy điện thoại. (tr) 송화기 máy truyền âm.

수확하다 거두다, 거두 어들이다 Thu hoạch, thu vào.

수효 개수, 개수 Số cái.

수훈 공훈, 수훈 Công đầu, công lớn.

숙고하다 Suy nghĩ chín chắn, suy nghĩ kỹ.

숙녀 Thục nữ. (tr) 신사 bậc đàn ông.

숙달하다 Trở nên thành thục. (tr) 미숙하다 chưa thành thục.

숙련가 Thợ lành nghề. 숙련하다 조련하다 Điêu luyện, thành thục.

숙맥 쑥 Người thật quá hóa đần. 바보 anh ngốc.

숙면 깊은 잠 Giấc ngủ ngon sâu.

숙명 운명 Số phận, mệnh.

숙모 작은 너머니 Thím, mụ (삼촌댁).

숙부 작은 아버지 Chú. 삼촌 cậu.

숙성하다 일되다 Lớn, phát triển trước tuổi.

숙소 거처 Nơi ở.

숙식 침식 Việc ăn ở, ăn ngủ. 의식주 việc ăn mặc ở.

숙어 Quán từ. 성어 thành ngữ.

숙연 엄숙 Trang nghiêm.

숙원 숙망, 소원 Niềm
mong ước.

숙이다 Cúi xuống. 굽
히다, 구부 리다 cong
xuống. *(tr)* (머리를
젖다) lắc đầu.

숙제 과제, 문제, 현안
Vấn đề phải làm, bài tập.
임무 nhiệm vụ.

숙주나물 녹두 나물,
녹두채, 숙주 Giá đậu
xanh.

숙지하다 잘알다 Biết
rõ, biết kỹ.

숙직 Canh đêm, người
gác đêm. *(tr)* 일직 canh
ngày, người canh ngày.
야간 ban đêm. 주간 ban
ngày.

숙청하다 숙청 하다
Thanh trừng, loại bỏ.

숙환 Bệnh dài ngày.
만성병 bệnh mãn tính.
(tr) 급환, 급성병 bệnh
cấp tính.

순간적 순시간, 삽시간,
시각간 Trong giây lát,
trong khoảnh khắc.

순경 Tuần canh. 순찰
tuần tra.

순국선열 Liệt sĩ hy
sinh vì nước.

순금 본금, 정금 Vàng
ròng. 이십사금 vàng 24
tuổi.

순리 이치 Hợp đạo lý.

순박하다 착하다
Thuần phác. 꾸밈없다
không tô vẽ.

순백하다 희다 Trắng
trong, trong trắng.

순산하다 순만 하다
Sinh nở thuận lợi. *(tr)*
난산하다 sinh đẻ khó
khăn.

순서 순번, 순차, 차례
Tuần tự, thứ tự.

순수문학 Văn học thuần
túy.

순수이성 Lý tính thuần

túy: *(tr)* 실천이성 리
性 tính thực tiễn.

순수하다 Thuần túy.
(tr) 추잡하다 pha tạp.

순식간 순간, 순식
Trong khoảnh khắc.

순음 양순음 Âm đầu
môi.

순응하다 따라다
Thuận ưng, theo. *(tr)*
반항하다 phản kháng.
불응하다 bất ứng.

순이익 순리, 순익
Lợi lãi ròng.

순조롭다 순탄 하다,
무사 하다 Thuận lợi, vô
sự. *(tr)* 어렵다 khó
khăn.

순종 Giống thuần chủng.
(tr) 잡종 giống tạp.

순종하다 Thuận chiều,
nghe theo. *(tr)* 거역하다,
반항하다 phản lại.

순진하다 착하다
Thuần, hiền lành.

순차 순서, 차례 Thứ
tự, tuần tự.

순찰하다 돌아 보다
Tuần tra.

순풍 Gió thuận, thuận
gió. *(tr)* 역풍 gió ngược,
ngược gió.

순하다 양순하다 Thuần,
lành.

순환 혈액 순환 Tuần
hoàn máu.

순회하다 돌다 Đi vòng
quanh.

숟가락 숟갈 Cái thìa.
젓가락 cái đũa.

술 주 Rượu, tửu.

술고래 호주, 술꾼,
주객 Người uống rượu,
khách rượu.

술기운 술기, 주기 Cảm
giác khi say rượu.

술도가 양조장 Lò rượu.

술병 주병 Bình rượu.

술상 주 안상, 술판,
술 좌석 Bàn rượu, chiếu

rượu. 도박판 chiếu bạc.

술안주 안주 Thức nhắm rượu.

술주정 주정 Giả giọng rượu, giọng rượu.

술집 주막, 주점 Quán rượu.

술책 계략 Kế lược, mưu kế.

술친구 주붕, 술벗 Bạn rượu.

숨 숨기 Hơi thở.

숨가쁘다 숨차다, 숨막히다 Nghẹt thở, hổn hển.

숨구멍 숨통, 기관 Khí quản.

숨기다 감추다, 이기다, 비밀로 하다 Cất giấu, che giấu. *(tr)* 드러나다, 노출하다 lộ ra, lòi ra., 찾아내다 tìm ra.

숨다 숨어 있다, 잠재 하다, 감추다, 은닉하다, 은둔 하다 Ẩn náu, giấu

mình.

숨막히다 질식 하다 Nghẹt thở.

숨쉬다 Thở. 호흡하다 hô hấp.

숨지다 숨 끊어지다 Hết thở. 죽다 chết.

숫기 있다 Rộng rãi, tỏ ra đàn anh.

숫총각 동정남 Trai đồng trinh.

숫처녀 동정녀 Gái đồng trinh.

숭고하다 고상 하고 존엄 하다, 드높다 Tôn nghiêm và cao thượng.

숭배하다 우러러 보다, 떠받들다 Sùng bái.

숯 목탄, 유탄 Than củi. 석탄 than đá.

숯불 탄화 Lửa than.

숱하다 흔하다 Nhiều. *(tr)* 드물다 ít, hiếm.

숲 수풀, 산림 Lùm cây

쉬다 휴식하다 Nghi,

nghi việc, nghỉ ngơi.

쉬쉬하다 은폐하다, 감추다 Che giấu, giấu.

쉬이 쉽게, 쉽사리 Một cách nhẹ nhàng.

쉰 Năm mươi tuổi

쉼표 쉬는 표, 휴식부 Dấu phẩy.

쉽다 용이하다, 평이하다 Dễ, không khó. *(tr)* 어렵다 khó khăn.

스님 중 Nhà sư.

스물 이십세 Hai mươi tuổi.

스스로 저절로, 제물로 Tự nó, tự thể.

스위치 Cầu chì điện.

슬그머니 슬며시, 가만히, 은근히 Lặng lẽ. 남몰래 không ai biết.

슬기롭다 Tài tình.

슬프다 슬퍼하다, 서럽다 Buồn. *(tr)* 기뻐하다 vui mừng.

슬픔 비탄, 애절, 애통 Nỗi đau, nỗi buồn khổ.

습관 버릇, 인, 습성 Thói quen. 상습 thói xấu.

습기 물기 Độ ẩm, ẩm.

습득하다 Học được.

습지 늪 Đất ẩm, vùng lầy.

습하다 Ẩm, ẩm ướt. *(tr)* 건조하다 khô, ráo.

승 승패 Thắng bại.

승강기 엘리 베이터 Thang máy.

승강이 시비, 말다툼 Tranh cãi.

승강하다 승강이하다 Lên, nâng lên.

승객 Khách tàu xe. 선객 khách đi thuyền.

승급 승격, 진급, 승진 Sự lên chức, lên cấp, thăng tiến. *(tr)* 강등 sự giáng chức.

승낙하다 동의하다, 응하다 Đồng ý, ưng cho. 허락하다 cho phép. 들어주다 nghe cho. *(tr)*

거절하다 từ chối.

승리하다 이기다, 승하다 Thắng lợi. 개가를 올리다 khúc khải hoàn. 승자 người thắng. *(tr)* 지다, 패배하다, 패망하다 thất bại. 패자 người bại.

승마하다 Lên ngựa, cưỡi ngựa.

승선하다 상선하다 Lên thuyền. 승선권 vé lên thuyền. *(tr)* 하선하다 xuống thuyền.

승인하다 수궁하다, 인정하다 Thừa nhận, công nhận. *(tr)* 거부하다 từ chối.

승전국 Nước thắng trận. *(tr)* 패전국 nước thua trận.

승전하다 Thắng trận. *(tr)* 패전하다 bại trận.

승차하다 차를 타다 Lên xe, đi xe. 차를 몰다

lái xe đi. *(tr)* 하차하다 xuống xe.

승천하다 등천하다 Bay lên trời. *(tr)* 강림하다 xuống trần gian, giáng lâm.

승하다 Băng hà. 죽다 chết.

시 도시 Đô thị.

시 시간 Thời gian. 때 lúc, khi.

시 시장 Chợ. 상가 khu thương mại.

시 옳음 Đúng. *(tr)* 비, 트림 sai. 시비 đúng sai.

시가 Nhà chồng. *(tr)* 처가 nhà vợ.

시가 시세 Thời giá. 가격 giá cả. 시세 thời thế.

시각 보기 감각, 시감 Thị giác.

시간 Thời gian. 세월 ngày tháng. *(tr)* 공간 không gian.

시계 시야 Tầm nhìn.

시계 Đồng hồ. 모래시계 đồng hồ cát.

시계추 Quả lắc đồng hồ.

시골 농촌 Nông thôn.

시골나기 시골 사람, 촌사람 Người nhà quê, người nông thôn.

시골집 촌가 Nhà ở nông thôn.

시골티 촌티 Sự ngây thơ, ngờ nghệch của người miền quê (coi thường).

시국 세간 형편 Thời cuộc, tình hình thế gian.

시급하다 급박 하다, 급하다 Cấp, cấp bách, khẩn trương. 긴장 하다 căng thẳng.

시기심 질투심, 암기 Lòng kỳ thị.

시기하다 시 새다, 질투 하다 Kỳ thị, coi khinh ghét. 부럽다 ghen ty.

시끄럽다 소란하다 Ồn ào, nhốn nháo, ầm ĩ. (tr) 조용하다 yên tĩnh.

시내 Nội thành. (tr) 시외, 교외 ngoại thành.

시내 내, 개울, 개천 Con suối, con ngòi, sông lạch (sông nhỏ, cạn).

시냇가 냇가 Bờ suối.

시냇물 계수, 벽 계수 Nước suối. 온천 suối nước nóng.

시녀 Thị nữ. 궁녀 cung nữ. 계집종 đầy tớ gái.

시늉하다 모방 하다 Bắt chước. 척하다 làm ra vẻ như.

시달리다 괴롭히다 Bị quấy rầy, bị đau khổ, bị đeo đuổi.

시도하다 꾀 하다, 꾀하여보다 Thử xem, quyết tâm làm xem.

시동생 시숙, 시아주비, 남편의 아우 Em trai

chồng,

시동하다 기동 하다, 발동 하다 Khởi động. 동기 동기 동 cơ.

시들다 Vàng vọt, không có sức sống.

시력 안력 Thị lực.

시련 Thử thách. 시험 thử nghiệp.

시류 풍조 Trào lưu thời đại,

시름없이 생각 없이 Không suy nghĩ.

시말 시종 Đầu đuôi, trước sau.

시말서 전말서 Bản kiểm điểm, bản tự nhận xét.

시민권 인권, 민권 Nhân quyền, dân quyền.

시발역/점 Ga/ nơi xuất phát. *(tr)* 종착역/점 ga/ điểm đến cuối cùng.

시방 지금, 시금, 금시, 현재, 마악, 바야흐로

Ngay bây giờ.

시비 잘잘못 Đúng sai, phải trái. 흑백 trắng đen.

시상하다 상주다 Ban thưởng.

시샘하다 샘내다, 시기 하다, 투기하다, 질투 하다 Ghen ghét, ganh ty. 부럽다 thèm muốn được như người khác.

시설 설치, 설비 Thiết bị, trang bị.

시세 Thời thế, tình hình ngoài đời.

시스템 체계, 계통 Hệ thống.

시시각각 시각 마다 Từng khoảnh khắc, từng giây phút.

시시비비 잘잘못, 시비 Sai trái. 말다툼 tranh cãi nhau.

시시하다 사소 하다, 미미 하다 Nhỏ nhặt, vụn vặt.

시식하다 Ăn thử.
맛보다 nếm thử.

시신 눈길, 눈초리 Ánh
mắt, cái nhìn.

시아버지 시아비 Cha
chồng. *(tr)* 장인 cha vợ.

시아주버니 시숙,
도련님 Chú em chồng.

시야 시계, 안계 Tầm
mắt, tầm nhìn. 식견, 견식
tầm hiểu biết.

시어머니 자고 Mẹ
chồng. *(tr)* 친정 어머니,
장모 mẹ vợ.

시외 교외 Ngoại thành.
(tr) 시내 nội thành.

시원찮다 Không đáng
kể.

시월 상당 Tháng mười
(âm, dương lịch). 구시월
tháng chín mười.

시위 시위운동, 데모
Đình công.

시인 시가 Thi nhân, nhà
thơ. 시객 khách thơ.

시인하다 받아들이다
Thừa nhận, cho là đúng. *(tr)*
부인하다 phủ nhận.

시작 Sự bắt đầu. 개시 sự
mở đầu. 출발 sự xuất
phát. 착수 sự bắt tay. *(tr)*
끝, 마무리 sự kết thúc.

시장 장, 장마당, 장시,
시상, 마켓, 장터 Chợ,
siêu thị.

시장하다 배가 고프다
Đói bụng. *(tr)* 배부르다
no bụng.

시절 철, 계절, 시즌
(*Season*) Mùa, kỳ thời tiết
tronng năm. 우기 mùa
mưa. 건기 mùa khô.

시정하다 고치다. 바
로잡다, 교정하다 Sửa
cho đúng, đính chính.

시제 Thời (quá khứ,
vv…).

시조 개척자 Người khai
phát đầu tiên. 선봉자
người đi tiên phong.

시종 시말, 수미 Đầu đuôi, trước sau, bắt đầu và kết thúc.

시종일관 시종 일관 하다, 한결 같이 Trước sau như một, nhất quán trước sau.

시주 탁발 Việc sư đi cầu thí.

시중 Việc sai làm vặt.

시중하다 시중 들다 Tùy tùng, tháp tùng, đi theo phục vụ.

시집 보내다 시집 가게 하다 Gả chồng, cho đi lấy chồng. 장가 보내다 cho đi lấy vợ.

시집 살이 시가 살이 Cuộc sống con dâu.

시집 시편 Tập thơ.

시집 시댁, 시가 Nhà chồng. *(tr)* 가 nhà vợ. 친정 nhà mẹ đẻ.

시집가다 시집 오다, 출가하다, 서방 맞다,

머리 얹다 Đi lấy chồng, vu quy. 장가 들다, 장가 보내다 đi lấy vợ. 결혼 하다, 성혼하다 kết hôn, thành hôn.

시찰하다 순시하다 Thị sát, 감찰하다 giám sát.

시체 송장, 주검, 시구, 시신, 시구 Thi thể. 사체 tử thi. 유해 di hài.

시체실 사체실, 영안실 Phòng lạnh bảo quản tử thi.

시초 애초 Ban đầu, thủy tổ. *(tr)* 종말, 끝, 마지막 cuối cùng.

시치미 떼다 모른 체하다, 아닌 체하다 Làm ngơ, giả như không biết.

시키다 Sai khiến. 명령 하다 mệnh lệnh.

시퍼렇다 새파랗다 퍼렇다, 파랗다 Xanh

đậm.

시합 경기, 게임 Trận thi đấu, trận đấu.

시합하다 겨루다 싸우다 Thi đấu.

시행하다 Thi hành. 실시하다 thực thi. 거행하다 cử hành. 행하다, 치르다 làm tiến hành.

시험치다 시험 보다, 시험 하다 Đi thi, thi.

시흥 시심 Thi hứng, hứng làm thơ.

식 Kiểu. 방식 phương thức. 양식 mẫu (giấy).

식객 Thực khách.

식견 견문, 지견, 견식 Tầm nhìn. 학문 học vấn. 지식 tri thức.

식구 가족, 식솔, 친권 Người trong nhà.

식기 식구, 주발 Đồ dùng cho ăn uống. 그릇 bát đĩa.

식다 Nguội, trở nên nguội. *(tr)* 끓다 đun sôi.

따뜻하다 ấm nóng.

식단 식 단표, 차 림표, 음식 목록, 메뉴 Thực đơn, tập hợp các món ăn.

식당 레스토랑 Nhà ăn. 부엌, 주방 nhà bếp.

식도 밥줄, 밥길 Đường cơm vào dạ dày, thực quản.

식량 먹거리, 양식 Lương thực, các thứ ăn được.

식료품 식품, 식용품, 식료 Thực phẩm.

식모 가정부, 부엌데기 Người làm bếp, người nấu ăn. 주부 người nội trợ.

식목하다 Trồng cây. *(tr)* 벌목하다 chặt cây.

식별 구분, 분별 Sự phân biệt. *(tr)* 혼돈 sự hỗn độn.

식비 식대, 식가 Tiền ăn, tiền cơm.

식사 밥, 식음, 진지 Cơm, bữa cơm.

식사하다 Ăn cơm.

식수 마실 물 Nước uống.

식수 음료수 Nước giải khát.

식수하다 식목 하다, 나무 심다 Trồng cây.

식욕 입맛 Vị ngon, sự thèm muốn ăn.

식은땀 냉한, 진담 Mồ hôi lạnh, mồ hôi nhớt.

식이요법 Liệu pháp dinh dưỡng, cách nấu ăn.

식전 식사 전 Trước khi ăn, trước bữa ăn. *(tr)* 식후, 식사 후 sau bữa ăn, sau khi ăn.

식충이 밥벌레, 바보, 먹보 Sâu cơm, mọt gạo, người ăn nhiều.

식품 식료, 식료품 Thực phẩm.

식혜 Nước uống từ gạo lên men. 단술, 감주 rượu gạo, rượu ngọt.

식히다 차게 하다, 식게 하다, 냉각시키다 Làm lạnh, làm nguội. *(tr)* 달구다 đun nóng lên.

신 Tân, mới. *(tr)* 구 cũ, lâu.

신 신명 Thần linh. 신령 thần linh. 천신 sứ thần. 귀신 quỷ thần.

신 신명, 신바람, 흥 Hứng thú, thú vị.

신간 신서적, 신서 Sách mới phát hành. *(tr)* 구간 sách cũ.

신경 Thần kinh. 척추 cột sống.

신경질 성질 Sự bức xúc về thần kinh.

신고하다 Khai báo. 알리다 báo cho biết. 보고하다 báo cáo.

신곡 새 노래 Bài hát mới.

신교 Đạo giáo mới. *(tr)* 구교 đạo giáo cũ.

신기하다 신기 롭다, 야릇 하다 Thần kỳ.

이상 하다 khác thường.

신 나 다 흥나다 Hứng
lên, hứng thú. *(tr)* 맥빠지다
mất hứng, cụt hứng.

신 년 새해 Năm mới.
(tr) 거년 năm cũ.

신 년 사 Lời chào mừng
năm mới. *(tr)* 송년사 lời
chào cuối năm.

신념 믿음, 신조, 소신,
신심 Niềm tin. 소망
nguyện vọng.

신 다 꿰다, 착용 하다
Xâu, xỏ vào, đi vào. *(tr)*
벗다 cởi ra (dày dép).

신 대 륙 Địa lục mới.
신세계 thế giới mới. *(tr)*
구대륙 địa lục cũ.

신 도 신자 Con chiên,
tín đồ.

신 라 서라벌 Nước
Sinla cũ ở bán đảo Hàn
Quốc. 경주 thủ đô của
Sinla.

신 랄 하 다 나카롭다

Sắc, sắc sảo.

신 력 양력 Lịch mới,
dương lịch. *(tr)* 구력,
양력 lịch cũ, âm lịch.

신 령 Thần linh. 신,
검님 thần, vị thần. *(tr)*
마귀 ma quỷ.

신 뢰 신임, 신망, 신용
Tín nhiệm. 신의 tín nghĩa.
믿음 sự tin tưởng. *(tr)*
불신 bất tín. 의심 sự
nghi ngờ.

신 뢰 하 다 믿다 Tin
tưởng. *(tr)* 못 믿다 không
thể tin được.

신 맛 산미 Vị chua. 식초
dấm ăn.

신 망 신뢰, 신망, 신임,
믿음 Sự tin tưởng, sự có
tín nhiệm.

신 묘 영모 Thần diệu.
신기 thần kỳ. 신통 thần
thông.

신 문 Báo chí. 신문지
giấy báo. 신문사 tòa

báo. 뉴스 tin tức.

신문하다 캐어묻다 Hỏi cặn kẽ. 따져 묻다 căn vặn. 묻다 hỏi. *(tr)* 대답하다 trả lời.

신 물 Nước chua ợ ra.

신 발 신 Dày dép. 구두 dày da.

신 변 신상, 일신상, 몸의 형편 Tình trạng cơ thể.

신 병 Tân binh, lính mới. *(tr)* 노병 lính già.

신 병 신양, 병 Bệnh.

신 부 새색시, 색시 Cô dâu. *(tr)* 신랑 chú rể, tân lang.

신 분 Thân phận. 지위 địa vị. 계급 chức vụ.

신비하다 신비스럽다, 신비롭다, 불가사의 Thần bí, không thể hiểu ra. 미묘 mỹ miều.

신빙성 믿음성, 신뢰성 Tính, khả năng tin tưởng được.

신빙하다 믿다 Tin tưởng. *(tr)* 불신하다 không tin.

신 사 Quý ông. 남자 đàn ông. *(tr)* 숙녀 thục nữ, quý bà.

신생아 신산아, 초생아 Trẻ sơ sinh.

신 선 선자 Thần tiên. 신인 thần nhân.

신 선 하 다 싱싱하다, 신신 하다 Tươi, mới (cá, rau).

신 성 하 다 거룩 하다 mang tính thần thánh. *(tr)* 비천하다 thấp, hèn kém.

신 세 지 다 도움 받다 Được giúp đỡ.

신 세 처지 Hoàn cảnh của con người. 환경 môi trường.

신 세 타 령 Sự than thân trách phận. 넋두리, 하소연 푸념 lời than vãn, lời bất bình.

신속하다 날쌔다 Thần tốc. 빠르다 nhanh chóng. *(tr)* 완만 하다, 느르다 chậm, chậm chạp.

신수 안색 Nét mặt. 용모 dung mạo.

신식 Kiểu mới. *(tr)* 구식 kiểu cũ.

신신당부하다 신신 부탁 하다 một mực chân thành nhờ việc gì.

신약성서 천주교 cựu ước thánh thư, đạo Thiên chúa. *(tr)* 기독교 đạo Tin lành.

신양 신심 Tín ngưỡng. 믿음 niềm tin. 신교 sự tin vào tôn giáo.

신열 열, 열기 Nhiệt trong người phát ra, sốt.

신예 새시대 사람 Người thế hệ mới. *(tr)* 기성세대 thế hệ cũ, thế hệ hiện có.

신용 신임, 신뢰, 믿음성 Sự tín nhiệm. *(tr)* 불신 sự bất tín.

신음하다 끙끙거리다 Rên, rên ri, rên xiết. 앓다 ốm. 아프다 đau.

신의 의리 Tín nghĩa. *(tr)* 불신 bất tín.

신임 Người mới (trong lĩnh vực gì). *(tr)* 고참 người cũ, người có kinh nghiệm.

신자 신도, 성도 Tín đồ. *(tr)* 불신도 người không theo đạo.

신장 신발장 Kệ dày dép.

신장 콩팥 Trái thận (động vật).

신장 키 Chiều cao cơ thể. 신체 cơ thể.

신장하다 커지다 Lớn lên. 장성하다 trưởng thành. *(tr)* 줄다, 줄어들다 co lại, nhỏ lại.

신정 청조 Tết Dương Lịch. 새해, 신년 năm mới. *(tr)* 구정 tết Nguyên

Đán.

신중하다 조심스럽다
Thận trọng. *(tr)* 경망하다,
경솔하다 khinh suất, lơ
là.

신진 새사람, 신출 Người
mới. *(tr)* 기성 người cũ,
người hiện có.

신진대사 Sự trao đổi
chất.

신참 신입 Người mới vào.

신책 묘책 Kế sách thần
kỳ.

신청 요청, 청구, 신림
Sự thỉnh cầu, yêu cầu, xin
phép.

신체 몸 Cơ thể con người.
육체 nhục thể. *(tr)* 정신
tinh thần.

신체검사 신검 Kiểm
tra người.

신축성 탄력성 Tính
đàn hồi.

신춘 새봄 Mùa xuân mới.

신출귀몰 출몰 무쌍

Xuất quỷ nhập thần.

신탁하다 위탁 하다
Ủy thác. 맡기다 giao
cho.

신통하다 신통스럽다
Thần thông. 신기하다 thần
kỳ.

신판 신간 Mới xuất bản.
(tr) 구판 xuất bản cũ.

신품 신 제품, 새 물건
Hàng hóa mới.

신하 신, 신자, 신복 Cận
thần, quan dưới triều. *(tr)*
왕, 임금 vua.

신행 혼행 Việc chú rể
về nhà vợ, hoặc cô dâu về
nhà chồng sau ngày cưới.

신형 Kiểu hình mới. *(tr)*
구형 kiểu cũ, hình cũ.

신호 Tín hiệu. 기호 ký
hiệu. 부호 con dấu.

신혼여행 밀월 여행
Du lịch tuần trăng mật.

신흥 Mới. 신... tân... 구
cũ.... 기성 có sẵn.

싣 다 Chuyên chở, đăng tải. 얹다, 적재하다 chở (xe tàu). 기재하다 đưa tin, đăng tải. 승차하다 lên xe. 하차하다 xuống xe. (짐을) 부리다 / 내리다 cho hàng xuống khỏi xe.

실 Thực, có thực. 실상, 사실 sự thật. 실체 thực tế. *(tr)* 허 ảo.

실 사 Sợi chỉ. 끈, 줄 sợi dây.

실 손실 Tổn thất. 손해 tổn hại. *(tr)* 득, 이득 lợi, lợi tức.

실개천 시내 Suối, ngòi, lạch (nhỏ hơn sông).

실격 자격상실 Sự mất tư cách.

실권 Sự mất quyền. 실세 sự thất thế. *(tr)* 득세 sự thắng, đắc thế.

실내 Trong phòng. 옥내 trong nhà. *(tr)* 실외 ngoài phòng. 야외 ngoài

실눈 샛눈 Mắt lươn, mắt hý.

실랑이하다 승강하다, 시비하다 Suy bì, so sánh đúng sai.

실력 전가, 역량 Thực lực. 실권 thực quyền.

실력자 Người có thực quyền. 실권자 người có thực quyền.

실례 결례 Sự thất lễ. 실수 sự sai sót. 무례 sự vô lễ.

실례 사례, 선례, 예증 Tấm gương, ví dụ thực tế.

실록 Sự ghi chép y nguyên. 기록 sự ghi chép.

실리 실익 Lợi ích thực tế, thực lợi.

실리다 Được đăng tải, được chở. 적재되다 được chở. 기재하다 được đăng tải.

실리콘 (*Silicone*), 규소
Chất silicon.

실마리 실머리, 단초
Đầu mối sự vật.

실망 낙망, 낙심, 낙담,
실의 Sự thất vọng, sự
chán nản.

실명 Tên thật. *(tr)* 가명
tên giả.

실물 현물 Hiện vật, vật
có thật. 실상, 실형 có
thật.

실바람 미풍 Gió nhẹ.
중풍 gió vừa. 강풍 gió
mạnh.

실상 사실, 실제, 사실상
Thực tế. *(tr)* 허상 trên ảo
tưởng.

실성하다 Mất tinh
thần, điên. 미치다 điên.

실속 속내용 Trong ruột,
nội dung, cốt lõi.

실속도 Tốc độ thực tế.

실수 Số thực. *(tr)* 허수
số ảo.

실수 과실, 잘못, 착오
Sai lầm, lỗi. 실수 lỡ tay.
실족 lỡ chân.

실수요 Nhu cầu thực
tế. *(tr)* 가수요 nhu cầu
ảo.

실수하다 잘못하다,
그르치다 Phạm sai lầm,
sai lầm.

실시하다 Thực thi.
실천 하다 thựctiễn.
실행하다 thực hành.
시행 thi hành, chấp
hành.

실신하다 정신 잃다
Mất tinh thần, không làm
chủ được.

실언하다 말실수하다,
실언하다 Lỡ lời, nói lỡ
miệng.

실업 Sự thất nghiệp.
실직 sự mất nghề. *(tr)*

취직하다 có việc làm, đi làm.

실업자 실직자 Người thất nghiệp. 건달 người lang thang. *(tr)* 유직자 người có công việc, nghề làm.

실오라기 실오리 Đoạn, mẩu chỉ.

실외 옥외 Ngoài phòng, ngoài nhà. *(tr)* 야외 ngoài trời. 노천 lộ thiên.

실용주의 *(Pragmatism)* Chủ nghĩa thực dụng. 실용주의 chủ nghĩa thực dụng.

실은 사 실은, 사실, 정 말은 Sự thật, đúng là, thực tế.

실재 실체 Thực tế. *(tr)* 가상 giả tưởng.

실재성 Tính thực tế. 현실성 tính hiện thực.

실적 성적 Thành tích.

성과 thành quả. 업적, 공적 sự nghiệp (chính trị).

실점 Mất điểm. *(tr)* 득점 được điểm (trong thi đấu).

실정 실상, 실태, 실황 Tình hình thực tế. 진상 chân tướng của vấn đề.

실정법 인위법 Phép biện chứng theo thực tế lịch sử. *(tr)* 자연법 phép biện chứng tự nhiên.

실제 실상 Thực tế. *(tr)* 허위, 허구 hão.

실종 Sự mất tích. 행방 불명 không rõ tung tích.

실증 확증 Chứng minh thực tế.

실증법 Phép biện chứng thực tế. *(tr)* 이성법 phép biện chứng lý tính.

실질 Thực chất. 알맹이, 알짜 cốt lõi.

실질임금 Tiền lương

thực tế.

실 책 Thất sách. 과오,
과실 sai lầm.

실 체 Thực tế. *(tr)* 이론
lý luận.

실 컷 마음껏, 마음대로,
한껏, 원대로 Tha hồ,
tùy lòng.

실 크 명주실, 비단실,
명주천, 견직물 Tơ lụa,
lụa tơ tằm.

실 토 하 다 털어 놓다
Thổ lộ, nói hết ra. *(tr)*
감추다, 숨기다 che
giấu, giấu giếm.

실 패 하 다 낭패 하다,
좌절 하다, 그르 치다,
패보다 Thất bại. *(tr)* 성공
하다 thành công, 이룩
하다 đạt được.

실 하 다 튼튼하다 Chắc
chắn. *(tr)* 부실하다 dối
trá (trong xây dựng).

실 행 하 다 Thực hành,

chấp hành.

실 험 Thực nghiệm. 시험
thí nghiệm. 체험 thử
nghiệm.

실 화 Câu chuyện thực.
실록 ghi chép thật.

실 황 실상 Tình hình
thực tế.

실 효 효력 Hiệu lực.
효과 hiệu quả.

싫 다 언짢다 Ghét,
giận. không thích. *(tr)*
좋아하다 thích.

싫 어 하 다 미워 하다,
혐오 하다, 불호하다
Ghét, giận.

싫 증 나 다 지루하다
Chán ngấy. 짜증나다
bức xúc.

싫 증 증, 넌더리 Chứng
ghét, chứng không thích.
증오 sự căm ghét.

심 Cái tâm, tâm căn, lõi.
심지 lõi bấc đèn.

심 각 Trầm trọng. 절박
하다 cấp bách.

심 경 속마음, 마음 Trong
bụng, trong dạ.

심 다 재식 Trồng. 재배
하다 trồng trọt. (*tr*) 베다,
자르다 cắt, chặt bỏ.

심 란 하 다 걱정스럽다
Lo lắng. 어 수선 하다
ngượng ngạo.

심 려 걱정, 근심 Sự lo
lắng.

심 령 Tâm linh. 영혼
linh hồn.

심 리 Tâm lý. 심마니,
채삼꾼, 채삼인 Người
làm nghề đào sâm núi.

심 문 하 다 Thẩm vấn.
따져묻다 hỏi chi li cặn
kẽ. 캐묻다 hỏi soi mói.

심 벌 (*Symbol*) 상징, 표상
Biểu tượng, hình tượng.

심 보 마 음보, 마
음씨, 심성 Tấm lòng,

trong lòng.

심 복 Tâm phúc. 부하
bộ hạ.

심 상 하 다 예사 롭다
Bình thường, không lấy gì
làm lớn. (*tr*) 비상하다
không bình thường.

심 술 부 리 다 심술
피우다, 심통 부리다
Làm việc độc ác và tham
lam.

심 술 심술딱지 Tâm
địa. 성질 bản chất.

심 술 꾸 러 기
심술쟁이, 놀부 Người
tâm địa hẹp hòi và tham
lam.

심 신 몸과 마음, 신심
Cơ thể và tinh thần.

심 심 풀 이 하 다
심심 소일 하다 Tiêu
khiển, cho qua thời gian.

심 심 하 다 Buồn. 답답
하다 buồn bực.

심 야 한밤, 한 밤중, 심경, 깊은 밤 Đêm khuya, nửa đêm.

심약하다 여리다, 나약하다 Mềm yếu, nhút nhát. *(tr)* 용감하다 dũng cảm.

심 연 깊은 못 Cái hồ sâu.

심오하다 깊숙하다, 깊다 Sâu sắc, kỹ lưỡng (suy nghĩ). *(tr)* 경박하다 hời hợt.

심 장 염통 Quả tim, trái tim. 중심부 trung tâm.

심 정 심중, 마음씨 Tấm lòng.

심 지 심통 Tâm địa, trong lòng.

심 지 심, 등심 Bấc đèn, lõi.

심 지 어 더욱 더, 심하게는 Hơn nữa, còn nữa. 하물며 thậm chí, ngay cả.

심 취 매혹, 매료, 매혹 Sự say đắm, sự bị lôi cuốn.

심 취 하 다 홀리다, 도취하다 Say đắm, say mê cái gì.

심 층 Bề trong, trong sâu. *(tr)* 표층 bề ngoài. 표면 bề mặt.

심 통 심지, 심지 Lòng dạ, tâm địa.

심 판 판결 Xử án, phát quyết. 심판원, 심판관 thẩm phán.

심 포 니 *(Symphony)* Nhạc giao hưởng.

심 하 다 심각하다 Trầm trọng. 지나치다, 나무하다 quá mức, quá quắt.

심 해 깊은 바다 Biển sâu. *(tr)* 천해 biển cạn.

심 혼 심신, 마음과 정신 Tâm thần, tâm hồn.

십 열 mười (số lượng).

십 년 감 수 하 다 혼나

다 Khó khăn đến mức giảm thọ mười năm.

십분 Mười phần đủ mười. 모두 탓 다. 충분히 đầy đủ.

십오 야 보름날 달, 보름달 Đêm rằm.

십이 월 섣달 Tháng 12.

십자가 성가 Thánh giá, chữ thập thánh.

십중 팔구 십상 팔구 Tám chín trong mười. 대부분, 거의 đại bộ phận, hầu như.

싱겁 다 Nhạt, nhạt nhẽo, không có thực chất (tt) 실속 없다. (tr) 짜다 mặn. 짭짤하다 có tầm cỡ.

싱싱하 다 생생 하다 Xanh, tươi (rau, cá).

싸 늘하 다 써늘하다, 쌀쌀 하다 Mát, mát mẻ. 시월 하다 mát mẻ,

thích thú. (tr) 덥다 nóng.

싸 다 값싸다, 헐하다 Rẻ tiền, không đáng giá. (tr) 비싸다, 값지다, 값나가다 đắt, đáng giá.

싸 다 배설 하다, 누다, 지리다 Bài tiết.

싸 다 포장하다, 감싸다 Gói lại, đóng gói. 묶다 buộc, gói lại.

싸 라기 입자 Mảnh vụn. 가루 bột.

싸 우 다 싸움 하다, 다 투다 Tranh cãi, 싸우다 (tt) 전투하다 đánh nhau.

싸움 말다툼 Sự tranh cãi nhau, trận đánh.

싸움닭 투계, 쌈닭 Gà chọi.

싸움터 쌈터, 전장 Chiến trường. 전지 trận địa.

싹 눈, 움, 순 Mầm cây, lộc cây.

싹수 장래, 미래 Tương

lai. 전망 triển vọng. 전도 tiền đồ.

싹 싹 하 다 사냥 하다 Mềm mỏng.

싹 트 다 움 트 다 Này mầm, đâm lộc.

싼 값 헐값, 염가, 똥값 Giá rẻ, giá bèo.

쌀 Gạo. 쌀알 hạt gạo. 곡식 lương thực. (tr) 보리 hạt bo bo.

쌀 겨 겨, 속등겨 Cám, vỏ gạo. 왕겨 vỏ ngoài của gạo.

쌀 농 사 Nghề nông trồng lúa.

쌀 밥 백반 Cơm gạo trắng. 진지 cơm (tôn trọng).

쌀 보 리 Hạt mì đã xay vỏ. (tr) 겉보리 mì cả vỏ.

쌀 쌀 맞 다 쌀쌀 하다, 차갑다 Lành lạnh, lạnh lùng. (tr) 다정하다 đầy tình cảm tốt đẹp. 따뜻

하다 Ấm áp.

쌀 알 미립, 미상 Hạt gạo.

쌀 장 수 미상 Việc buôn báo gạo.

쌀 죽 Cháo gạo.

쌍 둘, 짝, 양 Một đôi, một cặp, hai cái. (tr) 단, 홑 một, lẻ, đơn chiếc.

쌍 둥 딸 쌍생녀 Cặp con gái sinh đôi.

쌍 둥 이 쌍동, 쌍생아 Sinh đôi. 쌍태 thai đôi.

쌍 방 Song phương. 양방, 양쪽 hai phía. (tr) 일방 đơn phương, một phía.

쌍 소 리 상말, 상소리, 속어, 비어, 비속어 Tiếng tục.

쌍 수 양손, 두손 Hai tay.

쌍 스 럽 다 천박하다, 천하다, 속되다, 비속 하다, 저속 하다 Trần tục, hèn kém. (tr) 고상하 다 cao thượng.

쌍안경 Kính hai tròng.

쌓다 포재다 chất đống, chồng lên nhau. 겹치다 trùng lặp. 누적하다 lũy tích. *(tr)* 허물 쌓이다 Được xếp đống lên.

써넣다 Viết vào. 기재하다, 기입하다 ghi chép vào.

써먹다 활용하다, 이용하다 Sử dụng, dùng tới. 남용하다 lợi dụng.

썩다 썩어빠지다, 부패하다, 부식하다 Thối, rữa ra.

썰다 Thái mỏng ra. 썰다 (nước triều) xuống. *(tr)* 밀다 nước triều lên.

썰물 낙조, 퇴조 Nước thủy triều xuống, mức nước thủy triều thấp nhất. *(tr)* 만조 nước thủy triều lên, mức nước thủy triều cao nhất.

쏘다 발사하다 Bắn súng. 사출하다 đùn ra. 발포하다 nã pháo.

쏘다니다 분주 하고 다니다 Bận rộn đi đây đó.

쏟다 흘리다, 쏟뜨리다 Trào ra, phun ra.

쏟아지다 Trào ra, phun ra.

쏠리다 몰리다, 모이다 Dồn đến, tập trung đến.

씌다 선보이다 Coi mắt, ra mắt (hôn nhân).

쑤다 끓이다 Ninh, đun sôi. 익히다 đun cho chín.

쑤시다 Xoi, móc ra, xia. 이쑤시개 que tăm.

쑥덕공론 뒷 얘기 Chuyện nói sau lưng. 풍문, 소문 tin đồn.

쑥밭 쑥대밭, 폐허 Ruộng ngải cứu.

쑥스럽다 어색 하다

Ngượng ngập. 부끄럽다
xấu hổ.

쓰 다 Đội vào (mũ). 착용
하다 đeo vào. *(tr)* 벗다
cởi ra, tháo ra.

쓰 다 사용하다 Sử dụng.
고용하다 thuê làm.
채용 하다 tuyển dụng.

쓰 다 소태 같다 Đắng,
đắng cay. *(tr)* 달다, 감미
롭다 ngọt, ngọt ngào.

쓰 다 적다, 기재 하다,
기록 하다, 필기하다
Viết, ghi chép vào.

쓰다듬다 어루만지다
Trau chuốt. 만지다 vuốt
ve.

쓰라리다 쓰 리다,
고통스럽다 Đắng cay.

쓰러뜨리다 쓰러트
리다 Làm cho ngã, cho
đổ xuống.

쓰러지다 넘어 가다,
고꾸라지다 Đổ xuống,

gục xuống, ngã xuống.
(tr) 일어서다, 서다
đứng dậy, đứng lên.

쓰르라미 Đắng cay,
시장하다 xót ruột.

쓰이다 씌다, 쓰게 되다
Được dùng đến.

쓱싹하다 도둑질하다,
훔치다 Trộm cắp.

쓴 맛 Vị đắng. *(tr)* 단맛,
감미 vị ngọt.

쓴웃음 고소 Nụ cười
đau khổ, nụ cười cay đắng.

쓸 만하다 Đáng dùng.
웬만하다 không đến
nổi. 양호하다 tốt. 선호
하다 thích dùng.

쓸개 담, 담낭 Cái mật,
túi mật, sự to gan lớn mật.

쓸 다 비 Quét, quét sạch.
청소하다 dọn vệ sinh.

쓸 데 쓰일 곳, 쓰임새
Nơi dùng소용, 쓸모 tác
dụng, ích lợi.

쓸데없다 Không có nơi dùng. 소용없다, 쓸모없다 vô ích.

쓸데없이 Không cần thiết, vô ích.

쓸쓸히 외로이 Buồn buồn.

씀씀이 Việc tiêu xài. (tr) 돈벌이, 벌리 việc tiêu tiền.

씁쓸하다 쌉쌀 하다, 씁쓰 름하다 Đăng đắng. (tr) 달콤하다 ngọt bùi. 고소 하다 bùi (lạc).

씨 씨앗 Hạt giống. 종자 giống (cây), nòi giống.

씨눈 배, 배아 Mầm mống, mầm.

씨름 상박 Môn vật.

씨방 Túi đựng hạt giống, buồng trứng, tinh hoàn.

씨받기 씨받이 Sự gom giống, thu hồi hạt giống.

씨줄 씨, 위선 Ông dẫn tinh trùng. (tr) 날줄, 경선 ống dẫn trứng

씩씩하다 당당 하다 Đường đường, đường hoàng.

씹다 Nhai (động vật).

씻다 Rửa, rửa sạch. 닦다 lau chùi cho sạch.

씻은 듯이 Sạch như chùi. 말끔히, 깨끗하다 sạch sẽ.

ㅇ

아 가 리 아구, 아귀 Cái
mõm.

아 가 씨 Cô gái. 소녀
thiếu nữ. 처녀 trinh nữ.
계집 아이 bé gái.

아 가 페 Tình yêu thương
mang tính tôn giáo. *(tr)*
에로스 tình yêu nam nữ.

아 교 아교풀, 갖풀 Keo
làm từ xương động vật.

아 군 우군 Quân ta, quân
mình. *(tr)* 적군 quân địch.

아 궁 아궁이 Lò sưởi,
bếp lò sưởi.

아 기 애기, 아가, 어린애,
어린이, 소아 Trẻ em,
con nít, em bé.

아 기 자 기 오순 도순
Nhộn nhịp, chan hòa, vui
vẻ.

아 기 자 기 하 다 재미

있다, 깨가 쏟아지다
Hay, thú vị, thích thú.

아 까 금방 전, 방금
전, 조금 전, 마악 Vừa
mới, ban nãy.

아 깝 다 소중하다, 귀중
하다 Tiếc, quý biết coi
trọng. 아쉽다, 서운하다
lấy làm tiếc, lấy làm buồn.

아 끼 다 절약 하다 Tiết
kiệm, dè xẻn. 귀하다,
소중 하다 quý ông.

아 낙 네 아낙, 부여자,
여자 Đàn bà, con gái, phụ
nữ.

아 내 마 누라, 안 식구,
집사람, 처 Vợ. 첩 thiếp.
조강지처 người vợ từ
thời còn hàn vi. *(tr)* 남편
chồng.

아 니 꼽 다 못마땅하다

Không vừa lòng, không vui.

아니야 아냐 Không phải đâu.

아닌게아니라 과연, 미상불 Quả nhiên, đúng là, rõ ràng là.

아담하다 아담스럽다 Thùy mị nết na.

아동 어린이 어린 아이 Nhi đồng, trẻ em. 미성년 vị thành niên. *(tr)* 성년 người lớn.

아둔하다 어리석다, 둔하다, 우둔하다 Ngốc, đần, dốt. 몽매하다 mông muội. *(tr)* 똑똑하다, 명석하다, 현명하다 Sáng sủa, thông minh.

아득하다 어득하다, 끝없다, 망망하다 Mênh mông, bát ngát, vô bờ bến.

아들 아들자식 Con trai. *(tr)* 딸, 영애 con gái lệnh ái.

아들딸 자녀, 자식, 소생 Con trai con gái, con cái. 자손 con cháu.

아들애 아들아이 Bé trai. *(tr)*딸애, 딸아이, 계집애 bé gái.

아래 밑, 하단, 다음 Phía dưới, phần dưới.

아래위 상하, 위 아래 Trên dưới.

아래층 하층, 밑층, 기층 Tầng dưới.

아래턱 Cằm dưới.

아랫길 하질 Chất lượng kém (hàng hóa).

아랫도리 하의 Y phục dưới, phần thân dưới. 하반신 치마 váy. 바지 quần.

아랫방 Nhà nhỏ, nhà dưới. *(tr)* 윗방, 위칸 nhà trên, nhà to.

아랫배 하복, 소복 Bụng dưới. *(tr)* 윗배 bụng trên.

아 랫 사 람 Người dưới

(tuổi, cấp bậc…). *(tr)*
윗사람, người trên.

아랫입술 Môi dưới.
(tr) 윗입술 môi trên.

아량 너그러움, 도량,
관대 Sự rộng rãi, có đức
độ. 관용 sự khoan dung.

아련하다 희미 하다,
흐리다, 어림풋하다 Đục,
mờ.

아로새기다 새기다,
조각 하다 Khắc, điêu
khắc, tạc.

아른거리다 아른대다
Chập chờn trước mắt.

아름 한아름 Một sải
tay.

아름답다 예쁘다, 어여
쁘다, 곱다 Đẹp, xinh.
우아 하다 duyên dáng.

아리송하다 알쏭하다
Mờ, ảo, đục. *(tr)* 맑다
trong.

아마 아마도, 혹, 혹시,
대체로 Hay là, hoặc là,

có lẽ, chừng.

아마 아마추어 Nghiệp
dư, không chuyên nghiệp.
(tr) 프로 chuyên nghiệp.

아메리카주 미 주
Châu Mỹ.

아명 아이적 이름, 유명
Tên gọi khi nhỏ. *(tr)*
관명 tên khai sinh.

아무 모인, 모, 어떤,
모처 Nào đó.

아무러면 아무렴, 아무
러 하면 Ai chứ còn.

아무러하다
아무렇다 Nào đó (mức
độ, điều kiện).

아무렴 당연하다 Đương
nhiên, tất nhiên.

아무리 제아무리, 암만,
세상없이 Cho dù, dù là.

아무쪼록 부디, 제발
Cho dù mong sao.

아무튼 여하간, 어떻든
Cho dù thế nào đi nữa.

아물거리다 까물거

리다 Trở nên mờ, trở nên đục.

아물다 치유하다, 낫다, 맞붙다 Khỏi, lành (vết thương).

아물리다 끝 내다, 마치다 Kết thúc, xong, làm cho hết.

아 버 지 Bố, ba, cha. 아빠, 부친, 부 phụ thân. *(tr)* 어머니, 모, 모친, 가당 mẹ.

아부하다 아첨 하다, 알랑 거리다, 알랑대다 Phụ họa, xu nịnh.

아 사 하 다 Chết đói.

아쉽다 서운하다 Đáng tiếc thiếu cái gì, điều gì. 모자라다, 부족하다 thiếu, không đủ.

아양 떨 다 아야 부리다, 교태 부리다 Làm nũng.

아양 교태, 애교 Sự nũng nịu, sự làm mình làm mẩy.

아연하다 갑작스럽다 Bỗng nhiên, đột nhiên

아예 애당초, 애초/처음 부터 Ngay từ đầu, ngày từ ban đầu.

아 우 동생 Em. *(tr)* 형 anh. 언니 chị.

아우성 소란 Tiếng ồn ào.

아울러 더불어, 함께 Cùng nhau, cùng với nhau.

이 이 애, 어린이, 어린 아이, 어린애 Trẻ em, con nít, em bé 젖먹이 trẻ còn bú mẹ.

아 저 씨 작은 아 버지, 숙부 Chú, chỉ người con trai có tuổi. 삼촌 cậu.

아 주 무척, 매우, 무척, 대단히 Rất, quá (mức độ, số lượng).

아주머니 아주머님 Bà (chỉ người phụ nữ có tuổi).

아주버니 시숙 어른 Anh em trai của chồng.

아줌마 아주머니 Người đàn bà có tuổi.

아직 여태, 여태까지 Vẫn chưa, chưa. 여전히 vẫn như trước. *(tr)* 벌써, 이미 đã, rồi.

아차 아이구, 아이쿠 Ái chà, ối dào.

아첨꾼 아첨장이, Quân nịnh bợ, kẻ nịnh hót.

아침 조기 Buổi sáng, sáng sớm. *(tr)* 저녁 buổi tối.

아침마다 매일 아침 Mỗi buổi sáng.

아침밥 아침, 조반, 조식, 조찬 Cơm sáng, 오찬 cơm trưa. *(tr)* 저녁밥, 석식, 만찬 cơm tối.

아코디언 *(Accordion)*, 손풍금 Đàn phong cầm.

아파트 *(Aparnemt)* Chung cư.

아편 마약, 양귀비, 검은 약 Thuốc phiện.

아프다 Đau, đau khổ. 쑤시다 nhức. *(tr)* 쾌락 하다 khoái lạc.

아픔 고통 Nỗi đau, sự đau đớn. *(tr)* 기쁨 niềm vui, sự vui sướng.

아호 호칭, 칭호, 호 Hiệu. 별호 biệt hiệu. 필명 bút danh.

아홉 Chín (con số). 구 cửu.

아홉 살 구 세 Chín tuổi.

아혼 살 구십 세 Chín mươi tuổi.

아흔 구십 Chín mươi.

악 Ác. 해 có hại. 악독 độc ác. 흉악 hung ác. 불길 không may. *(tr)* 선 thiện. 길 Điều lành.

악곡 악조 Nhạc điệu.

악귀 악마 Quỷ ma, dữ.

악극단 악단 Đoàn ca kịch.

악담 악말 Tiếng xấu, tiếng

ác. *(tr)* 덕담 chuyện lành, chuyện tốt.

악당 Ác đảng. 안의 무리 bầy gian ác. 깡패, 폭력배 bọn côn đồ.

악덕 Ác đức. *(tr)* 미덕 đức tính tốt đẹp.

악독하다 악하 고독 해하다, 모질다, 매섭다 Ác độc.

악동 장난 꾸러기 Đứa trẻ nghịch ngợm.

악랄하다 악하다 Ác. *(tr)* 착하다 hiền lành.

악령 Linh hồn quỷ dữ. 악신, 악귀 quỷ thần.

악마 마귀 Ma quỷ. 사탄 quỷ Sa tăng 요괴 yêu quái.

악물다 꽉 다물다, 윽 물다 Cắn chặt lại, chịu đựng.

악법 악률, 나쁜 법 Luật độc ác.

악보 음보, 악전 Sách nhạc.

악사 악공 Nhạc công. 연주가 người biểu diễn.

악성 Ác tính. *(tr)* 양성 lành tính (bệnh).

악센트 어조, 음조 Ngữ điệu, âm điệu.

악수 억수 Cơn mưa như trút.

악습 악풍 Phong tục xấu và ác. 나쁜 버릇 thói xấu.

악식 거친 음식 Thức ăn có hại cho cơ thể. *(tr)* 미식, 호식 thức ăn có lợi.

악신 Thần dữ. *(tr)* 선신 thần hiền lành.

악쓰다 소리지르다 la hét, la ó.

악업 Nghiệp ác, nghề ác. *(tr)* 선업, 덕업 nghề thiện, nghề có đức.

악역 Vai người xấu (kịch).

악용하다 Lợi dụng vào việc xấu, lạm dụng *(tt)*

남용하다. *(tr)* 선용하다 dùng vào việc thiện.

악 운 액운 Vận xấu, vận rủi. *(tr)* 길운 vận may.

악 의 악심 Ác ý. 악심 Ác tâm. *(tr)* 선의, 호의 thiện ý, ý tốt.

악 인 Ác nhân. 악한 사람, 악질 người ác. 나쁜 사람 người xấu. *(tr)* 선인, 호인 người lành. 현인 hiền nhân.

악 재 Nguyên nhân xấu. *(tr)* 호재 nguyên nhân tốt (của thị trường chứng khoán).

악 정 학정 Chế độ chính trị độc ác. 선정 nền chính trị lành.

악 조 건 Điều kiện xấu. *(tr)* 호조건 điều kiện tốt.

악 종 악질, 독종 Bản chất xấu và độc ác.

악 처 악한 아내 Vợ ác, vợ xấu. *(tr)* 양처 vợ hiền.

악 취 나쁜 냄새 Mùi hôi thối. *(tr)* 향취, 향기 mùi thơm. 향수 nước hoa.

악 평 비판 Sự đánh giá xấu. *(tr)* 호평 sự đánh giá tốt.

악 평하다 헐뜯다 Đánh giá, phê bình xấu.

악 필 난필, 졸필 Ngòi bút dở, viết không hay. *(tr)* 명필, 달필 ngòi bút tài giỏi.

악 하다 모질다 Ác. 악독하다 ác độc. 흉악하다 hung ác. 간악하다 gian ác. *(tr)* 선하다 thiện. 어질다 lành.

악 한 안인 Người ác. 악단 ác đảng.

악 행 악업, 나쁜 일 Việc xấu, việc ác *(tr)* 선행 việc thiện.

악 화하다 나빠 지다, 도지다 Trở nên xấu

hơn, tồi tệ hơn. 심해지다
trở nên trầm trọng hơn.

안 내 Trong. 안쪽 피아
trong. 내면 mặt trong
내부 nội bộ.

안 아니, 아니하다 Không
phải, không.

안 감 속옷 Áo trong, áo
lót, vải lót trong áo quần.
(tr) 거죽감 áo ngoài.

안 개 내, 이내, 연무
Mù (hiệng tượng thiên
nhiên). 이슬 sương.

안 개 비 연우 Mưa do
mù gây ra.

안 거 래 암매매 Buôn
bán lậu. 암시장 chợ lậu.

안 건 안, 제안, 의안 Ý
kiến đưa ra, đề án, đề
nghị

안 계 시야, 시계 Tầm
nhìn của mắt. 안경 kính
mắt.

안 광 눈빛, 눈채, 눈초리
Ánh mắt, ý trong cái nhìn.

안 구 눈망울, 눈알 Tròng
mắt.

안 내 서 안내장, 안내문
Bản hướng dẫn. 안내판,
알림판 bảng thông báo.

안 내 자 안내인, 안내원,
안내양 Hướng dẫn viên,
người hướng dẫn.

안 내 하 다 인도 하다
Hướng dẫn. 이끌다, 데리
다 dẫn dắt, dẫn đi.

안 녕 평안, 안락, 무사
Sự bình yên, vô sự. *(tr)*
불안 bất an.

안 다 포옹 하다 Ôm,
껴 안다, 끌어 안다 ôm
vào.

안 달 하 다 조바심하다,
안절부절 못하다 Hồi
hộp, lo âu. 속태우다 lo
lắng trong lòng.

안 대 눈가리개 Cái
băng băng mắt.

안 도 하 다 안심 하다,
마음 놓다 An tâm, không

lo lắng gì. *(tr)* 걱정하다 lo lắng.

안 뜰 안마당, 내정 Sân nhà.

안 락 평안 Sự an lạc, sự bình an. *(tr)* 불안 sự bất an.

안락사 Cái chết không đau đớn.

안 마 마사지 Mát xa.

안마하다 주무르다, 두드리다 Mát xa, xoa bóp.

안 면 얼굴, 낯, 면상 Nét mặt, khuôn mặt, mặt 친분, 친분 관계 người quen biết.

안 목 식견, 판단력 Khả năng phân biệt bằng mắt.

안 방 내방, 내실 Phòng trong. 주부실 buồng phụ nữ.

안 사돈 사부인, 사돈댁 Bà thông gia. 바깥사돈 ông thông gia. 사돈 thông

gia.

안 색 낯빛, 얼굴빛, 내색 Nét mặt, ánh mặt, thái độ hiện ra trên mặt.

안성맞춤 십상 Vừa vặn. 적합 thích hợp.

안 식 쉼, 휴식 Sự nghỉ ngơi, sự tạm dừng.

안식하다 쉬다, 휴식 하다 Nghỉ, nghỉ ngơi.

안심하다 안도 하다, 마음 놓다 An tâm, yên dạ. 방심하다 lơ là. *(tr)* 걱정하다, 염려하다 lo lắng.

안 이 안일, 무사 Vô sự, không có vấn đề gì. 안전하다 an toàn.

안 이 하 다 한가하다 Nhàn nhã. 쉽다, 손쉽다 dễ dàng.

안 일 집안일, 가사 Việc nhà.

안일하다 무사 하다, 한가롭다 Vô sự. bình

yên.

안전보장 안보 Việc
bảo vệ sự an toàn của đất
nước.

안전지대 무풍 지대
Khu vực an toàn.

안전하다 탈없다 An
toàn 무사하다, 무고하다
an toàn không có tai nạn.

안정하다 안좌하다
Ổn định, an tọa. 튼튼하다
chắc chắn. *(tr)* 불안정
không ổn định.

안주 술안주 Món
nhắm với rượu.

안주인 주인 아주마 Bà
chủ nhà. *(tr)* 바깥 주인
ông chủ nhà.

안중 Trong mắt. 심중,
마음 속 trong lòng dạ.

안질 눈병 Bệnh mắt, đau
mắt.

안찝 Áo quan, quan tài.

안차다 Bình tĩnh, không
sợ sệt.

안채 안집, 내사 Nhà
trong, nhà nhỏ. *(tr)*
바깥채 nhà ngoài, nhà
lớn.

안타깝다 안스 럽다,
애처 하다 Đáng tiếc, tiếc,
hối.

안테나 공중선 (*Angten*)
(T.V.).

안 팎 안과 밖 Trong
ngoài. 내외 nội ngoại.
겉과 속 ngoài vỏ và
trong ruột.

안하무인 안중 무인
Trong mắt không có ai,
coi thường mọi người.

앉다 착석 하다, 자리
잡다 Ngồi, ngồi xuống,
đậu (chim). *(tr)* 서다 đứng.
일어서다 đứng lên.

앉은 자리 즉석 Ngay
tại chỗ. 당장 ngay lập
tức.

앉히다 착석시키다
Cho ngồi, cho đậu ở đâu.

앓 다 아니 하다 Không, không phải.

알 난, 난자, 알맹이, 알갱이 Trứng, hạt. 달걀, 계란 trứng gà.

알 곡 알곡식 Hạt ngũ cốc đã xay bỏ vỏ.

알 다 Biết. 이해하다 hiểu. 인지하다, 인식하다, 감지 하다 nhận thức. (tr) 모르다 không biết.

알 뜰 하 다 Đặc, không hao mòn. (tr) 헤프다, 마모 하다 hao mòn.

알 랑 거 리 다 Đóng đa đòng đảnh. 애교 부리다 làm nũng.

알 력 Sự khập khễnh. 불화 sự bất hòa. 갈등 mâu thuẫn

알 루 미 늄 (Aluminium), 양은 Nhôm.

알 리 다 Cho biết, thông báo. 포고하다 bố cáo.

알 리 바 이 (Alibi), 부재 증명 chứng cớ không có mặt tại hiện trường khi đó.

알 맞 다 얼맞다, 걸맞다, 적당하다, 적합하다 Vừa, khớp với nhau, thích đáng, thích hợp. 어울 리다 hợp với nhau.

알 맹 이 알, 알짜 Hạt, ruột, lõi. 핵심 trọng tâm vấn đề. (tr) 껍데기 vỏ.

알 몸 알몸뚱이, 맨몸 Trần truồng. 나체, 나신 lõa thể.

알 밤 밤톨 Hạt dẻ đã bóc vỏ. 송이밤 hạt dẻ còn vỏ.

알 사 탕 눈깔사탕 Đường cát.

알 선 주선 Việc xúc tiến việc ra mắt. 소개 việc giới thiệu. 주천 đề cử.

알 속 핵심, 핵 Nội dung, vấn đề cốt lõi.

알 속 하 다 귓속말하다.

속삭대다 Nói thầm, nói nhỏ.

알쏭달쏭하다 아리송하다 Không rõ, mờ mịt (trí nhớ).

알아내다 깨닫다 Hiểu ra. 연구해내다 nghiên cứu ra. 찾아내다 tìm ra.

알아주다 Hiểu cho, biết cho. 인정하다 công nhận, thừa nhận.

알은 체하다 알은 척하다 Làm như biết, tỏ ra như biết. (tr) 모른 척하다 làm như không biết.

알 짜 진짜, 알맹이, 핵심 Lõi, hạt, trọng tâm. (tr) 겉껍데기 vỏ, bề ngoài. 찌꺼기 cặn bã.

알 차 다 Đầy trong ruột, có nội dung. (tr) 비다 trống, vắng.

알칼리 염기 Chất kiềm. (tr) 산 axít.

앓 다 Ốm. 병들다, 투병하다, 편찮다 đau, mắc bệnh.

암 종양 Khối u. 암 암컷 Con cái. (tr) 수, 수컷 con đực

암거래상 암거래상인 Người buôn bán lậu.

암기하다 외우다, 외다 Học thuộc lòng.

암꽃술 Nhị hoa cái. (tr) 수꽃술 nhị hoa đực.

암 놈 암컷 Con cái. (tr) 수놈, 수컷 con đực.

암닭 Con gà mái. (tr) 수닭 con gà trống.

암 담 하 다 Ảm đạm. 어둡다 tối tăm.

암매장하다 암장하다 Chôn lén, chôn không cho ai biết.

암 산 Sự tính nhẩm. 필산 tính bằng giấy tờ, máy tính.

암 살 하 다 도살하다 Ám sát, giết hại. 독살하다

giết bằng thuốc độc.

암 석 Hang đá.

암송하다 외우다, 외다
Học trầm, học thuộc lòng.

암 수 Nhị cái. *(tr)* 수수
nhị đực.

암 수 자웅 Con cái và con
đực, cái đực.

암시하다 비추다, 내비
치다 Ám thị, lén lút cho
biết.

암 암 리 비밀리, 몰래
Bí mật, lén lút. *(tr)* 공
개리 công khai.

암 염 돌소금 Muối mỏ.

암 운 먹구름 Mây đen.

암 자 암 Miếu, chùa nhỏ,
cái bàn thờ.

암 초 여, 숨은 바위 Đá
ngầm.

암 캐 개의 암컷 Con chó
cái. *(tr)* 수캐 con chó đực.

암 컷 암놈 Con cái, con
mái. *(tr)* 수컷 con đực,
con trống.

암행어사 어사 Ám
hàng ngự sử, quan vi
hành bí mật.

암 호 Ám hiệu.

암흑기 암흑시대 Thời
kỳ đen tối.

압도하다 Áp đảo. 누
르다 đè xuống. 추월
하다 vượt qua.

압 력 누르는 힘 Áp lực.

압류하다 압수 하다
Tịch thu, trưng thu.

압 박 위압 Sự đè nén.
(tr) 자유 tự do.

압송하다 Áp giải. 호송
하다 hộ tổng.

압수하다 압류 하다,
몰수 하다, 강제 빼앗다
Tịch thu, cưỡng chế lấy
đi.

압 점 Điểm chịu áp lực.

압착하다 Đè nén. 짜다
ép ra, vắt ra (chanh).

압축하다 누르다 Đè
xuống.

앗 다 빼앗다, 탈취하다, 가로채다 Cướp, cướp giật.

앙갚음 하 다 Trả thù. 복수하다 phục thù.

앙금 침전물, 침전, 전물, 찌꺼기, 찌기 Cặn bã, chất cặn bã.

앙상하다 마르다, 엉성 하다 Khô, héo, gầy.

앙숙 적, 원수 Địch, quân thù. 견원지간 như chó với khỉ.

앙심 원한, 원, 원분 Thù hận, mối thù.

앞 Trước. 앞쪽 phía trước. 전면 mặt trước. 전방 phía trước.

앞길 Đường đi sau này. 앞날, 미래 tương lai. 전도 tiền đồ.

앞다리 앞발 Chân trước. *(tr)* 뒷발, 뒷다리 chân sau

앞뒤 전후 Trước sau.

앞마당 전정 Sân trước. *(tr)* 뒷마당 sân sau.

앞머리 Phần trước đầu. *(tr)* 뒷머리 phần sau đầu.

앞면 전면 Mặt trước. *(tr)* 뒷면 mặt sau.

앞바다 근해 Biển gần. *(tr)* 먼바다, 원해 biển xa.

앞서다 앞장서다 Đi lên trước. *(tr)* 뒤떨어지다, 처지다 tụt hậu.

앞일 뒷일, 미래사, 후사 Việc mai sau.

앞잡이 선도자, 길잡이 Người đi đầu, dẫn đường.

앞장 선봉대, 선발대 Đội tiên phong.

앞지르다 추월 하다 Qua mặt, vượt qua.

앞쪽 Phía trước. *(tr)* 뒤쪽 phía sau.

앞치마 행주치마 Cái tạp dề, cái yếm.

애 아이 Em bé.

애걸하다 애원 하다, 빌다 Van nài, cầu khẩn, van xin. 사정하다 xin, trình bày hoàn cảnh.

애교 아양, 교태 Sự nũng nịu, làm duyên.

애국심 조국애 Lòng yêu nước. *(tr)* 매국 sự bán nước.

애국자 Người yêu nước, chiến sĩ yêu nước. *(tr)* 매국노 kẻ bán nước.

애꾼 애꾸눈이, 보름보기 Người chột mắt.

애닯다 가슴 아프다, 마음 아프다 Đau lòng. 슬프다 đau buồn.

애당초 애초, 당초 Ngay ban đầu, ngay từ đầu.

애도하다 애상 하다 Đau buồn về việc tang.

애련 비련 Mối tình đau buồn.

애련하다 가없다 Mênh mông, không giới hạn.

애련하다 애처 롭다 Đáng thương.

애로 골목 Con đường nhỏ, ngõ đi. *(tr)* 대로 đại lộ.

애로 장애물, 장애, 지장 Trở ngại, vướng mắc.

애매모호하다 애매 하다, 모호하다, 불투명 하다 Không rõ ràng, còn băn khoăn. 궁금하다 băn khoăn.

애매하다 억울 하다, 원통 하다 Oan ức, uất ức.

애벌 한 차례 Một lần. 애초, 처음 ngay từ đầu. 마무리 sự kết thúc.

애벌구이 초벌 구이 Nung sơ bộ ở nhiệt độ thấp. *(tr)* 마침구이 sự nung ở nhiệt độ cao.

애벌레 Sâu non. 유충, 자충 ấu trùng. 성충 trùng trưởng thành.

애석하다 슬프다, 아깝다 Đau buồn, đau khổ.

애수 슬픔, 비수 Sự đau buồn.

애쓰다 힘쓰다, 고생하다 Vất vả nhiều. 수고하다 cố gắng.

애오라지 오로지, 오직 Duy nhất, chỉ một.

애용하다 Quý và dùng, dùng rất tiết kiệm.

애원 간청, 애걸, 탄원 Sự mong muốn, cầu khẩn. 소원, 소망 nguyện vọng.

애인 연인 Người yêu, người tình. 연애 luyến ái.

애정 사랑, 정, 정애, 연정 Tình, tình cảm tốt nói chung, sự yêu thích. *(tr)* 증오 sự căn giận. 미움 sự ghét bỏ.

애주 Sự thích uống rượu.

애증 Sự yêu thương và ghét.

애처롭다 딱하다, 불쌍하다 Đáng thương.

애초 애당초, 맨 처음, 최초 Ngay từ đầu, ngay từ khi mới.

애초에 청음부터, 애당초 Lúc ban đầu, từ lúc ban đầu.

애칭 Tên gọi yêu. 별명 biệt danh.

애타다 애끓다, 애먹다. 애타다 Đau khổ trong lòng, cháy ruột gan.

애태우다 속태우다, 애먹이다, 애씌우다 Làm cho ai đau buồn.

애통 침통, 비통, 원통 Sự khổ sở, đau khổ. *(tr)* 환희 hoan hỷ. 환락하다 sung sướng.

애통하다 애틋하다, 슬프다, 가슴 아프다. Đau buồn.

액 액운 Vận rủi. 재앙

tai ương. 불운 sự không may. (tr) 행운 vận may.

액 액체 Chất lỏng. 고체 chất rắn. 기체 chất khí.

액때움하다 액때우다 Giải đen, giải vận rủi.

액수 금액, 액면 Số tiền.

액운 액, 악운 Số xấu.

앨범 (*Album*), 사진첩 tập ảnh, tập anbum.

앵두 앵도 Anh đào. 벚꽃 hoa anh đào.

야 Ngoài. 야당 đảng đối lập. (tr) 여 trong, 여당 đảng cầm quyền.

야간 밤, 밤사이 Ban đêm. (tr) 주간 ban ngày.

야경 Cảnh đêm.

야단나다 큰일 나다 Xảy ra chuyện, xảy ra việc.

야단스럽다 시끄럽다 Ôn ào. (tt) 야단치다, 나무 라다, 야기 부리다 La mắng, chửi bới.

야담 잡담, 한담 Chuyện

phiếm, chuyện lúc nhàn rỗi.

야당 야, 재야당 Đảng đối lập, đảng không cầm quyền.

야릇하다 이상 하다, 괴상 하다 Khác thường, kỳ lạ.

야망 야심 Dã tâm. 욕망 dục vọng. 희망 hy vọng. 소망 nguyện vọng.

야맹증 밤소경 Bệnh quáng gà.

야박하다 쌀쌀 하다 Lạnh lùng, lãnh đạm.

야비하다 bẩn thiu. 천하다, 속되다 tục, hèn kém.

야사 Dã sử, lịch sử truyền miệng. (tr) 정사 chính sử, lịch sử theo sách.

야생마 야생말 Ngựa hoang.

야성 야생성 Tính hoang dã. 자연성 tính tự nhiên.

(tr) 지성 tính được giáo dục.

야속하다 야박 하다, 박정 하다 Bạc tình, lạnh lùng (thái độ).

야수 약물, 생수 Nước khoáng, nước thuốc.

야시장 Chợ đêm.

야식 야참, 밤참, 밤밥 Cơm tối.

야외 노천 Ngoài trời. *(tr)* 실내 trong nhà.

야위다 여위다 살빠지다 Gầy, gầy đi. *(tr)* 살찌다 béo lên.

야유하다 빈정거리다, 놀리다 Diễu cợt, đùa cợt ai.

야인 재야인 Người ngoài vòng pháp luật.

야자수 야자나무 Cây dừa.

야채 푸성귀, 남새 Rau cỏ, cỏ rau. 육류 các loại thịt.

야합하다 짜다, 내통하다, 간통하다, 사통하다 Tư thông, gian thông.

약 Dược, thuốc. 의약 y dược. 약품 dược phẩm.

약 대략, 대강, 경 Ước chừng, khoảng chừng, khoảng.

약간 조금, 좀 Chút, chút xíu, chút ít. 다소 ít nhiều.

약값 약대, 약료 Tiền thuốc.

약골 약질 Người thể chất yếu. *(tr)* 강골 người khỏe.

약관 스물살, 이십세 Tuổi hai mươi.

약국 약방, 약점 Hiệu thuốc.

약국 약소국 Nước nhỏ yếu. *(tr)* 강대국 nước to mạnh.

약다 약빠르다, 영리하

다 Nhanh nhẹn, tháo vát, nhiều mưu trí. *(tr)* 어리석다 ngu dốt.

약령시 약령 Chợ thuốc.

약밥 약식 Cơm trộn thuốc bắc.

약방문 약전, 처방전 Đơn thuốc. 소견서 bệnh án.

약삭빠르다 약다, 약빠르다, 영리하다 Nhanh nhạy.

약소국 Nước nhỏ yếu. *(tr)* 강대국 nước to lớn.

약소하다 Nhỏ yếu. 약하다 yếu. 적다 ít. 작다 nhỏ bé. *(tr)* 강대하다 to mạnh.

약소하다 Yếu thế. *(tr)* 강세하다 Mạnh thế.

약속하다 약속 맺다 Hứa, hứa hẹn. 맹세하다 thề.

약손가락 약손, 약지, 무명지, 넷째손가락 Ngón tay thứ tư, ngón đeo nhẫn.

약솜 소독면, 탈지면 Bông xổ độc.

약수터 Nguồn nước khoáng.

약술 약주 Rượu thuốc.

약시 Thị lực yếu. 근시 cận thị.

약식 제례 Cách thức, nghi thức đơn giản. *(tr)* 정식 thủ tục chính thức.

약자 Chữ viết tắt. *(tr)* 정자 chữ viết đầy đủ.

약자 Người yếu. *(tr)* 강자 kẻ mạnh.

약재료 약재, 약료 Dược liệu.

약전 소전 Lý lịch tóm tắt. 이력서 lý lịch.

약점 모자람, 단점 Điểm yếu. 결점 khuyết điểm. *(tr)* 강점, 장점 điểm mạnh, ưu điểm.

약주 약술 Rượu thuốc.

(tr) 막걸리, 탁주 rượu cơm rượu.

약 지 Ngón tay kế út. 엄지 ngón tay cái. 검지 ngón tay cái. 장지 ngón tay giữa. 새끼손가락 ngón tay út.

약 진 Sự động đất nhẹ. 강진 động đất mạnh. 여진 dư chấn.

약 진 비약 Sự nhảy vọt.

약 초 약풀, 약용 식물 Dược thảo.

약 탈 하 다 탈취 하다, 탈락 하다, 빼앗다 Cướp bóc.

약 하 다 Yếu. 연 하다 mềm. 강하다, 단단하다 cứng.

약 학 약학대학 Đại học dược.

약 혼 하 다 Hứa hôn, đính hôn. (tr) 파혼하다 hủy bỏ sự hứa hôn.

약 화 약세화 Sự yếu thế. (tr) 강화 tăng cường.

약 효 약력 Hiệu nghiệm của thuốc.

얇 다 엷다 Mỏng. (tr) 두텁 다, 두껍다 dày.

얌 전 하 다 얌전스럽다, 차분하다 Dịu dàng, e thẹn (tr) 거칠다, 같다 dạn dày.

양 Dương.

양 Kém (học lực). 수 giỏi. 우 khá. 미 trung bình. 가 rất kém.

양 Lượng. 수량 số lượng. 분량 phân lượng. 양질 chất và lượng. 질 chất.

양 두 Hai, lưỡng. 양쪽 hai bên, hai phía. 양방 hai bên. (tr) 일방 đơn phương.

양 서양식, 양식 Kiểu phương Tây.

양 Nuôi, chỉ quan hệ theo luật. con nuôi. (tr) 친 ruột. 친어버이 cha mẹ ruột.

양 각 두다리, 양쪽다리, 양다리, 쌍각 Hai chân.

양각하다 Khắc nổi.
(tr) 음각하다 khắc chìm.

양궁 Cái cung.

양귀비 Hoa thuốc phiện.

양극 양전극 Cực dương.
(tr) 음극 cực âm.

양기 Dương khí. *(tr)*
음기 âm khí.

양껏 마음껏 Tha hồ, mặc
sức. 마음대로, 맘대로
tùy ý mình.

양녀 양딸, 수양딸
Con gái nuôi. *(tr)* 양자
con trai nuôi.

양념 Chất gia vị. 조미료
mì chính.

양념하다 Cho gia vị
vào.

양단 비단 Lụa tơ tằm.

양달 양지 Đất có ánh
mặt trời. *(tr)* 음지 đất ấy.

양도하다 넘기다,
넘겨주다, 이양하다,
인도하다 Chuyển giao.
(tr) 양수하다, 인수하다

Nhận bàn giao.

양동이 Cái xô (đựng
nước).

양력 태양력, 신력 Lịch
dương, lịch theo mặt trời.
(tr) 음력 lịch âm.

양립하다 맞서다 Đứng
đối diện với nhau.

양마 보마, 명마, 좋은
마 Con ngựa quý, tốt.

양명 해빛 Ánh mặt trời.

양모 수양 어머니, 양어
머니 Mẹ nuôi. *(tr)* 친모,
생모, 친어머니 mẹ ruột,
mẹ đẻ.

양미간 눈살, 미간
Khoảng cách giữa hai
lông mày.

양민 Lương dân. 서민
dân thường, lành. 백성
bách tính.

양반 귀족 Tầng lớp quý
tộc. *(tr)* 상민 dân thường

양보하다 미루다, 넘
기다 Nhượng bộ. 사양

하다 nhân nhượng.

양복점 양복상 Hiệu
may Âu phục.

양부 수양아버지, 양아
버지 Cha nuôi. *(tr)* 생부,
친부, 친아버지 cha
nuôi.

양부모 양어버이 Cha
mẹ nuôi. *(tr)* 친부모 cha
mẹ nuôi.

양분 영양분 Chất mùn,
chất màu (đất).

양분하다 두로 나누다
Chia làm hai.

양산 일산 Ô che nắng.
(tr) 우산 ô che mưa.

양상 모습 Kiểu hình.

양생하다 섭생하다
Bảo dưỡng (đường).

양서 좋은 책 Sách tốt.
(tr) 악서 sách xấu.

양성하다 양육하다,
육성하다, 기르다 Nuôi
lớn.

양속 미풍양속 Thuần

phong mỹ tục.

양수 Số dương. *(tr)* 음수
số âm.

양수 양손, 쌍수 Hai tay.

양수기 펌프 Cái bơm
nước.

양수하다 인수하다
Nhận bàn giao từ người
khác. *(tr)* 양도하다,
인도하다 bàn giao.

양순하다 순하다, 착
하다 Hiền lành, thuần.
(tr) 포악하다 hung ác.

양식 Lương thực. 먹거리,
먹을거리 cái thứ để ăn.

양식 서양식, 약식 Mẫu
đơn từ.

양식 양식 Món ăn Tây.
(tr) 한식 món ăn Hàn
Quốc. 일식 món ăn
Nhật.

양심범 양심수, 정치범
Tù chính trị.

양아버지 양부 Cha
nuôi. *(tr)* 친부 cha đẻ.

양악 Nhạc phương tây. *(tr)* 국악 nhạc dân tộc.

양악 Thuốc tây. *(tr)* 한약 thuốc bắc.

양안 두 눈, 쌍안 Hai mắt.

양옥 Nhà kiểu tây. 한옥 nhà Hàn Quốc.

양우 좋은 친구 Bạn tốt.

양원제 이원제 chế độ hai nghị viện. *(tr)* 단원제 chế độ một viện.

양위하다 Nhường ngôi. 퇴위하다 thoái vị.

양육하다 기르다, 키우다, 육성하다 Nuôi nắng, nuôi lớn.

양은 Nhôm.

양의 Thầy thuốc Tây. *(tr)* 한의사 thầy thuốc Đông Tây.

양인 양민, 서민 Lương dân, dân lành.

양자 양아들 Con trai nuôi. *(tr)* 친아들 con trai đẻ.

양자 양인 Hai bên, hai người. 삼자 ba bên, ba người.

양적 Thuộc về số lượng. *(tr)* 질적 thuộc về chất lượng.

양조장 술도가, 양주장 Lò nấu rượu.

양조하다 술빚다, 술만 들다 Nấu rượu.

양지 Giấy công nghiệp. 한지 giấy làm bằng tay.

양지 양달 Vùng đất có ánh mặt trời. *(tr)* 음지 vùng đất ấy, không có mặt trời.

양지기 목양자, 목동 Mục đồng, người chăn cừu, trâu, bò.

양쪽 양편 Hai phía, hai đầu.

양처 착한 아내, 좋은 아내 Vợ tốt. 현처 vợ hiền. 현모양처 mẹ hiền vợ tốt.

양철 생철 Sắt tây.

양초 초, 촛불 Đèn cầy, nến.

양측 쌍방, 양방 Hai phía, hai bên. *(tr)* 일방 đơn phương.

양치질하다 입가심 하다 Đánh răng.

양친 Song thân. 어버이 cha mẹ.

양탄자 융단 Tấm thảm. 융단 폭탄 ném bom rải thảm.

양털 양모 Lông cừu.

양품 좋은 물품 Hàng tốt. *(tr)* 불량품 hàng hư, xấu.

양해하다 Thông cảm và nhường cho. 봐주다 tha cho. 눈감아주다 bỏ qua, nhắm mắt cho qua.

양화 서양화 Dày Tây.

양회 Xi măng. 석회 vôi.

얕다 옅다 Cạn, nông

cạn. *(tr)* 깊다 sâu.

얕보다 얕잡다, 깔보다, 깐보다, 얕잡아 보다 Xem thường, coi khinh. *(tr)* 돋보다, 존경하다 Coi trọng, kính trọng.

얕은꾀 얕은 수작 Trò lừa. 사기하다 lừa đảo.

어귀 입구, 첫머리, 초입 Đầu vào, cửa vào.

어그러지다 어긋나다 Lệch, sai, trật, không đúng

어근 Ngữ căn, gốc từ. 접두사 tiếp đầu từ. 접 미사 tiếp vĩ từ.

어금니 구치, 아치 Răng nanh.

어기다 위반하다 Vi phạm về, ngược với.

어김없다 틀림 없다, 반드시 Không sai, nhất định. *(tr)* 틀리다 sai.

어느 쌔 어느 상이에 Trong lúc nào đó.

어느덧 어느새 Bỗng

chốc, bỗng đâu.

어두 머리말 Lời nói đầu.

어둠 어두움 Bóng tối,
mờ ám, *(tr)* 밝음 sự sáng
sủa.

어둠침침하다 어둡
다 Tối đen, tối thui. *(tr)*
밝다 sáng sủa.

어둡다 Tối, không sáng.
(tr) 밝다 sáng. 맑다
trong (nước).

어디 어느곳, 아무곳
Nơi nào đó, ở đâu.

어떠하다 어떡 하다,
어찌하여, 어떻다 Thế,
như thế…

어려워하다 Khó khăn
thêm

어렴풋하다
희미하다 Mờ, không rõ.
(tr) 뚜렷 하다, 또렷하다
rõ ràng.

어렵다 Khó khăn. 난해
하다 nan giải. 난처
하다 khó xử lý. *(tr)*

쉽다 dễ, dễ dàng.

어른 윗 사람, 윗 사람,
어르신 Người trên, người
đáng kính trọng.

어리광부리다 어리
광하다 Đỏng đảnh, làm
nũng.

어리다 고이다, 괴다
Xoắn lại, chéo, tréo với
nhau.

어리다 유치하다 Non
nớt, non, ấu trĩ.

어리석다 무디다, 둔
하다 Đần, ngốc, chậm
chạp. *(tr)* 영리하다, 약다
lanh lợi.

어린이 어린 아이, 어
린애, 애, 소아, 아동,
유아 Trẻ em, em bé, con
nít. *(tr)* 어른, 성년 người
lớn.

어머니 모, 가친, 자친,
자당, 모친 Mẹ, người
mẹ. 마마 mẹ (trẻ em gọi).
(tr) 아버지, 부 cha, bố.

아빠 ba.

어명 왕명, 성명 Ngự mệnh, lệnh vua ban.

어물거리다 Nhung nhúc.

어미 Con mẹ (động vật). *(tr)* 새끼 con con.

어민 어부 Ngư phủ, người đánh cá.

어버이 부모, 아버지와 어머니 Cha mẹ.

어법 문법 Ngữ pháp.

어부 고기 잡이, 어사 Ngư phủ, người đánh cá.

어부지리 Ngư ông bắt cả cò và hến.

어사 Ngôn từ. 말 lời nói. 술어 thuật ngữ.

어색하다 부자연스럽 다 Ngượng ngập, lúng túng. *(tr)* 자연 스럽다 một cách tự nhiên.

어서 곧, 속히, 얼른 Nào, xin mời (ăn…).

어선 어로선, 고 깃배

Thuyền cá.

어수선하다 어지럽다 Rối rắm, lộn xộn, mù đầu.

어스름 여명, 어둑새벽 Bình minh, lúc ban mai.

어시장 Chợ thủy sản.

어언간 어느덧, 어느새 Khoảng thời gian nào đó.

어업권 어로권 Vùng đánh cá, ngư thổ.

어엿하다 당당하다, 떳떳하다 Đàng hoàng, đỉnh đạc.

어울리다 아울 리다, 얼리다 Hợp, khớp, hòa hợp với nhau.

어이없다 Quá đỗi ngạc nhiên, quá là.

어장 어소 Ngư trường, vùng thủy sản.

어제 오늘 Qua nay. 최근 mới đây.

어제 어저께 Hôm qua. 전날, 전일 ngày hôm

trước. *(tr)* 오늘 hôm nay. 내일 ngày mai.

어 젯 밤 Đêm qua.

어 줍 다 서투르다, 부자연 하다 Ngượng không tự nhiên, lúng túng.

어 중간 하다 어중되다 Đến chừng một nửa.

어 지간 하다 비슷하다, 가깝다, 근사 하다 Suýt soát, gần đúng (con số).

어 지럽 다 현기가 나다 Chóng mặt. 어지럽다, 혼잡하다 lộn xộn, bề bộn.

어 진 사람 인인, 어진이, 인자 Người hiền.

어 질 다 인자하다 Hiền từ. 자비하다 từ bi. 온화 하다 ôn hòa. *(tr)* 악하다 ác.

어 질 증 현기증 Chứng chóng mặt, chứng mù đầu. 멀미하다 say tàu

xe.

어 째 어쩐 일인지, 왠지 Việc gì vậy, lý do gì vậy.

어 쨌든 좌우간, 하여간, 어쨌든이지 Cho dù, dù sao.

어 쩌 다 뜻밖에 Động ngột.

어 차피 기와, 이왕 Dù sao, đã thế.

어 촌 Làng chài. 산촌 làng trong núi.

어 투 말투, 말씨, 말버릇 Kiểu nói, cách nói.

어 학 언어학 Ngôn ngữ học. 문법학 môn nghiên cứu về ngữ pháp.

어 휘 낱말, 단어 Từ vựng, từ mới.

억 Trăm triệu. 십억 một tỷ. 조

억 누르 다 제압 하다 Đè nén, áp bức.

억 새 억새풀 Cây lau, cây sậy.

억설 괴변, 엉터리말, 엉터리 소리 Lời áp đặt, lời ngụy biện chống chế.

억세다 Rất mãnh liệt, rất dồn dập.

억압하다 짓누르다, 억누르다 Áp bức, đè nén.

억울하다 분통하다 Uất ức, oan ức.

억제 부리다 억제 세우다, 억제 쓰다 Một cách miễn cưỡng, đành phải.

억제하다 규제하다 Khắt khe, hạn chế. *(tr)* 참다 chịu đựng.

억지로 강제로, 무리하게 Một cách cưỡng chế, bắt buộc.

억하심정 Lòng khó hiểu, khó đoán.

언관 간관 Chức quan can vua khi làm việc gì sai.

언급하다 Đề cập đến.

논하다 bàn bạc.

언니 Chị gái (em gái gọi). 누나 chị gái (em trai gọi).

언덕 구릉 Đồi cao, đồi đất.

언동 언행 Nói là làm, nói và hành động.

언뜻 별안간 Bỗng nhiên, đột nhiên.

언명하다 밝히다 Làm sáng tỏ.

언변 입담, 말솜씨, 말재주 Tài ăn nói, ngôn biện.

언사 언담 Ngôn từ, cách nói.

언성 말소리, 목소리 Lời nói, giọng nói.

언약 Sự hứa hẹn bằng lời. 서약 sự cam kết bằng văn bản.

언어 Ngôn ngữ. 언어학 ngôn ngữ học.

언저리 가, 변, 가장자리 Bờ, ven, rìa.

언 제 Bao giờ. 어느 때 lúc nào đó.

언 제 든 지 언제든, 언제나 Bao giờ cũng, lúc nào cũng, luôn luôn.

언 중 유 골 Trong lời nói có xương (ý cứng rắn).

언 질 언지, 말꼬투리 Lời nói có chứng cớ.

언 짢 다 기분 나쁘다, 불쾌하다 Không vui, bực, bực bội.

얹 다 올리다, 올려 놓다 Vén lên, cột lên cao, cuốn lên. (tr) 내리다 cho xuống, thả xuống.

얹 히 다 놓이다 Được vén lên, được cuốn lên.

얻 다 받다, 얻어내다 Thu được, nhận được. 줍다 nhặt được.

얻 어 먹 다 걸식 하다, 빌어먹다, 배라먹다 Ăn xin, cầu khất, ăn chực. 거지 ăn mày.

얼 혼, 혼령, 영혼 Hồn, linh hồn.

얼 간 이 바보, 멍청이 Anh chàng ngốc, anh ngơ.

얼 개 짜임, 짜임새, 구조 Cơ cấu, cấu tạo, tổ chức, mô hình.

얼 굴 빛 낯빛, 안색 Nét mặt, biểu hiện ra mặt. 눈빛 ánh mắt.

얼 굴 낯, 안면 Mặt (động vật), khuôn mắt, nét mắt.

얼 다 결빙 하다 Cứng lại, đóng băng. (tr) 녹다 tan ra.

얼 렁 뚱 땅 하 다 속여 넘기다, 사기하다 Lừa đảo, làm phép lừa.

얼 룩 소 젖소 Bò sữa.

얼 른 재빨리, 빨리 Nhanh chóng. 신속 thần tốc. (tr) 천천히 từ từ.

얼 리 다 냉동하다, 동결 시키다 Làm đông lạnh 냉각하다 làm lạnh. (tr)

녹이다 làm tan ra.
해동하다 làm tan băng.

얼마 후 얼마 후에,
얼마 있다가, 뒤에,
조금 있다가 Sau bao
lâu, chừng ít lâu sau.

얼마 얼마나, 얼만큼
Bao nhiêu.

얼버무리다 섞다 Lẫn
lộn, không rõ ràng.

얼빠지다 Không còn
hồn vía, mất hồn. 정신을
잃다 mất tinh thần.

얼씬거리다 왔다갔
다하다 Đi lại lung lung,
luộng ra luộng vào.

얼음 지치기 썰매
타기 Cưỡi xe trượt tuyết.

얼음판 빙판, 얼음장
Sàn băng, bãi băng.

얼추 거의, 거지반 Hầu
như, gần như.

얼토당토아니하다
부당하다 Không đúng,
không chính đáng.

얽다 얽어 묶다, 매다,
묶다 Trói, buộc, ràng lại.
포박하다 trói lại.

얽매이다 구속되다,
손 잠기다 Bị trói tay, bị
bắt giam.

얽히다 얽혀 들다 Bị
ràng buộc, bị trói buộc.
상관 없다 không có liên
quan gì.

엄격하다 엄 하다
Nghiêm. 딱딱하다 cứng
nhắc. 매섭다 đáng sợ.
(tr) 인자하다 nhân từ.

엄밀 Nghiêm mật, tuyệt
mật. 치밀, 비밀 bí mật.

엄벌 Hình phạt nghiêm.
중벌 hình phạt nặng.

엄숙 정숙 Yên lặng và
nghiêm trang.

엄정 엄, 엄격 Một cách
nghiêm khắc. *(tr)* 해이,
인자 sự nhân từ.

엄지손가락 엄지,
엄 지손, 모지, 대지

Ngón tay cái, ngón tay điểm chỉ ở Hàn Quốc.

엄청나다 대단 하다, 어마어마하다, 무지무지 하다 Vô cùng, quá là (mức độ, số lượng).

엄호하다 Bảo vệ nghiêm ngặt. 감싸다 bao cho, che dấu cho.

업 Cái nghiệp. 업보 nghiệp báo. 직업 nghề nghiệp.

업다 지다, 메다, 짊어지다 Cõng, vác.

업무 Nghiệp vụ. 일, 일거리 công việc. 볼일 việc cần làm.

업보 Nghiệp báo. 업과 nghiệp quả. 인과응보 nhân quả ứng báo.

업소 영업소 Nơi kinh doanh.

업신여기다 깔보다, 낮추보다, 낮잡다 Coi thường, xem thường. 우습게보다/여기다 xem

như đùa. 경멸하다 khinh miệt. *(tr)* 돌보다, 중시하다 coi trọng.

업적 공적 Công trạng, sự nghiệp. 성적 thành tích. 금자탑 tháp ghi công trạng.

업체 기업체, 사업체 Nhà máy, xí nghiệp.

없다 전무하다 Không có, trống, vắng. 결핍하다 thiếu chất cần thiết. *(tr)* 있다 có.

없애다 치우다, 지우다 Xóa bỏ, làm cho mất đi.

없어지다 사라지다 Biến mất, không còn nữa. 소멸되다 bị tiêu diệt.

없이살다 가난 하게 살다 Sống nghèo khổ.

엇갈리다 빗나가다 Trệch ra, lệnh, không trúng.

엇비슷하다 비슷하다. 유사하다 Tương tự. 거의 같다 hầu như giống

nhau.

엉기다 뭉치다, 들엉
기다, 굳세다 Kết lại,
vón, đông cục lại.

엉덩이 궁둥이, 볼기
Cái mông, đít (động vật).

엉덩이 둔부, 궁둥이
Mông, đít.

엉뚱하다 Khác, không
bình thường, ngớ ngẩn.

엉망 Lộn xộn.

엉성하다 성기다
Sưa, thưa thớt. *(tr)*
빽빽하다 dày đặc, dày.

엉터리 터무니, 윤곽
Khung, khả năng lớn nhất.

엊그제 어제 그저께
Hai ba ngày trước đây.

엊저녁 어제 저녁 Tối
hôm qua, đầu hôm qua.

엎다 뒤집다, 뒤집어
엎다 Lật ngược lại, úp
ngược lại.

엎드리다 엎디다 Nằm
bẹp xuống.

엎어지다 넘어 지다,
뒤집 히다, 전복되다
Lộn nhào, lộn xuống, bị
lật.

엎치락뒤치락하다
오락가락하다 Thế này
thế khác, đỏng đảnh.

에누리 증가 Phần tăng,
phần lời.

에로스 성애 Tình yêu
trai gái. *(tr)* 아가페 tình
yêu nhân loại.

에세이 *(Esasy)*, 수필
văn tùy bút.

에워싸다 포위 하다
bao vây, gói.

여 Nữ, nữ giới. *(tr)* 남,
nam, nam giới.

여 여당 Đảng cầm quyền.
(tr) 양, 야당 đảng đối
lập.

여가 틈 Khoảng hở, thời
gian phép.

여간 조금 Chút ít.

여객 여행객, 길손, 나

그네 Khách du lịch, người đi đường.

여 객 기 Máy bay chở khách. *(tr)* 화물기 máy ban vận tải.

여 객 선 객선 Tàu thủy chở khách. 화물선 tàu thuyền chở hàng. 어선 tàu đánh cá.

여 건 조건 Điều kiện, hoàn cảnh. 환경 môi trường.

여 걸 Nữ kiệt. 여장부 nữ trượng phu. 여사 nữ sĩ.

여 겨 보 다 눈여겨보다 Giương mắt ra nhìn thật kỹ.

여 과 지 거름종이 Giấy thấm, giấy lọc.

여 과 하 다 거르다 Lọc qua, lọc.

여 관 여관집 Lữ quan. 여인숙 Nhà trọ. 모텔 khách sạn nhỏ.

여 권 Thuộc đảng cầm quyền. *(tr)* 야권 thuộc đảng đối lập.

여 권 여행권 Hộ chiếu, giấy thông hành. *(tt)* 통행증 giấy thông hành.

여 급 웨이트리스 Cô gái tiếp tân.

여 기 이곳 Ở đây, nơi đây. 저기 ở chỗ kia. 거기 ở chỗ đó.

여 기 다 간주하다 Xem là, lấy làm..., cho là, xem là…

여 기 저 기 이곳 저곳, 구석구석 Đây đó. 각처 các nơi.

여 념 딴 생각, 타념 Suy nghĩ khác.

여 느 보통의, 일 반의 Thuộc vào bình thường.

여 닫 다 열고닫다, 닫았다하다 Đóng mở, đóng rồi mở.

여 당 집권당 Đảng cầm quyền. *(tr)* 야당 đảng đối

립, 당 không cầm quyền.

여덟 살 팔 세 Tám tuổi.

여덟 팔 Tám (con số).

여독 노독, 여고 Nỗi mệt nhọc đi đường.

여동생 누이 동생 Em gái.

여드레 팔일, 여덟 날 Tám ngày.

여든 팔십 Tám mươi.

여래 부처님, 석가여래 Phật thích ca Như lai.

여러 해 수년, 다년, 누년 Nhiều năm.

여러모로 Nhiều góc độ. 여러 방면 nhiều phương diện.

여러분 각위, 열위 Các vị, quý vị.

여럿 여러 가지, 갖가지, 각양, 많은 종류 Nhiều loại. 수명 nhiều người.

여로 나그네 길, 여행 길 Đường du lịch.

여론 세론, 세평 Dư luận.

여류 여자, 여성 Phụ nữ, đàn bà. (tr) 남성, 남자 đàn ông.

여름 여름철, 하계 Mùa hè.

여름옷 하복 Áo mùa hè. (tr) 겨울옷, 동복 áo mùa đông.

여리다 연하다 Mềm, mềm mỏng. (tr) 강하다 mạnh. 딴딴하다 cứng.

여명 어둑새벽, 새벽 Sáng sớm, bình minh. (tr) 황혼 lúc hoàng hôn.

여무지다 야무지다, 빈틈없다 Có đầy, không lòng, chứa đầy.

여민 서민 Dân thường.

여배우 여우 Nữ diễn viên. (tr) 남우 nam diễn viên.

여백 빈 자리, 공백 Khoảng trống. 비우다 vắng, trống (chỗ ngôi).

여벌 남은 물건 Hàng

còn thừa, thứ còn dư.

여 분 나머지, 잉여 Phần còn lại, phần dư thừa.

여 비 노자, 노비 Tiền đi đường.

여 사 Nhà khách dùng cho quan chức khi đi công tác. 여관 lữ quán.

여 색 Nữ sắc. 주색 뒤주 색

여 생 잔일, 잔년, 잔생 Phần đời còn lại, những năm tháng còn lại của cuộc đời.

여 선 생 Cô giáo. *(tr)* 남선생, 남자 선생 thầy giáo.

여 섯 살 육 세, 여습 Sáu tuổi.

여 섯 육 Sáu (con số).

여 성 Nữ tính, đàn bà. *(tr)* 남성 nam tính, đàn ông.

여 승 비구니, 여자 중 Sư nữ. 수행자 나하 tu

hành. *(tr)* 남승, 비구 sư nam.

여 신 여성신 Nữ thần. 자유 여신 nữ thần tự do.

여 아 여자 아이 Bé gái.

여 염 집 염집, 서민 집 Nhà dân, nhà dân thường.

여 왕 여자임금 Nữ vương. 여제 nữ đế.

여 왕 벌 여왕, 왕봉 Ong chúa. *(tr)* 일벌 con ong thợ.

여 우 야호 Con cáo, con hồ ly.

여 운 뒷맛 Dư vị. 여향, 여파 ảnh hưởng về sau.

여 위 다 야위다, 살빠 지다 Gầy. *(tr)* 살찌자 béo ra.

여 윈 사 람 마른 사람, 갈비씨 Người gầy.

여 유 있 다 풍족 하다. 넉넉하다 Sung túc, dư dật, có phần dư.

여유, 유여 넉넉함
Dư dật, có phần dư.

여음 남은 소리 Dư âm.

여의사 여의 Nữ bác sĩ.

여인 여류, 부녀 Phụ nữ.

여장하다 Cải trang làm con gái. *(tr)* 남장하다 cải trang thành đàn ông.

여전하다 전과같다, 여구하다, 그대로이다 Vẫn như trước, vẫn như cũ.

여정 노정 Lộ trình đường đi.

여종 하녀 Đầy tớ nữ.

여지없다 여망 없다 Không có ý muốn làm gì.

여쭈다 아뢰다, 여쭙다 Tâu, trình lên trên.

여차여차하다 이만 저만하다, 이러저러하다 Thế này thế khác.

여탕 Nhà tắm nữ.

여태까지 여태, 여태껏,

지금까지, 이제까지 Cho đến nay.

여파 영향, 영향력 Dư sóng, sự ảnh hưởng.

여하간 하여간, 여하튼, 좌우간 Dù thế này thế khác.

여하다 어떠하다 Thế nào.

여하튼 아무튼 Dù sao thì 여편네, 부녀자 đàn bà con gái, phụ nữ.

여행하다 바람 쐬다 Du lịch, hứng gió mới.

역 Ga tàu. 정류장, 정거장 bến xe ô tô.

역 Vai diễn 역할 vai trò.

역 번역 Việc dịch sách báo.

역겹다 싫다, 지겹다 Ngán, chán, ngầy, không thích.

역경 Nghịch cảnh. *(tr)* 순경 thuận cảnh.

역관 통역관 Người phiên dịch.

역군 일꾼, 인부, 역부 Phu, người làm việc lao dịch.

역내 Trong khu vực. *(tr)* 역외 ngoài khu vực.

역대 Trước đây, đời trước. 역대 대통령들 các tổng thống đời trước.

역도 역당 Nghịch đảng, bầy người xấu.

역력하다 분명하다, 또렷하다 Rõ ràng.

역류하다 거스르다, 거슬러흐르다 Chảy ngược.

역모 Âm mưu phản nghịch. 모반 mưu phản.

역사 Lịch sử. 청사 sử xanh.

역사 건축 공사 Công việc xây dựng.

역사가 사가 Nhà sử học.

역사관 사관 Quan điểm lịch sử.

역사책 사서, 사적, 사책 Sách lịch sử. 사기 sử ký.

역설 궤변 Lời nguy biện.

역성 역세, 여성 혁명 Cánh mạng đổi chính quyền.

역성들다 편들다, 역성하다 Thiên vị, đứng về một phía.

역습하다 Công kích ngược lại. 반격하다 phản kích.

역시 또한 Cũng. 같다 giống.

역작 노작, 역저 Tác phẩm dày công làm ra.

역적 Nghịch tặc.

역전하다 뒤집히다, 바뀌다 Lật ngược thế cờ, thắng ngược lại.

역점 주점 Trọng điểm, điểm chính.

역조하다 Ngược chiều.

역풍 Gió ngược chiều.

역하다 역겹다, 거슬리다 Ngược lại. *(tr)* 순하다 thuận.

역할 소임, 구실, 역 Vai trò.

역행하다 거스르다, 거슬려가다 Đi ngược lại.

엮다 묶다, 얽다 Trói lại, buộc lại. 편찬하다 biên soạn.

연 지연 Cái diều.

연가 연차 휴가 Phép năm có lương.

연거푸 잇달아, 줄달아 Nối nhau, tiếp nhau.

연결하다 Liên kết, 잇다 nối. 맺다 thắt nối. *(tr)* 끊다, 자르다 cắt đứt.

연고 연고자 Người có quan hệ gì đó với nhau.

연고 이유, 까닭, 사연, 사유 Nguyên nhân, lý do.

연관 관련, 상관 Sự liên quan.

연관 연통 Ống khói, ống hơi.

연구하다 탐구하다, 파고들다 Nghiên cứu. 파악하다 tìm hiểu, nắm kỹ.

연극계 극계 Giới nhạc kịch.

연근 연뿌리 Rễ củ sen.

연기 Khói. 매연 khói thải (tư xe, …).

연기하다 연출하다 Diễn xuất, biểu diễn. 공연하다 công diễn.

연꽃 연화 Hoa sen.

연노랑 Màu vàng nhạt.

연단 연대, 교단 Bục giảng.

연달아 거푸, 잇달아 Liên tục, nối nhau.

연대 Trung đoàn, lữ đoàn. 분대 tiểu đội. 소대 trung đội. 대대 tiểu đoàn.

사단 tiểu đoàn.

연 대 기 연대표, 편년사 Sách ghi các sự kiện lịch sử.

연 대 책 임 Trách nhiệm, liên đới.

연 두 새 초 Đầu năm. *(tr)* 연말 cuối năm.

연 두 색 Màu xanh tự nhiên, màu xanh đậu xanh.

연 락 하 다 Liên lạc. 전달하다 truyền đạt

연 령 나이, 연세. 춘추 (xuân thu) Tuổi, tuổi tác, tuổi thọ.

연 로 하 다 나이가 많다 Nhiều tuổi. 늙다 già, cũ. *(tr)* 연소하다, 젊다 trẻ.

연 료 Nhiên liệu. 에너지 năng lượng. 땔감 củi đuốc.

연 륜 나이 테 Vòng tuổi (của cây).

연 리 연율, 연변 Lãi suất trong một năm.

연 립 연립주택 Cư xá. 아파트, A.P.T chung cư.

연 마 하 다 도야 하다, 도연 Mài dũa, rèn luyện 갈다 tu luyện, tu dưỡng.

연 말 세모 Cuối năm. 섣달 그믐 đêm giao thừa. *(tr)* 연두, 연시, 정초 đầu năm.

연 맹 Liên minh. 동맹 đồng minh.

연 면 적 총면적, 전체 면적 Tổng diện tích.

연 모 하 다 사랑하다, 그리워하다 Nhớ thương.

연 못 연지 Hồ sen. 못, 저수지 hồ chứa nước.

연 무 Mù. 안개 sương.

연 배 동갑, 동년배 Đồng tuổi, cùng tuổi.

연 봉 연급 Lương năm, lương tính theo năm. 월 급 lương tháng.

연 분 Duyên phận. 인연 nhân duyên, mối nhân

duyên.

연분홍 Màu hồng tươi.

연상 손위 Trên tuổi, nhiều tuổi hơn. *(tr)* 연하 ít tuổi hơn.

연서 연문, 사랑 편지 Thư tình.

연설자 Người diễn thuyết. 웅변가 nhà hùng biện.

연성 Tính mềm của vật. *(tr)* 경성 tính cứng.

연세 연치, 나이, 춘추 Tuổi tác, xuân thu. 수명 tuổi thọ.

연소하다 어리다 Non, non trẻ, non nớt. 젊다 trẻ.

연속하다 잇다, 계속 하다, 지속하다, 연잇다 Liên tục, tiếp tục.

연수 Tự tu nghiệp. 수련 sự tu luyện.

연습하다 되, 풀이하다 Luyện tập. 익히다 làm cho quen với công việc.

연승하다 Thắng lợi liên tiếp. *(tr)* 연패하다 thất bại liên tiếp.

연안 바닷가, 해안 Bờ biển, ven biển.

연애 Luyến ái. 애정 ái tình. 사랑 tình yêu. 짝사랑 mối tình đơn phương.

연약하다 약하고 연 하다 Mềm yếu. 유약 하다 nhu nhược.

연역 연역법, 연역적 추리 Phép diễn dịch. *(tr)* 귀납법 phép quy nạp.

연예인 예술인 Văn nghệ sĩ.

연원 근원, 본원 Ban đầu, gốc rễ. 뿌리 rễ cây.

연유 이유, 까닭, 사유 Lý do, nguyên nhân. 동 기 động cơ.

연인 애인, 정인 Người tình, bồ.

연일 Trong nhiều ngày

liên tiếp. 매일, 날마다 hàng ngày, mỗi ngày.

연 장 연모, 도구 Dụng cụ. 공구 công cụ.

연 장 자 손위 사람, 어르신 Người trên. *(tr)* 연하자, 연수자 người ít tuổi hơn.

연 장 하 다 늘이다 Kéo dài ra. 미루다 dây dưa kéo dài.

연 전 연 승 Sự thắng lợi liên tiếp.

연 정 연애, 애정, 염정 Ái tình, tình yêu.

연 주 회 공연회 Buổi biểu diễn, buổi hòa nhạc.

연 줄 연 줄 Hàng dài.

연 지 입술 연지, 곤지 Son môi.

연 체 지체 Loài nguyên thể.

연 초 연시, 정초 Đầu năm. *(tr)* 연말 cuối năm 연탄, 구공탄, 구멍탄

than tổ ong.

연 패 연전연패 Sự thất bại hoài. *(tr)* 연승, 연전 연승 thắng lợi liên tiếp.

연 필 목필 Cái bút chì.

연 하 연소 Ít tuổi hơn. *(tr)* 연상 nhiều tuổi hơn.

연 하 다 무르다 Mềm. 부드럽다 mềm mỏng. *(tr)* 질기다 dai. 딱딱하다 cứng.

연 한 Niên hạn. 햇수 số năm. 기한 kỳ hạn.

연 합 국 동맹국 Nước đồng minh.

연 합 하 다 Liên hợp. 합하다, 합치다 gộp, cộng lại.

연 해 연해변, 해안, 연안 Ven biển, biển gần bờ. *(tr)* 원양 viễn dương.

연 혁 역사, 내력 Lịch sử, quá trình xưa nay.

연 화 밥짓는 연기 Khói bếp.

연 회 잔치 Yến tiệc.

열 살 십세 Mười tuổi.

열 십 Mười (con số).

열 열기 Nhiệt, độ nóng.

열 줄 Hàng dọc. *(tr)* 행 hàng ngang.

열거하다 Liệt kê. 늘 어놓다 trưng bày ra.

열광하다 Cuồng nhiệt. 날뛰다 chạy nhảy. 미치 다 điên dại.

열나다 발열하다 Phát nhiệt. 뜨거워지다 nóng lên.

열녀 열부 Liệt nữ, người phụ nữ hy sinh dũng cảm.

열다 Mở ra. *(tr)* 닫다 đóng lại. 봉 하다 niêm phong lại.

열등 Hạng bét. hạng thấp. *(tr)* 우등 hạng trên.

열등의식 열등감 Tính tự ty. *(tr)* 우월감 tính tự tin vươn lên.

열등하다 처지다, 못

하다 낮다 Thấp kém. 뒤떨어지다 tụt hậu. *(tr)* 뛰어나다 vượt lên trên, trỗi lên.

열량 칼로리 Nhiệt lương, calo. 에너지 năng lượng.

열렬 Nhiệt liệt. 열심 nhiệt tình.

열리다 개방하다 Mở cửa, mở ra. 개방 정책 chính sách mở cửa.

열리다 결실하다 Kết quả.

열매 과일, 과실, 실과 Hoa quả, trái cây.

열무김치 총각김치, 깍두기 Dưa củ cải.

열반하다 열반에들다 Lên cõi niết bàn, chết (nhà sư).

열사 투사 Liệt sĩ hy sinh vì nước.

열사병 Bệnh nhiệt đới.

열성 Tính lặn. *(tr)* 우성 tính trội.

열성 열정 Nhiệt tình, nhiệt huyết.

열세하다 Yếu thế. *(tr)* 우세하다 ưu thế.

열쇠 자물쇠, 키 Chìa khóa. 단서, 실마리 đầu mối sự việc, vấn đề.

열없다 Không có gan, nhát gan.

열중하다 에빠지다, 빠져들다 Say đắm vào cái gì.

열차 기차 Xe lửa. KTX 타화 cao tốc của Hàn Quốc

열흘 열흘날, 십일, 열날 Mười ngày. 열순 ngày thứ mười.

엷다 싱겁다 Nhạt, không đậm, loãng. *(tr)* 진하다 đậm, đặc.

염가 싼 값 Giá rẻ. 헐값 giá bèo. 저가 giá thấp. *(tr)* 고가, 비싼 값 giá cao, đắt.

염기 알칼리 Chất kiềm. *(tr)* 산 axít.

염두 마음속 Trong lòng, trong suy nghĩ.

염라대왕 염왕 Diêm vương.

염려 걱정, 근심 Sự lo lắng.

염료 물감, 염색물, 도료 Thuốc nhuộm màu.

염병 장티푸스, 장질부사 Bệnh tả.

염산 Axít kiềm.

염색하다 물들 이다 Nhuộm màu. *(tr)* 탈색하다 phai màu.

염세하다 Chủ nghĩa yếm thế. *(tr)* 낙천주의 chủ nghĩa lạc quan.

염소 산양 Con dê.

염습하다 염하다 Liệm, khâm liệm người chết.

염연히 Một cách ngẫu nhiên. 떳떳이 một cách đường hoàng.

염원 바람, 소망, 소원
Điều mong muốn. 희망
hy vọng.

염원하다 바라다
Mong muốn.

염전 염장 Diêm điền,
ruộng muối.

염증 싫증, 짜증 Chứng
ngấy, không thích, bực
bội.

염치 수치심 Lòng biết
tự trọng, biết liêm sĩ. *(tr)*
몰염치 không có liêm
sĩ, không biết xấu hổ.

염탐꾼 염문꾼 Quân
do thám. 첩자, 간첩 gián
điệp.

염탐하다 엿보다, 살
피다 Do thám, dò xem.

염통 심장 Quả tim.

엽록소 Chất lục diệp
tố.

엽전 공방, 공방형 Đồng
tiền cổ có ô vuông ở giữa.

엿 이당 Kẹo kéo.

엿기름 맥아 Mạch nha.

엿듣다 도청하다, 감청
하다, 몰래듣다 Nghe
trộm, nghe lén.

엿보다 엿살피다,
들여 다보다 Nhìn lén,
lén nhìn trộm.

엿새 제로, 무, 공 Số
không, không có, không.

영 영영, 영원히 Vĩnh
viễn, mãi mãi. 영구하다
vĩnh cửu.

영 영혼 Linh hồn. 혼백
hồn phách.

영감 영감님, 늙은이,
노인 Cụ ông.

영겁 영원한 세월 Ngày
tháng vĩnh viễn. 천겁,
천추 ngàn thu. *(tr)* 철나,
순간 khoảnh khắc.

영결식 Lễ truy điệu.

영계 어린닭, 햇닭, 병
아리 Con gà con.

영공 Vùng không phận.
영해 lãnh hải. 영토 lãnh

thổ.

영관 Sĩ quan cấp tá. 위관, 위관 장교 sĩ quan cấp úy.

영광 광영 Sự vinh quang. 영예 vinh dự. *(tr)* 치욕 굴욕 sự si nhục.

영구 항구 Vĩnh cửu. 영원 vĩnh viễn. 영원 무궁 vĩnh viễn không cùng.

영구치 간니 Răng vĩnh cửu, răng đã thay. *(tr)* 젖니, 유니 răng sữa.

영도하다 Lãnh đạo. 이끌다 dẫn dắt. 지도 하다 chỉ đạo.

영락없다 틀림 없다 Đúng, hoàn toàn đúng. *(tr)* 틀리다 sai.

영락하다 망하다 Thất bại, bị diệt vong, mất đi.

영령 Linh hồn liệt sĩ, anh linh.

영리 이익 Lợi ích.

영리하다 지혜 롭다 Có trí tuệ, sáng suốt. *(tr)* 어리석다 ngu đần.

영명 영달 Sự anh minh. 총명 sự thông minh.

영문 까닭, 이유, 원인 Nguyên nhân, lý do.

영봉 연산 Miệng núi lửa.

영부인 귀부인 Quý bà, đệ nhất phu nhân.

영사 Lãnh sự. 영사관 lãnh sứ quán. 대사 đại sứ. 대사관 đại sứ quán.

영상 Trên không, dương (nhiệt độ). *(tr)* 영하 âm.

영상 상, 영상 Hình bóng. 그림자 bóng hình. 도영상 màn hình.

영세농 세농, 세 농가 Nông dân nghèo. *(tr)* 지주 địa chủ.

영수 수령, 수뇌 Đầu não.

영수증 영수서, 수령증

Hóa đơn thu tiền.

영식 아드님 Lệnh làng (gọi kính trọng con trai của ai). *(tr)* 영애, 따님 lệnh ái (gọi kính trọng con gái của ai).

영아 갓난아이, 갓난 아기 Trẻ em mới sinh.

영안실 시체실, 사실 Phòng lạnh bảo quản tử thi.

영애 영아, 따님 Lệnh ái (gọi kính trọng con gái của ai).

영양 영양분 Chất dinh dưỡng. 보약 thuốc bổ.

영업 사업 Doanh nghiệp. 장사 buôn bán.

영역 Lĩnh vực. 범위 phạm vi. 영해 lãnh hải. 영공 không lãnh.

영예 Vinh dự. 명예 danh dự.

영웅 Anh hùng.

영원하다 항구하다

Vĩnh cửu. 끝없다, 그지 없다 không có giới hạn.

영원히 영영, 영, 영겁, 영구히 Mãi, mãi mãi.

영의정 영상 Tể tướng. 총리, 수상 thủ tướng.

영인본 Bản in.

영재 Anh tài. 천재 thiên tài. *(tr)* 둔재, 바보 anh ngốc.

영전하다 증진 하다 Thăng tiến, lên chức.

영점 빵점 Điểm không, điểm không giá trị.

영접하다 Nghênh tiếp. 맞이하다, 마중하다 đón tiếp.

영지 Lãnh địa.

영지 성지 Đất thánh.

영창 Trại giam lính bị kỷ luật. 교도소 trại giam giữ.

영토 영지, 속지, 국토 Lãnh thổ.

영 해 영수 Lãnh hải.

영 향 영향력 Ảnh hưởng.

영 혼 넋, 영, 혼, 혼령
Hồn, linh hồn.

옅 다 Mỏng, nhạt. *(tr)*
짙다 đậm, dày. 얕다
cạn. 깊다 sâu.

옆 겉, 측 Bên cạnh, phía.
옆면, 측면 mặt bên.

옆 구 리 Bên hông, bên
sườn. 갈비 thịt sườn.

예 Lễ. 예의 lễ nghĩa.
예절 lễ tiết.

예 Ví dụ. 본보기, 보기
ví dụ, mẫu.

예 전, 오래 전, 옛날
Xưa, ngày xưa.

예 각 Góc nhọn. 둔각
góc tù. 직각 góc vuông.

예 감 예각 Sự nhạy
cảm.

예 감 하 다 Nhạy cảm.
눈치 채다, 미리 알다
biết trước.

예 고하다 예보 하다,

미리 알리다 Báo trước,
cho biết trước.

예 과 Môn học đại cương.
본과, chuyên khoa.

예 금 저금, 예탁금 Tiền
tiết kiệm gửi ngân hàng.

예 기 예견, 예측 Sự dự
báo.

예 리 하 다 예민하다
Nhanh nhạy.

예 매 하 다 선매 하다,
주문 하다, 예약하다
Đặt mua trước.

예 물 답례품 Lễ vật.
사은품 lễ tạ ơn.

예 방 하 다 방지 하다
Đề phòng. 막다 ngăn lại.
예방하다 phòng bị.

예 보 전보 Sự báo trước.

예 복 의례복 Lễ phục.

예 비 준비 Sự chuẩn bị.

예 비 역 Lễ động viên
lính dự bị. 현역 hiện đang
trong quân đội.

예 쁘 다 곱다, 꽃답다

Đẹp, xinh đẹp. 아름답다
đẹp (hoa).

예 사 보통 일 Việc bình
thường. 일상사 việc
hàng ngày.

예 사 로 Là việc bình
thường.

예 산 Dự toán. *(tr)* 결산
quyết toán.

예 상 예측 Sự dự đoán.

예 선 예선전 Trận đấu
loại. *(tr)* 결승전 trận chung
kết.

예 속 하 다 종속되다,
딸리다, 매이다 Lệ thuộc.
(tr) 독립하다 độc lập.

예 수 Chúa Giêsu. 구주,
구세주 chúa cứu thế.

예 순 육십 Sáu mươi.

예 술 가 예술인, 예인
Nghệ sĩ, nghệ nhân.

예 식 식, 예, 의례 Nghi
lễ

예 식 장 결혼식장, 식장
Nhà hàng kết hôn.

예 언 참언 Lời dự báo,
lời tiên tri.

예 언 자 선견자 Nhà tiên
tri.

예 의 예절 Lễ phép, lễ
nghĩa.

예 전 옛날, 옛적, 왕년
Trước đây, ngày xưa.

예 정 하 다 Dự định.

예 치 금 보증금 Tiền
gửi, tiền đặt cọc.

예 컨 대 예를 들면 Ví
dụ là. 가령 giả sử.

옛 날 일 과거지사, 기왕
지사 Việc xưa.

오 다섯 Năm (con số).

오 가 다 가다오다, 왕래
하다 Đi lại, thăm viếng
nhau, chơi với nhau.

오 곡 Ngũ cốc. 오곡
백과 ngũ cốc và hoa quả.

오 누 이 Anh và em gái.
남매 anh chị em. 자매
chị em gái.

오 늘 금야 Đêm nay.

오다 들어오다 Đến, đi
đến. *(tr)* 가다 đi. 떠나다
đi khỏi.

오달지다 오지다
Không có thực chất, hão
huyền.

오답 Trả lời sai. *(tr)* 정
답 trả lời đúng.

오대조 현조, 선조 Tổ
tiên năm đời.

오라버니 오빠 Anh
trai (em gái gọi).

오락 게임 Trò chơi giải
trí.

오락물 Các thứ giải trí.

오랑캐 되, 되놈, 야만족
Man di (chỉ tộc người còn
chưa văn minh).

오래 오래오래, 오랫
동안, 오랜만에, 오래
간만에 Lâu rồi, trong
thời gian lâu.

오로지 유일, 오직
Duy nhất, chỉ.

오류 대여섯, Năm hay
sáu (số lượng).

오륜 오상, 오전 Năm
điều phải giữ (đạo nho),
ngũ luân.

오르간 *(Organ)* 풍금
đàn phong cầm.

오르다 올라가다 đi lên.
(tr) 내리다, 내려가다
Đi xuống.

오르막 오르막길 Dốc
đi lên. *(tr)* 내리막, 내리막
길, 내리 받이 dốc đi
xuống.

오른뺨 Má phải. *(tr)*
왼뺨 má trái.

오른쪽 오른편, 오른짝,
우측 Phía phải. *(tr)*
왼쪽, 좌측 bên trái.

오름세 상승세 Thế đi
lên. *(tr)* 내림세, 하락세
thế đi xuống.

오리 상실, 뽕나무의
열매 Quả dâu.

오리 집오리 Vịt nhà,
vịt nuôi. 가금 gia cầm.

오 리 발 물갈퀴 Cái chân vịt đạp nước.

오 막 살 이 오두막, 오 두막집 Cái lều để ở.

오 만 거만, 교만, 태깔 Sự kiêu ngạo, kiêu căng. *(tr)* 겸손, 공손 Sự khiêm tốn. 겸양 sự khiêm nhường.

오 매 불 망 전전반측, 전전 불매 Trằn trọc không ngủ được.

오 명 누명 Ô danh, tiếng xấu.

오 목 렌 즈 졸보기 Thấu kính lõm.

오 목 하 다 우묵 하다, 움푹 하다 Lõm vào.

오 물 폐물, 배설물 Nước thải.

오 밀 조 밀 하 다 세밀 하다 Chi li, chi tiết.

오 밤 중 야밤중, 한밤 중, 한밤, 깊은 밤 Trong đêm khuya.

오 빠 오라버니, 오라비 Anh trai, anh (em gái gọi).

오 수 낮잠 Giấc ngủ trưa.

오 싹 하 다 Sởn da gà (sợ hãi).

오 열 제오열, 간첩, 첩 자 Gián điệp.

오 이 외 Dưa chuột.

오 이 김 치 오이지 Dưa chuột muối.

오 인 하 다 잘못 보다 Ngộ nhận, nhìn sai. 착각 하다, 오해하다 hiểu sai.

오 일 닷새, 다섯 날 Năm ngày, ngày thứ năm trong tháng.

오 자 틀린글자, 오타 Chữ sai. *(tr)* 정자 chữ đúng.

오 전 상오 Buổi sáng. *(tr)* 오후 buổi chiều. 정오 chính ngọ.

오 정 정오, 오중, 낮열 두시 Giờ ngọ. *(tr)* 자정

lúc giao thừa, lúc nửa đêm.

오죽 오죽이 Bao nhiêu.

오줌 누다 배뇨하다, 방뇨하다, 오줌 싸다 Đi đái, đi tiểu tiện.

오줌통 방광 Bàng quang, bọng đái.

오지다 여무지다 Dày, đặc ruột, có nội dung.

오직 오로지, 단지, 다만 Chỉ, duy nhất.

오징어 묵어 Con mực. 주꾸미 con bạch tuộc con.

오찬 점심 Cơm trưa. 만찬 buổi tối.

오판 오심 Sự phán đoán, sự xử lý sai.

오페라 가극, 대사극 Ca kịch. 악극 nhạc kịch.

오한 한기 Chứng ngộ hàn, chứng sốt rét.

오한 회한, 후회 Hối hận, hối tiếc.

오합지졸 Ô hợp, quân ô hợp.

오해하다 곱새 기다 Nghĩ sai, hiểu sai, ngộ nhận.

오후 하오 Buổi chiều.

오히려 외려, 차라리 Ngược lại, thà rằng.

옥가락지 옥지환 Nhẫn ngọc.

옥내 Trong nhà. 옥외 ngoài trời. 야외, 노천, 노지 lộ thiên, ngoài trời.

옥배 Cái ly ngọc.

옥사 가옥 Phố xá, nhà cửa.

옥새 국새 Ngọc tỷ, con dấu của vua.

옥수수 강냉이 Cây ngô.

옥좌 왕좌, 보좌, 보위 Ngôi báu, ngai vàng.

옥토 기름진 땅, 비옥토 Đất màu mỡ. *(tr)* 박토 đất bạc màu. 황무지 đất hoang.

옥편 자전 Sách tra cứu

chữ Hán.

온갖 모든 Tất cả, mọi thứ.

온건파 비둘기파 Phái ôn hòa, phái bồ câu. *(tr)* 매파 phái diều hâu. 강경파, 과격파 phái quá khích.

온기 난기 Không khí nóng. *(tr)* 난기, 한기 không khí lạnh.

온당 합당, 타당 Sự thỏa đáng, sự phù hợp.

온당하다 알맞다 Phù hợp, đúng với.

온대 온대 Ôn đới. 열대 nhiệt đới. 한대 hàn đới.

온돌방 방구들 Phòng có nền sưởi.

온몸 전신 Toàn thân.

온수 따뜻한 물, 더운 물 Nước nóng, nước ấm. *(tr)* 냉수 nước lạnh.

온순하다 순하다, 착하다 Lành, hiền, thuần.

(tr) 거칠다 gồ ghề, ráp.

온실 온상 Nhà có lò sưởi để trồng cây.

온전하다 완전하다 Vẫn như thế, nguyên như cũ. 건재하다 vẫn sống như trước.

온종일 전종일, 전일 Suốt một ngày, cả ngày.

온천 온정, 온천장 Suối nước nóng. *(tr)* 냉천 suối nước lạnh.

온통 전부, 모두, 다 Tất cả, toàn bộ.

화하다 Ôn hòa. 착하다 hiền lành.

올 올해, 금년 Năm nay.

올가미 덫 Cái bẫy thú. 함정 hầm chông. 꾀 gian kế.

올되다 오되다, 일되다, 조숙되다 Chín sớm. 늦되다 chín muộn.

올라가다 오르다 Đi lên. *(tr)* 내리다, 내려

가다 đi xuống.

올리다 들어 올리다 Nâng, giơ lên. *(tr)* 내리다 hạ xuống.

올바로 바로 Thẳng ngay, đúng.

올차다 야무지다, 기운차다 Tràn đầy sức sống.

올케 형수님 Chị dâu. *(tr)* 제수 em dâu.

올해 올, 금년, 이해, 당년 Năm nay.

옭아매다 구속하다, 속박하다 Bắt giam, không cho tự do.

옮기다 운반하다 Chuyển đi.

옮다 전염하다 Lây lan, truyền nhiễm.

옳다 맞다, 올바르다 Đúng. 정당하다 chính đáng. *(tr)* 그르다 sai.

옳은 길 바른 길, 정도 Con đường đúng đắn, con đường chính nghĩa.

옷 벗다 Cởi áo. *(tr)* 옷 입다 mặc áo.

옷 옷가지, 피복 Áo quần. 바지 quần. 의복, 의상 y phục.

옷감 천, 직물 Vải vóc nói chung. 원단 vải cuộn.

옷깃 깃 Cổ áo.

옷맵시 옷매무시, 옷거리 Nếp áo, kiểu áo.

옷장 옷농 Tủ áo quần.

옹고집 왕고집, 황고집 Bướng cực kỳ, rất bảo thủ.

옹골차다 여무지다, 단단하다 Chặt cứng, cứng, có đầy đủ nội dung.

옹색하다 궁색하다, 가난하다 Nghèo đói.

옹성 철옹성 Thành vững vàng.

옹졸하다 좁다 Hẹp hòi, chật hẹp (lòng dạ).

왁자지껄하다 시끄럽다 Ồn ào, lắm tiếng.

완강하다 Ngoan cường.
완고하다 ngoan cố. 굳
세다 cứng rắn. *(tr)* 유연
하다 mềm.

완결하다 끝맺다, 끝
내다 Kết thúc, làm xong,
(tr) 시작하다 bắt đầu.
착수하다 bắt tay vào.

완고하다 Ngoan cố.

완공하다 준공하다
Hoàn công, khánh thành.
(tr) 착수하다 bắt tay vào
làm việc gì. 기공하다
khởi công.

완구 노리개 Đồ chơi trẻ
em.

완력 팔의 힘 Sức mạnh
cánh tay.

완료하다 Hoàn thành
(công việc).

완벽 완전 Sự hoàn chỉnh,
sự xong, chu tất. 완수
하다, 해내다 hoàn thành
xong.

완불하다 Chi trả xong

hết nợ. *(tr)* 미불하다 chưa
thanh toán hết.

완비하다 Có đầy đủ
trang thiết bị. *(tr)* 미비
하다 chưa có trang thiết
bị.

완성품 완제품 Hàng
thành phẩm *(tr)* 반제품
hàng bán thành phẩm.

완성하다 Hoàn thành.
(tr) 미완성하다 chưa
hoàn thành.

완수하다 Hoàn thành
trách nhiệm, nhiệm vụ.

완승하다 Thắng lợi
hoàn toàn. *(tr)* 완패하다
thất bại hoàn toàn.

완전 Sự hoàn thiện, sự
chu tất.

완치하다 전치 하다
Trị khỏi bệnh.

완행하다 서행 하다
Đi chậm. *(tr)* 급행하다
tốc hành, đi nhanh.

완화하다 유화 하다

Mềm, mềm mỏng, làm dịu đi.

왈가왈부 시시 비비 Đúng sai, đúng đúng, sai sai.

왕 임금 Vua. 국왕 quan vương, quân chủ.

왕가 왕실, 왕족 Hoàng thân, hoàng tộc.

왕겨 굵은 겨 Cám thô. *(tr)* 쌀겨 cám mịn.

왕고모 대고모 Bà cố tổ.

왕국 Vương quốc. 군주 국 nước quân chủ.

왕녀 공주 Công chúa. *(tr)* 왕자 hoàng tử.

왕년 옛날 Ngày xưa, ngày trước.

왕도 Đạo làm vua.

왕래하다 오다 가다, 오가다 Đi lại với nhau, thăm viếng lẫn nhau.

왕명 어명, 왕의 명령 Lệnh vua.

왕복 Hai chiều, đi và về. *(tr)* 편도 một chiều.

왕비 Hoàng phi. 왕후, 황후 hoàng hậu. 국모 quốc mẫu.

왕성 왕도 Hoàng thành.

왕성하다 기운 차사, 성하다 Thịnh vượng, hưng thịnh.

왕세자 세자, 동궁 Thế tử.

왕왕 종종, 때때로, 이따 금 Thỉnh thoảng, đôi lúc.

왕위 왕좌 Ngai vàng.

왕자 왕, 임금 Vua 황자 hoàng tử.

왜 어째서 Tại sao thế? 왜냐하면 bởi vì rằng.

왜 왜국, 일, 일본 Nhật bản.

왜곡하다 Xuyên tạc sự thật. 비틀다 làm xoắn lại.

왜구 왜적, 일본 해적 Hải tặc Nhật, quân Nhật.

왜인 난쟁이 Người lùn. *(tr)* 거인 người khổng lồ.

왜인 일본인 Người Nhật.

왜풍 일본풍 Gió từ Nhật thổi sang.

외가 외갓집 Nhà chồng. *(tr)* 친가 nhà cha mẹ mình.

외계 Thế giới bên ngoài. 우주 vũ trụ. 외계인 người vũ trụ.

외과 Ngoại khoa. *(tr)* 내과 khoa nội.

외관 겉보기, 보임새, 겉모습 Hình bên ngoài, cảnh ngoài.

외관 변두리, 주변 Xung quanh, vùng ngoại ô.

외교 Ngoại giao.

외국 Ngoại quốc. 타국 nước khác. *(tr)* 고국 cố quốc. 본국 bản quốc. 모국.

외국어 외어, 타국어 Tiếng nước ngoài. *(tr)* 모국어 tiếng mẹ đẻ.

외국인 타국인, 외인 Người nước ngoài.

외국환 외환 Ngoại hối, tiền nước ngoài. *(tr)* 내국환 tiền nội.

외근하다 외출하다 Đi công tác, làm việc ngoài công ty.

외나무다리 쪽 다리 Cầu độc mộc, cầu khỉ.

외눈 애꾸눈 Người chột mắt, hư một mắt.

외다 암기다, 암송하다 Học thuộc lòng.

외동딸 외딸, 무남독녀 Chỉ có một con gái duy nhất. *(tr)* 외동아들 chỉ.

외동아들 외아들, 무녀 독남 Con trai duy nhất.

외람하다 송구스럽다, 죄송하다, 미안하다 Xin lỗi.

외래어 들온말, 차용어 Tiếng ngoại lai *(tt)* 외국어 tiếng ngoại quốc.

외 로 옆으로, 옆길 Đường rẽ, đường bên cạnh.

외 롭 다 Buồn cô đơn. 고독하다 cô độc, cô đơn.

외 면 겉면, 겉면 Mặt ngoài.

외 면 하 다 Lánh mặt.

외 모 겉모양 Bề ngoài, ngoại mạo.

외 무 외정 Công việc ngoại giao. *(tr)* 내무 công việc bên trong.

외 박 하 다 나가 자다 Ngủ ngoài, ngủ lang.

외 방 Địa phương xa.

외 부 바깥, 바깥쪽 Bên ngoài. *(tr)* 내부 phần trong.

외 부 인 Người ngoài cơ quan. *(tr)* 내부인 người trong cơ quan.

외 사 촌 Con cậu, dì, chú bên ngoại.

외 상 외상질 Việc buôn bán chịu, trả tiền sau. *(tr)*

선불하다 trả tiền trước.

외 손 Cháu ngoại. 외손자 cháu trai ngoại. 외손녀 cháu gái ngoại. *(tr)* 친손 cháu nội.

외 숙 외숙부, 외숙모 Anh em chú bác, cậu dì bên ngoại.

외 신 Hãng tin nước ngoài. *(tr)* 내신 hãng tin.

외 양 간 외양 Chuồng bò trâu ngựa.

외 우 다 외다, 암기하다 Học thuộc lòng.

외 유 Việc đi du lịch nước ngoài.

외 자 Vốn nước ngoài. *(tr)* 내자 vốn trong nước.

외 정 외교 Công việc ngoại giao. *(tr)* 내정, 내치 công việc nội bộ.

외 제 외 국제, 외 국산 Hàng ngoại. *(tt)* 수입품 hàng nhập khẩu. *(tr)* 국산.

외조모 외할머니 Bà ngoại. *(tr)* 외조부, 외할아버지 ông ngoại. 외조부, 외할아버지 ông ngoại.

외지 타향 Đất khách, đất người. *(tr)* 내지, 고향 quê hương.

외척 Thân thuộc bên ngoại. *(tr)* 내척 anh em bên nội.

외출하다 나가다 Đi ra ngoài.

외치다 소리치다, 소리지르다, 고함치다 La hét, thét lên, la lớn.

외톨이 외톨, 혼자 Một mình một thân.

외투 겉옷 Áo khoác ngoài.

외피 Vỏ ngoài, lớp da ngoài.

외할머니 외조모 Bà ngoại. *(tr)* 친할머니 bà nội.

외할아버지 외조부,

외할 애비 Ông ngoại. *(tr)* 친할 아버지 ông nội.

외해 외양, 원양 Biển xa. *(tr)* 내해, 근해 biển gần bờ.

외형 겉모양 Ngoại hình. *(tr)* 내심 nội tâm.

외화 외국영화 Phim nước ngoài. *(tr)* 방화 phim trong nước.

외환 외침, 외우 Nạn ngoại xâm. *(tr)* 애환, 내우 loạn trong nước.

왼발 Chân trái. *(tr)* 오른 발 chân phải.

왼손 좌수 Tay trái. *(tr)* 오른손, 우수 tay phải.

왼팔 Cánh tay trái. *(tr)* 오른 팔 cánh tay phải.

요 금침 Cái đệm, cái chiếu. *(tr)* 이불 cái chăn.

요건 Điều kiện cần thiết. *(tt)* 조건 điều kiện.

요구하다 내대다 Yêu cầu. 청구하다 thỉnh cầu.

청하다, 청구하다 muốn
xin phép.

요귀 Yêu quỷ. 요괴 yêu
quái.

요금 값, 가격, 대금 Giá,
tiền.

요기하다 시장기를
면하다, 간단히 먹다
Ăn qua loa đỡ đói.

요긴 긴요 Sự khẩn yếu.
(tt) 중요 sự quan trọng.

요는 요컨대 Nói tóm
lại là.

요다음 이다음, 차후,
추후 Lần sau, sau này.
차기 kỳ sau.

요도 오줌줄, 요로
Niệu đạo, ống nước tiểu.

요동하다 요동치다
Dao động. 흔들리다 lung
lay. 움직이다 chuyển
động.

요란하다 요란스럽
다, 시끄럽다 Ồn ào, náo
động. (tr) 조용하다 yên

tĩnh. 고요하다 êm đềm.

요람 그네 Cái nôi, cái
võng. 요람기, 어린시절
thời thơ ấu.

요량하다 헤아리다
Đoán, ước chừng.

요렇게 이렇게 Như thế
này, thế này. (tr) 저렇게
thế kia.

요리 음식, 반찬 Món
ăn, thức ăn.

요리 이리, 이곳으로
Lại đây. (tr) 조리, 저기
ở đàng kia.

요리사 Mặt lõm vào
trong. (tr) 철면 mặt lồi ra
ngoài.

요사이 요즘, 요새,
요즈음 Dạo này, dịp này.

요새 요새지, 요충지
요소 Sào huyệt, căn cứ
địa.

요소 요인 Yếu tố. 여건,
조건 điều kiện.

요술 마법, 마술 Ma

thuật, yêu thuật.

요약하다 간추리다, 추리다 Sơ lược tóm tắt, tóm tắt lại.

요양원 요양소 Trại an dưỡng.

요양하다 Đi an dưỡng.

요원 인자 Nhân vật quan trọng.

요절나다 깨지다 Đổ vỡ.

요점 중점, 골자 Điểm quan trọng. 요지, 요충 nơi quan trọng.

요즈음 요사이, 최근 Gần đây, dạo này.

요청 청구, 청원 Sự thỉnh cầu.

요통 허리 앓이 Bệnh đau lưng.

요하다 요구하다 Yêu cầu. 청구하다 thỉnh cầu.

요해하다 깨닫다 Tỉnh ngộ ra.

요행 기복, 행운 Vận may, số may.

욕 야단, 구중 Lời la, tiếng chửi.

욕구하다 원하다, 바라다 Mong muốn, muốn.

욕먹다 욕설 듣다, 꾸중 듣다, 야단맞다, 야단 듣다 Nghe chửi, nghe mắng.

욕보다 모욕당하다, Bị làm nhục, bị làm nhục.

욕보이다 모욕하다 Làm nhục ai.

욕심꾸러기 Kẻ tham lam.

욕정 색정 Dục vọng.

욕조 목욕통 Bồn tắm. 목욕탕 nhà tắm công cộng.

욕지기하다 토하다, 게우다 Nôn mửa, lợn mửa.

용건 볼일, 용무 Công việc gì đó. 임무 nhiệm vụ.

용궁 수궁 Thủy cung.

용기 Dũng khí. 담력, 담기 sự gan dạ. *(tr)* 겁, 비겁 sự nhát gan.

용기 그릇 Đồ đựng, dụng đựng cái gì.

용납하다 받아들이다 Dung tha, dung nạp.

용단하다 결단하다 Quyết đoán. *(tr)* 주저하다 do dự.

용도 씀 씀이, 쓰 임새 Nơi dùng đến, cách gì để giải quyết được vấn đề.

용두사미 Đầu rồng đuôi rắn.

용량 담 길양, 용 적량 Dung lượng. *(t)* 용적 dung tích. 부피 thể tích.

용매 용해제, 용질 Dung môi.

용맹하다 용맹스럽다 Dũng mạnh. 용감 하다 dũng cảm.

용모 생김새, 꼴, 면상 Dung mạo.

용무 볼일, 용건 Công việc.

용법 Phương pháp sử dụng.

용불용설 Thuyết cho rằng cái gì dùng được sẽ phát triển và ngược lại.

용사 용사 Dũng sĩ. 장사 tráng sĩ.

용서하다 풀치다 Dung thứ. 봐주다 tha thứ.

용수철 스프링 Cái lò xo.

용신 Mình rồng, mình vua. 용안 mặt vua.

용쓰다 Hết sức để làm. *(t)* 참다 chịu đựng việc nặng.

용안 Mắt vua, long nhãn.

용암 Nham thạch (từ núi lửa).

용액 Dung dịch. 액체 chất lỏng.

용어 술어 Thuật ngữ.

용언 풀이씨, 체언 Chủ ngữ.

용왕 용신 Long vương. 수신 thủy thần.

용의 의사, 의향 Có ý thế, có suy nghĩ định thế.

용의자 혐의자, 피의자 Người bị nghi ngờ làm việc phạm pháp.

용의주도하다 꼼꼼 하다 Chu tất công việc.

용이하다 쉽다 Dễ, không khó. (tr) 어렵다 khó, khó khăn.

용인 허용 Sự đồng ý, cho phép. (tr) 거부 sự từ chối.

용재 목재 Nguyên liệu gỗ

용적 피부, 들이, 체적 Thể tích, sức chứa.

용접하다 때다, 때우다 Hàn, gắn.

용질 용해질, 용매 Dung môi, chất hòa tan.

용하다 갸륵 하다 Tài giỏi.

용해하다 녹이다 Làm tan ra, hòa tan ra. 타다 pha. 용호상박 Rồng hổ đánh nhau.

우 Loại tú, khá. (tr) 열 loại kém.

우 우측 Bên phải. (tr) 좌, 좌측 bên trái.

우거지다 무성 하다, 울창 하다 Rậm rạp và tươi tốt (cây cỏ).

우거하다 붙어 살다 Ngụ cư, sống nhờ.

우군 아군 Quân mình, quân ta. (tr) 적군 quân địch.

우기 우계 Mùa mưa. (tr) 건기 mùa khô.

우기다 Khư khư, khăng khăng.

우대하다 후대 하다 Hậu đãi. (tr) 박대하다 bạc đãi.

우두 종두 Chủng đậu,

chống đậu mùa.

우두 종두, 천연두 Bệnh
đậu mùa.

우두머리 수석 Người
đứng đầu. 영수 lãnh tụ.
영장 lãnh tướng.

우두커니 멍하니, 멍
청히 Ngớ ra, ngớ ngẩn.

우둔 우매 Sự u mê.

우둔하다 둔하다,
어리석다, 미련하다
Dốt, ngớ ngẩn. *(tr)* 똑똑하
다 thông minh, sáng dạ.

우등 월등 Hạng ưu tú.
우수 ưu tú. 우월 ưu
việt. *(tr)* 열등 hạng bét.

우락부락하다
험상스럽다 Trông nham
hiểm và dữ tợn.

우량 Hàng tốt. *(tr)* 불량
hàng hư.

우량계 강수계, 강우계
Máy đo lượng mưa.

우러르다 추앙하다,
올려보다 Kính trọng.

숭배하다 súng bái.

우려하다 근심하다,
걱정하다 Lo lắng. *(tr)*
안심하다 an tâm.

우리 우리들, 우리네
Chúng ta, chúng mình. *(tr)*
너희 chúng mày.

우리나라 아방, 아국
Nước mình, nước ta.

우마 Bò ngựa. 물소 con
trâu.

우매하다 어리석다
U mê, ngu muội.

우묵하다 오목하다,
깊숙하다 Lõm, sâu
xuống. *(tr)* 불룩하다 lồi
lên.

우물 Nước giếng, cái giếng.

우민 Chỉ người dân ít học
(ngu dân, xưa, coi thường).

우박 무리 Mưa đá.

우발범 기회범 Tội ngẫu
phát. *(tr)* 고의범 tội cố
ý.

우방 우방국 Nước bạn,

nước có quan hệ tốt. (tr) 적국 nước thù địch.

우비 비옷, 우장, 우의 Áo mưa. 우산 ô che mưa. 양산 ô che nắng.

우상 Thần tượng.

우선 Ưu tiên. 먼처 trước hết, đầu tiên. 선착순 theo thứ tự đến trước.

우세하다 낫다, 뛰어 나다 Ưu thế. 득세하다 đắc thế, được thế. (tr) 열세하다, 실세하다 thất thế.

우송하다 부치다, 띄우다 Gửi bằng bưu điện.

우수 걱정, 근심 Nỗi lo lắng.

우수 우수절 Tiết vũ thủy.

우수 Tiết vũ thủy. 입춘 lập xuân.

우수리 우수 나머지, 거스름돈 Tiền thối lại khi mua hàng, tiền còn lại. (tt) 잔돈.

우수하다 Ưu tú. 우월 하다 ưu việt. 뛰어나다, 낫다 tốt giỏi hơn.

우스개 농담, 소담 Câu chuyện đùa.

우습게보다 깔보다, 얕보다, 업신여기다 Coi thường, xem khinh.

우습다 Gây cười, nực cười.

우승배 상배, 우승컵 Cúp, giải thắng trận (thể thao).

우승하다 이기다 Thắng. 비기다 hòa (tr) 지다 thua.

우시장 전장 Chợ chuyên bán thịt.

우아하다 Duyên dáng. 멋이다, 멋지다 đẹp và duyên dáng.

우악하다 무지 하고 악하다 Ít học và ác.

우애 사랑 Hữu ái, tình

thương yêu.

우여곡절 Nhiều khó khăn, đa việc đa nạn. 곡절 khúc mắc, khó khăn.

우연히 뜻밖에 Ngẫu nhiên.

우열 Ưu tú và thấp kém. 고하 cao thấp. 자웅, 웅자 sống mái, được thua.

우왕좌왕하다 헤매다 Lần mò.

우울증 우울병 Chứng ủ dột, chứng buồn và yên lặng.

우월 Ưu việt, vượt lên trên. 열등 thấp, hạng kém.

우유 젖. 밀크 Sữa. 분유 sữa bột. 연유 sữa đặc.

우유부단하다 어물 어물하다 Ấp úng, ngập ngừng.

우의 우정, 우애 Tình cảm tốt đẹp.

우이독경 소의귀에 경 읽기 Đọc kinh tai bò,

nước đồ lá môn, nước đổ đầu vịt.

우정적 Tính chất hữu hảo. *(tr)* 적대적 có tính đối địch.

우주 코스모스 Vũ trụ. 우주인 người du hành vũ trụ. 우주공간 không gian vũ trụ.

우중 비속 Trong mưa.

우지 소기름 Mỡ bò.

우직하다 고지식하다 Cứng nhắc, không sáng tạo.

우체국 우편국 Bưu điện. 우체통 hòm thư.

우화 비신, 정화 Thần mưa.

우환 근심, 걱정, 환우 Lo lắng. *(tt)* 병, 질병 bệnh tật.

운 운세, 운수 Số, số phận. 운명 vận mệnh. 행운 vận may. 액운 vận rủi.

운동 체육 Vận động thể thao, thể dục.

운동장 경기장 Sân vận động, sân thi đấu.

운명 명운, 숙명 Số mệnh. 천운 số trời.

운명론 숙명론 Thuyết cho rằng con người có số phận

운문 율문, 시, 시문 Thơ, văn theo vần điệu. *(tr)* 산문 văn tự do.

운반하다 운송 하다 Vận tải, vận chuyển. 옮기다 chuyển đi.

운석 별똥, 성석 Thiên thạch.

운수업 운송업, 수송업 Nghề vận tải.

운영하다 Vận hành, điều hành. 운용하다 vận dụng.

운용하다 운영 하다 Vận hành, điều khiển.

운율 율, 율격 Nhịp điệu.

운임 운송비, 운송료 Phí giao thông, phí vận tải.

운전사 운전수 Người lái xe. 기사 kỹ thuật viên.

운치 풍치, 흥취, 풍격 Phong độ, phong cách.

운하 수로 Kênh đường thủy. 하천 sông ngòi

울다 Khóc. 눈물 흘리다 khóc chảy nước mắt. *(tr)* 웃다 cười.

울리다 Gióng lên, đánh cho kêu (chuông). 메아리 tiếng vọng từ núi.

울리다 Làm cho khóc.

울보 우지 Người hay rơi nước mắt.

울부짖다 우짖다, 부르 짖다 Khóc nấc lên.

울분 분 Phẫn uất, uất ức. 분노 phẫn nộ.

울음 곡 Tiếng khóc, tiếng khóc than.

울타리 울, 우리 Bức rào, bờ rào. *(tt)* 담, 담장

bức tường rào.

울 화 울분 Sự bực bội uất phận.

울 화 병 울화증 Bệnh do uất ức, bực bội mà ra.

움 싹 Mầm cây.

움 막 움집, 움파리, 원두막 Cái lều trên cái hố để chống rét.

움 직 이 다 옮기다 Làm chuyển động, làm cho thay đổi.

움 직 이 다 움직거리다, 움직대다 Chuyển động, di dời. *(tr)* 서다 đứng tại chỗ.

움 직 임 동태 Động thái. 동정, 동향 động tĩnh.

움 츠 리 다 오그리다 Co rúm lại. *(tr)* 펴다 dãn, ưỡn ra.

움 켜 쥐 다 쥐다 Nắm chặt lấy, túm lấy.

움 트 다 싹트다 Nảy mầm, nảy chồi.

웃 기 다 Gây cười. *(tr)* 울리다 làm cho khóc.

웃 다 웃음 짓다 Cười. *(tr)* 울다 khóc.

웃 돈 더 주는 돈, 팁 Tiền cho thêm.

웃 돌 다 Vượt trên mức. *(tr)* 밑돌다 nằm dưới mức.

웃 음 Tiếng cười. *(tr)* 울음 tiếng khóc.

웅 대 하 다 으리으리하다, 크다 To lớn, đồ sộ.

웅 덩 이 물웅덩이 Vũng nước. 늪 đầm lầy. 저수지 hồ nước.

웅 변 대변 Sự hùng biện.

웅 장 하 다 Hùng tráng. *(tt)* 웅대하다 to lớn.

웅 지 큰 뜻, 웅심, 대성 Chí lớn.

워 낙 본래, 본디부터, 원래부터 Vốn lẽ, ngay từ đầu.

원 동그라미, 원형 Hình tròn, vòng tròn.

원가 Nguyên giá, giá thành. 정가 giá đúng. 원금 tiền ban đầu.

원거리 원격, 먼거리, 장거리 Quãng đường xa. 장거리 미사일 tên lửa tầm xa. (tr) 단거리 근거리 Tầm gần, quãng đường gần.

원경 Viễn cảnh. (tr) 근경 cảnh gần.

원고 Nguyên đơn, nguyên cáo. (tr) 피고 bị cáo.

원고료 고료 Tiền nhuận bút.

원군 지원군 Quân chi viện.

원금 밑천, 본전, 원전 Tiền vốn. (tr) 이자, 이득 lời, lợi tức.

원기 Nguyên khí. 정기 tinh khí. 기운 tinh thần.

원기둥 원주, 원통, 원통형 Hình trụ.

원단 설날 아침, 설날 Sáng mồng một tết. (tt) 원단 vải cuộn.

원동기 원동력, 기관, 열기관, 엔진, 동기 Động cơ, máy phát lực. 모터 mô tơ.

원래 본디, 본래, 전부터 Vốn lẽ, có từ trước.

원로 원정 Đường xa, viễn chinh.

원료 밑감, 소재, 원자재, 원재료, 재료 Nguyên vật liệu, tư liệu.

원류 본류 Dòng chính. 지류 dòng phụ. 수원 nguồn nước.

원리 Nguyên lý. 원칙 nguyên tắc. 도리 đạo lý.

원리금 원리, 자본 Tiền vốn và lãi.

원만하다 너그럽다 Rộng rãi, thoải mái.

원망 불평 Sự bất bình.

원 명 본명, 본래 이름,
원이름 Tên thật. *(tr)*
가명 tên giả.

원 본 정본, 원서 Bàn
gốc. *(tr)* 사본 bản sao.

원 뿔 원추면 Hình trụ
기둥 cây cột.

원 상 원상태 Trạng thái
ban đầu.

원 서 원전 Bàn gốc, bán
chính. *(tr)* 역서 bản dịch.
사본 bản phô tô.

원 성 본성 Bản tính.

원 손 먼 자손, 후손 Cháu
xa. 후예 hậu duệ.

원 수 Nguyên soái. 총사
령관 tổng tư lệnh.

원 수 Nguyên thủ quốc gia.

원 수 적수 Địch, địch thủ.

원 숙 하 다 능숙하다,
무르익다 Thành thục,
chín muồi. *(tr)* 미숙하다
chưa chín muồi. 서투르다
Còn chưa quen (công
việc).

원 시 시초, 처음, 원초
Nguyên thủy, nơi bắt đầu.

원 시 원시안 Viễn thị.
원안인 người viện thị.
(tr) 근시, 근시안 cận
thị. 근시인 người cận thị

원 시 림 처녀림, 시원림
Rừng nguyên thủy. 정글
rừng rậm nhiệt đới.

원 심 원재판 Tòa sơ thẩm.

원 심 력 Lực ly tâm. *(tr)*
구심력 lực hướng tâm.

원 양 먼 바다, 원해 Viễn
dương, biển xa. *(tr)* 근해,
연해, 연안 biển gần.

원 외 Ngoài quốc hội.
(tr) 원내 trong quốc hội.

원 유 그대로의 석유
Dầu thô.

원 유 가 유가 Giá dầu.

원 인 까닭, 영문, 빌미,
원유 Lý do, nguyên
nhân. *(tr)* 결과 kết quả.

원 작 원저 Nguyên tác,
bản gốc tác phẩm. *(tr)*

모작 tác phẩm nhái.

원전 원본, 원서 Bản gốc, bản chính.

원점 기점 Điểm gốc, điểm ban đầu. *(tr)* 종점 điểm cuối.

원정 Người trông coi vườn

원조하다 Viện trợ. 지원하다 chi viện. 구호하다 cứu hộ. 돕다 giúp đỡ.

원죄 본죄 Tội vốn có từ khi sinh ra (đạo tin lành).

원주 Chủ cũ. 임자, 주인 người chủ.

원주 원통 Cây cột tròn.

원주인 현지인, 토민 Dân địa phương, thổ dân. *(tr)* 이주민 dân di trú.

원칙 규칙, 법칙 Nguyên tắc.

원컨대 바라건대 Mong là.

원통 분통, 분 Hận, uất

hận, uất ức. 원망 sự trách móc, giận.

원하다 바라다, 소원하다 Muốn. 희망하다 hy vọng.

원한 원, 한, 원망 Hận, hận thù.

원해 먼 바다, 원양 Biển xa, viễn dương. *(tr)* 근해 biển gần.

원형 동그라미, 동글꼴 Hình tròn, vòng tròn.

원형 본형 Hình ban đầu.

월 달 Mặt trăng, tháng.

월 월요일 Thứ hai trong tuần.

월간지 Tạp chí ra hàng tháng. 주간지 tạp chí hàng tuần.

월경 달거리, 몸. 경조, 생리 Kinh nguyệt, sinh lý.

월경하다 몸하다, 월경을 치르다 Có kinh

nguyệt.

월급 Lương tháng. 일급 lương ngày. 시급 lương giờ. 봉급 lương nói chung.

월동하다 겨울 내다 Sống qua mùa đông. 동잠 ngủ đông.

월등하다 뛰어나다, 빼어나다 Vượt bậc, trội hơn.

월말 Cuối tháng. *(tr)* 월초 đầu tháng.

월별 Theo từng tháng.

월북하다 Vượt lên phía bắc. *(tr)* 월남하다 vượt xuống phía nam.

월세 Tiền thuê nhà hàng tháng. *(tr)* 전세 kiểu thuê nhà chỉ cần tiền đặt cọc, không trả tiền hàng tháng.

월수 월수입 Thu nhập hàng tháng.

월식 Nguyệt thực. *(tr)* 일식 nhật thực.

월활하다 거침 없다 Trôi chảy, không có gì vướng mắc.

위 Trên. 윗부분, 상부 phần trên. *(tr)* 아래 dưới.

위 밥통, 위장 Dạ dày.

위급하다 Nguy cấp. 급박하다, 절박하다 cấp bách.

위기 위난 Nguy cơ. 고비 khó khăn nhất phải vượt qua.

위도 Vĩ độ. *(tr)* 경도 kinh độ.

위독 위중, 위태 Tình trạng bệnh rất nguy kịch.

위력 Uy lực. 권위 quyền uy.

위령제 진혼제 Lễ tế hồn. 기일 ngày ky, ngày giỗ.

위로하다 위안 하다, 달래다, 어루만지다 Úy lạo, an ủi, động viên. 위 안부 phụ nữ.

위반하다 기다, 위배

하다 Vi phạm (luật, v.v…).

위법 비법, 불법 Phi pháp, phi phạm luật pháp. *(tr)* 합법 sự hợp pháp.

위병 위장병 Bệnh dạ dày.

위선 위도선, 씨줄 Vĩ tuyến. *(tr)* 경선 kinh tuyến.

위선하다 가식하다 Làm ra vẻ tốt, ngụy thiện.

위성 Vệ tinh, sao chuyển động. *(tr)* 항상 hằng tinh.

위세 Uy thế. 위엄 uy nghiêm. 위풍 oai phong.

위신 신용, 신임 Uy tín.

위아래 상하, 고하 Trên dưới, cao thấp.

위압하다 억누르다 Đè nén, áp bức.

위업 대공, 위훈 Sự nghiệp lớn.

위염 Viêm dạ dày. 위궤양 loét dạ dày.

위인 난 사람, 거물 Vĩ nhân. 대인물 nhân vật lớn.

위임하다 Ủy nhiệm. 위탁하다 ủy thác. 맡기다 giao phó cho.

위자료 Tiền động viên thăm hỏi. 배상금, 보상금 tiền bồi thường.

위장하다 꾸미다 Ngụy trang, làm giả, giả mạo.

위정자 정치가 Nhà chính trị. 정계 giới chính trị.

위조하다 위작하다 Ngụy tạo, làm giả. 위조품 hàng giả. 진품 hàng thật.

위증 거짓 증거 Chứng cớ giả tạo.

위쪽 상부, 사방 Phía trên, phần trên. *(tr)* 아래쪽 phía dưới.

위채 Căn nhà trên.

위치 곳, 군데, 자리,

장소 Vị trí, nơi chốn, nơi.

위 치 하 다 있다 Có, hiện có.

위 탁 자 Người ủy thác. *(tr)* 수탁자 người nhận ủy thác.

위 탁 하 다 맡기다 Ủy thác, giao phó, giao cho.

위 태 하 다 위태롭다 Nguy kịch, nguy nan, nguy cấp.

위 험 위태, 위급 Sự nguy hiểm. *(tr)* 안전, 안녕 sự bình an. 안정 ổn định.

위 협 하 다 협박 하다, 공갈하다, 엄포놓다 Uy hiếp, đe dọa, dọa nạt.

윗 니 Răng trên. *(tr)* 아 랫니 răng dưới.

윗 대 전의 세대 Thế hệ trước. 상대, 조상 tổ tiên.

윗 몸 상체 Phần trên cơ thể. *(tr)* 하체 phần dưới cơ thể.

윗 사 람 웃어른 Người trên. *(tr)* 아랫사람 người dưới.

윗 사 람 웃어른, 어른 Người trên. 선배 lớp trên, tiền bối.

윗 옷 윗도리, 옷 Áo, y phục trên. *(tr)* 아랫도리, 바지 y phục dưới, quần.

유 Hữu. 있음 có. *(tr)* 무 vô. 없음 không có.

유 가 Nhà nho. 유생 nho sinh.

유 가 족 유족 Gia đình người quá cố.

유 감 스 럽 다 아쉽다 Cảm thấy đáng tiếc. 송구 스럽다 cảm thấy xin lỗi.

유 격 대 게리라 Đội du kích. 정규군 quân chính quy.

유 고 사고 Sự cố, lý do. *(tr)* 무고 không sự cố.

유골 유해, 망해 Di hài, di cốt.

유공자 유로자 Người có công.

유괴하다 꾀다, 꾀어 내다 Dụ dỗ. 납치하다 bắt cóc. 유괴범 tội bắt có.

유교 유학 Đạo nho, nho học.

유구하다 Lưu cữu. 오래다 lâu dài, trường kỳ.

유권자 선거자 Cử tri, người đi bầu. (tr) 후보 ứng cử viên.

유급 Có lương. (tr) 무급 không lương.

유급 낙제 Lưu ban, học lại lớp. (tr) 진급 sự lên lớp.

유기 유기한 Có kỳ hạn. (tr) 무기, 무기한 vô kỳ hạn.

유기물 Chất hữu cơ.

(tr) 무기물 chất vô cơ.

유기음 Âm nhấn mạnh.

유난스럽다 유별하다, 별나다, 남다르다, 유다르다 Khác biệt, khác với.

유념 유의 Lưu ý, để ý tới.

유능 Có năng lực. (tr) 무능 không có năng lực.

유달리 유별하게, 남다르게 Khác biệt, khác người.

유대인 유태인 Người Do thái.

유도하다 이끌다 Dẫn dắt, lôi kéo.

유동하다 Lưu động 움직이다 làm chuyển động.

유람선 관광선, 유선 Thuyền du lịch.

유람하다 두루 다니다 Đi du ngoạn. 관광하다 du kích.

유랑하다 떠돌다, 떠돌아다니다 Đi đây đó.

유럽 구라파, 구주 Châu Âu. 유럽권 vùng châu Âu.

유로 Mất tiền, có tiền. *(tr)* 무료 không mất tiền, có tiền.

유리수 Số hữu tỷ. *(tr)* 무리수 số vô tỷ.

유리컵 유리잔 Ly, cốc, chén bằng thuỷ tinh.

유리하다 이롭다 Thuận lợi.

유린하다 짓밟다 Chà đạp lên. 유린당하다 bị chà đạp.

유림 유학 Việc lưu học.

유망 촉망 Có hy vọng, trông chờ có hy vọng. *(tr)* 무망 vô hy vọng.

유머 해학 Hài hước.

유명 저명, 지명 Có tên tuổi. *(tr)* 무명 vô danh.

유명무실 허명무실 Hữu danh vô thực.

유명인 Người có tên tuổi. 문인 văn nhân. *(tr)* 무명인 người không có.

유명하다 이름 있다 Có tên tuổi.

유모 젖어미, 젖어머니 Người mẹ đang kỳ cho con bú.

유물론 Duy vật luận. 유물주의 chủ nghĩa duy vật. *(tr)* 유심론, 관념론 duy tâm luận.

유민 남민 Dân lánh nạn. *(tr)* 정착민 dân định cư.

유발하다 일어 나다, 일으키다 Xảy ra, làm nổ ra.

유방 젖, 가슴, 젖통이 Cái vú. 우방암 ung thư vú.

유배하다 유배시키다 Lưu đày, đi đày. 귀양살이 sông lưu đày.

유별하다 유다르다,

특이하다 Khác biệt. 개별적 tính cá biệt. *(tr)* 평범하다 bình thường.

유보하다 보류 하다, 미루다 Bảo lưu, để lại sau.

유복자 유자 Người mồ côi cha từ trong bụng mẹ. 고아 trẻ mồ côi.

유복하다 Có phúc. *(tr)* 박복하다 bạc phúc.

유부남 Con trai đã có vợ.

유부녀 Đàn bà con gái có chồng.

유사 Cát phù sa. 토사 đất phù sa. 황사 cát trong gió (Hàn Quốc).

유사하다 비슷 하다 Tương tự. 닮다 giống nhau.

유산하다 Sẩy thai. 낙태하다 nạo thai.

유색인종 유색인 Giống người da màu. *(tr)* 백인 종, 백인 giống người da trắng. 황인종 người da vàng.

유생 유학생, 유자, 유림 Lưu học sinh.

유서 Thư di chúc. 유언 di huấn. 유품 di vật.

유선 젖샘 Tuyến sữa.

유성기 축음기 Máy hát quay đĩa.

유성생식 Sinh sản hữu tính. *(tr)* 무성 생식 sinh sản vô tính.

유세부리다 득세 부리다 Làm đắc thế, ỷ vào lợi thế.

유세하다 Đi vận động tranh cử. 선전하다 tuyên truyền.

유순하다 순하다, 착하다 Thuần, hiền lành. *(tr)* 포악하다 ác.

유습 유풍 Phong tập tục từ ngày xưa truyền lại.

유식하다 Có học. *(tr)*

무식하다 vô học.

유신론 유심론 Thuyết duy tâm 무실론 thuyết vô thần.

유아 Trẻ bơ vơ. 기아 trẻ bị bỏ rơi. 고아 trẻ mồ côi. 미아 trẻ lạc.

유아 젖먹이 Trẻ thơ, trẻ đang bú.

유아원 유치원 Nhà trẻ.

유압 Áp suất dầu. 수압 áp suất nước. 기압 áp suất không khí.

유약하다 Nhu nhược, mềm yếu. *(tr)* 강하다 mạnh cứng.

유언비어 부언 낭설, 소문, 풍문, 풍설 Tin đồn, tin via hè.

유에프오 *(U.F.O)* Đĩa bay.

유엔 UN 국제연합 Liên hiệp quốc.

유역 강역 Lưu vực sông.

유예하다 밀다, 미루다 Hoãn về sau, lùi về sau.

유용하다 Dùng được, hữu ích. 쓸데없다 vô ích.

유유하다 고요 하다 Êm đềm.

유의어 비슷한 말, 동의어 Từ đồng nghĩa. *(tr)* 반대말 từ khác nghĩa.

유익하다 이롭다 Hữu ích, có ích. *(tr)* 무익하다 vô ích.

유인 Có người. *(tr)* 무인 không người. 유/무인 우 주선 tàu vũ trụ có/ không có người lái.

유인원 원숭이 Con khỉ.

유인하다 꾀어 내다 Dụ dỗ, lừa phỉnh.

유일 Duy nhất. 유일 무이 độc nhất vô nhị.

유저 유작 Di cảo.

유적 사적, 역사 자취 Di tích lịch sử.

유전 유정 Giếng dầu.

유전자 인자 Tế bào di truyền. 유전하다 di truyền.

유정 Có tình cảm tốt đẹp. *(tr)* 무정 không có tình cảm. 검정 tình cảm xấu.

유정 중생 Chúng sinh.

유조선 Tàu chở dầu.

유족 유가족 Gia đình người bị tai nạn.

유죄 Có tội. *(tr)* 무죄 vô tội 유지 기름, 지방 Dầu mỡ.

유지하다 계속 이끌어나가다 Duy trì. *(tr)* 그치다, 그만두다 dừng lại.

유창하다 거침 없다 Trôi chảy, thông thoáng.

유체 Chất khí, chất lỏng. 기체 chất khí. 액체 chất lỏng. 고체 chất rắn.

유추하다 미루어보다, 미루어 생각하다 Để sau xem, lùi sau xem.

유치하다 Ấu trĩ. 어리다 non trẻ. *(tr)* 성숙하다, 원숙하다 thành thục.

유하다 연하다 Mềm. 단단하다 cứng.

유학 Nho học. 유교 nho giáo.

유한층 부유층, 양반 Tầng lớp giàu có.

유한하다 Hữu hạn. *(tr)* 무한하다 vô hạn.

유해 유골, 망해 Di hài, xương cốt.

유해하다 해롭다 Có hại. *(tr)* 무해하다 vô hại. 무독하다 không độc hại.

유행병 돌림병 Bệnh lưu hành hiện nay. 전염병 bệnh.

유혈 Đổ máu. *(tr)* 무혈 không đổ máu.

유형 종류 Chủng loại.

유형수 Tù bị đi đày.

유형지, 유배지.

유형적 Có tính định hình. *(tr)* 무형적 vô hình.

유혹하다 꼬리 치다 Dụ dỗ. 사기하다 lừa gạt.

유화 Tranh sơn dầu. *(tr)* 수채화 tranh màu pha nước.

유화하다 Mềm mỏng. *(tr)* 강경하다 cứng rắn (thái độ).

유화하다 동화하다 Đồng hóa.

유효하다 Có hiệu lực.

유흥 유락, 오락 Sự vui chơi giải trí.

유희하다 놀다, 놀이하다 Chơi bời.

육 여섯 Lục, sáu (số lượng).

육 육체, 육신 Phật thị trên cơ thể. *(tr)* 영, 영혼, 넋 linh hồn.

육각 육모 Hình lục giác.

육감 Giác quan thứ sáu.

직관, 오관 năm giác quan.

육군 지상군 Bộ binh. 해군 hải quân. 공군 không quân.

육로 Đường bộ. *(tr)* 수로, 물길 đường thủy. 해로 đường biển. 공로 đường hàng không.

육류 고기 종류 Các loại thịt. *(tr)* 야채류 các loại rau cỏ.

육박전 육탄전 Trận đấu giáp lá cà.

육부 Lục bộ nội tạng (ruột non, ruột già, gan, mật, bàng quang, dạ dày).

육상 지상 Trên bộ, trên mặt đất. *(tr)* 해상 trên biển. 공중 trên không trung.

육성하다 기르다, 키우다, 길러 내다 Nuôi lớn.

육식하다 고기 먹다

Ăn thịt. 육식 동물 động
vật ăn thịt. (tr) 채식하다,
야채 먹다 ăn rau.

육신 육체 Nhục thể.
신체 thân thể. (tr) 영혼,
혼령, 넋 linh hồn.

육십 세 예순 살 60
tuổi.

육십 Sáu mươi. 예순
lục tuần.

육십갑자 육갑 Sáu
mười tròn một giáp.

육안 Mắt thường, mắt
thịt. 안경 mắt kính, kính.

육욕 Nhục dục. 사욕,
욕심 lòng tham. 성욕,
정욕, 욕정 tình dục.

육일 엿새, 여섯 날 Ngày
thứ sáu trong tháng, sáu
ngày.

육종 종양, 암 Khối u
ác tính.

육종하다 Lai, cải tạo
giống.

육지 뭍 Lục địa, đất

liền. 대륙 đại lục.

육체 노동 Lao động
chân tay. (tr) 정신 노동
lao động đầu óc.

육친 살붙이, 피붙이,
혈족 Ruột thịt, máu mủ
với nhau.

윤 Nhuận. 윤달, 윤월 năm
nhuận. 윤년 năm nhuận.

윤곽 테두리 Khung sườn,
hình dáng ban đầu.

윤기 윤, 광택 Bóng,
trơn bóng.

윤달 윤삭 Tháng nhuận.
윤년 năm nhuận.

윤리 Luân lý. 도리 đạo
lý.

윤번 순차 Phiên, lượt.
교대 thay đổi ca.

윤상 Luân thường. 오륜
ngũ luân.

윤색하다 윤택하다,
광나다 Đánh bóng, làm
cho bóng, bóng ta.

윤전기 Máy in bằng

năng lượng mặt trời.

윤 활 하 다 Trơn nhầy.
미끄럽다, 매끄럽다
trơn, trơn trượt. 윤활유
dầu nhờn bôi trơn.

윤 회 설 인생반 복설
Thuyết luân hồi.

율 비율, 비 Tỷ lệ, tỷ suất.

율 법 법 Luật pháp, pháp
luật.

융 기 Vùng đất trũng. 저
수지 hồ nước. *(tr)* 침강
vùng đất cao.

융 성 하 다 번성 하다
Phát triển, đứng dậy.

융 숭 하 다 정성 하다,
정중 하다 Trân trọng,
trịnh trọng, kính trọng.

융 자 금 융통 Khoản tiền
lưu động. 대출금 tiền
cho vay, tiền vay.

융 점 녹는 점, 융해점
Điểm tan, điểm hòa tan.
끓는점 điểm sôi. 결빙점
điểm kết hôn.

융 통 성 변통성 Tính
linh hoạt, năng động.

융 통 하 다 꾸어 쓰다
Vay tiền và dùng quay
đồng tiền, vay tiền.

융 해 하 다 녹이다 Làm
tan ra. 녹다 tan ra.

융 화 하 다 Dung hòa.
화합하다 hòa hợp. 어울
리다 hợp với nhau. *(tr)*
불화하다 bất hòa.

으 깨 다 부수다, 부스
러뜨 리다, 깨다 Đập
vỡ ra, làm cho vỡ ra.

으 뜸 제일 Là nhất 최고
nhất (độ cao thấp). 일등,
첫 째 nhất, thứ nhất.

으 르 다 겁주다 Làm cho
sợ. 위협하다 uy hiếp.

은 Bạc. 백금 bạch kim.
금 vàng. 보석 đá quý.

은 공 덕분, 은혜와 공로
Ân huệ và công đức, (nhờ)
công đức.

은 근 하 다 Kín đáo, thầm

kín.

은근히 슬그머니, 슬
며시 Kín đáo, thầm lặng.
남몰래, 몰래 không
cho ai biết.

은닉하다 감추다,
숨기다 Giấu kín, giấu
không cho ai biết. *(tr)*
공개하다 công khai.

은둔하다 은거하다
Sống ẩn dật, ẩn cư.

은물결 은파, 은도,
은결 Làn sóng bạc (sóng
nước dưới trăng).

은밀 비밀 Bí mật, kín
đáo.

은박지 은종이 Giấy bạc.

은비녀 Cái trâm bạc.

은사 Ẩn sĩ, người ở ẩn.

은상 Giải bạc, tương bằng
bạc. 금상 giải vàng, tượng
vàng.

은어 Ẩn ngữ, tiếng lóng.

은연중 남몰래 Một
cách bí mật. *(tr)* 공개리

công khai.

은유 Ẩn dụ. 은유법 phép
ẩn dụ. *(tr)* 직유 ví dụ
trực tiếp.

은자 은인, 은둔자 Người
sống không ra ngoài như
ẩn sĩ.

은제 Đồ làm bằng bạc.
금제 hàng làm bằng
vàng.

은총 Ân lớn.

은퇴하다 물러 나가다
Rút lui, thôi chức vụ gì
đó.

은하 천하 Dải Ngân hà.

은행 백과 Cây ngân
hàng (ở Hàn Quốc).

은행원 행원 Nhân
viên ngân hàng. 은행장
giám đốc ngân hàng.

은혜 Ân lớn. 은덕 ân
đức. 은정 ân tình.

은화 은전 Đồng tiền bạc.
금화 đồng tiền vàng.
동전 đồng tiền đồng.

을 Át, thứ hai, bên B. *(tr)*
갑 giáp, thứ nhất, bên A.

음경 자지, 페니스, 국부
Bộ phận sinh dục nam.

음계 음부, 자승 Âm
phù. *(tr)* 양계, 이승 thế
giới mặt trời, dương thế.

음극 Âm cực. *(tr)* 양극
dương cực.

음담패설 추언 Lời thô
tục.

음대 음악 대학 Đại
học âm nhạc, nhạc viện.

음독하다 낭독하다
Đọc to thành lời. 묵독
하다 đọc thầm trong
đầu.

음란 음탕 Sự loạn tạp,
sự dơ tục.

음력 태음력 Âm lịch.
구정 Tết Âm lịch. *(tr)*
양력, 태양력 Dương
lịch. 신정 tết dương.

음미하다 감상 하다
Suy nghĩ biết cái hay. 소감

ấn tượng, cảm tưởng.

음반 소리판, 레코드
Đĩa ghi âm, ghi hình.

음성 소리 Âm thanh.
목소리, 말소리, 목청
giọng nói. *(tr)* 문자 chữ.

음수 Số âm. *(tr)* 양수 số
âm.

음식 음식물, 먹거리
Âm thực, thứ để ăn.

음식상 Bàn ăn cơm.
쟁반 cái mâm. 음식점
cửa hàng ăn.

음악 음곡, 뮤직 Âm
nhạc. 작곡가 nhà soạn
nhạc.

음양 Âm dương. 이기,
흉길 việc xấu tốt (vận).

음양설 Thuyết âm
dương. 음절 Âm tiết.
음조 âm điệu.

음주하다 Uống rượu
bia.

음지 응달 Đất ẩy, đất
không có ánh mặt trời.

(tr) 양지, 양달 **달 땅 못 이 되**
이 못 이 땅 이 되 **이 이 이 이** 하나.

음파 Sóng âm. 음량 âm
lượng.

음화 Phim chưa rửa. *(tr)*
양화 phim, ảnh đã rửa.

음흉하다 Nham hiểm
và hung ác. 흉악하다
hung ác. 흉하다 xấu (vận).

응고 Sự đông kết, kết
tủa. *(tr)* 용해하다, 녹다
hòa tan, tan ra.

응답하다 대답 하다,
답하다 Trả lời. *(tr)* 묻다
hỏi. 질문하다 chất vấn.

응력 내력 Nội lực. *(tr)*
외력 ngoại lực.

응모하다 Ứng mộ,
tham gia. 자원하다 tự
nguyện tham gia. 모집
하다 triệu tập, tập hợp.

응보 보응 Ứng báo, báo
ứng. 인과응보 nhân quả
ứng báo.

응석 어리광 Sự nũng

nịu, sự vòi vĩnh (trẻ em).

응얼거리다　　말을
지껄 이다, 응얼거리다
Càu nhàu, lúng búng, nói
một mình trong miệng.

응용하다 Ứng dụng.
활용하다 dùng.

응원단 Đoàn cổ động
viên

응전하다 Ứng chiến.
도전하다,　　도발하다
khiêu khích, gây ra đánh
nhau.

응접실 접대실 Phòng
tiếp khách.

응하다 동의하다 Đồng
ý. 허락하다 cho phép.

의 Nghĩa, nghĩa tình.
의기 nghĩa khí. *(tr)*
불의 bất nghĩa.

의 정의 Chính nghĩa.

의견 의사 Ý kiến. 소견
nhận xét (của bác sĩ).

의결 결의, 결정 Quyết
định, nghị quyết quyết

định.

의경 의무 경찰 Cảnh sát nghĩa vụ (ở Hàn Quốc, thay cho đi lính).

의기소침하다
시르죽다 Mất nhuệ khí, mất tinh thần. *(tr)* 의기양양하다 tinh thần rất cao.

의논하다 토의 하다, 상의 하다 Thảo luận, bàn bạc. 합의하다 thỏa thuận với nhau.

의도 Ý đồ. 의향 ý hướng, 음모 âm mưu. 뜻 ý định.

의례 의전 Nghi lễ. 의식, 예식 nghi thức.

의뢰하다 부탁 하다, 의탁 하다 Nhờ ai việc gì. 당부하다 căn dặn.

의리 신의, 신용 Sự tín nhiệm, sự tin tưởng. 도리 đạo lý.

의무 Nghĩa vụ. 임무 nhiệm vụ. *(tr)* 권리

quyền lợi.

의무교육 Giáo dục nghĩa vụ.

의문 의심, 의혹 Sự nghi ngờ.

의미 뜻, 의의 Ý nghĩa, nghĩa là. *(tr)* 무의미 vô ý nghĩa.

의병 의군 Nghĩa quân, quân khởi nghĩa.

의복 Y phục. 의류 các loại y phục. 옷 quần áo.

의붓딸 의녀 Con gái kết nghĩa, con gái nuôi *(tt)* 수양딸, 양딸. *(tr)* 친딸 con gái đẻ.

의붓아들 의자 Con trai kết nghĩa, con trai nuôi *(tt)* 양아들 con trai đẻ.

의붓아버지 의부, 양부 Cha nuôi. *(tr)* 친부 cha ruột.

의붓어머니 양어머니 Mẹ nuôi.

의사 Ý tứ *(tt)* 생각, 뜻

Suy nghĩ, ý trong lòng.

의 사 의원, 의자 Y bác sĩ. 약사 dược sĩ.

의 성 어 시늉말, 흉내말 Tiếng bắt chước giọng. *(tr)* 의태어 tiếng thật.

의 술 의인 Ý thuật, cách chữa bệnh.

의 식 Ý thức. 인식 nhận thức. *(tr)* 무의식 vô ý thức.

의 식 식전, 의례, 의전 Nghi lễ, lễ nghi.

의 식 하 다 Nhận biết *(tt)* 알다 biết. *(tt)* 깨닫다 hiểu ra, nhận thức ra.

의 심 하 다 의혹하다 Nghi ngờ, nghi hoặc. 의기하다 nghi ky.

의 역 Sự dịch ý chính. 직역 dịch đầy đủ.

의 연 금 출연금, 기부금 Tiền đóng góp, tiền ủng hộ, tiền tấm lòng vàng, tiền từ thiện.

의 연 하 다 떳떳 하다, 당당하다 Đàng hoàng, chừng chạc.

의 연 하 다 여전 하다 Vẫn như cũ, như trước.

의 외 뜻밖, 예상외 Ngoài suy nghĩ, bất ngờ, ngoài dự tính. 예외 ngoại lệ.

의 욕 욕망 Sự ham muốn, sự tham vọng.

의 인 법 활유법 Phép nhân cách hóa.

의 장 Nghị trưởng. 회장 tổng giám đốc, hội trưởng.

의 젓 하 다 Có trọng lượng, đáng tin tưởng. *(tr)* 의젓 잖다 không có trọng lương (lời nói).

의 족 Chân giả, chân gỗ. 의수 tay giả, tay gỗ.

의 존 성 의타심 Tính ỷ lại, ỷ vào người khác.

의 중 속마음, 속생각, 속내심 Suy nghĩ trong lòng.

의지하다 Dựa vào.
기대다 trông chờ vào.
등대다 dựa thân, dựa
lưng vào.

의치 가치 Răng giả.
틀니 răng giả có thể tháo
ra thắp vào.

의타심 Tính ỷ lại. *(tr)*
독립성 tính độc lập.

의향 생각, 의도 Ý đồ,
ý hướng, chí hướng.

의협심 협심 Lòng nghĩa
hiệp, tính nghĩa hiệp.

의형제 Anh em kết
nghĩa.

의혹 의아, 의문, 의심
Sự nghi hoặc, nghi vấn.

의회 국회 Quốc hội,
nghị viện. 도/시의원
hội đồng tỉnh/thành phố.

이 갈다 Nghiến răng. *(t)*
분노하다 nghiến răng
phẫn nộ.

이 세상 이승, 양계 Trên
thế gian, trên đời này.

이 Như mọi người đều
biết

이 둘 Hai (số lượng).

이 이득, 이익 Lợi ích,
lợi tức. 이자, 변리 tiền
lãi. *(tr)* 해, 손해 thiệt
hại, tổn hại.

이 치아, 이빨 Răng.

이간 Sự ly gián. 반간
sự phản gián.

이간질하다 말전주
하다 Ly gián bằng việc
truyền đạt sai ý người này
sang người khác.

이견 이의, 이론 Ý kiến
khác *(tt)* 건의 kiến nghị.

이곳 Nơi này. 저기 nơi
kia. 거기 ở đầy.

이교도 외교관, 외교인,
사교도 Nhân viên ngoại
giao.

이구동성 이구 동음
Hai miệng một lời, đồng
thanh.

이국 타국, 이지 Nước

khác, đất khác. 본국 nước mình.

이 국 타국, 타향 Đất khách, đất lạ.

이 국 인 외국인, 타국인 Người nước khác. *(tr)* 내국인 người trong nước.

이 기 다 반죽하다 Nhào, trộn và nhào.

이 기 다 승하다 Thắng, thắng lợi *(tt)* 승리하다. 승전하다 thắng trận. *(tr)* 지다, 패배하다 thua.

이 기 심 애기심 Tính ích kỷ. *(tr)* 이타심 lòng vị tha.

이 기 주 의 Chủ nghĩa ích kỷ. *(tr)* 이타주의, 극기주의 chủ nghĩa vị tha.

이 끌 다 끌다, 견인하다 Lôi kéo, kéo đi. 인도하다.

–이 나 혹시 Hay là, hoặc là.

이 남 남한 Nam Hàn. *(tr)*

이북, 북한 Bắc Hàn.

이 내 곧, 금방 Không lâu, ngay lập tức.

이 내 동안 Trong vòng.

이 냥 이대로, 요대로, 그냥 Cứ thế này, nguyên thế này.

이 념 이 념 Ý niệm. 이상 lý tưởng. 사상 tư tưởng.

이 다 쓰다, 얹다 Đội trên đầu.

이 다 지 요다지, 이렇게 까지 Đến mức này, đến nỗi này.

이 달 금월, 이번달 Tháng này. 내달 tháng sau.

이 당 탈당 Sự ra khỏi Đảng. *(tr)* 입당 sự vào Đảng.

이 대 로 이같이 Như thế này.

이 동 하 다 움직이다 Di động. 옮기다 chuyển dời.

이 든 지 무엇이든지

Cho dù cái gì, cho dù người nào.

이 듬 해 다음해, 익년 Năm sau.

이등분하다 반가르다, 반나누다 Chia đôi.

이 따 금 때때로, 드문드문 Thỉnh thoảng.

이 래 칠일 Ngày thứ chín.

이 러 다 가 이렇게 하다가 Đang làm thế này thì.

이 론 이설 Lý luận. *(tr)* 실체 thực tế. 실천 thực tiễn.

이 롭 다 유익하다 Có ích. *(tr)* 해롭다 có hại.

이 루 다 성취하다, 성공하다 Đạt được, thành công. *(tr)* 실패하다 thất bại.

이 루 어 지 다 Được tạo thành, thành công. 이루다 đạt được, thu được (thành quả).

이 류 Loại hai. 일류 loại một. 삼류 loại ba.

이 륙 하 다 Cất cánh, bay lên (máy bay). *(tr)* 착륙 하다 hạ cánh.

이 르 다 다다르다, 닿다, 도착하다 Đến, đến nơi. *(tr)* 떠나다 xuất phát.

이 르 다 빠르다 Sớm (thời gian). *(tr)* 늦다 muộn.

이 른 봄 초봄 Đầu xuân, xuân sớm. *(tr)* 늦봄, 만춘 xuân muộn.

이 른 아 침 조조 조신 Sáng sớm.

이 른 바 소위, 말하는 바 Gọi là, với tên mục là

이 를 테 면 Lấy ví dụ mà nói thì.

이 름 짓 다 이름 하다, 작명 하다 Đặt tên cho ai.

이 름 성명 Tên, tính danh.

họ tên.

이름표 명찰, 명패 Thẻ tên, bảng tên, phiếu hàng hóa.

이리 여기 ở đây. 이리 오세요 đến đây nào.

이리저리 Nơi này nơi khác, chỗ này chỗ khác.

이마 앞이마 Trán, cái trán.

이만 이정도, 이만한 정도로, 이만치 Mức này, chừng này.

이맛살 이마 주름살 Vết nhăn trên trán. 주름살 vết da nhăn.

이면 Hai mặt, mặt trong *(tt)* 내면, 안쪽의 면. *(tr)* 표면 bề ngoài, mặt ngoài.

이명 Tiếng ồn, tiếng ù trong tai.

이모 Dì, chị em gái của mẹ. 이모부 dượng. 고모 cô, o. 고모부 dượng (lấy cô)

이모작 이모작 Hai vụ trong một năm. 일모작 một vụ trong một năm. 삼모작 Ba vụ trong một năm.

이목구비 Tai, mắt, mũi, miệng. 이비인후과 khoa tai mũi họng.

이물 선두, 뱃머리 Mũi thuyền, đầu thuyền.

이미 벌써, 미리, 진작, 이기 Đã, rồi, đã xảy ra rồi. *(tr)* 아직 chưa, chưa (làm, xảy ra).

이미지 *(Image)* 감상, 인상 Ấn tượng.

이민족 Dân tộc khác. 동족 đồng tộc.

이민하다 Đi di dân, chuyển dân đi nơi khác.

이바지하다 기여하다 Đóng góp. 공헌하다 cống hiến. 돕다, 도와주다 giúp đỡ.

이발사 미발사 Thợ cắt tóc.

이발소 이발관 Hiệu cắt tóc, 미용실 thẩm mỹ viện.

이발하다 머리 까다 Cắt tóc. 삭발하다 xuống tóc.

이방인 외국인, 이국인 Người nước ngoài. *(tr)* 내 국인 người trong nước.

이번 요번, 금번, 금차 Lần này, kỳ này.

이변 변, 변고, 변이, 고, 사고 Tai nạn, biến cố, sự cố. 변사 cái chết không bình thường.

이별가 Bài ca ly biệt.

이별주 별주 Chén rượu ly biệt.

이별하다 작별 하다, 고별 하다, 별리하다 Biệt ly, ly biệt, chia ly, xa nhau.

이보다 이익보다, 이득 보다 Có lợi, có ích, đạt được kết quả.

이부 의부, 의붓아버지 Dượng, cha kế.

이부자리 침구 Chăn đệm nói cung. 이불 chăn. 요 cái đệm.

이북 북한 Bắc Hàn.

이불 야금, 포다 Cái chăn đắp. *(tr)* 요, 담요 cái đệm, chiếu.

이사하다 이주 하다 Chuyển chỗ ở.

이삭 곡식알, 알갱이 Hạt ngũ cốc (đã bóc vỏ).

이삭 낙수 Mầm quả non, mầm non. 이삭 hạt lúa rụng ngoài đồng.

이산하다 흩어 지다 Ly tán, chia ly. 이산 가족 gia đình ly tán.

이상 위 부분, 앞부분, 전 Phần trước, phần trên. *(tr)* 이하 dưới đây, phần dưới.

이 상 이념 Lý tưởng, ý niệm. *(tr)* 현실 hiện thực.

이 상 하 다 이상스럽다, 야릇하다, 이상야릇하다 Khác thường, không bình thường. *(tr)* 정상하다.

이 상 향 낙원, 유토피아 Thế giới lạc viên, thần tiên.

이 색 다른 색깔, 다른 빛 Màu sắc khác.

이 생 이승, 현생 Đời này, cuộc đời hiện nay. *(tr)* 전생 kiếp trước. 후생 kiếp sau.

이 서 드물, 귀한 책 Sách quý. 이서 dị bản. 원본 bản gốc.

이 서 하 다 배서 하다 Viết điền vào mặt sau (ngân phiếu. v.v…).

이 설 전서, 배서, 뒷보증 Giấy bảo lãnh.

이 성 Lý tính, năng lực nhận xét và phán đoán. *(tr)* 감정, 감성 cảm tính.

이 성 지성 Nhận thức theo lý tính. *(tr)* 감성 cảm tính.

이 성 타성 Khác giới tính, giới tính khác. *(tr)* 동성 đồng tính. 동성 연애 đồng tính luyến ái.

이 슈 *(Issue)* 논점, 쟁점 nội dung, trọng tâm thảo luận.

이 스 트 *(Yeast)* men rượu, thuốc nở làm bánh.

이 슥 하 다 밤늦다 Đêm khuya thanh vắng.

이 슬 이슬 방울 Hạt sương, sương, cam lộ *(tt)* 감로.

이 슬 람 교 회교, 마호 메트교 Đạo Hồi giáo.

이 슬 비 세우 Mưa sương, 가랑비 mưa bụi, mưa phùn.

이 식 이자, 고금리 Lãi

suất cao. *(tr)* 저리 lãi suất thấp.

이 식 이류 Giống khác. *(tr)* 동종 cùng giống.

이 식 하 다 옮겨 심다 Chuyển đi trồng nơi khác, chuyên cấy bộ phận cơ thể khác cho ai.

이 실 직 고 하 다 고백 하다, 사실대로 말하다 Nói theo sự thật, có gì nói nấy.

이 심 전 심 마음 부터 마음 까지 Có cảm tình.

이 십 스물 Hai mươi.

이 야 기 얘기, 담 Câu chuyện. 민담 chuyện dân gian.

이 야 기 하 다 얘기를 나누다 Nói chuyện. 말하 다 nói. *(tr)* 듣다 nghe.

이 양 하 다 넘기다, 양도 하다 Chuyển nhượng, chuyển giao. *(tr)* 인수

하다 đón nhận.

이 어 받 다 물러받다, 상속권 받다 Nhận từ ai, kế thừa. *(tt)* 계승하다. *(tr)* 대물리다 truyền cho.

이 어 Tiếp tục, tiếp theo.

이 엉 Tranh (rạ, cọ) lợp nhà.

이 완 하 다 풀리다, 느 즈러 지다 Lỏng léo. *(tr)* 긴장 하다 căng thẳng. 조이다 xiết chặt. 수축 하다 gây cấn.

이 왕 이 면 기왕 이면 Đã thế thì, đến thế này thì.

이 왕 지 사 기왕 지사. 지난 일 Việc đã qua.

이 외 Ngoài phạm vi. *(tr)* 이내 trong phạm vi.

이 용 하 다 활용 하다, 쓰다 Sử dụng, dùng, dùng đến.

이 웃 이웃집, 옆집, 근린 Láng giềng, bên cạnh.

이 웃 하 다 가깝다 Gần,

ở gần.

이유 까닭, 사유, 연유, 원인 Nguyên nhân, lý do tại sao, duyên cớ.

이윤 이익, 이득, 보탬 Lợi ích, lợi nhuận, ích lợi.

이율 이자, 금리 Lãi suất tiền ngân hàng.

이윽고 마침내, 얼마 후 Sau bao lâu, cuối cùng thì.

이의 Ý kiến phản đối. (tr) 동의 ý kiến đồng ý.

이익 보탬, 이득, 보람 Có ích, có lợi.

이익금 수익금 Tiền lời, tiền thu được. (tr) 손실금 tiền tổn thất.

이임 하다 사퇴 하다 Từ chức, từ nhiệm. 이임 하다 chuyển sang làm việc khác. (tr) 취임 하다 nhận chức.

이자 길미, 길, 금리, 이전 Tiền lời. (tr) 원금,

본전, 본금 tiền vốn.

이자 췌장 Nhuận tràng, nơi tiết dịch cho dạ dày.

이장 하다 개장 하다 Cải táng, sửa chuyển mộ.

이적 기적 Điều kỳ lạ, kỳ tích.

이전 그 전 Trước, trước đó. 이왕 đã thế. (tr) 이후 sau này, về sau.

이전 하다 넘기다, 넘겨 주다, 옮겨가다, 양도하 다 Di chuyển, chuyển đi, bàn giao. (tr) 인수하다 tiếp nhận bàn giao.

이정표 거리표 Cột mốc chỉ đường, cột cây số chỉ đường.

이제 이금 Bây giờ, hiện nay (tt) 현재.

이조 Vương triều Triều tiên.

이종 Anh em con dì.

이주 하다 이거 하다 Di cư, di trú.

이 중 겹, 두 겹 Hai lần hai lớp, trùng lặp *(tt)* 중복.

이 즈음 요즈음, 이즘, 요즘 요새 Dạo này, cự này, hiện nay.

이 차 Lần, lượt thứ hai. 일차 lần thứ nhất. 삼차 lần thứ ba.

이 차 원 Hai chiều. 삼차 원 ba chiều (toán học).

이 착 륙 하 다 Cất cánh và hạ cánh. 이륙하다 cất cánh. 착륙하다 hạ cánh.

이 치 사리, 조리 Có lý, hợp lý, có đạo lý *(tt)* 도리.

이 타 주 의 애타주의 Chủ nghĩa vị tha. 박애주의 chủ nghĩa bác ái. *(tr)* 이기주의 chủ nghĩa ích kỷ.

이 탈 하 다 벗어 나가다 Đi khỏi. 도주하다 trốn.

이 튼 날 이튿, 이일, 양 일간 Hai ngày, trong hai ngày. 다음 날 ngày hôm sau.

이 틀 잇몸, 치조 Bộng răng, lợi răng.

이 파 리 잎사귀 Lá cây.

이 하 나중, 이래, 이, 아래 Phần dưới, dưới đây. *(tr)* 이상 trên đây, như trên đây.

이 학 자연과학 Khoa học tự nhiên. *(tr)* 인문과학 khoa học nhân văn.

이 합 집 산 이합, 집산 Sự hợp tan, sự ly hợp.

이 해 Lợi hại. 이해관계 quan hệ lợi hại.

이 해 금년, 올해 Năm nay, năm này.

이 해 심 양해심 Lòng thông cảm, lòng cảm thông.

이 해 하 다 알다 Hiểu, hiểu ra, hiểu cho *(tt)* 알

아주다.

이행하다 시행 하다, 하다 Thi hành, tiến hành, làm việc gì.

이향 타향, 객지 Đất khách, quê hương người khác. *(tr)* 고향 quê hương.

이혼하다 Ly hôn, ly dị. *(tr)* 결혼하다 kết hôn. 약혼하다 ăn hỏi, hứa hôn.

이화 Hiện tượng dị hóa. *(tr)* 동화 hiện tượng đồng hóa.

이후 뒤, 그 뒤, 이래, 그다음 Sau đó. *(tr)* 이전 trước đó.

익다 여물다 Chín (trái cây).

익다 익숙하다 Thành thục, quen với. *(tr)* 서투르다 ngượng, chưa quen (công việc).

익사하다 Chết đuối,

thành mồi cho cá *(tt)* 물고기의 밥이 되다.

익숙하다 능숙하다, 익다 Quen, thông thạo, quen tay.

익히 알다 낯익다 Quen biết.

익히다 익게 하다 Làm cho chín. 끓이다 đun nấu lên.

인 인자 Nhân, nhân ái. 의 nghĩa. 예 lễ. 신 tín. 박애 bác ái.

인가하다 인허 하다 Công nhận và cho phép. 허락하다 cho phép. 불허 sự không được phép.

인각하다 도장 파다, 도장 새기다 Khắc con dấu.

인간 사람, 세간인 Người đời. 인류 nhân loại.

인간성 Bản chất con

người.

인 격 Nhân cách. 인품 nhân phẩm.

인 계 하 다 넘기다, 넘겨주다 Bàn giao cho, chuyển cho. *(tr)* 인수 하다 nhận bàn giao.

인 공 림 Rừng trồng. *(tr)* 자연림 rừng tự nhiên. 원 시림 rừng nguyên sinh.

인 공 적 인위적, 인조적 Thuộc về nhân tạo. *(tr)* 자연적 thuộc về thiên nhiên.

인 과 응 보 Nhân quả ứng báo.

인 구 사람 수 Nhân khẩu, số người, miệng ăn *(tt)* 사람 입.

인 근 근처, 이웃 Lân cận, láng giềng.

인 기 Sự hấp dẫn. 호평 sự đáng giá tốt. 선호 sự

ưa thích (tiêu dùng).

인 내 력 인내성, 참을 성, 내구력 Sức chịu đựng, độ kiên trì.

인 내 하 다 Nhẫn nại. 참다, 견디다 chịu đựng.

인 대 힘줄 Gân, dây chằng cơ bắp.

인 덕 인복 Đức con người.

인 덱 스 지표, 지수 Chỉ số (kinh tế).

인 도 보도 Đường người đi. *(tt)* 인도, 이간도 đạo làm người, nhân đạo.

인 도 인디아 Nước Ấn Độ, nước Thiên trúc *(tt)* 천축

인 도 자 전도자, 길잡이 Người dẫn đường.

인 도 하 다 이끌다, 인솔 하다 Dẫn dắt, đưa đường, bàn giao.

인 력 Lực hấp dẫn. 중력 trọng lực. 척력 lực đẩy

인류 Nhân luân. 윤리 luân lý. 도리 đạo lý.

인륜 인도 Đạo làm người.

인멸하다 없애다 Xóa bỏ.

인문과학 Khoa học nhân văn, khoa học xã hội. *(tr)* 자연과학 khoa học tự nhiên.

인물 됨됨이 Nhân vật. 인재 nhân tài.

인물화 인물도 Bức tranh vẽ người. 조상화 bức chân dung.

인민 Nhân dân. 국민 quốc dân.

인부 일꾼 Người làm công.

인산 Nhân sâm. 수삼 sâm tươi. 홍삼 hồng sâm.

인상 관상, 용모 Dung mạo con người qua nét mặt, hình thái.

인상하다 올리다 Nâng lên. *(tr)* 인하하다, 내리다 hạ xuống.

인색하다 박하다, 짜다 Keo kiệt, bủn xin. 구두쇠 người keo kiệt.

인생 생애, 일생 Cuộc đời con người. 생전 sinh thời, lúc còn sống.

인생무상 Cuộc đời con người như hư không. 남가일몽 giấc mộng Nam kha.

인수하다 받다, 넘겨 받다 Nhận, nhận bàn giao. *(tr)* 인계하다 bàn giao.

인심 인정 Lòng người. 민심 lòng dân. *(tr)* 천심 lòng trời.

인양하다 끌어올리다 Vớt lên, kéo trục lên.

인연 연분, 연고 Duyên phận.

인용하다 Trích dẫn. 빌어쓰다 mượn dùng.

인원수 인원 Số người.

인자하다 Nhân từ. 인후 하다 nhân hậu. 자비하다 từ bi.

인장 도장, 인 Con dấu.

인재 인물 Nhân tài, nhân vật.

인적 Thuộc về con người. *(tr)* 물적 thuộc về vật chất

인적 발자취, 자취 Dấu chân, dấu vết.

인접하다 맞닿다, 닿다 Đụng phải, chạm phải.

인정하다 Công nhận, ghi nhận. *(tr)* 알아주다 biết cho.

인조 인공 Nhân tạo. *(tr)* 자연 tự nhiên.

인주 인니, 도장 밥 Mực con dấu.

인증 Nhân chứng. 물증 vật chứng. 서증 hồ sơ chứng cớ.

인질 볼모 Con tin, vật làm tin.

인책하다 문책 하다 Hỏi trách nhiệm.

인파 Sóng người. 인해 biển người. 인산인해 người đông như núi biển.

인품 사람됨 Nhân phẩm.

인하하다 끌어내리다, 내리다 Hạ thấp xuống.

인형 각시 Búp bê, hình nhân. 괴뢰 bù nhìn.

일　차 Đợt một, lần thứ nhất. 이 차 đợt hai.

일가붙이 한 집안, 집 안 Trong nhà, trong gia đình.

일간지 Ra hàng tháng (rạp chí, báo). 주/일간지 tạp chí ra hàng tuần/ngày.

일개미 Kiến thợ.

일거리 일, 일감, 할 일 Công việc.

일곱 살 칠세 Bảy tuổi.

일곱 칠 Bảy (số lượng).

일구이언 Một miệng hai lời, lưỡi không xương nhiều đường lắt léo.

일구이언하다 Nói thế này, nói thế kia.

일그러지다 틀어지다, 틀리다 Trở nên sai, trật, trệch mất.

일기 날씨 Thời tiết. 기후 khí hậu.

일기 일록, 일지 Nhật ký.

일깨우다 일깨다 Làm tinh ngộ, làm cho tỉnh ra.

일꾼 역군, 근로자 Người làm việc nặng nhọc, công nhân.

일년 한 해 Một năm.

일다 Dấy lên. 일어 나다 nổi lên. 생기다 sinh ra.

일당 날품, 일급 Tiền công, tiền lương một ngày.

일당 무리, 파당 Bầy, lũ (ý xấu).

일대 일세 Một thế hệ.

일동 전원 Tất cả nhân viên.

일등 일위, 첫째 Hạng nhất. (tr) 꼴등, 꼴지 hạng bét.

일람표 도표 Biểu đồ.

일러두기 Chú thích, chú dẫn.

일몰 해넘이, 낙일 Hiện tượng mặt trời lặn. (tr) 일출, 해돋이 mặt trời mọc.

일몰하다 해가 지다, 해 넘어가다 Mặt trời lặn.

일반 Chung, chung nhất. (tr) 특수, 고유 đặc thù.

일반인 평범인 Người bình thường.

일방통행 Đi một chiều.

일벌 동봉 Con ong thợ. (tr) 왕벌 ong chúa.

일변하다 돌변 하다

Đột biến. 달라지다 trở nên khác.

일 본 일, 왜국 Nước Nhật.

일 본 도 왜검, 왜도 Kiếm Nhật.

일 본 어 일본말, 왜말 Tiếng Nhật.

일 부 다 처 제 Chế độ đa thê, một chồng nhiều vợ. *(tr)* 일부일처제 chế độ một vợ một chồng.

일 부 러 고의로, 부러 Không thật, cố ý làm như thế.

일 부 분 일부 Một phần. 한부분 một bộ phận.

일 사 불 란 하 다 서정연하다 Lập lại trật tự.

일 산 양산 Ô che nắng. *(tr)* 우산 ô che mưa.

일 상 평소 Ngày thường. 날마다 hàng ngày.

일 상 어 Từ ngữ dùng hàng ngày. *(tr)* 전문어 từ chuyên môn.

일 색 절색, 팔방 미인 Tuyệt sắc giai nhân.

일 생 일생일세, 평생, 전생, 한살이 Cuộc đời, suốt đời. *(tt)* 종신.

일 석 이 조 Một mũi tên hai con chim. 일거양득 nhất cử lưỡng tiện.

일 세 당대 Đời hiện nay. 이세 đời thứ hai.

일 수 날수 Số ngày.

일 순 일순간, 순간 Trong khoánh khắc, trong chốc lát.

일 시 적 Có tính tạm thời. 한 때, 한동안 có lúc. có khi. *(tr)* 영구적 có tính vĩnh cửu.

일 신 하 다 Mới, trở nên mới.

일 심 초심, 제일심 Phiên tòa sơ thẩm. 이차 심판 xử phúc thẩm.

일어나다 기상 하다, 깨다 기침하다 Thức dậy, tỉnh dậy.

일어나다 생기다, 발생 하 다 Sinh ra, phát sinh ra, xảy ra.

일어서다 기립 하다 Đứng dậy. 서다 đứng. *(tr)* 앉다 ngồi xuống.

일요일 일요, 주일, 주일 날, 공일날 Ngày chủ nhật.

일용품 Thứ dùng cho, cần cho sinh hoạt hàng ngày.

일원 구성원, 성원 Thành viên.

일월 해와 달 Mặt trời và mặt trăng, ngày tháng. *(tt)* 광음. kim ô và ngọc thỏ.

일으키다 발생시키다 Làm cho ra, gây ra. *(tr)* 넘어뜨리다, 넘어지게 하다 làm cho ngã ra.

일익 일부분, 일부 Một phần, một bộ phận.

일인자 제일인자, 으뜸, 첫째 Nhân vật thứ nhất, đứng đầu.

일인칭 Ngôi thứ nhất. 이인칭 ngôi thứ hai. 삼인칭 ngôi thứ ba.

일일 하루 Một ngày, ngày mồng một. *(tt)* 초하루.

일일이 날마다, 매일 Ngày ngày, từng ngày.

일일이 하나하나, 낱 낱이 Từng cái, từng thứ.

일자리 직장 Chỗ làm việc, việc làm. 직업 nghề nghiệp.

일자무식 판무식 Một chữ không biết, hoàn toàn không biết gì.

일장일단 Có ưu có khuyết, có điểm mạnh và

có điểm yếu.

일장춘몽 Giấc mộng ngày xuân. 남가일몽 giấc mộng Nam kha.

일전 Mấy ngày trước, trước đây mấy ngày.

일전 아주 Rất (mức độ).

일정 인제, 왜정 Sự thống trị của Nhật bản.

일제히 다같이 Đồng loạt, giống nhau, như nhau.

일주기 일회기 Ngày giỗ đầu, kỵ tiểu tường.

일주년 돌, 돌, 한 돌, 일기 Kỷ niệm một năm, kỳ một năm.

일주일 Một tuần, trong một tuần. *(tt)* 일주일간. 칠일 bảy ngày.

일찍 일찍이 Sớm, trước so với kỳ hạn. *(tr)* 늦게 muộn.

일체 전부, 모두 온갖 Nhất thể, tất cả, đồng loạt.

일초 촌각, 촌음 Trong khoảnh khắc rất ngắn.

일출 해돋이 Việc mặt trời mọc. *(tr)* 해넘이, 일몰 mặt trời lặn.

일취월장하다 매일 진보 하다 Tiến bộ hàng ngày.

일치하다 Nhất trí, khớp nhau. *(tt)* 들어맞다. 같다 giống nhau.

일컫다 부르다, 칭하다 Gọi là, xưng hô là.

일터 작업장, 근무처 Nơi làm việc, chỗ làm việc.

일편단심 Một lòng một dạ trung thành. 충 성심, 정성 lòng trung thành.

일품 명품 Hàng tốt, hàng có tiếng.

일흔 사 칠십 세, 칠순, 고희 Bảy mươi tuổi, tuổi

xưa nay hiếm.

읽다 독서하다 Đọc sách.

잃다 잃어버리다, 분실하다 Làm mất, đánh mất. *(tr)* 찾다 tìm lấy. 얻다 thu được.

임금 왕 Vua. 국왕 quốc vương.

임금 삯, 보수, 노임 Tiền công, tiền lương. 대가 giá phải trả.

임대료 Tiền cho thuê cái gì. *(tr)* 임차료 tiền thuê cái gì.

임대하다 빌어 쓰다, 빌리다 Cho mượn, cho thuê. *(tr)* 임차하다 mượn, thuê.

임면 Việc bổ nhiệm và bãi miễn chức vụ. 임명하다 bổ nhiệm. 해임하다 bãi nhiệm.

임무 Nhiệm vụ. 책임 trách nhiệm. 의무 nghĩa vụ.

임박하다 다가 오다, 닥치다, 닥쳐오다 Đang đến, đến gần, dồn đến, ập đến (kỳ hạn).

임부 임산부 Sản phụ, người có thai.

임시 잠정 Có tính tạm thời, nhất thời. *(tr)* 정규 chính quy. 정식 chính thức.

임시변통 Tài ứng phó, tài ứng xử.

임신부 배재기, 임부 Người phụ nữ mang thai. 산부 sản phụ.

임신하다 잉태 하다, 수태 하다, 아이 배다, 아니가지다, 몸 가지다, 아이 서다 Có mang, có thai. *(tr)* 해산하다, 분만 하다 sinh nở, sinh đẻ.

임원 역원 Nhân viên nhà ga. 역장 trưởng ga.

임의로 마음대로, 자의로 Theo ý mình, tùy ý.

임자 주인 Chủ nhân. 소유자 người sở hữu.

임장 왕, 주상 Vua. 정상 thượng đình. 원수 nguyên thủ, quân thù.

임종 Lâm chung. 죽을 때, 죽는 때 lúc chết.

임차료 Tiền thuê. *(tr)* 임대료 tiền cho thuê.

입 입아귀 Miệng, mồm. 구강 khoang miệng.

입구 Cửa vào. *(tr)* 출구 cửa ra.

입국하다 Nhập cảnh. *(tr)* 출국하다 xuất cảnh.

입다 Mặc vào. 착용하다 đeo, treo vào (bảo hộ lao động).*(tr)* 벗다, 탈의하다 cởi ra.

입다물다 함구하다, 말하 지않다 Ngậm miệng, không nói. 침묵하다

yên lặng không nói.

입당하다 Vào Đảng. *(tr)* 탈당하다 ra khỏi Đảng.

입대하다 입영 하다 Vào lính, đi bộ đội. *(tr)* 제대 하다 phục viên.

입동 Lập đông. 입춘 lập xuân. 입하 lập hạ. 입추 lập thu.

입력 Nhận vào. *(tr)* 출력, 인쇄 in ra.

입말 구어 Khẩu ngữ. *(tr)* 글말 lời bằng chữ. 구습 thói quen miệng.

입맛 구미, 밥맛, 맛 Khẩu vị, vị ngon.

입맞추다 뽀뽀 하다, 키스 Hôn nhau.

입면도 정면도 Sơ đồ nhìn thẳng đứng từ trên xuống.

입방 Lập phương, thể tích. *(tt)* 피부, 평방 bình

phương.

입버릇 구습 Thói quen nói, quen miệng.

입법부 Cơ quan lập pháp. *(tr)* 사법부, 행정기관 cơ quan hành chính.

입사각 투 사각 Góc hấp thụ, góc nhập xạ. *(tr)* 발사 각 góc phản xạ.

입사광선 입사선 Tia hấp xạ. *(tr)* 발사선 tia phát xạ.

입석 Vé đứng. 좌석 vé ngồi.

입선하다 당선 하다 Trúng cử, thắng cử, được chọn bầu ra. *(tr)* 낙선 하다, 탈락하다 rơi, bị loại.

입술 구문, 구순 Môi.

입술연지 연지 Môi son.

입시 입학 시험 Thi vào trường.

입식 Kiểu đứng làm. *(tr)* 좌식 kiểu ngồi làm.

입쌀 백미 Gạo trắng.

입씨름하다 언쟁하다 Tranh cãi nhau, chửi bới nhau.

입원하다 Nhập viện. *(tr)* 퇴원하다 ra viện.

입장 처지 Hoàn cảnh địa vị. 환경 môi trường.

입장권 Vé, phiếu vào cổng.

입장하다 들어 가다, 들다 Đi vào, vào trong (sân bóng, v.v…). *(tr)* 퇴장하다 đi ra.

입증 증명, 논증 Sự chứng minh, lập luận.

입천장 구대 Vòm trên của miệng.

입체사진 Ảnh lập thể, ảnh ba chiều.

입하 Lập hạ. 입춘 lập xuân. 입동 lập đông.

입학금 등록금 Tiền
nhập học, học phí. (tt)
학비.

입학하다 입교하다
Nhập
học, vào trường. (tr) 퇴학
하다 thôi học.

입항하다 입선하다
Vào cảng. (tr) 출항하다
rời khỏi cảng.

입후보 출마, 후보 Ứng
cử viên bầu cử.

입히다 Mặc cho, bọc lại.
(tr) 벗기다 cởi ra, bóc ra.

잇다 잇대다 Nối. 연결
하다 liên kết. (tr) 끊다
cắt đứt.

잇닿다 Tiếp tục, kết nối.

잇몸 이틀, 잇집, 조 Bông

răng, nướu răng, lợi răng.

있다 가지다, 계시다
Có. 존재하다 Tồn tại.
(tr) 없다 không có.

잉어 이어 Con cá chép.

잉여 Dư thừa. 여분 phần
dư. 나머지 phần còn lại.

잉태하다 임신하다
Có mang, mang thai.

잊다 잊어버리다,
까먹다, 망각하다 Quên,
lơ đãng. (tr) 기억하다
nhớ, còn nhớ.

잎 이파리 Lá cây.

잎눈 Mầm lá.

잎담배 엽연초, 엽초
Cây thuốc lá.

잎파랑이 엽록소 Chất
diệp lục.

ㅈ

자 Cái thước đo. 줄자 thước dây.

자 Tự. 호 hiệu. 별명 biệt danh (của ai).

자가당착 자기모순 Mình mâu thuẫn với mình. 자승자박 gậy ông đập lưng ông.

자가수분 Việc thụ phấn giữa hoa đực hoa cái trong cùng một hoa.

자가용 가전용 Dùng trong gia đình. *(tr)* 영업용 dùng cho công việc.

자각하다 Tự giác. 반성하다 phản tính, tự kiểm điểm lại mình. 깨닫다 tỉnh ra.

자간 Khoảng cách giữa các chữ. *(tr)* 행간 khoảng cách giữa các hàng.

자갈 돌, 돌멩이 Đá dăm, sỏi.

자갈색 Màu nâu sẫm.

자격 Tư cách. 신 분 thân phận.

자결하다 자살 하다 Tự sát. *(tr)* 타살 하다, 죽이다 giết chết.

자계 Từ trường.

자고이래 고래, 고래로, 자래로 Từ cổ chí kim, từ xưa nay.

자국 자취 Dấu vết, vết chân.

자궁 아기집 Tử cung.

자극하다 Kích thích. 부추기다 xúi giục. 건드리다 trêu chọc.

자금 자본금, 본전, 밑전 Tiền vốn.

자금거리다 자금자

금하다, 씹히다 Nhai đi nhai lại.

자긍하다 Tích cực, chủ động.

자기 도자기, 도기 Đồ sứ, đồ sành.

자기 자신, 자아 Bản thân mình, chính mình. *(tr)* 남, 상대방 phía đối phương.

자기비판 자아비판 Việc tự phê bình mình.

자꾸 늘, 자주 Cứ mãi. 반복하다 lặp đi lặp lại.

자나깨나 Dù thức hay ngủ cũng cứ. 밤낮 ngày đêm. 언제나 bao giờ cũng. 언제든지 bất cứ lúc nào.

자녀 아들딸, 자식, 자녀분 Con, con cái.

자다 잠 자다, 취침하다 Ngủ, đi ngủ. *(tr)* 깨다, 기상하다 thức dậy. 일어나다 ngủ dậy.

자당 어머니 Mẹ. 부친 phụ thân. *(tr)* 부친, 아버지 cha.

자동판매기 자판기 Máy bán hàng tự động.

자동식 Kiểu tự động. *(tr)* 수동식 kiểu dùng tay.

자동차 차 Xe ô tô. 차량 xe cộ. 고량 cầu cống.

자라다 자라나다, 커지다 Lớn lên. 성장하다 trưởng thành.

자라다 충분하다 Đầy đủ. *(tr)* 모자라다, 부족하다 thiếu.

자랑하다 Tự hào. 과시하다, 큰체하다 quá tự hào.

자력 자기력 Lực từ trường.

자료 Tư liệu. 재료, 원료 nguyên liệu.

자루 손잡이 Tay cầm, cái cán.

자루 주머니, 포대 Cái

túi, cái bao. 상자 cái hộp.

자르다 절단하다, 베
다, 가위질하다 Cắt đứt.
(tr) 잇다, 붙이다 nối,
gắn vào.

자리 곳, 터, 장소, 자
리 Chỗ, nơi, chỗ ngồi. 일
자리 nơi làm việc. 잠자
리 nơi ngủ.

자리잡다 머무르다
Ở đâu đó, ở. 정착하다
định cư.

자립성 Tính tự lập. *(tr)*
의존심 tính ỷ lại.

자만하다 젠체하다
Tự mãn, tự cao. 교만하
다 kiêu ngạo.

자매 여형제 Chị em gái.

자맥질하다 무자맥
질하다 Chìm nổi, bập
bềnh.

자멸하다 Tự diệt vong.
멸종하다 tuyệt chủng,
mất giống.

자명 명백 Rõ ràng. 분

명 phân minh.

자명종 괘종 Chuông
báo giờ. 종 cái chuông.

자모 모자, 자음, 모음
Nguyên phụ âm. 알파벳
bảng chữ cái.

자못 생각보다, 매우
Rất, hơn sự tưởng tượng.

자문하다 Tự hỏi. 자답
하다 tự trả lời. 자책하
다 tự trách.

자발하다 Tự phát. *(tr)*
강제하다 cưỡng chế.

자백하다 곧은불림
하다 Tự bạch, tự nói ra.

자본 자본금, 밑천 Tiền
vốn, tiền gốc.

자본재 Kỹ thuật, máy
móc, v.v. dùng cho kinh
doanh. 생산재 nguyên
vật liệu.

자본주 자본가 Nhà tư
sản.

자부심 Tính tự phụ, tự
cao. 자존심 lòng tự trọng.

ㅈ

자비 사비 Kinh phí tự túc, tự lo. *(tr)* 공비 kinh phí nhà nước.

자비심 Lòng từ bi. 인자 Nhân từ. *(tr)* 잔인 sự tàn nhẫn.

자빠지다 넘어지다 Ngã về phía sau. 엉덩방아 찧다 ngã ngồi phịch xuống. *(tr)* 엎어지다 Ngã ngừa ra phía trước.

자사 Công ty mình. *(tr)* 타사 công ty khác.

자산 재산, 재물, 자재 Tài sản. 자재 nguyên vật liệu.

자살하다 때려죽이다, 치사하다 Đánh chết.

자살하다 자결하다 Tự sát.

자살하다 찔러죽이다 Đâm chết. 치사하다 đánh chết.

자상하다 찬찬하다 Êm đềm, lăn tăn.

자색 자주색 Màu nâu sẫm.

자서전 자전, 전고 Hồi ký về cuộc đời mình. 전기 hồi tưởng ký. 비망록 bị vong lục.

자석 지남석 Nam châm 나침반 la bàn.

자성 Nữ tính, cây cái ra hoa. *(tr)* 웅성 tính đực, cây đực.

자세 자체 Tư thế mình.

자세하다 상세하다, 면밀 하다, 치밀 하다 Chi tiết, chi ly, tỉ mỉ. *(tr)* 간략하다 sơ lược.

자세히 자세하게, 낱낱이, 상세히 Chi ly, chi tiết, tỉ mỉ.

자손 자식과 손자 Con cháu. 후예, 후손 hậu duệ. *(tr)* 조상, 선조 tổ tiên.

자시 Giờ tý. 자, 자정 nửa đêm, giao thừa.

자식 자녀, 아들딸, 소

생 Con cái, con trai và con gái.

자신 Sự tự tin.

자신 스스로, 자기 자신, 자아 Tự mình, tự bản thân mình. *(tr)* 남, 타인 người khác.

자아 Tự mình, tự ngã. 주체 chủ thể. *(tr)* 비아, 객아, 타아 người khác.

자아내다 흘러나오게 하다 Vắt cho chảy ra.

자아올리다 빨아올리다 Hút lên.

자양분 영양분, 양분 Thành phần dinh dưỡng. 영양제, 보약 thuốc dinh dưỡng, thuốc bổ.

자업자득 자업자박, 자승자박 Tự mình làm mình chịu, gậy ông đập lưng ông.

자연 Tự nhiên. 천연 thiên nhiên. *(tr)* 인조, 인공, 인위 nhân tạo.

자연권 기본적 인권, 천부인권 Quyền cơ bản của con người (được sống, tự do, bình đẳng, v.v...).

자연도태 Đào thải tự nhiên.

자연림 Rừng tự nhiên. 원시림 rừng nguyên thủy. 정글 rừng nhiệt đới. 인공림 rừng trồng.

자연물 천산물, 천연물 Vật tự nhiên mà có. *(tr)* 인공물 vật do con người làm ra.

자연미 천연미 Vẻ đẹp tự nhiên, vẻ đẹp thiên nhiên. *(tr)* 인공미 vẻ đẹp nhân tạo.

자연하다 자연스럽다 Một cách tự nhiên. *(tr)* 어색하다 ngượng nghịu, không tự nhiên.

자외선 Tia tử ngoại. *(tr)* 적외선 tia hồng ngoại.

자욱하다 자욱하다.

흐릿 하다, 희미 하다
Mờ, đục (sương, mù).

자웅 승부, 우열 Được
thua, thắng bại.

자웅 암수 Trống mái.

자위 Phần màu riêng biệt.
흰자위 lòng trắng trứng.
노른자위 lòng đỏ trứng.

자유 노소, 어른 과 어
린이 Già trẻ.

자유 시 Thơ tự do. *(tr)*
정형시 tơ theo nhịp vần
quy định.

자율 자제 Sự tự lựa
chọn. *(tr)* 타율 sự lựa chọn
do người khác.

자음 닿소리, 부음 Phụ
âm. *(tr)* 모음, 홀소리
nguyên âm.

자의로 제삿날로 Theo
ý mình, tùy theo ý mình.
(tr) 타의 ý người khác.
강제 cưỡng chế.

자의식 자각 Việc tự
giác.

자 자 손 손 대대손손
Đời đời con cháu, muôn
đời con cháu.

자작나무 백화 Cây
bạch đàn.

자작 하 다 Tự canh tác.
(tr) 소작하다 cày ruộng
thuê.

자전 옥편 Sách giải nghĩa
chữ Hán.

자전 자서전 Hồi ký về
đời mình.

자전거 Xe đạp.

자전 하 다 Tự xoay
quanh mình (trái đất). *(tr)*
공전 하 다 xung quanh
vật thể khác.

자정 Lúc giao thừa, lúc
sang canh. *(tr)* 정오, 오
정 chính ngọ, chính trưa.

자제 아들, 자식 Con cái.

자존심 자부심 Lòng
tự trọng, lòng tự hào.

자주 언제 나, 수시
Luôn luôn.

자주 종종, 번번히, 늘 Luôn luôn, thường xuyên. *(tr)* 이따금, 가끔, 때때로, 드문드문 Đôi lúc, thỉnh thoảng.

자주빛 자색, 자주색 Màu nâu.

자질 본바탕, 바탕, 소질 Tư chất. 본성 bản tính.

자초지종 시말, 시종 Đầu đuôi, bắt đầu và cuối cùng, từ đầu chí cuối.

자취 자국, 혼적, 행방, 종적 Vết tích, dấu vết, tung tích.

자칫하면 하마터면, 까딱 하면, 잘못하면 Lỡ may thì, chẳng may ra thì, nếu lỡ ra thì.

자탄하다 탄식하다 Than vãn thân phận.

자택 자기집, 자가 Nhà mình, nhà của mình. 본제 nhà ở quê hương.

자판 키보드 Bàn phím, bàn mặt chữ.

자포자기하다 자포하다, 자기하다 Tuyệt vọng bỏ lại hết, vứt hết.

자풀이하다 Tính toán ngang dọc phòng ốc trong xây dựng.

자필 자서 Việc tự mình viết ra. 수필 tùy bút. *(tr)* 대필하다 viết thay.

자해하다 Tự hại mình, tự làm mình bị thương. 자살/자결하다 tự sát.

자형 매형 Anh em rể. 매제 em rể. 형수 chị dâu. 제수 em dâu.

자회사 지사 Công ty chí nhánh. *(tr)* 모회사, 본사 công ty mẹ.

작 저작, 작품 Tác phẩm. 명작 tác phẩm nổi tiếng.

작가 저작가, 저자 Tác giả, người viết. 집필자 người chấp bút. 소설가 nhà văn.

작다 조그마하다, 미소하다, 자그마 하다 Bé nhỏ, bé, nhỏ. 작디작다 rất nhỏ. 사소하다 (việc) Vụn vặt, nhỏ. *(tr)* 크다 to, lớn. 크디크다 rất to.

작대기 잔대 Cái gậy dài, cây sào. *(tr)* 지팡이 cái gậy. 막대기 đoạn ngắn.

작동하다 미치다 Tác động, gây ảnh hưởng tới.

작두 작도 Cái dao cầu.

작문하다 viết chữ, viết văn. 행문하다 hành văn.

작물 농작물 Các loại cây trồng.

작별하다 Tán. *(tr)* 상봉하다 họp mặt, gặp mặt.

작살 어살, 작사리, 살 Cái chĩa để xỉa cá.

작심하다 결심하다, 마음 먹다 Quyết tâm.

작업 Tác nghiệp. 일 công việc. 노동 lao động. 작업복, 일복 quần áo bảo hộ lao động.

작업복 노동복, 일복 Quần áo lao động.

작업하다 노동 하다 Lao động.

작용하다 Tác dụng.

작은일 초사, 사소 한 일 Việc nhỏ, việc vặt.

작은아버지 숙부, 삼촌 Chú. *(tr)* 큰아버지, 백부 bác, anh trai của cha.

작은어머니 작은 엄마, 숙모 Thím, mợ. vợ của chú. *(tr)* 큰어머니 bác gái.

작자 소작인, 작인 Người cày rẽ, cày ruộng thuê.

작자 필자, 저작자 Người viết, tác giả. *(tr)* 독자 độc giả.

작작하다 Suy tính và sắp đặt công việc. *(tr)* 무

작정하다 cứ thế làm bừa.

작 품 제작물, 소작, 창작물 Tác phẩm.

잔 교 교각 Cầu trên mặt đất, cầu vượt.

잔 금 잔액, 끝전, 끝전, 잔전 Tiền còn lại.

잔 꾀 약은꾀 Mẹo, kiểu làm có lợi cho mình.

잔 당 여당 Tàn dư của nhóm, đảng.

잔 돈 우수리, 거스름 돈 Tiền còn thừa khi mua hàng.

잔 돈 작은돈, 푼돈, 잔액 Số tiền nhỏ. *(tr)* 거액, 목돈 số tiền lớn.

잔 등 등 Cái đèn.

잔 디 사초 Bãi cỏ.

잔 뜩 Đầy, đầy ắp, chặt cứng.

잔 소 리 하 다 잔말하다 Nói điều không đâu, điều vô ích. 나무라다, 꾸짖다 la lối, la mắng.

잔 심 부 름 손심부름, 심부름 Làm việc sai vặt, điều đóm.

잔 액 전전 Số tiền còn lại. 잔고 tồn kho.

잔 인 Tàn nhẫn. 잔혹, 가혹, 혹독, 포학 tàn khốc.

잔 인 하 다 모질다 Tàn nhẫn, không có tình người.

잔 일 잔손질, 작은 일 Việc nhỏ. *(tr)* 큰일 việc lớn.

잔 잔 하 다 Đều đều, lăn tăn (sông).

잔 치 가 연, 연 회 Yến tiệc, tiệc.

잘 Khá, giỏi, tài. 훌륭하다 tài giỏi và suất sắc. *(tr)* 못 không khá, kém.

잘 나 다 뛰어나다 Vốn đã tài giỏi. 잘생기다 sinh ra đẹp đẽ. *(tr)* 못나다 kém.

잘 다 작다 Bé, nhỏ. *(tr)* 굵다 to.

ス

잘되다 좋게 되다 Tốt, được việc, khá, giỏi. *(tr)* 못되다 không khá, không được việc.

잘못 과오 Sai sót, sai lầm điều sai, điều dở. *(tr)* 잘 tốt, khá.

잘못되다 Trở nên hỏng việc, không được việc, thất bại *(tt)* 망치다. *(tr)* 잘되자 trở nên được việc tốt.

잘못보다 빗보다, 헛보다, 횡보다 nhìn nhầm.

잘못하다 실수하다, 그르치다 Làm sai, làm lầm.

잘살다 Sống sung sướng, sung túc *(tt)* 풍요하다. *(tr)* 못살다 sống nghèo khổ, nghèo.

잘생기다 멋있다 Sinh ra đẹp đẽ.

잘잘못 옳고 그름, 시 지 Đúng sai, phải trái,

hay dở. 잘하다 Làm giỏi, khá, xuất sắc, đúng. *(tr)* 못하다 không làm được. 잘못하다 sai lầm, sai.

잠 수면, 안면 Giấc ngủ. 불면증 chứng mất ngủ.

잠그다 채우다 Khóa lại. 봉인하다 niêm phong lại. 걸다, 닫아 걸다 gài lại.

잠기다 침수하다 Chìm xuống nước. 가라 앉다 lắng xuống, đọng xuống.

잠깐 잠시, 잠시간 Trong chốc lát. 방금 vừa mới đây.

잠꼬대 헛소리 Tiếng nói mê sảng khi đang ngủ.

잠꾸러기 잠보 Người hay ngủ.

잠들다 잠자다, 취침 하다 Ngủ, đi ngủ. *(tr)* 깨다, 기상하다 thức dậy.

잠버릇 Thói quen khi

nằm ngủ.

잠수부 수부 Thợ lặn.

잠수함 잠 수 정 Tàu ngầm.

잠식하다 침식 하다 Xâm thực. 개먹다, 좀먹다, 마모하다 làm mòn.

잠언 격언 Cách ngôn, châm ngôn, câu nói mang tính giáo dục.

잠옷 자리 옷, 파자 마 (*Pajama*) Áo ngủ. 정장 áo vét đàn ông.

잠자다 자다, 수면하 다, 취침하다 Ngủ. 동침 하다 ngủ chung. *(tr)* 기 상하다, 일어나다 thức dậy.

잠자리 침석, 이부자리 Nơi ngủ. 침대 cái giường.

잠자코 말없이, 가만 히 Không một lời.

잠잠하다 조용하다 Yên tĩnh, yên lặng. 잔잔 하다 phẳng lặng. 고요

하다 êm đềm.

잠재우다 재우다, 자 게하다 Ru ngủ, làm cho ngủ. *(tr)* 깨우다 đánh thức dậy.

잠재의식 Ý thức tiềm năng, ý thức sẵn có.

잠투정 Sự cáu gắt do mất ngủ, buồn ngủ ở trẻ em.

잡곡 서곡 Lương thực. *(tr)* 주 식, 주 곡 lương thực chính.

잡귀 잡신 Quỷ vặt, quỷ lang thang.

잡기 외기 Trò chơi giải trí vặt, mẹo vặt lấy tiền người khác.

잡년 년 Con mụ, người đàn bà đức hạnh kém. *(tr)* 잡놈, 놈 thằng cha (coi thường).

잡념 Suy nghĩ tản mạn.

잡다 붙잡다 Bắt được. 그러쥐다 nắm lấy. 체

포하다 bắt giữ (tù binh).
(tr) 잡히다 bị bắt.

잡다 잡아죽이다, 도
축하다, 도살하다 Bắt
làm thịt (gia súc).

잡다 차지하다, 장악
하다 Chiếm giữ, chiếm.

잡담 잡소리, 잡말, 잡
설 Chuyện vặt, chuyện
phiếm.

잡도리하다 잡다,
단속하다 Bắt giữ và xử
lý.

잡동사니 골동, 잡것
Các thứ hỗn độn, đủ thứ
các loại không có giá trị.

잡부 잡역부 Phu/người
làm tạp dịch, lao công.

잡아당기다 끌어
당기다 Nắm và lôi kéo
đi, bắt gì, lôi đi.

잡아내다 끌어내다
Lôi ra, đưa ra *(tt)* 지적
하다 chỉ trích.

잡아들이다 잡아넣

다 Bắt bỏ vào. *(tr)* 놓다
thả ra.

잡이 길 잡 이 Người
cầm lái.

잡종 Giống tạp, giống
lai. 순종 giống thuần.
재래종 giống từ ngày
xưa. 재래종 giống lai
mới.

잡지 잡지책 Tạp chí.

잡초 잡풀 Cỏ tạp. 김,
풀 cỏ. 잔디 bãi cỏ.

잡치다 그르치다, 잘못
하다, 망치다 Làm hư
hỏng việc.

잡화상 잡 화 점 Cửa
hàng tạp hóa. 백화점
cửa hàng bách hóa.

잡히다 붙잡히다, 때
다, 체포하다 Bị bắt, bị
giữ lại.

잣 실백, 백자, 송자 Quả
thông nguyên hạt, nguyên
cả vỏ.

잣나무 송자 Cây thông

lá nhọn.

장 Dài, xa, 장수 trường thọ. 장거리 tầm xa, đường dài. *(tr)* 단 đoản, ngắn. 단수 đoản thọ. 단거리 tầm ngắn.

장 간장 Xì dầu. 된장 tương. 장 장 군 Tướng quân. 장, 수석 người đứng đầu.

장 장롱, 농 Cái tủ đựng quần áo, dày dép.

장 장차 Ruột. 소장 ruột non. 대장 ruột già.

장 장터 Chợ, bãi họp chợ. 시장 thị trường. 상 가 khu buôn bán.

장, Trang (giấy). 매 tấm (ảnh).

장 가 가 다 장가 들다 Lấy vợ. 결혼하다 kết hôn. *(tr)* 시집가다 lấy chồng, đi lấy chồng.

장 갑 차 Xe bọc thép.

장 구 장 고, 요 고 Cái

trống nhỏ, trống bởi. 북 cái trống to.

장 구 하 다 영구하다 Trường cửu, vĩnh cửu.

장 국 밥 국밥 Cơm lộn canh thịt heo (Hàn Quốc).

장 기 Cờ vua. 바둑 cờ vây.

장 기 오랜 기간, 장기 간 Trường kỳ, lâu dài. 장거리 đường dài. *(tr)* 단기 thời gian ngắn. 단 거리 đường ngắn.

장 기 전 지구전 Cuộc chiến đấu trường kỳ.

장 끼 수꿩 Con gà lôi trống. *(tr)* 까투리, 암꿩 con gài lôi mái.

장 난 놀이, 희롱 Trò chơi, trêu chọc. 장남감, 완구 trò chơi trẻ em.

장 난 감 애완구, 완구 Trò chơi, đồ chơi.

장 남 맏아들, 큰아들, 장자, 맏상제 Con trai

đầu, con trai trưởng.

장 녀 맏딸, 큰딸 Con gái đầu, con gái trưởng. 창녀 con gái làm tiền.

장 년 성년 Tuổi trưởng thành. *(tr)* 유년, 미성년 tuổi vị thành niên.

장 님 소경 Người mù. 점쟁이 thầy bói.

장 닭 닭의 수컷 Con gà trống.

장 대 비 호우 Mưa lớn.

장 대 하 다 대단하다, 거창 하다 To lớn.

장 래 미래 Tương lai. 앞날, 앞길 ngày sau. *(tr)* 현재 hiện tại. 과거 quá khứ.

장 려 하 다 권장 하다 Khuyến khích, khuyên nên làm. 격려하다 khích lệ.

장 롱 농, 노장 Cái tủ đựng quần áo. 궤 cái rương, cái quầy.

장 마 삼일우 Mùa mưa

dài ngày.

장 막 커튼 Cái rèm che. 병풍 tấm bình phong.

장 만 하 다 마련 하다, 갖추다, 준비하다 Chuẩn bị sẵn.

장 면 씬, 광 경 Quang cảnh, một cảnh (phim).

장모 빙모 Mẹ vợ, nhạc mẫu. *(tr)* 장인, 빙부 cha vợ, nhạc phụ.

장 문 Bài văn dài.

장 미 장미 꽃, 장미 화 Hoa hồng.

장 병 Sĩ quan và lính. 장 졸 tướng và tốt.

장 본 인 장본, 주동자 Người chủ động làm việc gì. 주모자, 주모 người chủ mưu. 공모자 tòng phạm.

장 부 Trượng phu. 대장 부 đại trượng phu.

장 부 기록부, 기부 Sổ, sổ ghi chép.

장 사 Tráng sĩ, tráng sĩ thiên hạ.

장 사꾼 상 수, 상 인 Thương nhân, người buôn bán.

장 사 하 다 매매 하다 Buôn bán. 도매/ 소매 bán sỉ/ bán lẻ.

장 사 하 다 Tiến hành tang lễ.

장 성 하 다 커 지다 Trưởng thành. 자라다 lớn lên.

장 소 곳, 처소 Nơi chốn. 자리, 좌석 chỗ, chỗ ngồi.

장 손 맏손자 Cháu đích tôn. 외손자 cháu ngoại. 조카 cháu (con anh em).

장 수 매수 Số trang giấy, số tấm ảnh.

장 수 영수, 오랜 산 것 Thọ, sống lâu. *(tr)* 요절, 단명 đoản mệnh, không thọ.

장 시 간 장시 Thời gian dài. *(tr)* 단시간 thời gian ngắn.

장 식 장식물, 수식, 장치, 치장 Đồ trang sức, phụ liệu.

장 식 하 다 꾸미 다 Trang sức; trang trí, làm cho đẹp ra.

장 신 Người cao. *(tr)* 단신 người thấp.

장 악 하 다 차지 하다 Chiếm (%), chiếm giữ.

장 애 Trở ngại, vật vướng.

장 애 자 장애인, 불구자 Người tàn tật.

장 원 일등, 수석 Trạng nguyên, đỗ đầu.

장 의 장옷 Áo choàng ngoài che mặt của phụ nữ Trung Đông.

장 인 빙부, 가시아비 Cha vợ, nhạc phụ. *(tr)* 장모 nhạc mẫu.

장 자 백만 장자, 큰부자 Tỷ phú. 갑부 người

giàu bậc nhất.

장 자 어른 Người lớn, vĩ nhân. (*tt*) 위인.

장 점 좋은 점 Điểm tốt, ưu điểm. (*tr*) 단점, 약점 điểm yếu.

장 정 사나이, 사내 Tráng đinh, người đàn ông.

장 정 하 다 Trường chinh, đi xa. 원정하다 viễn chinh.

장 조 모 처모 Bà của vợ.

장 조 부 Bà của vợ.

장 죽 대나 무 지팡 이 Cái gậy tre, gậy trúc.

장 지 매장 지 Đất mai táng chôn cất.

장 지 중지 Ngón tay giữa. 엄지 ngón tay cái. 검지 ngón tay trỏ. 약지 ngón tay kế út. 새끼 손가락 ngón út.

장 차 앞으 로, 장래 에 Tương lai sau này.

장 총 Súng trường.

장 치 하 다 꾸미 다

Trang trí.

장 탄식 하 다 Than văn.

장 티푸스 열병, 장질 부사, 염병 Bệnh tả.

장 판지 장판 Tấm trải trên nền nhà, cái chiếu.

장 편소 설 전기 Tiểu thuyết. (*tr*) 단편 소설 truyện ngắn.

장 하 다 위대하다, 훌 륭하다 Tài giỏi, vĩ đại.

장 해 하 다 거리끼다, 방해 하다 Gây phiền phức, gây rắc rối.

장 형 맏형, 큰 형 Anh cả, anh đầu.

장 화 Dày cao cổ, cái ủng. (*tr*) 단화 dày ngắn cổ.

잦 다 빈번하다, 자주 하다 Có thường xuyên, nhiều. (*tr*)드물다, 드문 드문하다 Không nhiều, hiếm, ít.

재 고개, 영, 산마 루

Đèo (núi).

재 재산, 재물 Tài sản,
tài sản vật chất.

재 재액, 재난, 재화 Tai
nạn, tai họa.

재가 개가 Sự tái hôn,
cải giá. *(tr)* 수절 수절 하 티엣,
ở vậy không lấy chồng
nữa.

재가하다 팔자고치
다 Đổi đời, đổ số mệnh.

재간 재주, 재능 Tài cán,
tài năng.

재강 술찌끼 Bã rượu,
hèm rượu.

재건하다 다시세우
다, 다시 건설하다 Tái
thiết, xây dựng lại.

재경 재정 경제 Tái
chính kinh tế.

재계 경제계, 실업계,
금융계 Giới tài chính.

재고품 재고, 재하
Hàng tồn kho, tồn kho.

재교 재준 Sự thử nghiệm

lần thứ hai.

재기하다 Đứng dậy,
lại đứng lên.

재난 재앙, 재액 Tai
nạn, tai ương. 사고 sự cố.

재다 Đo. 측정 하다
đo đạc. 측량/검 량하다
đo/kiểm số lượng.

재다 재빠르다 Nhanh
nhẹn. *(tr)* 느리다, 굼뜨
다 chậm chạp, lề mề.

재단 마름질, 커팅 Sự
cắt (vải, ..) 재단 quỹ.

재단법인 재단 Đoàn
thể, quỹ *(tt)*.

기금 재래종토종, 본
종 Vốn cũ, giống lâu đời.
(tr) 개량종 giống lai. 외
래종 giống ngoại.

재력 금력 Sức mạnh
tiền bạc.

재롱부리다 응석부
리다 Làm nũng, làm mình
làm mẩy.

재료 원료, 자재, 소재,

거리 Vật tư, nguyên liệu, tư liệu, cái cần có cho việc gì.

재무 Tài vụ. 재정, 금융 tài chính, tài chính tiền tệ.

재물 Tiền và hàng có giá trị. 금품, 재화 tiền bạc.

재미없다 Không hay ho thú vị gì. *(tr)* 재미있다, 즐겁다 hay ho, thú vị, hứng thú.

재발하다 되걸리다, 덧나다 Tái phát, xảy ra lại.

재배하다 가꾸다, 심다, 수종하다 Trồng trọt. 기르다 nuôi.

재벌 Tài phiệt, nhà tư sản. *(tt)* 재산가, 재력가, 자본가.

재봉틀 미싱, 재봉기 Máy khâu.

재빠르다 날쌔다, 날래다 Nhanh như chớp.

재사 재인 Người đàn ông có tài. *(tr)* 재원 người phụ nữ có tài.

재산 자산, 자재 Tài sản cá nhân, gia sản.

재산세 Thuế tài sản. 지세 thuế đất. 상속세 thuế thừa kế tài sản.

재생하다 소생하다, 부활하다, 갱생하다, 회생하다 Hồi sinh, sống lại, tái sinh.

재소자 재감자, 수감자, 수인 Người đang sống trong nhà giam, tù nhân.

재수 행운 Vận may.

재수하다 Thi lại lần thứ hai.

재심 제이심, 이심, 항소심, 공소심 Tòa phúc thẩm, tòa xử kháng tố, tòa xử lần hai. *(tr)* 초심 tòa sơ thẩm.

재앙 Tai ương. 화 họa. 재난, 사고 tai nạn. 액

운, 비운, 액 vận xấu,
vận hung.

재 원 재녀, 팔방미인
Người đàn bà trẻ đẹp tài
giỏi.

재 의 분쟁 Tranh chấp.

재 작 년 그러께, 지지
난해 Năm kia, năm trước
nữa. 작년, 지난 해 năm
ngoài.

재 잘 거 리 다 지절거
리다, 재재거리다 Rúc
rích, ríu rít, thủ thỉ.

재 주 개간, 재능, 솜씨
Tài năng. 소질 năng khiếu.

재 주 부 리 다 Tỏ tài
năng, làm xiếc.

재 지 Tài trí. 지혜 trí tuệ.

재 직 재근 Đang còn
làm việc, đương chức.

재 차 다시금 Lại, lần
nữa, lần thứ hai.

재 촉 하 다 촉구하다,
독촉 하다 Thúc dục,
đốc thú, giục làm việc gì.

재 취 하 다 후취하다
Lấy vợ lần thứ hai.
재가하다 tái giá. 재혼
하다 tái hôn. 초혼하다
kết hôn lần đầu. 조혼
하다 tảo hôn.

재 탕 Nước thuốc sắc lần
hai, sắc lại.

재 판 논죄 Xử án, luận
tội.

재 판 중판 Tái bản, xuất
bản lại.

재 해 재화, 재앙, 사고
Tai nạn, tai họa, sự cố.

재 회 하 다 다시 만나
다 Tái ngộ, gặp lại.

잿 물 Nước tro (để giặt,
để thay muối).

쟁 기 날 보습 Cái lưỡi
cày.

쟁 론 하 다 쟁의하다,
논쟁 하다 Tranh luận,
luận tranh. 의논 하다
bàn bạc.

쟁 투 하 다 싸우다, 다

투다 Tranh dành, tranh nhau, cãi gây lộn nhau.

저 나, 제 Tôi (ngôi thứ nhất số ít).

저가 헐값, 싼값, 염가 Giá rẻ. *(tr)* 고가, 비싼 가 giá cao, giá đắt.

저개발국 Nước chưa phát triển. 개발 도상국 nước đang phát triển. 선진국 nước phát triển.

저고리 상의, 옷 Áo. *(tr)* 바지 quần.

저금 예금 Tiền tiết kiệm.

저기 저, 저기에, 저곳 조기 Đàng kia, kia.

저녁 해질녘, 일석, 일 모 Đầu hôm, buổi tối. 황 혼 hoàng hôn.

저녁나절 낙양, 석양 Ánh mặt trời lúc tắt.

저녁때 해질 무렵, 해 질녘 Vào lúc mặt trời lặn, vào đầu hôm.

저녁밥 저녁, 석반, 저

녁먹이 Bữa cơm tối.

저능아 정신 박약아, 정신 지체아, 지진아 Trẻ thiểu năng, trẻ đầu óc không bình thường.

저리 저금리, 저변 Lãi suất thấp. *(tr)* 고리 lãi suất cao.

저리다 저리저 리하 다, 자리다 Tê, rân rân, buồn tê (do máu không thông).

저마다 사람 마다, 각 각 Từng người.

저명 유명, 고명 Có tên tuổi, có danh tiếng. 유명 무실 hữu danh vô thực.

저물다 해지다, 저뭇 하다, 일몰 하다 Mặt trời mọc. *(tr)* 일출하다 mặt trời lặn.

저버리다 Bỏ ngang đi. phản bội *(tt)* 배반 하다, bội tín *(tt)* 배신 하다.

저번 그 때 Dạo ấy. 이
번, 요쯤 dạo này.

저변 밑 변 Cạnh đáy
(hình học).

저소득 Thu nhập thấp.
저소득층 tầng lớp có
thu nhập thấp. *(tr)* 고
소득 thu nhập cao.

저속하다 Dơ tục.
천하다 bần tiện. 속하
다 tục. *(tr)* 점잖다 cao
thượng, cao cả.

저수지 호수 Hồ chứa
nước.

저술하다 짓다, 엮다,
책 만들다 Biên soạn.

저승 Cửu tuyền. 황천
hoàng tuyền, suối vàng.
(tr) 이승, 금생, 세상 trên
đời này.

저어하다 두려워하
다, 겁내다, 공포하다
Lo sợ, sợ, sợ hãi.

저온 저온도, 낮은온
도 Nhiệt độ thấp. *(tr)*

고온 nhiệt độ cao.

저울 천칭 Cái cân. 추
hòn cân, quả lắc đồng hồ.

저울질하다 Cân lên
xem. 측량하다 đo lường.

저울추 추 Quả cân.

저의 본심, 본의, 본심
Lòng chân thành.

저이 저자 Người ấy. 그
이 vị ấy.

저임금 Lương thấp. 고
임금 lương cao. 기본급
lương cơ bản.

저작권 창작권 Quyền
sáng tác.

저작자 지은이, 저자
Tác giả. *(tr)* 독자 độc giả.

저잣거리 시정, 장
거리, 상가 Khu phố
buôn bán.

저장하다 Lưu trữ. 저축
하다 tích lũy. 모아
두다 gom lại.

저절로 스스로, 제풀
로 Tự nó, tự bản thân sự

vật.

저주하다 무고하다, 독살 하다 Nguyền rủa, rủa.

저지하다 방지 하다 Ngăn ngừa.

저질 Chất lượng kém. *(tr)* 고질 chất lượng cao.

저쪽 저편 Phía bên kia.

저촉되다 모순되다 Mâu thuẫn với nhau. 걸려들다 vướng vào.

저축하다 모으다, 모투저기다 Tích lũy, gom góp.

저택 저사, 아주 큰 집 Cái nhà rất to.

저항하다 대항 하다, 대서 다, 맞서 다 Đối kháng, chống đối lại.

저혈압 Huyết áp thấp. *(tr)* 고혈압 cao huyết áp.

저희 Chúng em, chúng tôi (khiêm tốn). 우리 chúng tôi.

적 Địch. 원수 quân thù. *(tr)* 친구, 동무 bạn.

적갈색 적색, 고동색 Màu đỏ nâu, màu nâu. 적색, 붉은 색 màu đỏ.

적격자 Người đủ tư cách làm việc gì. *(tr)* 결격자 người thiếu tư cách.

적금 적립금 Tiền tiết kiệm

적다 미소 하다 Ít, bé. *(tr)* 많다 nhiều.

적다 쓰다, 기록하다, 메모 하다, 필기 하다 Ghi chép, viết.

적당하다 합당하다, 적절 하다, 적합 하다 Thích hợp, phù hợp. 알맞다 vừa khớp, vừa vặn.

적대하다 꺼리다, 대두하다 Đối địch, đối đầu.

적도 도적 Kẻ cắp. 강도 kẻ cướp.

적령 적당한 나이 Tuổi thích hợp làm việc gì.

적바림하다 적다, 적어두다 Ghi chép.

적발하다 적출하다 Phát giác ra, làm lộ ra. 발견하다 phát hiện ra.

적색 붉은 빛, 빨간 색 Màu đỏ.

적수 Địch thủ. 상대 대 đối tượng, đối phương.

적시 적기 Thời gian thời kỳ thích hợp.

적시다 젖게 되다 Bị ướt nước. (tr) 말리다 làm cho khô.

적신호 Đèn đỏ, dấu hiệu nghuy hiểm. (tt) 위험신호, tín hiệu dừng lại.

적십자 적십자사 Chữ thập đỏ. chữ thập xanh (dấu hiệu an toàn).

적어도 최소한 Ít ra thì cũng.

적외선 Tia tử ngoại.

적용하다 Ứng dụng.

적응하다 Thích ứng, thích nghi. (tr) 부적응하다 không thích ứng.

적이 다소 Ít nhiều.

적자 결손 액 Lỗ, chi nhiều hơn thu.

적자 적출 Con của vợ chính, con trong giá thú. (tr) 서자, 서얼, 서출, 첩자 con vợ thứ.

적재량 재량 Lương hàng chuyên chở.

적재하다 탑재하다, 싣다 Chở, chuyên chở (tàu xe).

적절하다 알맞다 Phù hợp, vừa phải.

적중하다 명중하다, 들어맞다, 맞히다 Trúng đích, trúng mục tiêu.

적합하다 걸맞다 Thích hợp, phù hợp.

적혈구 Hồng huyết cầu. (tr) 백혈구 bạch huyết cầu.

전 Tiền, trước. 이전에

Trước đây. *(tr)* 후, 이후
에 hậu, sau, sau này

전 벽돌 Gạch nung.

전 전부, 전체, 모두, 온
통 Tất cả. *(tr)* 일부 một
phần. 부분 bộ phận.

전 가 대물림 Vật gia
bảo.

전 가 하 다 재혼하다,
재가 하다 Tái giá, cải
giá, tái hôn.

전 개 도 펼친 그림 Sơ
đồ mặt bằng, sơ đồ trải ra.

전 개 하 다 Triển khai.
벌리다 há ra, mở ra.

전 곡 전량, 돈과 양식
Tiền và lương thực.

전 구 Bóng đèn tròn. 전등
bóng đèn điện nói chung.

전 국 온 나라, 전국,
거국 Toàn nước, cả nước.

전 남 편 전부 Chồng
trước.

전 념 하 다 몰두하다,
열중 하다 Say mê, tập

trung vào việc gì.

전 단 삐 라, 광고 지
Truyền đơn, tờ rơi, tờ
quảng cáo.

전 단 삐라 Truyền đơn.

전 달 하 다 전하다
Truyền đạt. 송달하다
tống đạt.

전 담 하 다 Chịu chi phí
toàn bộ. *(tr)* 분담하다
cùng nhau gánh chịu.

전 답 논밭 Đồng ruộng.
전지 điền địa. 전토 điền
thổ.

전 당 포 전당국, 전포
Hiệu cầm đồ.

전 당 포 Hiệu cầm đồ.

전 대 선대 Thế hệ trước.
(tr) 후대 thế hệ sau.
당대 thế hệ hiện nay.

전 도 선교 Sự truyền đạo.
선교사, 전도사 người đi
truyền đạo.

전 도 진로, 앞길 Tiền
đồ.

전락하다 망하다, 실패하다 Thất bại, hư hỏng.

전람회 전시 회 Hội chợ triển lãm.

전래하다 내려오다 Truyền lại từ trước, truyền từ nước ngoài vào (đạo giáo).

전략 Chiến lược. 전술 chiến thuật.

전례 선례 Tiền lệ, việc có từ trước.

전리품 노획물, 노획품 Hàng chiến lợi phẩm, chiến lợi phẩm.

전립 전립 선 Tuyến tiền liệt.

전말 시말 Quá trình từ đầu đến cuối. 경위 quá trình sự việc.

전말서 세말서, 시말서, 경위서 Bàn tường trình sự việc từ đầu chí cuối.

전망 대 Vọng lâu, đài cao quan sát.

전망하다 기대하다 Trông chờ vào tương lai. 대기하다 chờ đợi.

전매하다 Bán lại cho người khác.

전몰장병 전사자 Từ sĩ, liệt sĩ, lính hy sinh ở chiến trường.

전무하다 전혀없다 Hoàn toàn không có.

전문 전공, 전임 Chuyên môn, nghề học chính.

전문어 Từ chuyên môn. 학술어 từ dùng trong học thuật. *(tr)* 보통어 từ phổ thông. 일상어 từ sinh hoạt hàng ngày.

전반기 상반기 Nửa kỳ trước. *(tr)* 후반 기 nửa kỳ sau.

전방 가게, 상점, 점포 Cửa hiệu, cửa hàng.

전방 제일 선 Tiền phương, mặt trận. *(tr)* 후방 hậu phương.

전복하다 Lật nhào.

전부 Toàn bộ. 온통, 몽땅, 모두 tất cả.

전분 녹말 Tinh bột.

전사자 전몰자, 전몰장병 Lính bị thương ở trận, liệt sĩ, tử sĩ.

전산기 컴퓨터 Máy điện toán, máy vi tính.

전생 전세 Kiếp trước, đời trước. *(tr)* 금생 kiếp này. 후생 kiếp sau.

전선 전기선 Dây điện.

전선 전장, 전쟁터 Chiến tuyến, chiến trường, bãi chiến tranh.

전설 전어 Truyền thuyết.

전성기 Lúc thịnh vượng, lúc hoàng kim nhất.

전성하다 한창이다, 절정이다 Lúc rộ nhất, tuyệt đỉnh nhất (hoa nở).

전세 Tiền đặt cọc thuê nhà không phải trả hàng tháng. *(tr)* 월세 tiền thuê nhà hàng tháng.

전세계 온 세상, 통세계 Toàn thế giới.

전소하다 불태우다 Đốt cháy, thiêu rụi hết.

전수하다 인수하다 Nhận bàn giao. *(tr)* 전도하다, 인도하다 giao cho, bàn giao cho.

전수하다 물려주다 Chuyển cho, chuyển giao cho. *(tr)* 이어받다, 계승하다 thừa kế.

전승 완승 Sự thắng lợi hoàn toàn. *(tr)* 전패, 완패 sự thất bại hoàn toàn.

전신 Tiền thân. 선배 tiền bối, lớp trước. *(tr)* 후신 hậu thân. 후배 hậu bối, lớp đi sau.

전신 온몸, 일신, 만신 Toàn thân, cả người.

전심전력 Toàn tâm toàn lực. 발벗고 나가다 tích cực đứng ra làm

việc gì đó.

전액 총액 Tổng số tiền, toàn bộ số tiền. *(tr)* 반액 nửa số tiền.

전야 지난밤, 어젯밤 Đêm qua, đêm trước.

전업 본업 Nghề chính. 직업 nghề nghiệp. 부업 nghề phụ.

전연 도무지, 조금도, 완전히, 전혀 Hoàn toàn không.

전염병 돌림병, 유행병 Bệnh truyền nhiễm.

전염하다 옮기다 Truyền nhiễm, lây lan.

전우 Chiến hữu, bạn chiến đấu.

전율하다 무서워떨다 Sợ run bần bật.

전이 천이 Sự chuyển trạng thái của chất hóa học.

전임 Người tiền nhiệm. *(tr)* 현임 người hiện phụ trách. 후임 người hậu

nhiệm.

전임하다 Chuyên trách việc gì. 겸임하다 kiêm nhiệm việc gì. 전임하다, 이임하다 chuyển sang nhiệm vụ khác. 전직하다, 이직하다 chuyển sang nghề khác.

전쟁 Chiến tranh. 전투 chiến đấu. 싸우다 đánh nhau, gây lộn nhau. *(tr)* 평화 hòa bình.

전쟁터 싸움터, 전장 Chiến trường, bãi chiến trường.

전전긍긍하다 전율하다 Run bần bật vì sợ hãi. 무서워하다, 겁나다 sợ hãi.

전전달 지지난달, 전전월 Tháng trước nữa.

전전번 지지난번 Lần trước nữa.

전제 Tiền đề.

전제주의 Chủ nghĩa

chuyên chế. 독재주의
chủ nghĩa độc tài. *(tr)*
민주주의 chủ nghĩa dân
chủ.

전 조 승조, 선조 Vương
triều trước, triều vua trước

전 조등 Đèn trước (ô
tô). *(tr)* 미등 đèn đuôi.

전 주 징조 Dấu hiệu ban
đầu (của bệnh tật, vấn đề).

전 주곡 서곡 Khúc
nhạc dạo đầu.

전 지 Pin đèn.

전 진하다 진출 하다
Đi lên phía trước. *(tr)*
후퇴하다 rút lui.

전 차 Chiến xa. 장갑차
xe bọc thép. 탱크 *(tank)*
xe tăng.

전 처 전취, 전실, 전부,
선처 Người vợ trước. *(tr)*
후처, 재취, 계실 vợ sau,
vợ kế.

전 체 Toàn thể, toàn thân
(tt) 온몸. 총체 tổng thể.

전 함 Chiến hạm. 군함
quân hạm.

전 향 방향전환 Chuyển
đổi phương hướng.

전 혀 조금도, 꿈에도
Hoàn toàn không.

전 회하다 회전 하다
Quay vòng.

전 후 앞뒤 Trước sau.

절 사, 불사 Chùa, chùa
chiền. 불당 phật đường.
사원 tu viện.

절 예절, 예 Lễ, chào hỏi
(tt) 인사.

절 개 지조, 정신 Khí
tiết, tinh thần.

절 교하다 수교를 끊
다, 절단/ 단절 하다
Tuyệt giao, cắt đứt ngoại
giao.

절 굿 공이 Cái chày.
절구 cái cối.

절 규 하다 Kêu trời
kêu đất.

절 단하다 끊다. 베다

Cắt đứt. *(tr)* 잇다 nối liền, nối lại.

절대로 절대, 결코, 도무지 Tuyệt đối không. 상대적 một cách tương đối.

절도하다 도둑질하다, 훔치다 Ăn cắp, ăn trộm.

절로 저절로 Tự nó, tự nhiên sẽ.

절름거리다 잘름거리다, 절다 Cà nhắc, đi cà nhắc.

절름발이 Người thọt chân.

절망하다 Tuyệt vọng. *(tr)* 희망하다 hy vọng.

절묘하다 Tuyệt diệu. 기묘하다 kỳ diệu. 신기하다 thần kỳ.

절박하다 Cấp thiết.

절반 반절 Một nửa.

절벽 낭떠러지 Vực, vực thẳm, bước cùng.

절상 Tuyệt đỉnh, giá trị cao nhất. *(tr)* 절하 thấp nhất.

절세하다 Giảm thuế xuống. 탈세하다 trốn thuế.

절식하다 단식하다 Tuyệt thực, nhịn ăn toàn bộ dài ngày.

절실하다 꼭, 들어맞다 Rất khớp, rất vừa.

절약하다 아껴 쓰다 Tiết kiệm. *(tr)* 낭비하다 lãng phí.

절정 Tuyệt đỉnh. 산꼭대기, 정상 đỉnh núi, đỉnh cao nhất.

절차 수속 Thủ tục. 차례, 순서 thứ tự, tuần tự.

절후 절기 Một trong 24 tiết trong năm.

젊다 배젊다, 애젊다 Trẻ, ít tuổi.

젊은이 Người trẻ. 청소년 thanh thiếu niên.

(tr) 늙은이 người nhiều tuổi. 노인 cụ ông. 노파 cụ bà.

점 쉼표 점휴지부 Dấu chấm.

점거하다 Chiếm cứ. 점령 하다 chiếm lĩnh. 점유하다 chiếm hữu. 자치하다 chiếm (tỷ số).

점검하다 검사하다 Kiểm tra (tình hình).

점괘 괘 Quẻ, quẻ bói.

점등하다 불을 켜다 Bật đèn lên. *(tr)* 소등하다, 불을 끄다 tắt đèn.

점멸등 깜박이 Loại đèn nhấp nháy.

점방 점포, 가게, 상점 Cửa hàng, cửa hiệu.

점성 끈기, 찰기 Sự mềm dẻo.

점성가 Nhà chiêm tinh.

점수 Điểm số. 득점 điểm đạt được.

점심 오찬, 중반, 중식 Cơm trưa.

점액 Chất nhờn.

점원 판매 원 Người bán hàng.

점유하다 Chiếm hữu. 소유 하다 sở hữu. 차 지하다 chiếm (mức độ, tỷ lệ).

점잔 빼다 점잔 부리 다 Thô cứng (thái độ).

점점 점차, 차차 Dần dần.

점줄 점선 Đường chấm chấm.

점진하다 Biến đổi, tiến bộ dần. *(tr)* 급진 하다 cấp tiến.

점치다 사주 보다 Xem bói.

점토 찰흙, 진흙 Đất bùn, đất nhão.

점화하다 착화 하다 Điểm hỏa, châm lửa.

접골하다 Nối lại xương. 절골하다 gãy xương.

접근하다 Tiếp cận. 가까이 하다 lại gần.

접다 겹치다 Gấp lại. *(tr)* 펴다 mở ra.

접대부 Người tiếp khách, lễ tân.

접대하다 대접하다 Tiếp đãi, đối xử. 접빈하다 tiếp khách.

접두사 Tiếp đầu từ. *(tr)* 접미사 tiếp vĩ từ.

접목 접 Cây ghép.

접사 접어 Tiếp từ.

접속사 접속어 Liên từ, từ nối.

접속하다 Tiếp xúc. 잇다 nối.

접수하다 Tiếp thu, tiếp nhận. *(tr)* 발송하다 gửi đi.

접시 Cái đĩa. 공기, 사발, 쟁반, 용기 cái khay, đồ đựng.

접어들다 들어서다, 시작하다 Đi vào, bắt đầu vào công việc.

접착제 본드 Keo dán.

접하다 Gấp lại, xếp lại, nối lại.

젓 젓갈 Nước mắm. 간장 xì dầu. 된장 tương.

젓가락 Cái đũa. 숟가락 cái thìa.

젓다 휘젓다 Chèo, bơi chèo.

정 알 Viên (thuốc, v.v...). 정제, 알약 thuốc viên. 가루약 thuốc bột. 물약 thuốc nước, thuốc nói chung.

정 인정, 우정 Tình cảm tốt đẹp, tình người. 감정 tình cảm không tốt.

정 자루 Cái (đơn vị tính súng, cái chổi).

정가 정계, 정치계 Giới chính trị.

정간하다 Đình chỉ xuất bản, thôi xuất bản.

정강이뼈 Xương cẳng chân.

정 객 Chính khách. 정치
가/ 인 chính trị gia.

정 결 하 다 Tinh khiết.
깨끗 하다, 청결 하다
sạch.

정 계 Giới chính trị.

정 관 수정 관 Ống dẫn
tinh trùng.

정 교 하 다 Tinh xảo.

정 규 Chính quy. 정규
군 quân chính quy. *(tr)*
비정규 phi chính quy.
예비 dự bị.

정 기 국 회 정기회 Quốc
hội chính thức. *(tr)* 임시
국회 quốc hội lâm thời.

정 남 Trai tơ, trai tân, trai
đồng trinh. *(tr)* 정녀, 숫
처녀 trinh nữ.

정 낭 정액 주머니, 정
낭선 Túi tinh trùng.

정 답 Trả lời đúng. *(tr)*
오답 trả lời sai.

정 답 다 의좋다 Có tình
cảm tốt với nhau.

정 당 하 다 합당 하다
Chính đáng. 옳다 đúng.
정당 방위 phòng vệ
chính đáng.

정 대 하 다 Chính đại,
đúng *(tt)* 옳다 광명정
대 quang minh chính đại.

정 도 Mức độ. 한도 hạn
độ.

정 도 절로, 바른 길
Chính đạo. *(tr)* 사도 tà
đạo.

정 독 하 다 자세 히읽
다 Đọc cẩn thận, chi tiết.

정 돈 하 다 정리 하다
Chỉnh đốn, chỉnh lý, sắp
xếp cho gọn gàng.

정들다 Sinh có tình cảm
tốt với nhau. 좋아하다
thích.

정 떨 어 지 다 Sinh mất
tình cảm.

정 력 Tinh lực. 힘, 원기
sức mạnh. 기력 khí lực.

정 력 제 강장제 Thuốc

nâng sức mạnh. 보약 thuốc bổ.

정령 영혼, 혼령 Linh hồn. *(tr)* 육신, 육체 xác thịt.

정류장 정류소, 정거장 Bến xe. 역 ga tàu.

정리 Định lý. 공리 tiên đề (toán học).

정말 진언, 참말 Lời nói thật, nói đúng. *(tr)* 거짓말 lời nói dối.

정말로 참말로, 거짓없이 Không có giả dối.

정문 본문 Cửa chính, cửa trước. *(tr)* 뒷문 cửa sau.

정문일침 (정수리에침을박다 gim kim vào thóp đầu). 매서운 비판 Lời phê phán gay gắt.

정미 정량 Trọng lượng ruột, trọng lượng tĩnh.

정밀하다 세밀 하다 Chính xác, chi tiết.

정방형 정사 각형 Hình vuông.

정범 주범, 원범 Thủ phạm chính. *(tr)* 종범 tòng phạm.

정변 Chính biến. 쿠데타 cuộc đảo chính. 혁명 cuộc cách mạng.

정보원 스파이, 첩자, 간첩, 밀정 Gián điệp.

정부 행정 부 Chính phủ. 대통령 tổng thống. 총리 thủ tướng. 국회 의장 chủ tịch quốc hội.

정부미 정보 유미 Gạo dự trữ quốc gia. 일반미 gạo trong dân.

정비례 같은 비 Tỷ lệ thuận. *(tr)* 반비례 tỷ lệ nghịch.

정사 Chính sử, sử theo sổ sách. *(tr)* 야사 dạ sử.

정사각형 정방 형 Hình vuông.

정상 Thượng đinh, đinh

cao nhất. *(tt)* 산꼭대기, 산정.

정 상 정경, 정황 Tình hình bình thường.

정 서 Bức thư tình, tình cảm yêu thương. *(tt)* 사랑.

정 선 하 다 골라 뽑다 Chọn lựa ra.

정 설 정론 Thuyết theo sử sách. 정사 chính sử. 야사 dạ sử. *(tr)* 통설, 속설 thuyết trong dân gian.

정 성 하 다 Thành lòng, chí thành, hết lòng tình cảm tốt.

정 세 Tình thế. 형세, 상화 tình hình.

정 수 Số tự nhiên và số âm. 실수 số thực. 허수 số ảo.

정 수 리 정문 Thóp đầu, đỉnh đầu. 꼭뒤 thóp gáy sau đầu.

정 숙 하 다 Yên lặng và nghiêm trang (nơi thờ cúng). 조용 하다 yên lặng.

정 식 Chính thức, chính quy. *(tr)* 약식 tắt, không chính quy.

정 신 노 동 Lao động trí óc. 정신 력 sức mạnh tinh thần. *(tr)* 육체노동 lao động chân tay. 체력 sức mạnh cơ bắp.

정 신 연 령 Tuổi phát triển đầu óc.

정 신 적 내부적 Thuộc về đầu óc, tinh thần. 육 체적 thuộc về thể xác.

정 실 본실 Chính thức, vợ cả. *(tt)* 본처, 본부인.

정 열 열정, 열성 Nhiệt tình, tinh thần nóng hổi.

정 오 한낮, 오정 Chính trưa, giờ ngọ. *(tr)* 자정 giờ tý, giao thừa.

정 욕 성욕, 색욕 Lòng ham muốn tình dục, nhục

dục.

정월 대보름, 대보름날, 상원 Rằm tháng giêng âm lịch, nguyên tiêu.

정원 뜰 Vườn cây lớn. 공원 công viên.

정월 일월 Tháng giêng âm lịch.

정육면체 입방체 Khối lập phương.

정육점 푸주, 고깃집, 식육점 Cửa hàng thịt.

정의 Chính nghĩa. *(tr)* 불의 bất chính.

정자 바른 글자 Chữ đúng. *(tr)* 약자 chữ viết tắt. 오자 chữ sai.

정자 정충 Tinh trùng. *(tr)* 난자 trứng (con cái).

정적 고요, 조용 Sự yên tĩnh. *(tr)* 소란, 요란 sự ồn ào.

정전하다 휴전하다 Đình chiến, ngưng chiến tranh.

정점 Điểm đỉnh. 극도 cực độ. 꼭대기 điểm đỉnh cao nhất.

정정당당하다 떳떳하다 Đường đường chính chính.

정정하자 수정하다 Đính chính. 바로 잡다 sửa lại cho đúng. 고치다 sửa chữa.

정조 정절, 절개 Sự trong trắng của người phụ nữ.

정중하다 점잖다, 무게있다 Trịnh trọng. 소중하다 coi trọng.

정지하다 중지하다, 그만두다 Đình chỉ. 멈추다, 그치다 dừng lại, hết (mưa). *(tr)* 계속하다 tiếp tục.

정직하다 Chính trực. 강직하다 cương trực. 곧다 ngay thẳng. 솔직하다 thẳng thắn, thật lòng (lời nói). *(tr)* 교활

하다 xảo hoạt

정 차 하 다 Dừng xe lại.
주차하다 đậu xe. *(tr)*
발차하다 cho xe đi.

정 착 하 다 자리 잡다
Định cư, sống lâu dài ở
đâu. 정착촌 làng định cư.

정 책 Chính sách. 정강
chính cương.

정 처 본처, 정실 Vợ cả,
chính thất. *(tr)* 첩, 소실,
부처 vợ lẽ.

정 체 국체 Chính thể,
hình thái chính trị của mộ
nước.

정 체 본체 Mặt mũi, chính
hình thể (của sự việc.
vật).

정 초 새해 아침 Sáng mai
năm mới, sáng mồng một.

정 치 가 정치인, 위정자
Nhà chính trị. 정객 chinh
khách.

정 치 범 Tù chính trị.

정 치 하 다 다스 리다

Cai trị, cai quản, thống trị
đất nước.

정 태 동태, 동향, 동정
Tình hình, trạng thái,
động thái. 상황 tình hình
công việc. 사항, 내용
nội dung.

정 통 바른 계통 Chính
thống.

정 통 하 다 능통하다,
능란 하다, 환이 알다.
통달 하다 Tinh thông,
thành thục đến mức tài
giỏi.

정 하 다 선정하다 Định
(ngày, tháng). 선택하다
lựa chọn. 선발 하다
tuyển chọn.

정 형 시 Thơ theo quy
tắc. *(tr)* 자유시 thơ tự do.

정 화 정수 Tinh hoa, tinh
túy (của dân tộc).

정 화 수 명수 Nước giếng
ban mai.

정 화 하 다 깨끗 하게

하다 Làm cho sạch sẽ, lọc sạch.

정확하다 Chính xác. 확실하다, 명확하다 chắc chắn, rõ ràng. 분명하다 phân minh, rõ ràng.

젖 젖가슴, 젖통이, 유즙, 유방 Cái vú, vú sữa, tuyến sữa. 젖꼭지, 유두 đầu vú.

젖내 유취 Mùi sữa.

젖니 배냇니, 유치 Răng sữa. (tr) 간니, 영구치 răng vĩnh cửu.

젖다 스미다, 물먹다, 침습하다 Ướt, ướt nước. (tr) 마르다 làm khô.

젖먹이 유아, 영아 Trẻ còn bú mẹ.

젖멍울 젖샘, 유선, 유관 Tuyến sữa.

젖소 Bò sữa. 우유 sữa bò.

젖히다 Ngửa cổ ra. (tr)

숙이다 cúi cổ xuống.

제 내 Của tôi. của tôi.

제거하다 Trừ khử. 치다, 치우다, 없애다 loại trừ, xóa đi.

제곱 자승, 이승 Bình phương.

제공하다 Cung cấp cho. 이바지하다 đóng góp.

제국 제방, 여러 나라 Nhiều nước.

제대로 그대로 Được như ý muốn.

제대하다 퇴역하다 Phục viên, rời quang ngũ. (tr) 입대하다, 입영하다 vào lính.

제련소 정련소 Xưởng chế biến thép.

제로 영, 영점 Số không, zerô.

제목 Đề mục, tên mục (sách báo).

제명하다 Xóa bỏ tên.

제목 제, 제호, 표제 Đề mục, tên đề mục.

제문 추도문 Văn tế, văn truy điệu.

제물 제수, 제품 Đồ cúng tế. 희생양 cừu hy sinh, vật hy sinh.

제물로 제스스로, 저절로 Tự nó, tự bản thân sự vật.

제반 모든 것, 여러 가지 Tất cả mọi thứ, các thứ.

제반사 제사, 모든일 Tất cả mọi việc, mọi sự việc.

제발 꼭, 청컨대, 간절히 Nào, xin mời, nào hãy.

제방 둑 Đê, đê điều. 방조제 đê chống sóng.

제법 자못, 꽤, 퍽 Nhiều, đáng kể.

제복 정복, 유니폼 Quần áo đồng phục

제본 Chế bản. 본보기, 견본, 표본, 샘플 bản mẫu, tiêu bản.

제분하다 Làm ra bột, làm thành bột.

제비 Cái thăm để rút xem được hay không. 을 뽑다 rút thăm.

젯날, 제일, 기일, 제일 ngày giỗ, ngày ky.

제사하다 행사하다, 제지하다 Cúng giỗ, tế cúng. 제사날 ngày tế. 기일 ngày ky, ngày giỗ. 제물, 제수 vật tế.

제산 제법 Phép chia. (tr) 승산, 곱셈.

제삼자 삼자 Người thứ ba, người không có liên quan chính. (tr) 당사자 người trong cuộc, đương sự.

제석 제야, 섣달, 그음날 Đêm giao thừa trong năm. 그음날 ngày đêm cuối tháng âm lịch.

제수 아우의 아내 Em
dâu. (tr) 형수 chị dâu.

제시하다 내보이다
Đưa ra, đề ra (việc gì).

제안하다 제의하다,
제언하다 Đưa ra đề
nghị, đưa ra đề án.

제야 섣달, 그믐날밤
Đêm giao thừa, đêm cuối
cùng của tháng âm lịch.

제약하다 규정하다
Đưa ra quy ước và hạn
chế. 제약하다 làm ra
thuốc.

제어하다 통제하다
Chế ngự, khống chế. (tr)
방임하다, 방치하다
không để ý, lơ là.

제외하다 제거하다,
빼다 Loại trừ ra, nhổ ra.
(tr) 포합시키다 bao
gồm vào. 집어넣다 lấy
bỏ vào.

제위 제현, 여러분 Chư
vị, quý vị.

제일 첫째, 으뜸, 가장
Thứ nhất, nhất.

제일 최고, 일등 Tối
cao, hạng nhất, người quan
trọng bậc nhất. (tt) 제일
인자, 일인자.

제일심 초심, 일심,
시심 Tòa sơ thẩm. (tr)
재심 tòa phúc thẩm.

제일 인자 일인자
Người đứng đầu trong
lĩnh vực gì đó.

제자 문도 Đệ tử, học
trò, môn đồ.

제작하다 Chế tác, làm
ra. (tt) 만들다.

제재소 목재소, 목공
소 Xưởng chế biến gỗ.

제전 위토 Đất canh tác
để lấy sản vật, tiền cho tế
lễ.

제지하다 저지하다,
방해하다 Ngăn cản,
cản trở, gây khó để không
làm được. 금지하다

Cấm chỉ.

제초하다 Trừ cỏ, nhổ cỏ.

제품 Chế phẩm. 물품 vật phẩm. 물건 đồ vật. 상품 hàng hóa.

제하자 빼다, 제외하다, 삭제하다 Trừ ra, loại ra.

제한하다 제약하다 Hạn chế.

제휴하다 돕다, 도와주다 Giúp đỡ, giúp.

조가비 조개 껍질 Vỏ hến, vỏ sò.

조각 각 Mảnh, khối nhỏ.

조각나다 깨지다, 파열되다 Bị vỡ ra, bị bể ra từng mảnh.

조각도 부감도 Bản đồ, sơ đồ nhìn từ trên xuống.

조각배 편주 Thuyền nhỏ, thuyền độc mộc.

조각사 각수 Nhà điêu

khắc.

조각조각 갈기갈기 Tơi tả ra từng mảnh.

조각하다 새기다 Điêu khắc, khắc.

조간신문 Sách báo ra vào buổi sáng. *(tr)* 석간 신문 báo ra buổi tối.

조강지처 조강 Người vợ khi còn hàn vi nghèo khổ với chồng.

조객 조문객, 문상객 Khách viếng tang, khách đến chia buồn. *(tr)* 하객 khách đến mừng việc gì.

조건 여건, 요건 Điều kiện.

조국 Tổ quốc. 고국 cố quốc. 나라 đất nước.

조금 조끔, 약간, 조금 Một chút, một tí.

조금씩 Từng tí, từng chút. 차츰, 차차, 서서히 từ từ, từng tí.

조급하다 성격이급하

다 Nóng tính.

조기 반기 Cờ của quân phiến loạn. 조기, 만기 cờ rủ.

조기 초기, 이른 때 Sớm, trước khi muộn.

조끼 동의 Áo cánh dế, áo ghi lê.

조동사 Trợ động từ. 본동사 động từ chính.

조련 교련 Sự điêu luyện.

조례 조회 Họp giao ca buổi sáng. (tr) 종례, 종회 họp tổng kết công việc vào cuối ngày.

조롱하다 놀리다, 비 웃다 Cười cợt, giễu cợt, trêu chọc. 깔보다 coi thường.

조루 증 Chứng xuất tinh sớm.

조류 날짐승, 새무리 Các loại chìm, thú biết bay.

조류 사조 Trào lưu. 추세

xu thế.

조르다 죄다 Siết chặt lại. 매다 buộc, trói.

조립하다 통째 다, 짜맞추다 Lắp ráp, làm cho thành bộ.

조마조마하다 위태 위태 하다 Hồi hộp, thấp thỏm.

조만간 Không chóng thì chầy, sớm muộn. 언제고 không lâu, không xa.

조명도 비침도, 조도 Độ sáng, độ chiếu sáng (đơn vị lux).

조모 할머니 Bà. (tr) 조부, 할아버지 ông. 조목 Điều mục. 조항 điều khoản. 항목 hạng mục.

조목조목 조조이 Điều mục, từng hạng một (chi ly, cụ thể).

조문 조사, 추도사 Lời điếu, điếu văn, văn truy

điệu.

조 문 조상, 문상, 조위
Việc viếng tang.

조 문 객 조객, 문상객
Khách viếng tang. *(tr)*
하객 khách đến chúc
mừng việc gì.

조 물 주 조화신 Thần
tạo hóa, thần làm ra vũ trụ.

조 미 조합, 가미 Gia
vị, làm cho vị thức ăn
thêm ngon.

조 미 료 양념, 양념감,
미료 Chất gia vị, mì
chính.

조 바 심 하 다 안달복
달하다 Thấp thỏm, hồi
hộp, đứng ngồi không
yên.

조 부 모 대부모, 할아
버지와 할머니 Ông bà.

조 사 관계사, 토씨 Trợ
từ.

조 사 하 다 살펴 보다
Điều tra. 검토하다 xem

xét.

조 산 아 다 Sinh non.
(tr) 만산 하다 sinh đủ
ngày.

조 산 원 조산부, 산파
Người đỡ đẻ, bác sĩ khoa
sản.

조 삼 모 사 (Sáng ba chiều
bốn) Mưu kế giảo hoạt
lừa người.

조 상 선조 Tổ tiên tiên
tổ. 선대 đời trước, đời
trên. *(tr)* 자손, 후손,
후사 con cháu đời sau.

조 석 Sáng tối, buổi ban
mai và đầu hôm. 조석반
cơm sáng cơm tối.

조 세 세, 공세, 공조
Thuế các loại.

조 소 비웃음 Nụ cười
diễu cợt.

조 소 하 다 비웃다 Cười
diễu cợt.

조 수 보조자 Trợ thủ,
người giúp việc.

조수 해조 Nước thủy triều. 미물 nước thủy triều lên. 썰물 nước thủy triều xuống.

조숙하다 일되다, 올되다, 성장이 빠르다 Sớm trưởng thành, mau trưởng thành.

조식 cơm sáng. 중식 cơm trưa.

조신 조사 Quan trong triều, quan triều đình, triều thần.

조실부모하다 조상 부모 하다, 여의다 Rời cha mẹ (đi lấy chồng, hoặc cha mẹ chết).

조심하다 신중하다, 주의 하다 Thận trọng, cẩn thận, chú ý.

조아리다 쪼다 Cúi rạp mình xuống. 숙이다 cúi đầu xuống.

조악하다 추악하다, 거칠고 나쁘다 Thô bạo và xấu xa.

조약 약정 Điều ước. 협정 hiệp định. 협약 hiệp ước

조약돌 자갈, 잔돌 Đá dăm, đá vụn.

조언 돕는말, 도움말, 충고, 권고 Lời khuyên.

조역 Vai phụ. *(tr)* 중역 vai chính.

조용하다 Yên tĩnh. 고요 하다 êm đềm. *(tr)* 요란스 럽다, 시끄럽 다 ồn ào, náo nhiệt, ầm ĩ.

조우하다 좌지 우지 하다 Hành động mang tính quyết định.

조음 시끄러움 Sự ồn ào, ầm ĩ.

조의금 부의 금 Tiền chia buồn, tiền viếng táng.

조이다 죄다, 단단히 박다 Vít chặt, đóng chặt.

(tr) 풀다 nới, tháo ra.

조 인 되 다 서명 이되
다, 체결되다 Được ký
kết (hợp đồng, ...).

조 작 하 다 위조 하다
Ngụy tạo, làm giả.

조 작 하 다 조성하다,
만들다, 작성하다 Làm
thành, làm ra, làm.

조 잡 하 다 잡스 럽다
Thô tạp, thô thiển.

조 장 하 다 돋우 다,
부추기다 Thúc đẩy, xúi
giục. 촉진하다 xúc tiến.

조 정 하 다 Điều chinh.
조절하다 điều tiết.

조 정 하 다 Chèo thuyền.

조 제 하 다 Điều chế,
làm thuốc. *(tt)* 제약하다

조 조 이른아침, 아침
나절 Sáng sớm, sớm
mai. 여명 bình minh.

조 족 지 혈 Máu chân
chim, lượng rất nhỏ. *(tt)*

소량.

조 종 사 항공사 *(Pilot)*
thợ lái máy bay, phi công.

조 준 하 다 Ngắm, ngắm
vào mục tiêu.

조 직 하 다 Tổ chức. 편
제하다 biên chế.

조 짐 전조, 징조, 징후
Dấu hiệu, triệu chứng, điềm
증상 triệu chứng bệnh.

조 차 까지, 마저 Ngay
cả, đến cả.

조 처 하 다 조치하다
Xử lý, giải quyết. *(tt)* 해결
하다. 제재하다 chế tài,
phạt.

조 촐 하 다 단정 하다
Đoan trang, đứng đắn. *(tr)*
화려하다 lòe loẹt.

조 춘 이른봄 Mùa xuân
sớm, đầu xuân. *(tr)* 만춘,
늦봄 mùa xuân muộn,
cuối xuân.

조 치 하 다 처치 하다

Xử lý, giải quyết. *(tt)* 해결
하다.

조카 유자, 질자, 종자
Cháu (con của anh chị
em). 삼촌 anh em của
cha.

조카딸 유녀, 여질,
질녀 Cháu gái.

조판하다 재판하다
Xếp chữ in, lên bản in.

조합하다 합하다, 모
으다, 배합하다 Gộp,
tập trung lại, trộn lẫn.

조혼하다 Tảo hôn. *(tr)*
만혼 하다 kết hôn khi
đủ tuổi.

조화 어울림 Sự điều
hòa, sự hòa hợp.

조화하다 인공화하
다, 인공화하다 Vẽ hoa,
trang trí trên gốm sứ.

족보 가보, 계보 Gia phả,
sổ ghi dòng dõi gia tộc.

족외혼 씨족 외혼, 외
혼 Kết hôn ngoài dòng
tộc, khác dòng máu. *(tr)*
족내혼 kết hôn trong nội
tộc.

족적 발자국 Vết chân.
자취 dấu vết. 종적, 행방
tung tích.

족치다 줄이다, 좁히
다, 축소하다 Thu hẹp
lại, thu gọn, làm cho nhỏ
lại.

족하다 충분하다 Đầy
đủ, bằng lòng, thỏa mãn.
(tt) 만족하다. *(tr)* 부족
하다, 모자라다 thiếu.
누락 하다 sót.

족히 넉넉히, 충분히
Đầy đủ, không thiếu.

존경하다 높이다 Tôn
kính. 중시하다 coi trọng.
(tr) 깔보 다, 야보 다,
무시 하다, 낮추 보다,
업신여기다 coi thường.
경멸 하다 khinh miệt

멸시하다 miệt thị.

존귀하다 귀하다 Cao quý. *(tr)* 미천하다, 비천하다 thấp hèn, hèn kém.

존대어 높임말, 경어 Từ kính trọng, từ dùng cho người trên. *(tr)* 반말 từ coi thường.

존립하다 존재하다 Tồn tại. 생존하다 còn sống, sống sót.

존속 친족 Thuộc dòng cha mẹ. 친척 bà con ruột thịt

존엄 Sự tôn nghiêm.

존재론 실체론, 본체론 Thuyết căn cứ vào sự tồn tại thực tế.

존재하다 Tồn tại. 있다 có.

존중하다 높이다 Tôn trọng. 중히 여기다 lấy làm trọng, coi trọng.

존폐 폐립 Sự lập lên và truất đi.

존함 성함, 존명 Quý danh, họ tên (kính trọng). 이름, 성명 họ tên.

졸 (Lính tốt) Việc, con người tầm thường .

졸다 조리 치다, 배질하다 Buồn ngủ, ngủ gật. 끄덕끄덕하다 gật gật đầu.

졸도하다 까무러치다 Bất tỉnh, ngã lăn bất tỉnh.

졸라매다 동여매다 Buộc treo lên.

졸병 졸 Lính tốt. 사병 binh sĩ. 장 tướng.

졸부 Trọc phú, giàu nhờ may mắn nhưng vô học.

졸업장 졸업증서, 면장 Giấy tốt nghiệp.

졸음 잠, 수면 Giấc ngủ, trong khi ngủ.

졸이다 조바심 하다,
속태우다 Hồi hộp, lo lắng.

졸작 Tác phẩm tồi. 명작
tác phẩm nổi tiếng.

졸장부 좀놈 Kẻ đàn
ông tầm thường. *(tr)* 대
장부 đại trượng phu.

졸지에 느닷없이, 갑자
기, 별안간 Bỗng nhiên,
đâu ngờ, bất ngờ.

졸필 우필 Nhà văn viết
chuyện dở. 악필 nhà văn
xấu. *(tr)* 명필, 달필 nhà
văn tài giỏi hay.

좀도둑 소모적, 소도
Ăn trộm nhỏ, ăn trộm vặt.

좀생원 졸장부 Người
đàn ông hèn kém, hẹp hòi.

좀처럼 Không hề, hoàn
toàn không. 모처럼 lâu
nay mới được, mới có...

좁다 좁다랗다, 협소하
다 Hẹp, chật hẹp, hẹp hòi.
(tr) 넓다, 너르다 rộng,
rộng rãi.

좁쌀 소미 Loại gạo vàng
hạt nhỏ, gạo tấm. 잡쌀
gạo nếp.

종 노비, 하인 Đầy tớ.
노복 nô bộc. *(tr)* 주인
chủ nhân.

종 인경, 방울 Cái chuông,
cái lục đạc.

종각 종루 Gác chuông.
종가 con trai chưa vợ.

종강하다 Bế giảng.
(tr) 개강하다 khai giảng.

종결하다 Tổng kết.
끝내다, 끝맺다, 끝장
내다, 마치다 chấm dứt,
kết thúc.

종교 교 Tôn giáo.

종기 말기 Thời kỳ cuối,
giai đoạn cuối.

종기 종환, 종창 Mụt,
nhọt, u nhọt. 종기 khối
u. 암 ung thư.

종년 Đầy tớ gái. *(tr)* 종놈

đầy tớ trai (coi thường).

종 단 Đường dọc. *(tr)* 횡단 đường ngang (theo hướng Đông Tây).

종 두 하 다 Chủng đậu, tiêm phòng đậu mùa. 천 연두 bệnh đậu mùa.

종 래 지금 까지, 여태 까지, 이제 까지 Cho đến nay, trước đến nay.

종 렬 세로줄 Hàng dọc. *(tr)* 횡렬 hàng ngang.

종 료 끝냄, 만료 Sự hết, sự kết thúc.

종 류 유, 가지, 부문 Chủng loại, các thứ. 갈래 nhánh.

종 사 하 다 일삼다 Theo nghề gì, làm nghề gì.

종 서 하 다 세로 쓰다 Viết theo hàng dọc. *(tr)* 횡서 하다. 가로 쓰다 viết ngang.

종 선 세로줄 Dòng dọc,

cột. *(tr)* 횡선, 가로 줄 hàng ngang.

종 성 말음 Tiếng cuối cùng. *(tr)* 초성 âm đầu tiên.

종 성 종소리, 경음 Tiếng chuông. 총소리, 총성 tiếng súng.

종 속 국 속국 Nước chư hầu, nước theo đuôi. *(tr)* 종주국 nước dẫn đầu.

종 속 하 다 속하다 Phụ thuộc vào, thuộc vào. *(tr)* 독립하다 độc lập.

종 식 하 다 끝내다 Kết thúc.

종 신 Chung thân. 한평 생 suốt đời người. 종신 형, 무기형 tù chung thân.

종 아 리 장딴 지 Bắp chân, phần sau cẳng chân.

종 알 거 리 다 중얼거 리다, 중얼 대다 Càu nhàu, cằn nhằn, lúng búng,

lầm bầm một mình.

종양 암, 육종 Khối u ác tính, ung thư.

종용하다 부추기다, 권하다 Khuyên, thúc giục ai làm việc gì.

종유석 돌고드름, 빙주석 Thạch nhũ, thạch nham.

종이 지물, 지속, 페이퍼(*Paper*) giấy, trang giấy.

종이돈 Tiền giấy. 동전 tiền xu.

종자 Nòi giống. 씨, 씨앗 hạt giống. 외래 종 giống ngoại lai. 토종 giống cũ.

종적 수직적 Quan hệ trên dưới. 횡적 quan hệ trước sau, hàng ngang.

종적 행적, 행방 Tung tích, dấu vết. 발자취, 자취 vết chân.

종전 이전 trước đây.

종점 Điểm cuối. *(tr)* 기점 điểm đầu.

종족 부족 Bộ tộc, quần thể ruột thịt.

종주국 Nước chủ. 종속국, 제후국 nước chư hầu.

종지부 마침 표 Dấu chấm hết.

종지뼈 무릎도 가니 Xương bánh chè.

종착역 Ga đến cuối cùng. 종점 điểm cuối. *(tr)* 시발역 ga xuất phát. 시점 điểm ban đầu.

종착지 Nơi đến. *(tr)* 출발지 nơi xuất phát.

종친 종실, 황실 Hoàng thất, thân thuộc nhà vua.

종합 통합 Sự tổng hợp, gộp lại. 종합병원 bệnh viện đa khoa. *(tr)* 분석 sự phân tích.

종형제 Anh em con cô,

cậu, dì, cô bác với nhau.

종 회 Họp sau khi hết công việc. *(tr)* 조례하다, 조회 하다 họp trước khi vào công việc, họp giao ban.

종 횡 무 진 Tung hoành ngang dọc.

좇 다 Đuổi, đuổi đi. 뒤좇다 đuổi theo sau. 추종하다 theo đuôi.

좇 아 가 다 뒤따라 가다, 추적 하다 Đuổi theo, đi theo sau.

좋 다 Tốt, tốt đẹp. *(tr)* 나쁘다 xấu.

좋 아 하 다 Thích, muốn *(tt)* 원하다.

좌 변 왼편 Phía trái. *(tr)* 우변, 우편 phía phải.

좌 석 앉은 자리 Chỗ ngồi. 의자 cái ghế. *(tr)* 입석 đứng (vé đứng).

좌 선 선, 연좌 Kiểu ngồi tọa thiền.

좌 우 Bên trái và bên phải, phải trái.

좌 우 간 어쨌든 Dù thế nào, dù cơm hay cháo.

좌 우 익 Tả hữu (phái). 좌익, 좌파 phái tả. 우익, 우파 phái hữu.

좌 절 하 다 실패 하다 Thất bại.

좌 천 하 다 강직하다, 강등 하다 Giáng chức, hạ chức vụ xuống. *(tr)* 영전 하다, 진급하다 lên chức, tăng cấp.

좌 회 전 Quay sang phía trái. *(tr)* 우회전 quay sang phía phải.

죄 죄과 Tội lỗi, tội ác. 범죄 tội phạm.

죄 다 모조리, 모두다, 몽땅 Tất cả, hết thảy.

죄 다 조이다 Xiết lại cho chặt. 풀다, 벗다 tháo.

cởi ra.

죄송하다 송구스럽다, 미안하다 Xin lỗi.

죄수 수인, 계수, 옥수 Tù nhân, người có tội phải đi tù. 옥수 ngục tù. 사수 tử tù.

죄책 죄벌 Hình thức phạt tù.

주 Tửu. 술 rượu. 주색 tửu sắc. 금주 cấm rượu.

주 구세주 Chúa, chúa cứu thế.

주 주식, 주관 Cổ phiếu, cổ phần. 공채 công trái. 주식회사 công ty cổ phần.

주 주인 Chủ, chủ nhân. *(tr)* 종 đầy tớ.

주 주일, 칠일 간 Một tuần, trong bảy ngày.

주간 낮 동안 Ban ngày. *(tr)* 야간, 밤 동안 ban đêm.

주간지 Tạp chí, báo chí

hàng tuần. 월간지 báo hàng tháng. 일간지 báo hàng ngày.

주객 주빈 Chủ khách, khách và chủ.

주객 전도 Đổi chủ thành khách và ngược lại, bị đảo ngược.

주거지 거주지 Nơi cư trú, nơi ở.

주검 시신, 송장, 시체 Thi thể, xác người. 부검 việc khám nghiệm tử thi.

주고받다 수수하다 Giao nhận, cho và lấy.

주관 자아 Chủ quan. *(tr)* 객관 khách quan.

주군 임금, 왕 Vua. 주 chúa. 영주 lãnh chúa.

주기적 Có tính chu kỳ. *(tr)* 간헐적 không có chu kỳ, bất kỳ.

주년 돌, 주세 Năm thứ mấy của sự kiện.

주눅들다 기죽다 Mất tinh thần (sợ sệt).

주다 Cho, đưa cho. 기증하다, 수여 하다 hiến tặng. 지급하다 chi trả.

주당 술꾼, 주도 Kẻ nghiện rượu.

주도하다 이끌다 Chủ đạo, lôi kéo.

주둔하다 정착 하다 Đóng quân, trú quân ở đâu.

주둥아리 대가리, 입 Cái miệng, cái mõm.

주력하다 전력 하다 Dốc toàn lực vào, dốc hết sức vào.

주로 주되게 Chủ yếu là.

주류 본줄기, 원줄기, 본류 Dòng chính, dòng chảy chính. 주류 cái loại rượu. (*tr*) 지류 chi lưu.

주름 주름살, 구김살 Vết da nhăn, vết nhăn trên da. 금 vết rạn nứt.

주리다 굶주리다, 배 곯다, 굶다 Nhịn đói. 배고프다 đói bụng. 배부르다 no bụng.

주마간산하다 대충보다, 설보다 (cưởi ngựa xem sống núi) Cưởi ngựa xem hoa, qua loa đại khái.

주막 주막집, 오두막 Cái lều, cái nhà tạm.

주머니 호주 머니 Cái túi, túi, cái bao.

주먹질하다 주먹다짐하다, 주먹으로 때리다 Đánh bằng nắm đấm.

주모자 수모 자 Kẻ chủ mưu.

주무르다 만지 다, 만지작 거리다 Mằn mó, sờ mó.

주문하다 발주 하다 Đặt hàng, đưa đơn hàng, đặt mua trước.

주민 거민, 거류민, 인민

Nhân dân. 주민등록증 chứng minh nhân dân. 동포 đồng bào.

주발 밥그릇, 식기 Bát đựng cơm.

주범 정범 Chủ phạm chính. *(tr)* 공범, 종범 người tòng phạm.

주변 가장자리, 부근 Vùng ven, biên, lân cận. 가 bờ. *(tr)* 중심 trung tâm.

주변 머리 없다 Không linh hoạt, không có đầu óc lanh lợi.

주봉 최고봉 Đỉnh núi cao nhất.

주부 집주인, 주모 Bà chủ nhà, người làm nội trợ.

주부 핵심 Phần chính.

주빈 주객 Khách rượu.

주산 주판, 수판 Bàn tính cũ (có 10 hàng, mỗi

hàng có một bên 2 cái, một bên 5 cái).

주색 Tửu sắc. 술과계집 rượu và đàn bà.

주석 Đồng pha sắt.

주소 거소, 소재지 Địa chỉ.

주식 주, 주권, 증권 Cổ phiếu. 주가 giá cổ phiếu.

주식 주식물 Lương thực chính. *(tr)* 부식, 반찬 thức ăn, món phụ.

주심 주심과 Trọng tài chính. *(tr)* 부심 trọng tài phụ.

주야장천 밤낮 없이 Không kể ngày đêm. 늘, 언제나 bao giờ cũng.

주어 Chủ ngữ. *(tr)* 서술어, 술어, 풀이말 vị ngữ.

주역 조역 Vai chính. *(tr)* 단역 vai phụ.

주요하다 주되다 Chủ

yếu, trọng yếu.

주 위 주변 Xung quanh, chu vi. (*tt*) 둘레.

주유소 급유소 Trạm bán xăng dầu.

주의하다 신경쓰다 Chú ý, để ý tới.

주인공 주인, 주공, 중심 인물 Nhân vật chính (trong lễ tiệc).

주입하다 집어 넣다, 부어넣다 Gắp bỏ vào, lấy bỏ vào.

주작 봉황 Con phượng hoàng.

주재하다 체류하다, 머물러 있다 Có ở, đóng tại đâu.

주저앉다 내려 앉다 Ngồi xuống.

주저하다 망설하다, 머뭇거리다, 주춤 거리다 Ngần ngừ, chần chừ không dứt khoát.

주전부리 조잔 부리 Thói hay ăn vặt.

주점 술집, 주막 Quán rượu.

주정 꾼 주정 뱅이 Người lè nhè khi uống rượu. 술중 독자 kẻ nghiện rượu.

주정하다 Giở thói lè nhè say rượu.

주제넘다 Quá mức độ cho phép, hỗn láo. (*tt*) 건방 지다.

주지 주승 Sư chủ trì (chùa).

주지주의 Chủ nghĩa lý trí. (*tr*) 주의주의 chủ nghĩa ý chí.

주책바 가지 Người ba phải, người không có lập trường.

주책없다 Không có chủ kiến hay chính kiến, ba phải.

주체 자아 Chủ thể, chính

thể. *(tr)* 객체 khách thể.

주최하다 개최하다, 주창하다 Chủ trì, khai trì, đăng cai (hội thể thao, v.v...).

주춤거리다 망설거리다 Chần chừ, ngần ngừ, do dự. *(tr)* 덤비다 lồng lên, xông vào.

주춧돌 초석 Hòn đá tảng, đá kê chân cột.

주치하다 Chủ trì (sự ở chùa). 주최하다 đăng cai (hội nghị).

주택 거택, 살림집, 주가 Nhà ở. 복합 아파트 chung cư kiêm khu thương mại.

주판 수판, 셈판, 산판 Bàn tính tay ngày trước.

주해 주석 Chú giải, chú thích.

주홍빛 주홍 Màu hồng nâu.

주흥 취흥 Hứng thú sau khi uống rượu.

죽다 숨지다, 타계하다 Chết. 사망하다 từ vong. 돌아가다, 서거하다 từ trần. *(tr)* 살다, 살아나다 sống.

죽마고우 Bạn thời còn cưỡi ngựa gỗ, bạn nối khố.

죽순 태순, 대순 Măng tre trúc.

죽음 사, 사세 Cái chết. *(tr)* 삶 sự sống, cuộc sống.

죽이다 Giết chết. 살해하다, 도살하다 sát hại. *(tr)* 살리다 cứu sống.

준결승 준결승전 Trận bán kết. 결승, 결승전 trận chung kết.

준공하다 완공하다 Hoàn công, khánh thành. *(tr)* 기공하다, 착공하다 khởi công. 착수하다 bắt tay vào.

준마 준족, 천마 Tuấn mã, con ngựa chạy giỏi. 천리마 thiên lý mã.

준비하다 마련하다 Chuẩn bị.

준수하다 잘생기다 Trông sáng sủa. 번듯하다, 깨끗하다 sạch sẽ. 준수하다 tuân thủ.

줄 끈, 노 Cái dây. 선 đường kẻ.

줄거리 줄기 Thân, cuống, cành của cây. 가지, 갈래 cành cây.

줄곧 이금 바로, 방금, 즉시 Ngay bây giờ, lập tức.

줄다 졸다 Giảm. (tr) 늘다 giãn ra, tăng lên.

줄달다 끊임없다, 잇달다, 줄대다 Tiếp tục, nối nhau, tiếp theo, không ngừng.

줄어들다 졸이다, 줄게 하다 Giảm đi, giảm xuống. (tr) 늘다 tăng lên, dãn ra.

줄임표 Dấu chấm.

줄타기하다 줄타다 Đi trên dây.

줍다 집어들다 Nhặt lên, nắm lên. 거두다 thu lấy. (tr) 잃다 làm mất. 버리다 vứt đi.

줏대없다 이랬다저랬다 Không kiên định, thế này thế khác.

줏대 핵심, 주심 Phần quan trọng nhất, phần trọng tâm.

중 Trong, đang. 중간 mức trung gian. 중등 hạng giữa.

중 스님, 승려 Sư (trong chùa). 수행자 nhà tu hành.

중간 사이, 가운데 Trung gian, ở giữa.

중개인 중개자, 중매

자, 거간꾼, 브로커, 중
매인 Người môi giới, người
trung gian mối lái.

중거리 Tầm trung. 단거
리 tầm ngắn. 장거리
tầm xa (tên lửa).

중고품 중고 Hàng cũ,
hàng đã dùng. 중고차 xe
cũ. *(tr)* 신품 hàng mới.

중국 요리 Món ăn
Trung Quốc.

중금속 Kim loại nặng.
(tr) 경금속 kim loại nhẹ.

중급 Trung cấp, hạng
vừa. 초급 siêu cấp. 고급
cao cấp. 하급 hạ cấp.

중기 중도, 중간 시기
Thời kỳ giữa, giữa chừng.
초기 thời kỳ đầu. 말기
thời kỳ cuối.

중년 Tuổi trung niên. 노
년 tuổi già.

중노동 Lao động nặng.
(tr) 경노동 lao động nhẹ.

중늙은이 중노인 Nhà
sư già.

중단하다 Dừng lại.

중대 Đại đội. 분대 tiểu
đội. 소대 trung đội. 대대
tiểu đoàn. 중단 sư đoàn.
사단 sư đoàn.

중대가리 까까머리,
까까중 Đầu trọc lóc như
đầu sư.

중도 중간 Giữa chừng,
giữa đường.

중독하다 Ngộ độc,
nghiện thứ gì đó. *(tr)* 해독
하다 giải độc. 식중독
ngộ độc thức ăn. 마약
중독 nghiện ma túy.

중력 인력 Sức hút của
trái đất. *(tr)* 척력 lực đẩy.

중매하다 중신하다,
중매 들다, 중매 서다
Mối lái, làm mối (trong
kết hôn, mua bán).

중반 중반기 Thời kỳ

giữa. 상반기 thời kỳ nửa trước. 하반기 nửa sau (6 tháng cuối năm).

중병 중환, 중질 Bệnh nặng, bệnh hiểm. *(tr)* 경환 bệnh nhẹ.

중복하다 거듭 하다 Trùng lặp.

중산층 Tầng lớp trung lưu. 부유 층 tầng lớp giàu có. 서민층 tầng lớp dân thường. 빈곤층 tầng lớp nghèo.

중상 Vết thương nặng. *(tr)* 경상 vết thương nhẹ.

중생 유정 Chúng sinh, mọi sinh vật.

중순 Trung tuần (trong tháng). 상순 thượng tuần. 하순 hạ tuần.

중시하다 중대 시하 다, 중요하게 여기다 Trọng thị, coi trọng. *(tr)* 경시 하다 coi nhẹ.

중식 오찬, 점심식사 Cơm trưa. 조식 cơm sáng. 석식, 만찬, 저녁 식사 cơm tối.

중심 가운데, 복판, 가운 데 Trung tâm, chính giữa.

중앙 당 Trung ương Đảng. *(tr)* 지구당 tổ chức Đảng địa phương.

중언하다 거듭 말하 다 Nói đi nói lại.

중얼거리다 종알거 리다 Lầm bầm, nói một mình.

중엽 중기 Thời kỳ giữa của một thời đại. 초엽 giai đoạn đầu. 말엽 giai đoạn cuối.

중요롭다 대수롭다, 중요 하다 Trọng yếu, quan trọng.

중요시하다 중요하 게여 기다 Xem trọng, lấy làm trọng. *(tr)* 깔보

다 coi thường, coi nhẹ.

중의상투 중의 머리
털 Hiếm hoi, không có
(giống như tóc của sư).

중임 대임, 중책 Nhiệm
vụ trọng đại, trọng trách.

중재하다 Trọng tài
giải quyết. 중재인, 중
재자 Người làm trọng tài.

중전 왕후, 왕비 Hoàng
hậu, hoàng phi.

중졸 중학교 졸업 Tốt
nghiệp cấp hai. 고졸 tốt
nghiệp cấp ba. 대졸 tốt
nghiệp đại học.

중증 Chứng bệnh nặng.
(tr) 경증 chứng bệnh nhẹ.

중지 장지 Ngón tay
giữa. 무지 ngón tay cái.
검지 ngón tay trỏ. 약지
ngón tay kế út. 소지 ngón
tay út.

중지하다 중단하다,
그만두다, 멈추다 đình

chỉ, dừng lại, gấp lại (việc
gì).

중진국 선진국 Nước
phát triển. 개발도상국
nước đang phát triển. 후
진국 nước chưa phát triển.

중창하다 합창 하다
Hợp xướng, đồng ca. *(tr)*
독창 đơn ca.

중책 Trung sách. 상책
thượng sách.

중책 Trách nhiệm nặng
nề. 중직 chức vụ quan
trọng. 중임 nhiệm vụ
nặng nề.

중천 Xung thiên. 하늘
한복판 chính giữa trời
cao.

중첩하다 겹쳐 지다
Trùng điệp, lớp này lớp
khác.

중추 주석, 한가위, 중
추절 Trung thu, rằm tháng
Tám âm lịch.

중 추 Hệ thống thần kinh trung ương (não và tủy).

중 출 하 다 Ra nhiều lớp, nhiều tầng.

중 풍 중풍병, 중풍증, 중기 Chứng đột quỵ (do xuất huyết não).

중 하 다 무겁다 Nặng. *(tr)* 경하다 nhẹ.

중 형 Loại vừa. 소형 loại bé. *(tr)* 대형 loại to (xe cộ, …).

중 화 상 Vết bỏng nặng. *(tr)* 경화상 vết bỏng nhẹ.

중 환 자 중환 Người bệnh nặng. *(tr)* 경환자 người bệnh nhẹ.

쥐 서생원 Con chuột.

쥐 다 잡다, 움켜 잡다 Nắm lấy, nắm.

쥐 뿔 같 다 Giống như sừng chuột.

쥐 어 짜 다 Vắt ra, nén cho ra.

쥐 포 어포 Loại thực phẩm làm từ cá, sấy khô cán mỏng như bánh đa, khô bò cá.

즉 각 즉시, 당장 Ngay lập tức, ngay tức thì.

즉 사 하 다 직사하다 Chết ngay tại chỗ.

즉 석 앉은 자리, 그 자리 Ngay tại chỗ.

즉 시 곧, 바로, 바로 그때, 즉각 Tức thì, ngay lập tức, ngay lúc đó, tức khắc.

즉위하다 등극하다, 왕 위에 오르다 Lên ngôi vua. *(tr)* 하야하다 xuống ngôi, xuống chức.

즉 효 직방 Có hiệu quả ngay.

즐 겁 다 기쁘다, 흐뭇하다, 흥나다 Vui sướng, vui mừng. *(tr)* 슬프다 buồn. 괴롭다 cô đơn và buồn. 지겹다 chán nản.

즐기다 Vui hưởng. 애호하다 yêu thích. 좋아하다 thích. 향락 하다 hưởng lạc.

즐비하다 늘비하다 Nổi lên dày đặc, nổi lên san sát.

즙 Nước ép từ trái cây.

증가하다 늘어나다, 많아지다 Tăng lên, dãn ra, nhiều lên. 증감하다 tăng giảm. *(tr)* 감소하다 giảm xuống. 증가율 tỷ lệ tăng. 감소율 tỷ lệ giảm.

증거 Chứng cớ. 증빙, 증명 tài liệu hồ sơ chứng minh.

증권 계 Giới chứng khoán. 증권가 nhà đầu tư chứng khoán. 증권사 công ty chứng khoán. 증권 시장 thị trường chứng khoán.

증기 기 Hơi nước. 증발하다, 기화하다 bốc hơi.

증뢰 하다 Đưa, cho hối lộ. *(tr)* 수뢰하다 nhận hối lộ. 뇌물 đồ hối lộ.

증류수 Nước cất, nước tiêm. *(tr)* 오수 nước bẩn. 식수 nước ăn.

증명서 증빙 Hồ sơ tài liệu chứng cớ.

증명하다 확증 하다 Chứng minh rằng, lập chứng rằng.

증발 하다 Bốc hơi, bay hơi. 기화하다 thành thể khí. 날아 가다 bay mất.

증산작용 김내기 Hiện tượng thực vật thải khí qua lá.

증산하다 Tăng thêm sản lượng. *(tr)* 감산하다 giảm sản lượng.

증상 증세, 병세, 병증, 징후, 병증 Chứng bệnh, triệu cứng bệnh. 병상 bệnh sàng. 통증 chứng đau.

증여 하다 기여하다, 기증 하다, 기부 하다, 주다 Đóng góp, tặng, cho. *(tr)* 수령하다, 영수 하다 nhận.

증오하다 Căm thù, căm giận. 미워하다 ghét. *(tr)* 사랑하다 thương yêu.

증인 증거인 Người làm chứng. 보증 인 người bảo lãnh.

증조모 할머니의할머 니 Bà cố tổ, bà của bà. *(tr)* 증조부, 할아버지 의 할아버지 Ông cố tổ, ông của ông.

증진 하다 Tăng lên, tăng tiến. *(tr)* 감퇴하다 giảm đi, xấu đi.

증축하다 증수 하다 Xây dựng thêm tầng trên nhà cũ.

증후 증세, 조짐, 증상 Triệu chứng, dấu hiệu, biểu hiện (của sự kiện). 증후군 chứng bệnh.

지가 땅값 Giá đất. 금 사라 기땅 đất đắt như vàng.

지각 하다 깨닫다, 철 들다, 인식 하다 Nhận thức ra, tỉnh ra, hiểu ra lẽ phải. 지각하다 đi làm trễ giờ.

지갑 cái ví tiền. 금낭, 돈주머니 Túi tiền, hầu bao.

지게미 술찌끼, 술비 지, 찌꺼기 Cặn rượu, bã rượu, hèm rượu.

지겹다 지루하다, 싫 증나다, 지긋지긋하다 Chán, ngầy, không thích.

(tr) 흥겹다 hứng thú.

지경 경우, 형편 Hoàn cảnh, trường hợp.

지계 Trực hệ, quan hệ từ ông cha đến con cháu. *(tr)* 방계 không phải quan hệ trực hệ.

지관 지사 Thầy địa lý, nhà phong thổ. 지신 thần thổ địa.

지구 구역, 구역, 지대 Khu vực. 수도권 vùng thủ đô.

지구당 Tổ chức Đảng ở địa phương. *(tr)* 중앙당 trung ương Đảng.

지구력 끈기, 인내력, 인내심 Sức nhẫn nại, sự kiên nhẫn.

지구의 지구본 Quả địa cầu mẫu.

지구전 장기 전 Trận chiến đấu lâu dài, kháng chiến trường kỳ.

지그시 자그시, 살며 시, 슬그머니 Âm thầm, lặng lẽ, chịu đựng.

지극하다 극진 하다 Cực kỳ thân thiện và đối đãi tốt.

지극히 매우, 아주, 극히 Vô cùng, cực kỳ (ý tốt).

지금 현재, 이제, 시방, 금시, 현시 Bây giờ, ngay hiện nay.

지금껏 지금까지, 여태껏, 여태까지, 이제까지 Cho đến bây giờ, cho đến nay. 지금껏 mãi cho tới hiện nay, cho đến nay.

지급하다 지불하다, 급부 하다 Chi trả (lương, ...).

지나가다 통과 하다 Đi qua, thông qua. 들리다 ghé qua. 지나치다 quá mức.

지 나 다 경과하다 Đi
qua, chảy qua, v.v…

지 나 다 니 다 왕래하
다 Đi qua lại, qua lại.

지 나 치 다 Quá mức.
과도하다 quá độ. 넘다,
넘치다 vượt quá mức.
과당하다 quá đáng.

지 난 날 왕일, 거일
Ngày qua. 과거 quá khứ.

지 난 달 전달, 간달,
전월 Tháng trước.

지 난 밤 간밤, 거야,
전야 Đêm qua.

지 난 번 저번, 접때 Lần
trước, lần qua.

지 난 주 전주 Tuần trước.
(tr) 내주 tuần sau.

지 난 해 작년, 석년,
간해, 전년 Năm trước,
năm qua. *(tr)* 내년 năm
sau. 새해 năm mới.

지 남 철 자석, 지남석
Đá từ tính, nam châm. 나

침반 la bàn.

지 내 다 겪다 Trải qua,
giao du với. *(tt)* 사귀다.

지 내 다 살아가다 Sống,
sinh sống.

지 느 러 미 분수 Cái
vây cá.

지 는 해 낙조, 석양,
일몰 Lúc mặt trời lặn,
hoàng hôn.

지 능 지력 Trí lực, trí năng.

지 능 지 수 아이큐 *(I.Q)*
Chỉ số thông minh.

지 니 다 가지다, 가지
고있다 Có, mang, giữ.

지 다 Thua. *(tr)* 이기다
thắng. 비이기다 hòa.

지 다 넘어 가다 Lặn
xuống (mặt trời), tàn (hoa).
(tr) 돋다, 떠오 르다
mọc lên.

지 다 맡다 Chịu trách
nhiệm, cõng trên vai *(tt)*
등지 다. *(tr)* 미루다.

넘기 다 đổ lỗi, trách nhiệm cho ai.

지당 하다 Chí đáng, đúng, nghe được. *(tr)* 부당하다 không chính đáng.

지덕 지식과 도덕 trí đức.

지도 Địa đồ, bản đồ. 약도 lược đồ.

지도자 영도 자 Nhà lãnh đạo. 수령 lãnh tụ. 총재 chủ tịch Đảng.

지독 혹독 Tàn nhẫn, độc ác, tàn ác.

지동설 Thuyết quả đất quay xung quanh mình cả xung quanh mặt trời. 천동설 thuyết quả đất là trung tâm trong vòng quay của vũ trụ. 자전하 다 quay xung quanh trục của mình. 공전하다 quay xung quanh vật thể khác.

지라 이자, 만화, 비장 Cái tụy (động vật).

지랄병 지랄, 간질, 간질병 Bệnh động kinh.

지략 지모, 지술 Mưu trí. 꾀 mưu mẹo.

지렁이 토룡 Con giun đất.

지레 Cái đòn bẩy.

지렛목 지점 Điểm tựa đòn bẩy.

지령 명령 Lệnh, lệnh chỉ huy, mệnh lệnh.

지뢰 지뢰화 Địa lôi, mìn.

지루하다 싫증 나다 Chán, ngấy, không thích.

지류 물줄기 Dòng chảy, dòng nước.

지류하다 오래 머물 다 Ở lâu, cư trú lâu. 체류하다 cư trú.

지름 직경 Đường kính. *(tr)* 반경, 반지름 bán kính.

지름길 첩경 Con đường tắt, nhanh nhất.

지 리 Địa lý. 풍수지리 Phong thổ địa lý. 지세 địa thế. 지형 địa hình.

지 망 생 지망자, 지원자, 지망생 Người muốn hay tình nguyện làm việc gì.

지 면 지상 Mặt đất, trên mặt đất. 지면, 서면, 종이 trang giấy.

지 면 하 다 낯익 다, 알다 Biết mặt, quen mặt. *(tr)* 낯설다 không quen biết.

지 문 Vân tay.

지 물 포 지물상, 지전 Cửa hàng giấy.

지 반 토대, 터전, 기초 Nền đất, nền tảng, cơ sở ban đầu.

지 방 Vùng địa phương. *(tr)* 중앙 trung ương. 서울, 수도 thủ đô.

지 방 기름, 지방유 Mỡ động vật.

지 배 하 다 Chi phối. 다스리다 cai trị. 통치하다 thống trị.

지 변 Địa biến. 천재 thiên tai. 지진 động đất. 해일 sóng thần. 산사태 núi lở

지 병 고칠, 만성병 Bệnh mãn tính.

지 부 지국, 지사, 지소 Chi nhánh (công ty, văn phòng). *(tr)* 본부, 본사 công ty mẹ, văn phòng gốc.

지 분 연지와 분 Son phấn (trang điểm).

지 불 하 다 지급하다, 치르다, 치려주다 Chi trả, trả (lương).

지 붕 Mái nhà, mái cái gì nói chung. 뚜껑 cái vung, cái đậy.

지 사 Công ty chi nhánh, văn phòng chi nhánh. *(tr)* 본사 công ty mẹ. 계열

사 công ty thành viên (trong hệ thống công ty).

지 상 지면 Trên giấy, trên mặt báo.

지 상 지면 Trên mặt đất. *(tr)* 지하 dưới đất.

지 새 다 지새우다, 새 다, 새우다, 밤을 밝히 다 Thức suốt đêm.

지 성 성실, 정성 Lòng tốt, lòng chân thành thân thiện.

지 속 하 다 이어 지다 Tiếp theo, kéo dài theo. 계속하다 tiếp tục.

지 시 하 다 Chỉ thị. 시 키다 sai khiến.

지 식 Tri thức. 앎 sự hiểu biết. 식견, 학식 học thức. 학문 học vấn.

지 식 인 Nhà tri thức.

지 연 하 다 미루다, 끌 다 Lùi, kéo dài (thời hạn). *(tr)* 당기다 kéo lên trước,

cho sớm hơn (thời hạn).

지 옥 나락 Địa ngục, thế giới Diêm La. *(tr)* 천당, 천국 thiên đường. 극락, 낙원 nơi cực lạc.

지 우 다 일소하다, 없애 다, 삭제하다 Xóa bỏ, trừ ra, làm mất.

지 원 원조 Sự viện trợ. *(tr)* 지지 sự ủng hộ.

지 위 계급 Chức vụ, địa vị. 계층 tầng lớp, giới.

지 은 이 저자, 저작자, 작자 Tác giả, người viết. 편저자 người biên soạn.

지 장 손도 장, 지인, 지문, 손가락무늬 dấu tay, dấu vân tay.

지 장 장애 Chướng ngại, rắc rối. 장애물 vật chướng ngại. 장애인 người tàn tật.

지 저 분 하 다 게저분 하다, 난잡 하다 Bẩn,

luộm thuộm, nhếch nhác.
(tr) 깨끗하다, 청결하
다, 말쑥하다 sạch sẽ,
trông sáng sủa.

지 적 하 다 지목하다
Chi trích, chi ra. 손가락
질하다, 가리키다 chỉ
bằng ngón tay.

지 정　하 다 Chi định.
정하 다 định ra (ngày
tháng).

지 주 받침 대 Cái trụ,
cái trụ đã để kê cái khác
지주 địa chủ.

지 지 고 볶 다 (Nào ninh
nào rán), *(tt)* 괴롭히다,
못 살게 굴다.

지 지 난 번 전전번 Lần
trước kia.

지 지 난 해 그 러 께,
전 전 년 Năm kia, năm
trước nữa.

지 지 다 Ninh, ninh nhừ.
끓이다 đun sôi lên. 볶다

rang. 구이다 nướng.

지 지 하 다 뒷받 침하
다 Ủng hộ. 도와주다,
돕다 giúp đỡ. 원조하
다 viện trợ.

지 진 계 Máy địa chấn,
máy đo động đất.

지 청 구 하 다 Ghét thù
và đổ lỗi vô cớ cho người
khác.

지 체 하 다 Trì trệ.

지 출 하 다 지불하다,
소비 하다 Chi tiêu, tiêu
dùng. *(tr)* 수입하다 thu
nhập.

지 치 다 기운 빠지다,
피로 하다, 피곤 하다
Mệt mỏi, mệt nhọc (vì
công việc).

지 키 다 수호하다 Giữ
gìn, giữ lấy, phòng thủ *(tt)*
수비하다.

지 팡 이 지팡막대, 단장
Cái gậy. 지팡 이 짚다

chống gậy. 막대기 cái sào.

지평선 수평선 Đường chân trời.

지폐 종이 돈, 지전 Tiền giấy.

지표 지면, 지표 면, 지상, 땅의 겉면 Mặt đất.

지하 땅속, 지중 Dưới mặt đất, ngầm. *(tr)* 지상 trên mặt đất.

지하도 지조 Lối đi ngầm dưới đất.

지하수 지수 Nước ngầm. *(tr)* 지상수, 천수 nước trên mặt đất, nước mưa.

지향 의향 Chí hướng, ý hướng.

지혈하다 Cầm máu. 지혈제 thuốc cầm máu.

지형 Địa hình. 지세 địa thế.

지혜 슬기 Trí tuệ, sự

ứng xử tài tình.

직 직업 Nghề nghiệp. 부직 nghề phụ. 직책 chức trách. 일자리 nơi làm việc, công việc.

직각 삼각형 직삼각 형 Hình tam giác vuông.

직급 직무, 직위 Chức vụ. 직책 chức trách.

직녀성 직녀 Sao Chức nữ. 견우성 sao Ngưu lang. 경우 직녀 Ngưu lang Chức nữ.

직면하다 Trực diện, đối đầu trực tiếp. *(tt)*. 부 딪치다, 부닥치다.

직무 업무 Nghiệp vụ.

직분 Chức phận. 본분, 분신 bổn phận. 신세 thân phận.

직사각형 정방형 Hình vuông.

직선 Đường thẳng. 곡 선 đường cong. 평행선

đường song song.

직언 바른 말, 참말
Lời nói thẳng, nói thật.

직역하다 Dịch nguyên
văn. *(tr)* 의역하다 dịch
nghĩa.

직유법 Phép trực dụ. *(tr)*
은유법 phép ẩn dụ.

직인 공장, 장인, 기술
자, 기사 Kỹ thuật viên,
thợ máy.

직전 바로 앞, 바로 전
Ngay trước. *(tr)* 직후, 바
로뒤 ngay sau.

직접 직통, 바로 Trực
tiếp, không qua trung gian.

직접비 Kinh phí trực
tiếp, kinh phí chính. *(tr)*
간접 비 kinh phí gián
tiếp, kinh phí phụ.

직접선거 직선 Bầu
cử trực tiếp. *(tr)* 간접선
가 bầu cử gián tiếp.

직종 직업의 종류 Các

loại nghề nghiệp.

직행 직통 Đi thẳng, tốc
hành. *(tr)* 완행 đi dừng
nhiều nơi.

직후 Ngay sau đó, ngay
sau khi. *(tr)* 직전 ngay
trước đó.

진 진영, 대열 Trại, đội
ngũ, đoàn thể tổ chức.

진 참, 진짜 Thật, tốt. *(tr)*
가짜, 거짓 dối trá.

진갑 Năm tuổi sáu mốt,
sinh nhật thứ sáu mốt.
환갑 tròn sáu mươi tuổi,
hoàn giáp.

진격하다 공격 하다
Tấn công.

진경이 Cây mã đề.

진귀하다 귀하다, 보
배롭다. Quý hiếm, quý
như bảo bối. *(tr)* 흔하다
có nhiều.

진급하다 승급 하다
Lên cấp, thăng chức.

진도 Cường độ động đất. 강진 động đất mạnh. 미진 động đất yếu. 여진 dư chấn.

진동하다 Chấn động. 동요 하다 giao động. 흔들 리다, 움직 이게 하다 làm lung lay.

진땀 구슬 땀 Mồ hôi hột. 땀 mồ hôi.

진력하다 힘을 다하 다 Đưa hết sức ra.

진리 참된 이치/도리 Chân lý. 공리 công lý.

진맥하다 검맥하다, 맥진 하다 Đo, chẩn đoán mạch tim. 맥박 mạch tim.

진면목 정체, 본모습, 본체 Bộ mặt thật (sự việc, con người). 진상 chân tướng.

진미 가미, 별미 Vị ngon. 산해진미 sơn hào hải vị.

진보하다 Tiến bộ. 나

아지다 trở nên tốt khá hơn.

진부 진기, 진위 Có thật, có đúng hay không. 허실 hư thật. 여부 hay không.

진분수 Phân số. 가분 수 hỗn số.

진상 진짜 증 Triệu chứng thật của bệnh.

진상하다 진납하다, 공납 하다 Cống nạp, nạp lên trên.

진세 속세 Trần thế, tục thế, trần gian.

진수성찬 진선, 진찬, 성찬 Bữa cơm thịnh soạn, tiệc nhiều món ăn ngon. (tr) 소찬, 소선, 소밥 bữa cơm đạm bạc.

진술하다 말하다, 밝 히다 Nói ra, khai ra, làm sáng tỏ ra.

진실하다 참되다 Chân thật. (tr)터무니없다, 거짓되다 dối trá.

진심 참마 음, 참맘, 실심 Lòng chân thành, lòng chân tình, lòng tốt.

진압하다 Trấn áp. 억누 르다 đè nén. 가라앉히 다 làm lắng xuống.

진언 참말 Lời nói thật. *(tr)* 거짓말 lời nói dối.

진열하다 벌이다, 벌 이어놓다 bày ra, đưa ra đặt đây đặt đó.

진영 진, 진지, 군영 Trại, doanh trại.

진의 참뜻, 참마음 Ý thật, ý tốt, lòng tốt.

진작 벌써, 미리 Đã, vốn đã.

진전하다 전진하다, 나아 지다 tiến triển, tốt hơn.

진정제 안정제 Thuốc an thần. 수면제 thuốc ngủ. 진통제 thuốc giảm đau.

진정하다 Bình tĩnh lại. 고요 하 게하 다, 가라 앉히다 làm cho dịu lắng xuống.

진종일 온종일, 종일, 하루 종일 Suốt một ngày trời.

진종일 하루 종일, 온 종일 Suốt cả một ngày.

진주 구슬, 명주, 도주, 보배 Châu báu.

진지 Cơm (kính trọng). *(tt)* 밥. 잡수시다 ăn cơm (kính trọng).

진짜 진품, 진물 Hàng thật, thứ thật, chính hiệu. *(tr)* 가짜 hàng giả. 위조 품, 모조품 hàng nhái.

진찰하다 진단하다, 검진 하다 Kiểm tra, chẩn đoán bệnh.

진창 진구렁, 진흙탕, 감탕밭 Vũng lầy, hố bùn.

bãi lầy.

진출하다 나아 가다
Đi lên, đi ra đâu.

진탕 마음 껏 Tha hồ,
thỏa sức, mặc sức.

진통하다 진통을 겪
다 Đau khổ, trải qua đau
khổ. 아프다 đau.

진퇴양난 진퇴 유곡
Tiến thoái lưỡng nan, tiến
lùi đều khó.

진품 진짜 Hàng thật.
(tr) 가짜, 위조, 모조품
hàng giả, hàng nhái.

진하다 Đậm, đặc. 농후
하다 nồng hậu. *(tr)* 연
하다 nhạt, không đậm.

진홍색 진홍, 진홍빛
Màu hồng đậm.

진화하다 향상 하다
Tiến hóa, đi lên.

진화하다 소방 하다
Dập cháy, tiêu hỏa, dập
tắt lửa. 화재 nạn cháy.

진흙 질흙, 이토, 곤죽
Bùn, đất nhão.

질 질적 Chất lượng. *(tr)*
양, 양적 thuộc về lượng.

질기다 잘깃 하다, 질
깃하다 Dai, dai nhách,
dai dẳng. *(tr)* 연하다 bở,
mềm.

질녀 조카딸 Cháu gái.

질다 Nhão, nhiều nước
(cơm, ...). *(tr)* 되다 khô,
ít nước.

질문서 질문지, 문제
지 Bản câu hỏi, đề thi.
(tr) 답안지, 답변서.

질문하다 Chất vấn.
묻다 hỏi. 캐묻다 dò hỏi,
hỏi cặn kẽ.

질박하다 수수하다,
꾸밈 없다 Đơn giản,
giản dị. *(tr)* 화려 하다
hoa lệ.

질병 병, 질환, 탈, 병
환 Bệnh tật nói chung,

bệnh hoạn.

질 서 차례, 순서 Trật tự, tuần tự, thứ tự.

질 식 하 다 숨막 히다 Ngạt, không thở được, chết ngạt. 익사하다 chết đuối.

질 주 하 다 빨리 달리 다 Chạy nhanh, chạy thục mạng. 놓아가다 thuyền gặp gió chạy nhanh.

질 책 하 다 질타하다, 나무 라다, 야단 하다 Quở trách, la trách, mắng. 책망하다 trách móc.

질 투 하 다 샘내다 Ghen tị. 질투심 lòng ghen tị. 시기하다 kỳ thị. 선입 견 định kiến. 부럽다 thèm được như thế.

짊 어 지 다 메다, 지다 Cõng, vác, mang trên vai.

짐 Hàng, hành lý, gánh nặng. *(tt)* 부담 xe tải.

짐 꾼 담부, 복군 Phu khuân vác.

짐 승 Muông thú, thú vật. 날짐승 thú biết bay. 맹수 mãnh thú. *(tr)* 야금 gia cầm.

짐 작 하 다 어림 잡다 Đoán chừng, áng chừng.

짐 짓 일부러, 고의로 Cố ý, tuy biết vẫn.

집 가옥, 가택, 주택, 주거, 댁, 거택 Nhà ở.

집 게 손 가 락 둘째 손가락, 식지, 인지 Ngón tay trỏ.

집 기 Đồ dùng cho cuộc sống. 가구 gia cụ.

집 념 일념, 집착 Suy nghĩ gắn bó, suy nghĩ không rời bỏ. *(tr)* 잡념 tạp niệm, suy nghĩ lung tung.

집 다 쥐다, 잡다, 들다 Nắm lấy, cầm lấy. 줍다 nhặt cái gì lên.

집 단 Đoàn thể. 무리,

떼 벌. *(tr)* 개인 cá nhân.
개체 cá thể.

집단의식 Ý thức tập thể.

집배원 우체부 Người
đưa thư và bưu phẩm,
bưu tá.

집사람 안사람, 처,
아내 마누라 Vợ.

집세 Tiền nhà. 임대료/
금 tiền cho thuê mượn.
임차료/금 tiền thuê mượn.

집안일 살림 살이, 살
림, 가사 Cuộc sống gia
đình.

집어먹다 Nắm lấy ăn,
bốc ăn. 가로채다, 집어
세다 ăn chặn.

집요하다 고집 스럽
다, 끈질기다, 깐질기
다 Dằng dai, dai dẳng,
lằng nhằng.

집중하다 모이다 Tập
trung, tập hợp, gom lại.
(tt) 모으다.

집집마다 매가, 집집
이 Nhà nhà, từng nhà,
từng hộ.

집착 애착 Sự gắn bó,
sự ưa thích không bỏ được,
đeo đuổi, theo đuổi.

집터 택지 Đất dựng nhà,
nền nhà.

집필 하다 Chấp bút,
viết.

집합하다 집중하다,
합집 하다 Tập hợp, tập
trung. *(tr)* 해산하다 giải
tán.

집회하다 Hội nghị.

짓 움직임, 짓거리 Cử
chi, điệu bộ.

짓누르다 억누르다,
억압 하다 Áp bức, đè
nén.

짓자 하다 Làm nên, làm.
(tr) 헐다, 허물다 đập bỏ.

징그럽다 흉측하다,
흉하다 Trông gớm ghiếc,

trông xấu xí, ghê tởm.

징 발 하 다 징용하다,
강제로 가져쓰다 Trưng
thu, trưng dụng.

징 벌 하 다 벌주다 Phạt,
trừng phạt.

징 수 하 다 징봉 하다
Truy thu. 징세하다 truy
thu thuế. *(tr)* 소급하다
trả bù.

징 역 살 다 징역 살
이하다, 복역 하다 Sống
khổ sai, làm khổ sai.

징 조 징후, 조짐, 징조
Dấu hiệu, điềm, điều thấy
trước.

짖 다 울다 Khóc. *(tr)*
웃다 cười.

짙 다 진하다, 뿌옇다
Đậm, dày (sương).

짚 Rạ, rơm, cỏ. 짚신,
초신 dày cỏ, dày rơm.

짚 다 Nắm dựa vào. 대다,
대기 하다 dựa vào.

기대 하다 trông chờ
vào, hy vọng vào.

짜 다 만들다, 세우다,
조직하다 Lập, dựng (kế
hoạch), tổ chức.

짜 다 짭짤 하다, 간간
하다, 건건 하다 Mặn,
nhiều muối. *(tr)* 싱겁다
nhạt.

짜 증 내 다 찌증 내다
Đâm ra bức xúc, trở nên
bức xúc.

짜 증 싫증, 역정 Bức
xúc, sự bực bội.

짝 잃은 부부 남편이
나 아내만 남아 있는
부부 Vợ (chồng) đơn chiếc.

짝 Một nửa (của cái gì),
trong một đôi, một người
trong vợ chồng *(tt)* bạn
vợ.

짝 수 Số lẻ. 홀수 Số chẵn.
(tr) 쌍, 걸레 cặp, đôi.

짝 눈 Một mắt.

짝사랑 외사랑 Tình
yêu đơn phương.

짝임 조직, 구조 Cơ
cấu tổ chức.

짝짓다 짝하다 Cặp đôi,
làm thành đôi, kết bạn,
yêu nhau.

짠물 Nước mặn, nước
biển. (tt) 바닷물. (tr)
민물, 맹물, 단물 nước
ngọt.

짠물고기 Cá nước mặn.
(tr) 민물고기, 담수어
cá nước ngọt.

짧다 Ngắn. (tr) 길다
dài.

짧은 시간 Thời gian
ngắn. 하루아침 một sớm
một chiều. 촌각, 촌음
trong khoảnh khắc.

짬 틈, 겨를, 여가 Khoảng
thời gian rảnh rỗi, thời
gian trống.

짬뽕하다 합하다 Trộn

lẫn, hỗn hợp với nhau.
타다 pha trộn (nước).

쪼가리 조각 Mảnh vụn,
mảnh nhỏ (vải, giấy).

쪼개다 짜개다 Làm
thành mảnh. 부수다 làm
vỡ ra.

쪼개지다 나누이다
Được làm thành miếng.
부서지다 bị vỡ ra.

쪼그라지다 Tóm nhỏ
lại. 위축하다 co nhỏ lại.
접다 gấp lại. 펴다 mở
ra.

쪽빛 남빛, 남색, 하늘
색 Màu xanh da trời.

쪽지 종이 조각 Trang
giấy, giấy.

쫓다 몰다, 몰아내다,
추방하다 Đuổi đi, tống
ra, trục xuất, đuổi theo
sau. (tt) 뒤따르다. (tr)
쫓기다 Bị đuổi đi.

쫓아가다 뒤따라가

다 Đuổi theo sau.

쫓아내다 몰라내다,
쫓아버리다 Đuổi ra,
tống ra.

쫓아오다 따라오다,
뒤쫓아오다 Đuổi theo
đến.

찌그리다 찡그리다
Nhăn, nhăn nheo, nhăn
nhó.

찌꺼기 찌끼, 앙금 Chất
cặn bã, chất không tan
trong dung dịch.

찌다 살지다 Béo mập,
béo ra, mập ra. *(tr)* 여위
다 gầy đi.

찌르다 Đâm (bằng dao),
phóng hỏa. *(tt)* 방화하
다.

찌자 Ninh nhừ. 익히다
làm cho chín. 덥히 디
hâm nóng.

찍다 인쇄하다 In ấn,
đóng vào. *(tt)* 박다.

찢다 찢어발기다 Xé
ra, tước ra.

찢어지다 갈라지
다, 찢기다 Bị xé nhỏ ra,
bị tước ra.

찧다 빻다, 절구질하
다 Đâm, nghiền. 방아
찧다 đâm bằng cối.

ㅊ

차후 이다음, 다음, 이후
Lần sau, sau này. 차기
기 kỳ sau.

차 다 Trà uống. 다방
phòng trà.

차 차이, 차등 Sự chênh
lệch, mức khác nhau.
차액 số tiền chênh lệch.

차 Xe các loại. 자동차
xe ô tô. 차고 nhà để xe.
차량 xe cộ.

차갑다 차다, 냉하다
Lạnh, rét (*tt*) 춥다, lạnh
lùng. (*tr*) 따뜻하다 ấm áp,
ấm. 뜨겁다 nóng bỏng.

차관 Nợ vay nước ngoài.
빚, 차용, 대출 nợ vay
nói chung.

차관 Thứ trưởng. 장광
bộ trưởng. 차관보 trợ lý
bộ trưởng.

차근차근하다 조밀
하다, 완곡 하다 Đều
đều, cẩn thận, nhẹ nhàng
và đều đều.

차기 다음 시기, 다음
시기 Lần sau, kỳ sau
(tổng thống).

차남 둘째 아들, 차자
Con trai thứ. 장남 con
trai trưởng. 삼남 con trai
thứ ba, có ba con trai.

차내 차 속 Trong xe.

차녀 Con gái thứ. 장녀
con gái trưởng.

차다 Đầy. 충만 하다
sung mãn.

차다 발로 Đá bằng chân,
phản bội (người yêu).

차다 착용 하다 Treo,
đeo, mặc cái gì. (*tr*) 벗다
tháo ra.

차 단 기 Cái ngăn, cái ngáng, cái barie.

차 단 하 다 막다 Ngăn lại, ngăn cách ra.

차 도 감차 Sự bớt, khá hơn của bệnh. 차도 다도 Trà đạo.

차 도 찻길, 차로 Đường xe đi. 차선 làn xe. *(tr)* 보도, 인도 đường người đi.

차 라 리 Thà rằng. 도리 어, 오히려 ngược lại.

차 례 순서, 순차, 서차 Thứ tự, tuần tự, lần lượt.

차 리 다 (정신을) Tỉnh lại, lấy lại tinh thần. *(tr)* 잃다 (정신을) mất tinh thần, ngất đi.

차 림 새 화장, 차림새, 형색 Hóa trang, làm đẹp, cách ăn vận.

차 림 표 식단 Thực đơn.

차 마 아무리 해도, 도저 히 Làm sao cũng không,

không thể.

차 별 Sự phân biệt, khác biệt (trong đối xử). 평등 sự bình đẳng.

차 별 하 다 낮잡다, 홀 대하다 Coi thường, đối xử không ra gì.

차 분 하 다 얌전하다, 침착 하다 Điềm tĩnh (tính cách). *(tr)* 급하다 nóng nảy.

차 비 차임 Tiền tàu xe. 교통비 phí tàu xe.

차 석 부 Chức phó. *(tr)* 수석, 장 chức trưởng.

차 선 책 Phương pháp thứ hai. 상책 thượng sách. 중책 trung sách. 하책 hạ sách.

차 액 이문 Số tiền còn lại sau khi trừ, tiền lời *(tt)* 이익금, 마진.

차 용 금 임차 료 Tiền thuê, tiền vay mượn. 빚, 빚돈, 차입금 tiền nợ.

차용 증서 차용 증, 차서, 차장 Giấy vay nợ, giấy thuê.

차용하다 꾸다, 빌다, 빚내다 Vay mượn, thuê. *(tr)* 임대하다 cho vay, cho thuê, cho mượn.

차이 차, 차등 Sự khác biệt

차이점 다른 점 Điểm khác biệt. *(tr)* 공통 점 điểm chung.

차익 Lời do mua rẻ bán đắt. *(tr)*. 흑자 số tiền lời. 적자 số tiền lỗ.

차일피일하다 Lần lựa, lùi ngày này ngày khác.

차입하다 돈꾸다, 돈 빌리다 Vay tiền. *(tr)* 대출하다 cho vay tiền.

차장 Trưởng xe. 기장 cơ trưởng. 승무원 tiếp viên (trên tàu xe, máy bay). 안내원/양 cô hướng dẫn.

차제 이 때 Lúc này, cơ

hội này 이 기회.

차지다 가지다, 갖다 Có, chiếm giữ, sở hữu *(tt)* 소유하다.

차질 손해 Bức xúc, thiệt hại.

차차 차츰, 점점, 점차 Dần dần, từ từ, dần dà.

차표 승차권 Vé xe. 탑승권 thẻ lên máy bay.

착 도착하다, 이르다 Đến nơi, đến. *(tr)* 발, 출발하다, 떠나다 xuất phát, rời đi khỏi.

착각하다 잘못보다, 잘못 깨닫다, 잘못 이해하다, 오해하다 Hiểu sai, hiểu lầm.

착공하다 기공하다 Khởi công xây dựng. *(tr)* 준공하다, 완공하다, 낙성하다 khách thành, hoàn công. 착수하다 bắt tay vào công việc gì.

착륙하다 착지하다,

내려 앉다 Đậu xuống đất, hạ cánh xuống. *(tr)* 이륙하다 cất cánh (máy bay).

착 모 찬비, 식모 Người giúp việc nhà, người nấu ăn thuê trong nhà.

착 복 하 다 착용하다, 입다, 걸치다 Đeo, mặc, thắt vào người (đồ bảo hộ lao động).

착 복 하 다 횡령하다, 떼어먹다 Ăn quỵt, ăn chặn, ăn tiền của người khác.

착 석 하 다 앉다 Ngồi xuống. *(tr)* 기립 하다, 일어 서다 đứng dậy. 서다 đứng.

착 수 하 다 시작하다, 손대다 Bắt đầu việc gì, động tay vào. *(tr)* 종결/ 완결하다 xong, kết thúc công việc.

착 실 하 다 진실하다,

신실 하다 Thật, chắc chắn.

착 안 하 다 착상하다 Để mắt tới, để ý tới, suy nghĩ tới.

착 오 잘못, 미스 Nhầm lẫn, sơ suất, sai lầm.

착 유 하 다 Vắt sữa.

착 취 하 다 Bóc lột. 수탈 하다, 약탈하다 cướp bóc, chấn lột. 빨아먹다 hút, ăn hay uống.

찬 기 냉기 Không khí lạnh. *(tr)* 온기, 난기 không khí nóng.

찬 물 때 Lúc thủy triều lên cao nhất. *(tr)* 간물때 lúc thủy triều thấp nhất.

찬 물 냉수 Nước lạnh. *(tr)* 온수, 더운 물 nước nóng.

찬 미 하 다 기리다, 칭 찬 하다 Khen ngợi, ca ngợi. 찬양 하다, 찬송 하다 tán dương, ca ngợi.

찬바람 Gió lạnh. 고추
바람, 추운 바람, 한풍
gió rét.

찬반 찬성과 반대 Sự
tán·thành và phản đối.

찬밥 식은 밥 Cơm nguội,
cơm nguội lạnh. (tr) 더운
밥 cơm sốt, cơm nóng.

찬사 송사, 칭찬한 말
Lời khen.

찬성표 찬표, 기표
Phiếu tán thành. (tr) 반대
표 phiếu phản đối.

찬성하다 Tán thành.
찬동 하다 tán đồng. (tr)
반대 하다 phản đối.

찬송가 찬미가, 성가·
Thánh ca, bài hát ca ngợi
chúa.

찬스 (Chance), 기회 Cơ
hội. 호기, 운 dịp may,
dịp tốt.

찬양하다 찬미하다,
찬하다, 기리다 Ca ngợi,

ngợi ca.

찬조하다 돕다, 도와
주다 Giúp đỡ, giúp.

찬찬하다 꼼꼼하다,
용의주도하다 Êm ái,
lăn tăn, không dữ dội. (tr)
거칠다 thô, dữ.

찬탈하다 찬위하다,
왕위 빼앗다 Soán ngôi,
cướp ngôi vua.

찰과상 찰상 Vết thương
trầy da.

찰나 순간, 순식간 Trong
khoảnh khắc.

참 정말, 짜장, 과연 Đúng
là, quả nhiên, thật là (mức
độ ghê gớm).

참 진짜, 정말 Thật, đúng,
tốt. (tr) 거짓 dối, không
thật.

참가하다 Tham gia.
참여 하다, 참석 하다
tham dự. (tr)불참하다,
불참석하다 không tham

gia, không tham dự.

참 개구리 Con nhái bén. 개구리 ếch nhái. 청개 구리 con nhái xanh.

참 견 하 다 Tham gia ý kiến. (tr) 방관하다, 수수 방관 하다 bàng quan, không để ý.

참 고 하 다 참조하다, 고려 하다, 참작하다, 감안 하다 Tham khảo, xem để dùng.

참 다 Chịu đựng. 견디 다, 인내하다 kiên trì nhẫn nại.

참 담 하 다 암담 하다 Ảm đạm. 비탄하다, 비참 하다 bi thảm. 딱하다, 불쌍하다 đáng thương.

참 되 다 참답다, 진실 하다 Đúng, thật, chân thật.

참 말 정말, 진짜 Lời nói thật, lời nói chân thành. (tr) 거짓말 lời nói dối.

참 빗 세소 Cái lược dày. 빗 cái lược. (tr) 얼레빗 cái lược thưa.

참 소 하 다 헐뜯다, 기 산하다 Nói xấu người khác. 비방하다 phi báng.

참 수 하 다 Chặt đầu, chặt cổ.

참 으 로 참, 정말 Đúng là, thật là, vô cùng (to, tốt).

참 을 성 근기, 인내성 Sức, tính chịu đựng, sức dẻo dai.

참 작 하 다 참조하다, 고려 하다 Tham khảo.

참 하 다 얌전하다, 숙 부드 럽다, 찬찬 하다 Dịu dàng, điềm đạm.

참 혹 하 다 가혹하다, 끔찍 하다 Tàn bạo. 무 자비 하다 không có từ bi, tàn bạo.

참 회 하 다 Sám hối. 뉘

우치다, 후회하다 hối
hận, hối tiếc.

찻길 차도, 차로 Đường
xe đi. *(tr)* 보도, 인도
đường người đi.

찻집 창, 곳간, 창 Kho
đựng gì đó, kho tàng.

창공 창천, 푸른 하늘
Trời xanh, không trung.

창기 기생 Kỹ nữ, cô đào
ngày xưa. 창녀 gái điếm.

창립하다 창설하다,
창건 하다, 창성 하다
Sáng lập, lập ra, dựng nên
thế uu.

창문 창, 창호, 영창
Cửa sổ. 문 cửa.

창백하다 해쓱하다,
하얗 다 Trắng, trắng
bệch ra.

창생 세상 사람, 창민
Người đời, người thế gian.

창시하다 시작 하다
Bắt đầu sáng lập.

창안하다 창출 하다
Nghĩ ra, sáng tạo ra.

창의력 창조력 아이
디어 Sức sáng tạo, sức
đề xuất mới.

창자 배알, 밸, 장, 장관
Cơ quan nội tạng, ruột
gan mật.

창작하다 Sáng tác.
짓다 làm ra.

창조하다 Sáng tạo. *(tr)*
모방 하다 mô phỏng,
làm theo.

창파 푸른 파도 Sóng
xanh.

창피하다 창피 스럽
다, 부끄럽다, 남부끄
럽다, 낯부끄럽다 Xấu
hổ, ngượng, xấu mặt. 낯
뜨겁다 mặt dày.

창해 대양, 대해, 망망
대해 Biển xanh mênh
mông.

창호지 한지, 문종이

ㅊ

Loại giấy xấu ngày xưa.

찾 다 찾아 보다 Tìm, kiếm, rút ra (tiền ngân hàng). 뒤지다 lục tìm kiếm.

찾 아 가 다 만나 러가 다 Tìm đến đâu, đi gặp ai. 방문 하다 viếng thăm. 왕래 하다 đi lại thăm nhau.

찾 아 오 다 만나 러오 다, 왕림하다 Tìm đến.

채 광 하 다 Hấp thụ ánh sáng. 조명하다 chiếu sáng.

채 광 하 다 채굴하다, 광석을 파다 Đào quặng, khai thác quặng.

채 권 자 빚쟁 이 Chủ nợ, người cho vay nợ. *(tr)* 재무자 con nợ, người mang nợ.

채 무 빚, 부채 Nợ phải trả, nợ vay. *(tr)* 채권 nợ cho vay.

채 무 자 부채자 Con nợ, người mang nợ.

채 비 하 다 갖추어 차 리다, 구비하다, 준비 하다 Chuẩn bị.

채 색 하 다 색칠 하다 Tô màu, tô sắc.

채 석 하 다 부석 하다 Khai thác đá.

채 소 채마, 남새, 푸성 귀 Rau, rau cỏ.

채 신 없 다 치신 없다 Không tu tỉnh, không biết giữa mình.

채 용 하 다 채납하다, 등용하다 Thu dụng, tuyển dụng, sử dụng người.

채 우 다 메우 다 Lấp, lấp cho đầy.

채 우 다 잠그다 Khóa lại. *(tr)* 열다 mở ra.

채 우 다 차게 하다 Làm cho đầy. *(tr)* 비우다 làm cho trống rỗng.

채 운 채색 구름, 꽃구름 Mây màu, đám mây đẹp.

채 점 하 다 매기다 Cho điểm, đánh giá bằng điểm số.

채 종 밭 씨밭 이 밭 Ruộng rau giống.

채 집 하 다 Sưu tập. 모으다 gom lại.

채 찍 채 Cái roi. 몽둥이 cái gậy.

채 취 하 다 캐다 Đào lên, khai thác.

채 택 하 다 택하 다, 가려 내다, 가려 뽑다, 선택 하 다 Lựa chọn.

책 서적, 재적, 서책, 간책, 책자 Sách (nói chung).

책 가 방 책보 Cặp sách.

책 가 위 하 다 책을 싸 다 Bọc sách, bọc bìa sánh.

책 동 하 다 선동하다, 부추기다 Xúi giục.

책 략 Sách lược. 모략 mưu lược. 책모, 모책 mưu sách. 꾀 mưu mẹo.

책 망 하 다 Trách móc. 꾸짖다, 책잡다, 나무라다 la, quở.

책 방 서점, 책가게 Hiệu sách, cửa hàng sách.

책 상 서안, 서록 Cái bàn, cái bàn học. 서랍 ngăn kéo. 식상 cái bàn ăn. 탁상 bàn giấy.

책 상 다 리 가부 좌 Chân bàn.

책 상 물 림 샌님 Mọt sách, người chi biết sách vở nhưng mù tịt thời cuộc.

책 씻 이 책거 리 Tiệc mừng sách mới viết xong.

책 임 Trách nhiệm. 책무, 의무 nghĩa vụ.

책 임 지 다 걸머 지 다 Chịu trách nhiệm.

책 자 책, 서책, 서적

Sách.

책 잡 다 탈잡다, 트집
잡다 Lợi dụng điểm yếu,
nắm lấy điểm xấu của ai.

책 잡 히 다 탈잡 히 다
Bị người khác nắm, lợi
dụng sai sót, điểm xấu
của mình.

책 장 책잎, 페이 지
(*Page*) trang sách.

챔 피 언 (*Champion*) 우
승자 người vô địch.

챙 기 다 거두다, 간수
하다, 준비 하다 Thu
vén, có đầy đủ, chuẩn bị.

처 아내, 권속 (Coi thường)
vợ.

처 가 부가 Nhà vợ. *(tr)*
시가 nhà chồng.

처 녀 Thiếu nữ chưa chồng,
노처녀 gái lỡ thời. 숫
처녀, 동정녀 gái đồng
trinh. (*tr*) 총각 con trai
chưa vợ 노총각 trai lỡ

lứa.

처 단 하 다 처벌하다,
벌 주다 Xử phạt, phạt
tội.

처 량 하 다 구슬프다,
슬프다 Buồn thảm, buồn
thê lương.

처 리 하 다 알아하다,
해결하다 Xử lý, giải
quyết công việc.

처 마 추녀, 첨아 Máy
giọt, máu tranh, mái ngói.

처 박 다 쑤셔넣다, 밀
어넣다 Nhồi, nhét vào.
세게 박다 đóng mạnh
vào.

처 방 약방 문, 약전
Đơn thuốc.

처 벌 Việc xử phạt. 처형
hình phạt tử hình.

처 분하 다 매각 하다,
정리 하다 Bán đi (nhà, ...).

처 세 처세상 Xử thế.
처세 술 thuật xử thế.

처세관 quan điểm xử thế

처 소 곳, 장소, 주소, 소재지, 거처 Nơi chốn, địa điểm, địa chỉ.

처 신 처신, 채신 Việc xem lại chính để hoàn thiện mình, xử thân. 수신 việc tu thân.

처 연 Thiên nhiên. 자연 tự nhiên. *(tr)* 인공, 인위, 인조 nhân tạo.

처 우 경우에 따라처 리하다 Xử lý tùy trường hợp.

처 음 첨, 첫째 Ban đầu, đầu tiên, lần đầu.

처 음에 애초에, 시작 에, 당초 에 Ngay ban đầu, ngay từ đầu tiên.

처 자 식 아내와 자식, 처자 Vợ con.

처 절 하 다 구슬프다, 참혹 하다, 처참 하다 Thê lương, thê thảm, buồn thương.

처 조 카 처질, 내질 Cháu vợ.

처 지 상황 Hoàn cảnh, môi trường (환경), tình hình thực tế.

처 치 하 다 Xử trí. 처리 하다 xử lý.

처 하 다 빠지다 Lâm vào, sa vào. 당하다, 당면 하다 bị.

척 도 Thước đo, tiêu chuẩn 표준, 기준.

척 박 하 다 메마르다, 거칠다 Thô, bạc màu. *(tr)* 비옥하다, 기름 지다, 걸다 phì nhiêu, màu mỡ.

척 추 척추 골, 등뼈 Xương sống.

척 하 다 Làm ra vẻ. 꾸 미다 ngụy trang.

천 헝겊, 옷감, 피륙 Vải may quần áo.

천 거 하 다 추천하다
Tiến cử, giới thiệu 소개
하다

천 고 천만고, 태고 Thiên
cổ, lâu lắm rồi, ngày xưa.
(tt) 옛날.

천 공 하늘, 공중 Trời cao

천 기 날씨, 일기 Thời
tiết. 기후 khí hậu. 기상
khí tượng.

천 당 천국 Thiên đường.
(tr) 지옥 địa ngục.

천 대 하 다 푸대 접하
다, 홀대하다, 박대하
다 Bạc đãi. (tr) 후대하
다, 공대하다 hậu đãi

천 덕 꾸 러 기 Người
bị coi thường, thứ bị vứt
đi.

천 동 우레, 벽력, 우뢰
Sấm. 벼락 sét. 번개 chớp.

천 리 안 Con mắt nhìn
xa ngàn dặm. 투시, 투
시력 nhìn thấu, nhìn

thông suốt.

천 막 장막 (Tent) Trại,
lều, trại bằng dù vải.

천 만 년 Ngàn vạn năm.
천만세 ngàn vạn đời.

천 만 다 행 Ngàn vạn lần
may mắn, rất may mắn.

천 만 뜻 밖 천만 의외
Hoàn toàn bất ngờ.

천 명 Mệnh trời. 천수 số
trời, số mệnh. (tt) 운명.

천 부 Thiên phụ, trời cha.
천자 thiên tử, con trời.

천 부 타 고 남, 천 생
Thiên phú, bẩm sinh, có
sẵn khi sinh ta.

천 생 날 때부터, 당초
부터, 선천 Bẩm sinh,
có sẵn, trời định sẵn.

천 성 천골, 천심 Tính
bẩm sinh, tính sẵn có.

천 세 오랜 세월, 천년
Ngàn năm, tháng ngày
lâu dài.

천 수 Số trời định. 천명
  mệnh trời định.

천 수 답 천동 지기,
  마른 논, 천동바 라기
  Ruộng đồng khô nẻ.

천 시 하 다 업신 여기
  다 Coi thường, coi khinh.
  (tr) 중 시하다 coi trọng.

천 신 만 고 온갖 고난
  Muôn ngày hiểm nguy và
  tai nạn, muôn vàn khó khăn.

천 심 천지 Lòng trời.
  천의 ý trời. *(tr)* 민심, 인심
  lòng người.

천 양 지 차 천양지간,
  천지간, 아주 큰 차이
  Khác nhau một trời một
  đất.

천 우 신 조 천조, 신조
  Trời thần phù hộ.

천 인 하천인, 노비, 하천
  Người hèn kém, đầy tớ.
  (tr) 귀인 người cao quý.

천 자 천황 Ngọc hoàng

천 장 Trần nhà. *(tr)* bà dắc
  đáy nhà, nền nhà.

천 재 Nhân tài. 천인 người
  trời. *(tr)* 둔재, bà bảo anh
  ngốc.

천 재 일 우 천세일세,
  절호 기회 Cơ hội ngàn
  năm có một, dịp may
  hiếm có trời cho.

천 재 지 변 Thiên tai địa
  biến. 천변, 천재 thiên tai.

천 주 교 Đạo thiên chúa.
  천주교 성당 nhà thờ
  đạo Thiên chúa. 기독교
  đạo Tin lành 기독교
  교회 Nhà thờ.

천 지 Thiên địa. 하늘과
  땅 trời đất. 간곤 càn khôn.

천 지 개 벽 천지 창조,
  개벽 Sự sáng lập trời đất.

천 진 난 만 천진무구,
  아주 순박함 Rất trong
  trắng, trong sạch.

천 차 만 별 천태만상,

만별 Thiên hình vạn trạng.

천 천 히 찬찬히, 느리게, 느릿 느릿, 더디 Chầm chậm. 서서히 từ từ.

천 체 Thiên thể.

천 체 력 천체일표 Lịch thiên văn.

천 추 Thiên thu vạn đại.

천 치 바보, 상우 Anh ngốc. *(tr)* 천재 thiên tài.

천 하 Thiên hạ. 온 누리, 온 세상 toàn thế gian.

천 하 다 쌍스럽다, 속되다 Hèn kém, tục tĩu.

천 하 무 적 Thiên hạ vô địch. 천하제일 thiên hạ đệ nhất.

천 하 일 색 Sắc đẹp tuyệt trần. 천향 국색 thiên hương quốc sắc. 경국지색 đẹp nghiêng nước nghiêng thành.

천 하 태 평 Thiên hạ thái bình.

철 강철, 쇠, 철강, 강 Sắt thép, sắt gang.

철 계절, 시절, 시즌 *(Season)* Mùa trong năm.

철 갑 철의 Áo giáp sắt.

철 거 하 다 제거하다, 치우다, 헐다 Xóa bỏ, đập bỏ. 철거민 dân vùng bị tái định cư.

철 군 하 다 철병하다, 퇴군하다 Rút quân, lui binh, bãi binh. *(tr)* 진군/진병 하다 tiến quân, tiến binh.

철 나 다 철들다, 셈나다, 셈들다 Có lễ độ, hiểu biết ra lẽ phải, biết điều.

철 도 철길, 철로 Đường sắt, đường tàu hỏa.

철 두 철 미 하 다 처음부터 끝까 지철 저하다 Triệt để đầu đuôi. 시종일관 trước sau như một.

철면피하다 낯두껍
다, 뻔뻔스럽다 Dày mặt,
dạn mặt, trơ trẽn, trơ tráo.

철부 멍청이 Con người
ngớ ngẩn.

철사 철선 Dây sắt, dây
thép.

철새 Chim mùa, chim
về theo mùa. (tr) 유조,
텃새 chim định cư sẵn.

철수하다 거두다, 거
두어들이다 Tháo lui,
rút lui. 돌아가다 quay
trở về.

철야하다 밤새우다,
지새다 Thức suốt đêm.

철없다 Hoàn toàn không
hiểu gì về đạo lý, lẽ phải.
무식하다 vô học.

철저하다 투철하다
Hoàn tòan tuyệt đối, chặt
chẽ. (tr) 소홀하다 lỏng
lẻo.

철조망 철망 Lưới sắt.

철천지원수 Kẻ thù
không cùng trời đất. 원수
quân thù.

철퇴하다 철수하다
Rút lui, triệt thoái.

철학자 철학가, 철인
Nhà triết học.

철회하다 취소하다,
철거하다 Rút lui, không
tham gia nữa (hội nghị, ..).

첨가하다 더하다, 더
넣다, 덧붙이다 Thêm
vào, bỏ thêm vào.

첨단 첨예, 앞장 Đứng
đầu.

첨부하다 덧붙이다
Kèm theo, đính kèm.

첨예하다 Sắc bén,
tiên tiến, đi đầu. 날카
롭다 sc bén. 뾰족하다
nhọn sắc.

첩 소가, 소실 Thiếp, vợ
hai. (tr) 본처, 본실, 정실
vợ cả.

첩경 지름길 Đường tắt,
đường thành công nhất.

첩자 간첩, 첩보원, 밀정
Gián điệp, điệp báo.

첩첩 중중 첩첩 Trùng
điệp, trùng trùng điệp điệp.

첫가을 초가을, 소추
Đầu thu.

첫걸음 첫발, 첫출발,
제일보, 초보 Bước đầu
tiên (trong công việc gì).

첫날 초일, 제일일 Ngày
thứ nhất, ngày đầu tiên.

첫날밤 치르다 합
례하다, 정례 하다 Hợp
cẩn, vợ chồng đêm tân hôn.

첫날밤 첫날 저녁 Đêm
đầu tiên, đêm tân hôn (*tt*)
혼야.

첫눈 초설 Tuyết đầu mùa.

첫마디 첫말 Lời nói
đầu tiên.

첫머리 초두, 선두
Đoạn đầu, khúc đầu. (*tr*)

끝머리 đoạn, khúc cuối.

첫사랑 초연, 첫정
Mối tình đầu.

첫솜씨 Người bắt đầu
làm việc gì đầu tiên, tay
đầu tiên làm việc gì.

첫인상 제일 인 Ấn
tượng đầu tiên.

첫째 으뜸, 맨처음,
제일 Đầu tiên, thứ nhất,
nhất, số một. (*tr*) 꼴찌,
꼴등 hạng bét.

첫추위 초한 Đợt rét
đầu tiên.

청각 듣기감각 Thính
giác. 청각기, 청관, 청각
기관 cơ quan thính giác.

청개구리 청와, 우
와 Con nhái xanh, nhái bén.

청결하다 정갈하다
Tinh khiết. 깨끗하다 sạch
sẽ. 맑다 trong. 밝다 sáng
sủa. (*tr*) 지저분하다 luộm
thuộng bẩn thiu.

청구하다 요청하다, 청원 하다, 요구하다 yêu cầu. 청탁하다 nhờ vả việc gì.

청년 젊은 이, 젊은 남자 Thanh niên. 청년 thanh nữ. *(tr)* 노년 tuổi già. 노인 cụ ông. 노파 cụ bà.

청력 이력 Thính lực.

청렴 하다 염하 다 Thanh liêm, trong sạch.

청룡 푸른 용, 창용 Rồng xanh. 백호 bạch hổ, hổ trắng.

청맹과니 청맹 Thông manh.

청백 리 청리, 염리 Quan thanh liêm, quan trong sạch. *(tr)* 탐관오 리 tham quan ô lại.

청부하다 떠맡다, 청 부맡다 Nhận ủy thác, thay ai làm việc gì, nhận

ủy nhiệm.

청빈하다 Thanh bần, thanh bạch và nghèo.

청사 Sử xanh. 역사 lịch sử. 정사 chính sử. 야사 dạ sử.

청사진 설계도, 미래 도 Sơ đồ thiết kế.

청산유수 달변, 웅변 Nói năng, đối đáp trôi chảy, hùng biện.

청산하다 깨끗 이정 리하다 Thanh toán sòng phẳng.

청소하다 소제하다, 치우다 Dọn vệ sinh, dọn rác rưởi.

청송 푸른 솔 Cây thông xanh.

청수 맑은물 Nước trong. 정수 nước lọc. *(tr)* 오수 nước bẩn.

청운의뜻 대망, 큰뜻 Chí thanh vân, chí lớn.

청 음 Tiếng trong suốt, âm vô thanh 무성음. *(tr)* 유성음, 탁음 âm hữu thanh.

청 자 청도, 청자기, 청 사기 Sứ tráng men.

청 주 맑은술, 약주 Rượu trong, rượu trắng. *(tr)* 막걸 리 rượu nếp cái.

청 천 천공, 푸른 하늘 Thanh thiên, trời xanh.

청 첩 장 청첩, 청장 giấy mời đến dự cuộc vui, giấy mời dự đám cưới. 초대 장 giấy mời (họp hành, v.v...).

청 초 하 다 trong trắng, trinh trắng.

청 춘 한참 나이 Thanh xuân, đang tuổi đẹp nhất trong đời người.

청 탁 하 다 부탁 하다 nhờ, nhờ vả ai làm việc gì.

청 하 다 신청 하다 xin phép. 요청하다 thỉnh cầu.

체 감 하 다 덜어가다, 덜다 Tăng (cấp bậc, ...). *(tr)* 체증하다 tăng lên.

체 결 하 다 Ký kết (hợp đồng, ...). 맺다 nối, liên kết.

체 계 조직 체계 Hệ thống, hệ thống tổ chức.

체 구 몸집, 몸, 몸통 Cơ thể người, phần cơ thể.

체 념 하 다 단념하다 Từ bỏ suy nghĩ việc gì. 포기 하다 từ bỏ công việc gì.

체 력 힘, 체능, 체위 Thể lực, sức mạnh cơ thể.

체 류 하 다 머무르다, 거주 하다 Lưu trú, ở đâu, cư trú.

체 면 면, 낯, 체모 Thể diện. 체통 thể thống.

체 온 계 검온기 Nhiệt

kế đo nhiệt người.

체육 체련 Thể dục. 운동 thể thao.

체인 (*Chain*), 쇠사슬, 쇠줄, 사슬 Xích sắt, dây xích sắt.

체적 부피 Thể tích. 용적 dung tích.

체제 Thể chế. 정치/ 사회 체제 thể chế chính trị/ xã hội.

체중 몸무게, 체량 Trọng lương cơ thể.

체포하다 잡다, 붙잡 다 Bắt sống, bắt được. 잡히다 bị bắt.

체험하다 경험하다, 증험하다 Thử nghiệm, thử làm việc gì.

체형 Thể hình, kiểu người, dáng người.

체형 신체형 Hình phạt làm cho cơ thể đau đớn.

쳐부수다 파하다, 격

파하다 Đập tan, đánh tan.

초가삼간 삼간 초가 Ba gian nhà tranh.

초가을 첫가을, 이른 가을 Đầu thu. *(tr)* 늦가 을. 만추 cuối thu.

초가집 초가, 초당, 초옥, 초려 Nhà tranh. 기와집 nhà ngói.

초겨울 첫겨울, 맹동 Đầu đông.

초경 일경 Canh một, canh đầu hôm từ 7 giờ tới 9 giờ tối.

초경 첫 월경, 초조 Lần có kinh đầu tiên.

초고 원고, 저고 Bản thảo, bản gốc, bản chính.

초과하다 넘다, 넘어 서다 Vượt qua, tràn qua. 지나치다 quá mức. 뛰어넘다 nhảy vọt qua. 초월하다 qua mặt, vượt qua trước (xe cộ). *(tr)*

미달하다 chưa đạt đến mức.

초 교 척 교정 In lần đầu.

초 기 초창기, 초엽 Thời kỳ đầu. *(tr)* 말기 mạt kỳ, thời kỳ cuối.

초 나 흘 초나흗날, 나흗날, 초사일 Bốn ngày đầu tiên. 제사일 ngày thứ tư.

초 닷 새 닷샛 날 Bốn ngày đầu.

초 대 하등 Sơ đẳng. *(tr)* 고등 cao đẳng.

초 대 하 다 Mời tham dự. 초대 장, 초대 권 giấy mời.

초 라 하 다 보잘 것없 다 Tiêu điều, tiều tụy, không thấy ra gì.

초 래 하 다 불러 오다, 가져오다 Dẫn đến (hậu quả), mang đến, đưa đến, đưa lại.

초 로 같 다 이슬 같다 Giống sương đầu ngọc cỏ. 덧없다, 허무하다 hư vô. 초로, 초로기 thời kỳ bắt đầu già.

초 록 색 초록빛, 녹색 Màu cỏ, màu cỏ xanh.

초 면 첫 낫, 생면부지 Khuôn mặt lạ, người gặp lần đầu. 낯설다 không biết, lạ mặt. *(tr)* 구면 khuôn mắt quen biết. 낯 익다 quen mặt.

초 보 자 Người mới vào nghề. *(tr)* 달인 chuyên gia. 고수 cao thủ.

초 봄 이른 봄, 첫봄, 맹춘 Đầu xuân, xuân đầu tiên.

초 봉 첫 봉급, 초급 Lần lương đầu tiên.

초 빙 교 수 객원교수 Giáo sư mời đến.

초 빙 하 다 모시다 Mời

khách, rước khách đến.

초산하다 첫아 이낳다 Đẻ con so, sinh nở lần đầu.

초상 초상화 Bức chân dung.

초상집 Nhà có tang.

초서하다 Chọn rể.

초석 Hòn đá kê chân cột, nền tảng 기초, 기반.

초순 상순 Thượng tuần. *(tr)* 중순 trung tuần. 하순 hạ tuần.

초승 Ngày đầu tháng âm lịch. *(tr)* 그믐 ngày cuối năm.

초승달 Trăng lưỡi liềm, trăng đầu tháng. 보름달 trăng rằm.

초심자 초심, 초보자 Người tập sự.

초야 초저녁 Đầu hôm.

초여드레 초여 드렛날 Ngày thứ tám, tám ngày đầu tiên

초여름 첫여름, 맹하 Đầu mùa hạ. *(tr)* 늦여름 cuối mùa hạ.

초엽 초기 Đầu kỳ. *(tr)* 말기 cuối kỳ, mạt kỳ.

초월 풀밭 Thảo nguyên, cánh đồng cỏ.

초월하다 넘다 Vượt qua, vượt qua mặt.

초인 슈퍼맨 *(Superman)* siêu nhân.

초입 어귀, 입구 Cửa vào, đầu vào. *(tr)* 출구 cửa ra. *(tr)* 막바지 nơi tận cùng. 막다른 골목 ngõ cụt.

초점 포커스 Tiêu điểm.

초조하다 안절 부절하다 Hồi hộp, lo lắng, bồn chồn.

초췌하다 야위다, 파리하다 Gầy khô, gầy do bệnh.

초 탈 하 다 초속하다, 조세 하다 thoát khỏi thế tục.

초 파 일 사월 파일 Ngày 08 tháng tư âm lịch, ngày Phật đản.

초 판 첫판 In lần đầu.

초 하 루 초하룻날, 초 일일 Ngày đầu tiên trong tháng.

초 행 길 처음 길 Con đường mình đi đầu tiên.

초 혼 첫 혼인 Hôn nhân lần đầu. *(tr)* 재혼 tái hôn. 조혼 tảo hôn.

촉 각 촉감 Xúc giác, cái râu động vật.

촉 구 하 다 재촉하다 Thúc dục, thôi thúc, đôn đốc.

촉 급 하 다 급하다, 급 박하다 Gấp gáp, cấp bách.

촉 망 소망, 기대 Niềm tin, hy vọng, trông chờ.

(tr) 무망 không hy vọng.

촉 박 하 다 촉급하다 Gấp bách, cấp bách, gấp gáp. *(tr)* 여유만만하다 thong thả, dư dả, thong dong.

촉 성 재 배 온상재배 Phương pháp trồng làm cây mau phát triển (trong nhà kính).

촉 촉 하 다 축축하다, 습윤 하다 Dấp dấp, có nước dấp dấp (đường sau mưa).

촌 농촌, 시골, 촌구석 Nông thôn, vùng xa lánh. *(tr)* 도시 đô thị.

촌 각 짧은 기간, 촌음, 촌음 Trong khoảnh khắc, trong giây lát.

촌 극 토막극 Kịch một hồi, kịch ngắn.

촌 뜨 기 시골뜨기, 촌 닭 Người nhà quê (coi

thường). *(tr)* 시골뜨기 gã thành phố.

촌락 마을, 동네 Làng mạc, làng ấp.

촌사람 촌민 Dân quê, người vùng nông thôn.

촌스럽다 Quê mùa, mang tính thôn quê.

촌지 작은 선물 Món quà nhỏ mọn.

촌티 시골 냄새, 시골 티 Hương vị làng quê.

촘촘하다 빽빽하다, 조밀 하다 Dày, dày đặc, kín.

촛농 촉루 Nước nến chảy ra.

촛대 촉대 Cái cắm đèn cầy.

촛불 Lửa nến, lửa đèn cầy, cây nến.

총 총기 Súng. 포 pháo.

총각 Trai tơ, trai chưa vợ. *(tr)* 처녀 gái chưa

chồng.

총계 합계, 총합 계 Tổng hợp, tổng số. 총수 tổng số. 소계 cọng từng phần.

총괄하다 Tổng quản, quản lý tất cả. 장악하다 nắm giữ, chiếm giữ.

총구 총명한 기운 Sức nhớ giỏi, tài nhớ.

총망하다 Bận lắm. *(tr)* 한 가하다 rỗi rãi.

총면적 Tổng diện tích.

총명하다 똑똑하다, 슬기롭다 Thông minh, sáng dạ. *(tr)* 우둔하다 tối dạ.

총서 Nhiều sách về một chủ đề.

총소리 총성 Tiếng súng. 포성 tiếng pháo.

총알 탄알, 총탄, 처란, 탄환 Đạn, viên đạn. 폭탄 bom.

총 애 Sùng ái (của vua chúa xưa). 사랑 하다 yêu thương.

총 채 주미, 먼지떨이 Cái chổi phủi bụi.

총 체 Tổng thể. 전부 toàn bộ.

총 총 걸음 종종 걸음 Bước chân vội vàng, bước chân gấp.

총 총 하 다 빽빽하다, 촘촘 하다, 배다 dày, đặc kính, san sát. (tr) 성 기다 thưa, sưa, thưa thớt.

총 포 Pháo và súng.

촬 영 하 다 (사진을) 찍다 Chụp hình, quay phim.

최 고 Cao nhất. 최상 최 thượng. (tr) 최저, 최하 thấp nhất.

최 고 Lâu đời nhất, cũ nhất. (tr) 최신 mới nhất.

최 고 봉 주봉, 정상 Đỉnh cao nhất, người đứng đầu 제일인자.

최 고 선 지고선, 지선 Mục đích, lý tưởng cao nhất

최 고 품 명품 Hàng cao cấp, hàng nổi tiếng. (tr) 최하품, 사구리 hàng rẻ tiền.

최 근 요즘, 근래 Gần đây, dạo này.

최 다 하 다 제일많다 Nhiều nhất. (tr) 최소 하다, 제일 적다 ít nhất.

최 대 하 다 제일 크다 Lớn nhất, to nhất. (tr) 최 소하다 bé nhất

최 대 한 최대한도, 맥 시멈 (Maximum) Giá trị lớn nhất. (tr) 최소한 giá trị bé nhất.

최 상 맨 위, 최고, 지상 Trên nhất, cao nhất. (tr) 최하 thấp nhất.

최 상 급 상상치 Hạng

cao nhất. (tr) 최하급 hạng thấp nhất.

최 선 최상, 베스트 (Best) Tốt nhất. (tr) 최악 xấu nhất.

최 선 봉 맨앞장, 맨앞 Đi đầu nhất, đi tiên phong nhất.

최 소 하 다 제일 적다 Ít nhất. (tr) 최대 하다 lớn nhất.

최 장 하 다 Dài nhất. (tr) 최단하다 ngắn nhất.

최 저 하 다 제일 낮다 Thấp nhất. (tr) 최고하 다 cao nhất.

최 전 선 최전방 Nơi ác liệt nhất trong chiến trường.

최 종 점 맨끝점, 마지 막 점, 종점 Điểm cuối cùng. (tr) 기점 điểm đầu.

최 초 맨 처음, 처음, 시초 Ban đầu, thời thủy tổ. (tr) 최후, 최종 cuối

cùng nhất.

최 후 맨 뒤, 맨마지막, 최후미 Cuối cùng, tối hậu. (tr) 최초 ban đầu nhất.

추 가 하 다 더하다, 보 태다 Thêm vào, thêm. (tr) 삭감 하다, 삭제 하다 loại trừ ra, xóa đi.

추 기 한기 Cái rét, trời rét. (tr) 더위 trời nóng.

추 기 다 부추기다, 꾀어 내다, 선동 하다 Xúi giục, tuyên truyền ai làm việc gì.

추 남 나한 Xấu trai. (tr) 미남, 잘생기다 đẹp trai. 추녀 xấu gái.

추 녀 처마 Mái tranh, mái giọt.

추 녀 호박꽃, 추부 Xấu gái. (tr) 미녀 đẹp gái.

추 녀 마 루 마루 Nóc nhà, nóc mái giọt.

추 념 추사, 회고 Hoài

niệm, hoài cổ.

추 대 하 다 떠받들다,
받들다, 모시다 Đón, đón
nhận, cùng (kính trọng).

추 도 식 Lễ truy điệu.

추 락 하 다 실추하다,
떨어지다 Rơi xuống,
rơi rụng, rớt.

추 렴 하 다 걷다, 거두
다 Thu lượm, thu gom, tu
lại.

추 리 다 가려내다, 뽑아
내다, 골라내다 Lựa,
chọn lựa ra. 간추리다,
요약하다 tu gọc, yếu
lược, tóm tắt lại.

추 리 하 다 Luận cứ, lý
luận.

추 문 조성, 스캔들 (scan
dal) Vụ xấu xa bị lộ tẩy, xì
căng đan.

추 방 하 다 축출하다,
내쫓다 Trục xuất, đuổi
ra, tống đi.

추 산 하 다 어림잡다,
추계하다 Trù tính, tính
tóan thử.

추 상 사상, 개괄 Trừu
tượng. *(tr)* 구상, 구체
cụ thể.

추 색 추광, 가을 빛
Ánh thu. 주색 tửu sắc.

추 석 가위, 한가위, 한가
윗날 Trung thu, rằm tháng
8 âm lịch.

추 세 흐름, 형평, 조류
Xu thế, dòng chảy thời
cuộc. 경향 khuynh hướng.

추 수 하 다 가을 일하
다 Thu họach vụ thu.

추 신 추계, 재계 Tái bút,
viết thêm dưới thư.

추 악 하 다 추하다, 더
럽고흉 악하다 Trông
bẩn thỉu và hung ác.

추 앙 하 다 받들다. 우
러르다 Ngưỡng mộ, coi
trọng.

추 야 가을 밤 Đêm thu.

추 어 올 리 다 추어주 다, 추켜세우다 Khen quá mức, khen lấy khen để, cho đi tàu bay giấy.

추 억 추상, 회고, 회상 Hồi tưởng, suy nghĩ lại ngày xưa. 회상기 hồi ký.

추 워 하 다 춥다 고여 기다, 추위 타다 Kém chịu rét. (tr) 더위타다 kém chị nóng.

추 월 하 다 앞지르다 Vượt qua mặt, vượt qua. 따라잡다 theo kịp.

추 이 움직임, 이행 Sự thay đổi, sự chuyển động.

추 잡 하 다 더럽다, 구 리다, 추저분하다 Trông bẩn thỉu và gớm ghiếc.

추 장 우두머리, 추수 Người đứng đầu, thủ lĩnh.

추 적 하 다 Truy tìm. 뒤밟다, 뒤쫓다 đuổi theo sau.

추 정 하 다 어림 하다 Trù tính, trù định, dự định sơ bộ.

추 종 하 다 Theo đuôi. 뒤따르다 theo sau. (tr) 이끌다, 끌다, 인도하 다 Dẫn dắt, dắt dẫn.

추 진 하 다 촉진하다 Xúc tiến việc gì. 진행 하다 tiến hành. 밀고나 가다 đẩy mạnh việc gì.

추 천 하 다 천거 하다 Tiến cử, đề cử, giới thiệu 소개하다.

추 첨 하 다 제비뽑다, 심지 뽑다, 뽑다 Rút thăm, xổ số. 내기하다 đánh cuộc.

추 축 중심, 핵심 Trọng tâm, phần chính của công việc, chính trị quyền lực.

추 출 하 다 뽑아내다 Được rút, được chọn ra.

추측하다 어림치다, 어림 잡다 Đoán, đoán mò, dự đoán.

추켜 세우다 추어 올리다, 치켜세우다, 추키다, 올리다, 비행기 태우다 Đẩy lên, nâng lên, kéo lên, làm cho lên cái gì.

추하다 더럽다, 조잡스럽다 Trông bẩn khó coi và gớm ghiếc.

추후 후, 나중에, 추후로 Sau này, sau.

축 굴대, 심대 Trục. 회전축 trục quay. 중심축 trục trung tâm.

축나다 축지다 Sinh ra thiếu, sinh ra hụt. 모자라다 thiếu hụt. 초과하다 thừa.

축도 줄인 그림, 축소도 Bản vẽ thu nhỏ, bản đồ thu gọn.

축산 축산업 Nghề súc sản, súc sản.

축소하다 줄이다 Thu nhỏ lại, thu bé lại, giảm cho nhỏ. (tr) 확대하다, 확장하다 mở rộng, mở to ra.

축원하다 Cầu mong. 빌다 lạy cầu mong. 기도하다 cầu nguyện.

축음기 유성기 전축 Máy quay đĩa, phát lại âm từ đĩa hát.

축이다 적시다, 축축하게 하다 Làm cho thấm ướt, đem thấm nước. (tr) 말리다 phơi khô.

축재하다 자산 모으다 Tích lũy tài sản, tiền của.

축적하다 모으다 Thu gom, tích lũy. 쌓다 chất đống, chất thành đống.

축전 경전 Điện chúc

mừng

축전지 배터리 (*battery*)
Pin điện, ắc quy điện.

축전하다 Nạp điện. (*tr*)
방전하다 phóng điện.

축조하다 쌓다, 짓다
Xây đắp, đắp vào.

축지다 Trở nên yếu hơn.

축척 제척 Thước giảm
ti lệ dùng để vẽ bản đồ
thu nhỏ.

축축하다 촉촉하다,
젖는듯하다 Ươn ướt,
ẩm ẩm. 보송보송하다
khô không khốc.

축출하다 추방 하다
Trục xuất. 쫓아 내다,
몰아내다 đuổi ra ngoài.

축하객 하객, 축객, 하
례객 Khách đến mừng.
(*tr*) 조문객 khách viếng
tang.

축하연 Yến tiệc chúc
mừng.

축하하다 경하하다
Chúc mừng. 경축하다,
감축 하다 kính chúc.

춘궁 보릿고개, 춘궁
기 Thời kỳ giáp hạt trước
khi thu hoạch vụ hè.

춘기 봄기운, 순풍화
기 Xuân khí, sắc xuân.

춘부장 춘장, 아버님
Xuân đường (gọi kính trọng
cha của người khác).

춘추 봄과 가을 Xuân
thu, ngày tháng. (*tt*) 세월,
tuổi thọ. (*tt*) 연세, nайi.

춘추복 봄가을옷 Quần
áo xuân hè.

춘풍 봄바람, 화풍 Gió
xuân.

춘하추동 Xuân hạ thu
đông, bốn mùa. (*tt*) 사계
절, 사절.

출가하다 Xuất giá, đi
lấy chồng. (*tt*) 시집가다.

출가하다 Xuất gia, vào

núi đi tu *(tt)* 입산하다.

출구 출로, 나가는 문
Cửa ra. *(tr)* 입문 cửa vào.
출입문 cửa ra vào.

출근부 출석부 Sổ
chấm công, sổ ghi chép
ngày đi làm.

출력 출자 Xuất tiền ra,
in ra. *(tt)* 인쇄. *(tr)* 입력
nhập dữ liệu.

출마하다 입후 보하
다 Ra tranh cử. 후보
ứng cử viên.

출발하다 Xuất phát.
떠나다 xuất phát. *(tr)*
이르다, 다다르다, 도
착하다 đến nơi.

출범하다 출항 하다
Rời bến, rời cảng. *(tr)*
정박 하다 rời bến, rời
cảng (thuyền).

출병 출사 Việc phái binh
đi đâu.

출생 출산, 탄생 Việc

sinh đẻ, sinh ra. *(tr)* 사망
việc tử vong.

출생 지 생지, 출소,
산지 Nơi sinh ra.

출석하다 참여 하다
Tham dự. 참가 하다
tham gia. *(tr)* 결석 하다
không đi tham dự.

출세하다 Ra đời làm
quan chức, xuất thân, lập
sự nghiệp.

출옥하다 Ra ngục, mãn
hạn ra tù. 가출옥하다
ra tù trước thời hạn. *(tr)*
투옥 하다, 하옥하다,
입옥 하다 hạ ngục, cho
vào ngục.

출입하다 드나 들다
Vào ra. 출입문 cửa vào
ra. 비상문 cửa thoát
hiểm. 들어가다 đi vào.
나가다 đi ra.

출자하다 출력 하다
Xuất vốn. 투자하다 đầu

tư.

출 전 하 다 출정하다,
출진 하다 Xuất trận.
출격 하다 xuất kích.

출 제 하 다 Đưa ra câu
hỏi, đưa ra vấn đề.

출 중 하 다 출중나다
Xuất chúng. 빼나다, 뛰
어나다 xuất sắc, nhảy vọt.

출 처 하 다 아내 를쫓
아내다 Đuổi vợ đi.

출 출 하 다 시장하다,
배고프다 Đói bụng. *(tr)*
배부르다 no bụng.

출 판 하 다 간행하다,
발행 하다 Ấn hành, in
ấn, phát hành.

출 품 하 다 물품 을내
어놓다 Đưa hàng ra, xuất
hàng ra.

출 항 하 다 출범하다,
출발 하다 Xuất phát
khỏi cảng.

출 현 하 다 나타 나다

Xuất hiện.

출 혈 하 다 Xuất huyết,
máu ra.

춤 무용, 댄스 *(Dance)*
Điệu múa. 춤 추다 múa.

춥 다 Rét. *(tr)* 덥다 nóng.

충 격 격동, 쇼크, 격돌
Cú sốc, cú đột xuất.

충 고 충언, 조언 Lời
khuyên.

충 당 하 다 보충하다
Bổ sung cho đủ. 채우다,
메우다 lấp, làm cho đầy.

충 돌 하 다 부딪치다,
맞부딪 치다, 마주치
다 Xung đột, đụng nhau,
va chạm nhau. 갈등, 모
순 mâu thuẫn.

충 만 하 다 Sung mãn.
차다, 가득차다, 가득
하다 đầy.

충 복 의복 Người đầy tớ
trung thành có nghĩa.

충 분 하 다 충족하다,

흡족 하다, 넉넉 하다
Đầy đủ. *(tr)* 결핍 하다,
모자 라다, 부족 하다
thiếu.

충성하다 Trung thành.
충성을 바치다, 충성
을 다하다 hết lòng trung
thành với ai. 충심 lòng
trung thành.

충수염 맹장염 Viêm
ruột thừa.

충신 성신, 순신 Trung
thần. *(tr)* 역신 nghịch thần.

충실 하 다 Trung thực.
충직하다 trung trực. *(tr)*
불충 실 하다 không
trung thực.

충전 하 다 Nạp điện,
tích điện. *(tr)* 방전 하다
phóng điện. 누전 하다
rò điện. 감전하다 chạm
điện.

충족 하 다 Sung túc. 충
만하다 sung mãn. 만족

하다 thỏa mãn.

충 치 삭은니 Răng sâu.

충 훈 훈공 Công lao, có
công với đất nước.

췌 장 이장 Nhuận tràng.
대장 đại tràng, ruột già.
소장 ruột non.

취 객 취한 Người say
rượu.

취급 하 다 다루다 Truy
cập đến, dùng đến, xử lý
đến, đối xử.

취 기 술기운 Sắc thái,
lời nói khi say rượu. 주
정을 부리다 say rượu
quấy rối.

취득 하 다 얻다, 손에
넣다 Thu được, nắm được.

취 락 마을, 동네. 촌락
Làng xóm. 부락 bộ lạc.

취 미 취향, 가의, 흥취
Thú vui, sự hứng thú.

취 사 하 다 밥짓다, 밥
하다 Nấu cơm, nấu ăn.

요리사 người đầu bếp.

취 소 하 다 철회하다,
취하 하다, 파기 하다
Rút lui, từ bỏ, thôi giữa
chừng.

취 언 취담 Lời nói của
người say rượu.

취 업 하 다 취직 하다
Nhận việc làm. có nghề
làm. 취임하다 nhận chức
vụ mới. 일하다 làm việc.

취 침 하 다 잠자리에
들다, 잠자다 Ngủ, đi
ngủ. *(tr)* 깨다, 일어나
다 thức dậy.

측 근 측근자 Thân cận,
người gần bên.

측 량 하 다 수량재다,
측정하다 Đo đạc, đo số
lượng, khối lượng.

측 면 옆면, 방면 Mặt
bên. 밑면 mặt đáy. 횡면
mặt cắt ngang. 정면 mặt
chính diện.

측 우 기 측량기 Máy đo
lương mưa.

측 은 하 다 가엾다, 불
쌍하다, 딱하다 Đáng
thương, buồn cho, cảm
thương thay.

층 Tầng. 계층, 계층 tầng
lớp. 층위 tầng cao thấp.
계급 giai cấp.

층 계 층층대, 계단, 층대
Cầu thang.

층 층 다 리 계단, 층계.
층층대 Cầu thang. 사닥
다리 cái thang.

치 촌 Một chỉ. 자 một
thước (bằng 10 chỉ).

치 근 Chân răng.

치 다 공격하다, 때리 다
Đánh. 주먹질하다 đấm.

치 다 Dọn sạch, dọn vệ
sinh.

치 뜨 다 Mở lên (mắt).
(tr) 내리 뜨다 nhắm
xuống.

치 료 법 치술 Thuật chữa bệnh.

치 료 비 진료 비 Phí chữa bệnh. 병원비 bệnh viện phí.

치 료 하 다 치병하다, 진료하다, 고치다, 낫게하다 Chữa bệnh, chữa khỏi bệnh.

치 르 다 내다, 지불하다, 지급 하다 Chi trả, chi tiền.

치 밀 세밀 Sự tinh vi, kỹ lưỡng 정교 sự tinh xảo.

치 밀 다 치솟다, 밀어올리다 Bùng lên (lửa), trồi lên, nổi lên.

치 밀 하 다 자세 하다 Kỹ lưỡng, chu đáo. (tr) 엉성하다. 성글다. 버성기다 sơ sài, qua loa.

치 부 자지, 음부, 국부, 성기 Bộ phận sinh dục nói chung.

치 사 랑 Tình yêu dưới lên.

치 석 Cao răng.

치 수 Trị số. 트기 Độ lớn. 사이즈 (size) cỡ.

치 아 이발, 이 Răng. 치통 đau răng. 잇몸 bộng răng. 양치하다 đánh răng.

치 어 Cá con, cá nhỏ.

치 욕 모욕, 부끄러움, 수치, 모멸 Sự nhục nhã, sự lăng nhục, sự xấu hổ. (tr) 영광 vinh quang.

치 우 다 치다 xóa. 없애다 Làm cho mất đi.

치 유 하 다 치유되다, 낫다, 완치되다 Chữa khỏi bệnh, bệnh khỏi.

치 이 다 걸리다, 깔리다 Vướng vào, dính vào, mắc bẫy (덫).

치 자 통치자 Kẻ thống trị.

치 장 하 다 꾸미다, 다듬다, 화장 하다. 모양내다 Hóa trang, làm cho đẹp vẻ ngoài, trau chuốt (다듬다).

치졸하다 유치하다 Áu trĩ, non ớt.

치통 이앓이 Đau răng.

칙령 칙명, 어명, 어제 Lệnh vua ban.

칙사 특사, 특파원, 어사 Đặc phái viên, chức ngự sử ngày xưa.

친 도료, 페인트 (*Paint*) Sơn các loại. 물감 thuốc nhuộm.

친교 친분, 신선 Sự thân thiết (quan hệ).

친구 벗, 우 Bạn, bạn bè.

친근하다 친하다, 친밀하다 Thân cận, thân thiết.

친동생 친아우, 친제 Em ruột.

친딸 Con gái đẻ, con gái ruột. (*tr*) 양녀, 수양녀,

양딸 con gái nuôi.

친목하다 화목하다 Hòa thuận.

친부모 친어버이, 실부모, 생부모 Cha mẹ đẻ. (*tr*) 양부모 cha mẹ nuôi.

친상 부모상, 대우, 대고 Tang cha mẹ.

친서하다 몸소 쓰다 Trực tiếp viết, tự mình viết.

친선 친의, 친교, 친밀 Sự thân mật, sự thân thiện.

친숙하다 익숙하다 Quen, thạo, thông thạo. (*tr*) 서투르다 ngượng, chưa quen.

친아들 친자 Con trai đẻ. (*tr*) 양아들 con trai nuôi.

친아버지 생부 Cha đẻ. 친부 thân phụ. (*tr*) 양부 cha nuôi.

친어머니 생모 Mẹ đẻ. 친모 thân mẫu. (*tr*) 계모

새어머니 kế mẫu.

친 절 하 다 정답 고성의가 있다 Thân thiện. *(tr)* 불친절하다 không thân thiện.

친 정 친가, 본가 Nhà mẹ đẻ (của cô dâu). *(tr)* 시가, 시댁, 시집 nhà chồng.

친 족 친척, 일가붙이 Bà con thân thuộc, ruột thịt.

친 하 다 친화하다, 친근하다 Thân với nhau.

친 할 머 니 Bà nội ruột.

친 할 아 버 지 Ông nội ruột.

칠 거 지 악 Bảy thói của người phụ nữ ngày xưa bị coi là xấu có thể bị chồng đuổi đi.

칠 뜨 기 칠삭둥이, 팔삭둥이 Người ăn nói không chín chắn.

칠 순 일흔 살, 칠십,

칠십 세 Bảy mươi tuổi.

칠 십 칠십 세 Tuổi bảy mươi, tuổi cổ lai hy. *(tt)* 고희, 희수.

칠 야 흑야, 캄캄한 밤 Đêm tối thui.

칠 월 맹추 Tháng bảy.

칠 일 이레 Bảy ngày, ngày thứ 7 trong tháng.

칠 장 이 칠장, 도장공 Thợ sơn.

칠 판 흑판 (*Blackboard*) Bảng đen.

칠 하 다 색칠하다 Bôi màu, sơn màu. 바르다 bôi xoa màu.

칡 뿌 리 갈근 Sắn dây, cát căn.

침 Kim. 바늘 kim tiêm.

침 타액 Nước miếng, nước bọt. 침샘, 타액선 tuyến nước bọt.

침 강 하 다 침하하다 Lắng xuống, đọng xuống.

침수하다, 잠기다 chìm xuống nước. *(tr)* 부상하다, 물위에 떠오르다 nổi lên.

침구 이부 자리 Chăn đệm gối màn (các thứ để ngủ).

침놓다 침으로 찌르다 Châm cứu.

침대 잠자리, 침상, 와상 Cái giường.

침략하다 쳐들어가다 Xâm lược. 침입하다, 침투하다 xâm nhập. 침범하다 xâm phạm.

침소봉대하다 크게 불려떠 들리다 Phóng đại, nói quá lên.

침수하다 잠기다 Chìm xuống nước. *(tr)* 떠올리다 nổi lên.

침식하다 개먹 어들어가다 Ăn dần, gặm nhấm.

침실 침소 Phòng ngủ. 거실 phòng khách.

침엽수 바늘잎 나무 Cây lá nhọn. 활엽수 cây lá to. 낙엽수 cây thay lá. 상록수 cây lá luôn xanh.

침울하다 침통하다 Trông ủ rũ, trong đau khổ. 어둡다 tối. 답답하다 buồn. 우울증 chứng ủ rũ, *(tr)* 명랑하다 trông sáng sủa.

침입하다 쳐들어가다 Xâm nhập vào. 침적하다 trầm tích.

침전물 앙금, 침적 Chất lắng, chất cặn bã, trầm tích.

침전하다 갈아앉다, 침재하다 Lắng đọng xuống.

침착하다 태연 자약하다, 찬찬하다 Từ tốn, ít lời nhưng thận trọng. *(tr)* 급하다 nóng nảy.

침체하다 전진하지 못하다 Trì trệ, không tiến triển được. (*tr*) 전진하다 tiến triển.

침침하다 어둡다, 흐리다 Tối, đục, không sáng sủa. (*tr*) 뚜렷하다 rõ ràng, sáng sủa.

침탈하다 침략하다 Xâm chiếm, xâm lược.

침투하다 침하하다 Chìm xuống.

침해하다 해치다 Xâm hại, xâm phạm và làm hại.

칩거하다 Yên lặng ở nhà không ra hoạt động như trước. 은거하다 ẩn cư.

칭송하다 기리다 Ca ngợi, ghi nhớ điều tốt.

칭송하다 칭찬하다 Khen, ca ngợi. (*tr*) 비난하다 chê, phê phán.

칭찬하다 칭송하다, 기리다 Khen, ca ngợi. (*tr*) 나무라다 la mắng.

칭하다 일컫다 Gọi là, gọi tên (이름 짓고 부르다).

칭호 Xưng hô. 이름, 호칭 tên. 성명 danh tính.

ㅋ

카메라 *(Camera)* 사진기, 촬영기 máy ảnh, máy quay phim.

카메라 맨 사진사, 사진가 Thợ quay phim chụp hình.

카우보이 *(Cowboy)* 목동 Cao bồi, mục đồng.

칼 날붙이 Cái dao. 칼날 lưỡi dao. 도 đao. 검 gươm.

칼끝 Mũi dao. 검침 mũi gươm.

칼날 Lưỡi dao. *(tr)* 칼등 sống dao.

칼잡이 chuôi dao.

칼자루 칼잡이 Chuôi, cán dao. 도파 chuôi đao.

칼집 도실, 검실 Vỏ dao, vỏ đao, vỏ gươm.

칼춤 Múa dao. 검무 múa gươm.

캄캄하다 컴컴하다, 깜깜하다, 어둡다 Đen tối. *(tr)* 밝다, 환하다 sáng sủa.

캐다 캐내다 Đào ra, làm sáng tỏ ra. *(tt)* 채취하다, 밝히다, khai quật. *(tt)* 채굴하다.

캐묻다 자세히 묻다 Hỏi cặn kẽ, hỏi chi li.

캔 통조림, 통 Đồ hộp.

캔디 당과, 고하자 Bánh kẹo, quà bánh.

캠프 *(Camp)* 선거전 Tổ chức của một đảng phái.

커닝하다 훔쳐 보다 Nhìn trộm.

ㅋ

커트하다 (*Cut*) Cắt, chặt ra.

커튼 (*Curtain*) 장막, 막, 문자 Cái rèm, cái mành, cái che.

커플 (*Couple*) 짝, 쌍 một đôi, một cặp, hai cái, hai người.

커피 카페 (*Coffee*) Cà phê.

컴백하다 (*Cameback*) 다시오다, 돌아오다 Quay trở về, trở lại.

컵 장 Cái ly, cái chén, cái cốc.

켕기다 잡아당기다 Nắm kéo. 버티다 ráng giữ lấy, chịu đựng.

켜다 Bật lửa lên. (*tr*) 끄다 tắt đi.

코너 구석 Góc, xó, chỗ ngoặt.

코뿔소 무소 Con tê giac.

코웃음 비소 Điệu cười diệu bảng.

코피 Máu mũi.

콧등 콧마루 Sống mũi.

콧물 비수 Nước mũi.

콧소리 비음 Giọng mũi.

콧속 비강 Trong mũi.

콩국 Canh đậu.

콩기름 두유 Dâu đậu.

콩깻묵 Bã đậu.

콩나물 Giá đậu.

콩떡 콩버무리 Bánh đậu.

콩팥 콩 Hạt đậu, quả thận. (*tt*) 신장.

쾌감 유쾌, 쾌 sự khoái càm. (*tr*) 불쾌 sự bực bội.

쾌남아 쾌남자, 쾌한 Người đàn ông vui tính.

쾌락하다 즐겁다, 환락 하다 Khoái lạc, hoan lạc, vui vẻ.

쾌보 낭보 기쁜 소식

Tin vui, tin mừng. *(tr)* 비보 tin buồn.

쾌속정 쾌속선 Tàu thủy cao tốc.

쾌적하다 Vui vẻ, vui thích.

쾌차하다 쾌유 하다, 쾌복 하다 Nỗi vui sướng khi khỏi bệnh.

쾌하다 Khoái, khoan khoái. 시원하다 mát mẻ, khoan khoái.

쾌활하다 Vui vẻ và hoạt bát. *(tr)* 우울하다 ủ rũ, buồn rầu.

퀴즈 문제, 질문 Câu đố, đề thi, câu hỏi.

퀸 *(Queen)* 여왕, 왕녀 Nữ hoàng.

크다 To lớn. 광대무변 하다 quảng đại vô biên. *(tr)* 작다 nhỏ, nhỏ bé.

크다 자라다, 커지다

Lớn lên. 성장하다 trưởng thành.

크레인 기중기 Cần cẩu, ròng rọc.

큰 강 대하 Con sông lớn.

큰 뜻 웅지, 웅심, 장지 Chí lớn, ý chí lớn lao.

큰 은혜 대은, 홍은 Ân lớn, hồng ân.

큰 잔치 성연 Tiệc lớn.

큰 차이 Sự khác biệt lớn. 하늘과 땅 차이 sự khác biệt như trời đất 큰칼, 대도 dao lớn, đại đao, 대검 gươm to.

큰고래 Loài cá voi xanh.

큰곰자리 큰곰 Sao Đại hùng. 북극성 sao Bắc cực.

큰길 넓은 길, 대로, 대도 Đường rộng, đại lộ, con đường lớn.

큰누이 맏누이, 큰누나

ㅋ

Chị gái cả.

큰달 Tháng đủ 31 ngày. *(tr)* 작은 달 tháng thiếu, tháng không đủ 31 ngày.

큰댁 큰집, 맏형의 집 Nhà anh cả, nhà anh đầu.

큰돈 거금, 많은 돈 Số tiền lớn.

큰딸 맏딸, 장녀 Con gái đầu, trưởng nữ.

큰마음 큰맘 Quyết tâm lớn, tấm lòng rộng rãi.

큰며느리 맏며느리 Con dâu đầu, con dâu trưởng.

큰북 대고 Cái trống to. 장구 cái trống dùng để múa.

큰불 대화 Đám cháy lớn, hỏa hoạn lớn. *(tr)* 잔불 tàn lửa còn sót lại.

큰비 대우, 호우 Mưa lớn.

큰소리하다 큰소리

치다, 떵떵거리다 La mắng, quát tháo.

큰아들 맏아들, 장남 Con trai đầu, trưởng nam.

큰아버지 백부, 세부 Bác trai. *(tr)* 작은 아버지 chú.

큰어머니 백모, 세모 Bác gái, vợ của bác trai. *(tr)* 작은 어머니 thím, mợ, vợ của chú.

큰일 거사, 대사 Việc lớn, việc quan trọng. *(tr)* 사소한 일, 잔일 việc nhỏ, việc vặt.

큰절 레 lạy cúi rạp mình xuống mặt đất.

큰집 대가, 존가 Nhà lớn, nhà to. *(tr)* 작은집 nhà nhỏ, nhà ngang.

클리닝하다 *(Cleaning)* 세탁하다, 빨래하다, 빨다 Giặt quần áo.

키 Cái sàng, cái nia dùng

để sảy lúa gạo.

키 몸길이, 긴장 Độ cao, chiều cao cơ thể.

키다리 Người cao lớn. 거인 người khổng lồ. *(tr)* 난쟁이 chú lùn.

키보드 *(Keyboard)* 자판 Bàn chữ, bàn phím.

키순 어깨 차례 Theo thứ tự cao thấp.

키스하다 입맞 추다 Hôn, hôn môi.

키우다 키다, 기르다 Nuôi lớn, nuôi cho lớn.

키잡이 타수, 조타수 Bánh lái của thuyền, người cầm lái, người điều khiển.

키질하다 까불다 Sàng, sảy lúa gạo.

킹 왕, 임금 Vua. 황제 hoàng đế.

ㅋ

ㅌ

타 남. Khác, không phải mình. 타인, 타자 người khác. *(tr)* 자 mình. 자국민 dân nước mình.

타가 남의 집 Nhà người khác. *(tr)* 자가 nhà mình.

타개하다 처리하고 해결하다, 풀다 Tháo gỡ, giải quyết.

타격율 Tỷ lệ số lần tấn công. 방어율 tỷ lệ số lần phòng ngự.

타고나다 지니고태어나다, 선천적으로 지니다 Bẩm sinh, vốn có từ lúc bẩm sinh.

타국 이국, 타방, 다른 나라 Nước khác. 타향 tha hương. *(tr)* 본국, 고국, 자국, 모국 nước mình, nước mẹ.

타내다 얻어내다, 타다 Lĩnh được, nhận được từ ai (tiền, của).

타다 불타다, 불길 오르다, 연소하다, 불붙다 Cháy.

타다 승차하다 Cưỡi ngựa, đi tàu xe.

타다 얻다 Lĩnh, nhận (lương, …).

타다 연주하다, 탄주하다 Đánh đàn, biểu diễn đàn.

타당하다 마땅하다, 합당하다, 적합하다, 알맞다, 적당하다 Thỏa đáng, đúng với, vừa phải với.

타도하다 Đả đảo, lật đổ. 박살하다, 쳐부수다 đánh tan ra.

타동사 타동 Ngoại động từ. *(tr)* 자동사 nội động từ.

타락하다 나빠 지다 Bị ra ngoài, bị sa thải, bị đào thải. *(tt)* 도태하다. 탈선 하다 trật đường ray.

타령 한탄 Sự than phiền, sự kêu ca, sự đòi hỏi.

타살하다 죽이다 Giết chết. 피살하다 bị giết chết. *(tr)* 자살하다, 자결 하다 tự sát.

타석 남의 자리 Ghế, chỗ ngồi người khác.

타성 Quán tính. 버릇, 습관, 습관성 thói quen, tập quán.

타소 다른 장소, 딴 곳, 타처 Nơi khác.

타악기 Loại nhạc cụ dùng tay ấn. *(tr)* 현악기 nhạc cụ có dây. 관악기 nhạc cụ dùng miệng thổi.

타액선 타선, 침샘 Tuyến nước bọt. 침 nước bọt.

타워 *(Tower)* 탑 Tháp, lâu đài. *(tt)* 누대.

타원형 Hình ô van.

타의 다른 생각, 딴 마음, 별의 Ý nghĩ khác, suy nghĩ khác.

타이르다 설득하다 Thuyết phục. 권유하다 khuyên nhủ.

타이틀 *(Title)* 제목, 표제 đề mục, tiêu đề, đầu đề.

타자 타수 Cầu thủ ném bóng (trong bóng chày).

타자기 타이프라이터 *(Type wrighter)* 인자기 Máy chữ.

ㅌ

타자수 Người đánh máy, nhân viên đánh máy.

타작 마당질 Việc quét, lượm lúa rụng ngoài đồng.

타향 타관 Quê người. 타지, 객지 đất khách. *(tr)* 고향 quê hương.

타협하다 타결하다, 타상하다 Thỏa hiệp. 협의하다 đồng ý với nhau.

탁견 탁론 Ý kiến xuất sắc, ý kiến hay.

탁구 핑퐁 Bóng bàn.

탁본하다 탑본하다, 영본하다, 박아내다 Việc in chữ, hoa văn từ bia ra giấy

탁상공론 *(Paper plan)* Kế hoạch không khả thi, kế hoạch trên giấy.

탁월하다 뛰어나다, 훌륭하다 Xuất sắc. 출중하다 xuất chúng.

탁주 막걸린 Rượu đục, cơm rượu chưa chưng. *(tr)* 청주 rượu trong.

탁하다 마음이 바르지 않다, 나쁘다, 악하다 Xấu bụng, ác. *(tr)* 착하다 hiền lành.

탄광 석탄광, 탄산 Quặng than đá. 석탄 than đá.

탄로나다 드러내다, 노출하다 Lộ tẩy, lộ ra, phát giác. *(tt)* 발각하다 (bí mật).

탄복하다 Thán phục. 감탄하다 cảm thán. 감동하다, 감명하다 cảm động.

탄산가스 Khí than, hơi độc từ than.

탄생하다 태어나다. 출생하다 Sinh ra. 탄생하다 thánh sinh. *(tr)* 사망하다 từ vong.

chét. 서거 하다 từ trần.

탄 성 감탄사 Lời than, lời cảm thán.

탄 식 하 다 탄소하다, 한탄 하다, 하소연하다 Than, van vãn, kêu ca.

탄 압 하 다 억압하다, 압박하다 Đàn áp. 억누르다, 으르다, 내리 누르다, 짓누르다 áp bức, đè nén.

탄 원 하 다 애원 하다 Kêu cứu, kêu giúp đỡ.

탄 탄 하 다 평평하다, 탄평 하다 Thênh thang, rộng rãi và bằng phẳng.

탄 핵 하 다 탄박 하다 Buộc tội, cho là có lỗi và đòi từ chức (*tt*) 파면하다, 파출 하다.

탄 환 탄알, 실탄 Đạn của súng. 포탄 đạn pháo. 폭탄 bom.

탈 가면, 마스크 (*Mask*) cái mặt nạ.

탈 병 Bệnh tật.

탈 사고, 변고 Tai nạn, tai biến.

탈 곡 기 정미기 Máy xay lúa. 회전기 máy quay vòng. 정미소 trạm xay lúa.

탈 나 다 잘못되다 Mắc sai lầm, sinh hỏng hóc (*tt*) 이상이 생기다, sinh bệnh.

탈 놀 음 탈놀이, 가면극 Kịch, múa dùng mặt nã.

탈 락 하 다 벗어나다, 빠지다 Rơi rụng, tụt ra, rời đội ngũ. (*tt*) 낙오하다, bị loại. (*tt*) 낙선하다.

탈 래 다발, 뭉치, 꾸러미 Bó, cục, tảng. (*tt*) 덩어리.

탈 색 하 다 바래다 Bạc màu, phai màu. (*tr*) 염색 하다 nhuộm màu. 탈취

ㅌ

하다 mất mùi.

탈선하다 Trật đường ray, rời khỏi thuyền. 벗어 나다, 빗나가다 lệch ra ngoài. 이탈하다, 도주 하다 trốn, chạy tránh.

탈세하다 포세 하다 Trốn thuế, tránh thuế, lậu thuế. 포탈하다 chạy để trốn tránh.

탈옥수 Tù trốn trại.

탈옥하다 Trốn tù, chạy trốn khỏi khám tù.

탈지면 약솜, 소독면, 정제면 Bông dùng băng vết thương, bông băng.

탈진하다 Mất sức, mất tinh thần, mất nguyên khí. *(tt)* 탈기하다 기진맥진 하다, 지치다 mất hết sức và nhuệ khí.

탈출하다 도망 가다, 도주 하다. 달아나다

Trốn, chạy trốn. 탈신하다 thoát thân.

탈취하다 약취 하다, 빼앗다 Cướp bóc, trấn lột.

탈퇴하다 물러가다, 빠지다 Rút lui, thôi không tham gia nữa.

탈피하다 피부를 벗다 Lột xác.

탐관 탐관오리, 탐관, 오리 Quan tham, tham quan ô lại. *(tr)* 청백리, 염리 quan thanh liêm.

탐구하다 심구하다, 깊이 연구하다 Nghiên cứu, nghiên cứu kỹ.

탐나다 탐내다 Tham, tham lam, nổi lòng tham. 욕심 lòng tham.

탐내다 탐하다 Tham, tham lam.

탐닉하다 깊이 빠지다. 몰두하다 Sinh si vì say

việc gì, say đắm (tửu sắc).

탐 미 주 의 유미 주의
Chủ nghĩa coi cái đẹp trên
hết.

탐 사 하 다 탐방 하다,
탐찰 하다 Thăm, đến để
nghiên cứu, thám hiểm.
(tt) 탐험하다, điều tra.

탐 색 하 다 수사하다,
탐구 하다 Khám, điều tra.
(tt) 취조하다.

탐 색 하 다 호색 하다
Hiếu sắc.

탐 식 탐도 Tính háu ăn,
tính tham lam trong vật
chất.

탐 욕 욕심, 탐 Lòng tham.

탐 정 정탐 Trinh thám.

탐 조 등 탐해등 Đèn
thăm dò, đèn chiếu sáng.

탐 탁 하 다 맘에 들다
Vừa lòng, hợp với. *(tt)* 울
리다.

탐 험 하 다 Thám hiểm.

탐정하다 trinh thám.

탑 Tháp, tòa nhà cao tầng.

탑 본 하 다 탁본 하다
In chữ, tranh, hoa văn từ
trên mộ ra giấy.

탓 이유, 원인, 잘못.
까닭, 때문, 소치 Tại
vì, vì, lý do, nguyên nhân,
duyên cớ.

탕 감 하 다 탕치다 Giảm
nhẹ, hoặc toàn bộ thuế
hay nợ cho. 경감 하다
giảm nhẹ.

탕 아 Trẻ không ngoan.
탕자 người vô công rồi
nghề.

탕 약 탕제 Thang thuốc,
thuốc sắc uống, thuốc ta.
(tt) 한의약. *(tr)* 신약,
환약 thuốc tây.

탕 진 하 다 탕패 하다,
탕패 하다, 탕치다
Tiêu xài hết sạch (tài sản,
tiền, thời gian).

ㅌ

태고 반고, 상고, 만고,
태초 Thời thượng cổ, lâu
lắm rồi.

태극선 까치선 Hình
tròn trên đỏ dưới đen giữa
quốc kỳ Hàn Quốc.

태도 태 Thái độ.

태만하다 게으르다,
나태 하다 Lười, nhác.
(tr) 근면하다 cần cù.

태상황 상황 Thái Thượng
hoàng, thượng hoàng.

태양 해 Thái dương, mặt
trời. 태양계 hệ thái dương.
(tr) 태음, 달 mặt trăng.

태연하다 태연스럽다,
천연스럽다 Một cách
tự nhiên. *(tr)* 어색하다
ngượng, không tự nhiên.

태우다 태다, 불사르다,
연소하다, 소각하다,
소기 하다 Thiêu, đốt đi.
타다 cháy.

태우다 태다, 싣다. 탑승

시키다, 승차시키다
Chở, tải, vận tải, cho lên
tàu xe máy bay.

태자 황태자, 원자
Thái tử, hoàng thái tử.

태초 개벽 Thửa khai
sinh lập địa.

태평성대 Cuộc đời, thế
giới thái bình. *(tr)* 난시
thời loạn.

태풍 Gió mùa kèm theo
mưa. 폭풍 gió bão.

택일하다 날받다, 택길
하다 Chọn ngày tốt.
택혼하다 chọn ngày kết
hôn.

택혼하다 혼택 하다
Chọn ngày kết hôn.

터 Bãi đất. 자리, 밑자리
nơi đất dùng làm gì.

터널 *(Tunnel)* 굴 Địa
đạo, hang, hầm, khoảng
không ngầm trong đất.

터득하다 오득하다,

지득 하다, 깨닫다 Nhận
thức ra, rút kinh nghiệm.

터무니 자취, 근거
Chứng cớ, cơ sở.

터무니없다 Không có
căn cứ, bịa đặt.

터미널 (*Treminal*) 역,
종점과 시점 Bến xe,
bến tàu, ga tàu. (*tt*) 역.

터전 기초, 기반, 토대
Nền tảng, cơ sở, căn cứ.
(*tt*) 기지.

터지다 벌어지다, 발발
하다 Xảy ra, bùng nổ, nổ
ra, phát nổ. (*tt*) 폭발하다.

턱수염 Râu cằm, râu
quai nón.

털 터실, 모 (Mao) Lông.
우모 lông bò. 머리카락
tóc.

털구멍 모공 Lỗ chân
lông.

털다 떨다 Phủi, giũ ra.

털어놓다 까놓다,

고 백하 다, 토실하다
Thổ lộ ra, nói hết ra, tự
bạch. (*tt*) 자백하다. (*tr*)
감추 다, 숨기다 giấu,
che giấu.

텁텁하다 텁지근하다
Kèm nhèm (mắt).

테두리 둘레, 범위
Phạm vi, hình hài. (*tt*)
둘레, trong giới hạn. (*tt*)
한계.

테러 (*Terror*) 테러리즘
Khủng bố. 공포 nỗi sợ
hãi.

테마 (*Thema*) 제목 Chủ
đề, luận đề.

테스트 (*Test*) 시험,
검사 Kiểm tra, thử xem.
시식 하다 ăn thử. 맛보다
nếm.

텔레비전 (*Televion*)
수상기 T.V, máy thu
hình.

토굴 땅굴 Cái hang, cái

hồ. (*tt*) 구덩이.

토끼전 별주부전, 토생원전 Chuyện thỏ rùa chạy thi.

토담 토장 Tường đất, tường được đắp bằng đất.

토담집 토실. 토옥 Phòng, nhà có tường bằng đất.

토대 지대, 지반, 흙바탕, 밑바탕 Nền đất, cơ sở, nền tảng. (*tt*) 기초. 기본

토라지다 체하다 Nê bụng, ăn không tiêu.

토론하다 의논하다, 논의 하다. 토의하다 Thảo luận, bàn bạc với nhau, thương nghị. (*tt*) 상의하다, tư vấn. (*tt*).

토막 도막. 동강 Từng khúc, từng đoạn, từng miếng.

토벌하다 정벌 하다, 치다 Chinh phạt, thảo

phạt, đánh (giặc, cướp, …).

토산물 토산 Sản vật của địa phương đó.

토성 진성 Sao Mộc, thành đất.

토속 풍속 Phong tập tục của địa phương.

토실토실하다 복스럽다 Trông phúc hậu, trông chắc chắn khỏe mạnh.

토씨 토, 조사 Trợ từ (tiếng Hàn Quốc).

토요일 토요 Thứ bảy, ngày nghỉ một buổi. (*tt*) 반공일, 반휴일, ngày cuối tuần. (*tt*) 주말.

토인 Thổ dân, dân địa phương (*tt*), 본토박이, 토착민, 원주민.

토종 토산종. 본토종. 재래종 Giống cũ, giống sẵn có, giống địa phương.

(tr) 개량종 giống lai.

토 지 땅, 지, 대지, **흙**
đất. 경작지 Đất canh
tác. 논 đồng nước. 밭
đồng màu. 집터, 터 nền
nhà ở. 토양 thổ nhưỡng,
영토 lãnh thổ.

토 착 하 다 정주하다,
상주하다, 정착하다
Định cư, cư trú. *(tt)*
거주하다. *(tr)* 이주하다
di trú.

토 하 다 게우다 Nôn,
mửa ra, 뱉다 nhổ ra. *(tr)*
먹다 ăn, 삼키다 nuốt.

톱 *(Top)* 꼭대기 Đỉnh cao,
đứng đầu. *(tt)* 우두머리,
수석.

톱 니 Răng cưa.

톱 니 바 퀴 아륜, 치차
Lưỡi cưa vòng.

통 온통 Tất cả, hoàn toàn
không. *(tt)* 전혀, 도무지.

통 초롱 Cái thùng đựng

chất lỏng. 용기, 그릇 đồ
đựng, cái đựng. 물통
thùng nước.

통 계 총산, 집계 Sự
thống kê, sự tập hợp số
liệu.

통 과 하 다 Thông qua,
cho qua, đậu thi. *(tt)*
합격 하다. 지나가다,
지나오다 đi qua.

통 괄 하 다 통솔 하다
Tổng quán, quản lý chi
tiết và tổng thể.

통 나 무 둥근 원목 Gỗ
tròn, gỗ nguyên cây.

통 념 일반개념 khái niệm
chung.

통 달 하 다 Thông đạt.

통 로 통도 Đường thông
qua. 길 đường đi, đường
qua.

통 보 Thông báo. 통고
thông cáo. 통지 thông tr

통 보 하 다 Thông báo

알리다 báo cho biết.

통 사 정 하 다 통정하
다, 통인정하다 Hiểu
thông cảm hoàn cảnh của
nhau.

통 상 예사, 보통 Bình
thường.

통 설 상설 Tin, thuyết
đồn trong dân gian. (tt).
(tr) 정설 thuyết chính
thống.

통 속 세속, 세습 Phong
tục, tập quán thói quen
trong dân gian.

통 솔 하 다 다스 리다,
거느리다 Cai quản.

통 역 통변 Sự thông
dịch. 번역 sự phiên dịch.

통 용 유통 Thông dụng,
thông thường. (tt) 상용.

통 용 어 통어 Từ thông
dụng.

통 일 통합 Sự thống nhất.

통 점 통각 Điểm đau,

nơi đau.

통 제 하 다 Thống chế.
관리하다 quản lý.
막다 ngăn lại. (tr)
방치하다, 방임하다
bỏ qua, không để ý.

통 조 림 캔 Can, đồ hộp.

통 지 표 통신부 Sổ liên
lạc giữa giáo viên và gia
đình học sinh, học bạ.

통 째 통짜, 덩어리,
원통 Nguyên cục, nguyên
khối, nguyên cả tảng.

통 치 하 다 지배 하다,
다스리다 Thống trị, cai
trị.

통 틀 다 통밀다, 한데
묶다 Cột cả lại, bó nguyên
cả nhóm.

통 풍 통기 Sự hoán đổi
không khí.

통 하 다 Thông. 막힘
없다 không có vướng
mắc, hiểu cho. (tt) 인정

하다, thông đạt. *(tt)*
통달하다.

통 합 통일 Thống nhất.
(tr) 분할, 분리 chia ra,
phân ly.

통행하다 Thông hành.
다니다 đi lại.

통 화 통용화, 화폐
Tiền thông hành ở một
nước nào đó. 지폐 tiền
giấy. 동전 tiền xu.

퇴 보 하 다 Thoái bộ,
thoát trào. 물러가다 rút
lui.

퇴색하다 바래다 Phai
màu, bạc màu, mất màu.

퇴 영 하 다 Rút lui và
sống yên lặng, không
hoạt động gì nữa. *(tr)*
전취하다 ra gánh vác
việc gì.

퇴 임 하 다 퇴직 하다
Thôi chức vụ. 퇴위하다
thoái vị. 퇴관하다 thôi

làm quan. 퇴사하다 không
làm việc ở công ty nữa.

퇴 장 하 다 물 러 나 다
Rời khỏi sân, rời khỏi lĩnh
vực gì. 퇴석하다 thôi
ghế làm việc.

퇴 적 암 수성암 Đá trầm
tích.

퇴 직 하 다 퇴사 하다
Thôi việc.

퇴 학 하 다 퇴교하다
Thôi học. 하교하다 đi
học về. *(tr)* 입학 하다
nhập học. 등교 하다 đi
tới trường.

퇴 화 하 다 Thoái hóa.
(tr) 진화하다 tiến hóa.

투 버 릇 Thói quen, cách
làm, phương thức. *(tt)*
장식, 식.

투 견 투구 Cái mũ sắt.
투견하다 cho chó chọi
nhau.

투 고 기고, 기서. 투서

Việc gửi bản thảo để in.

투구벌레

투구풍뎅이 Loài bọ (Có mình cứng, có hai càng hai bên như râu, nhinh hơn con dế).

투 명 하 다 Trong sáng. 쨍하다 trong suốt. 맑다 trong (nước). 밝다 sáng sua (nét mặt). 비치다 chiếu xuyên qua.

투 숙 하 다 투사하다, 유숙 하 다 Vào ngủ ở đâu.

투 시 도 법 Cách vẽ vật thể theo kiểu nhìn thấu qua.

투 시 하 다 꿰뚫어보다 Nhìn thấu qua, nhìn xuyên suốt.

투 어 (*Tour*) 탐승 Du lịch, đi dạo một vòng. (*tt*) 소풍

투 영 도 법 Cách vẽ bề

mặt cắt ngang của vật thể.

투 옥 하 다 수감 하다, 수계 하다, 옥에 가두다 Hạ ngục, cho vào ngục.

투 입 하 다 Đưa vào. 집 어넣다 lấy bỏ vào. 끼다 xen vào.

투 자 하 다 Đầu tư, đưa tiền ra. (*tt*) 출자하다.

투 쟁 하 다 싸우다, 다 투다 Tranh đấu, đấu tranh.

투 전 하 다 노름하다, 도박 하다 Đánh bạc, đánh bài ăn tiền.

투 정 하 다 불만 하다. 떼를 쓰다 Bất bình, bất mãn nên nói hay làm gì đó.

투 지 Tinh thần đấu tranh.

툭 하 면 버릇처럼, 걸핏 하면 Hở ra là, thành thói quen, động tí là.

튀 다 내뻗치다 Bật lên, dội trở lại (bóng va vào nền đất cứng).

트 기 잡종 Lai, giống tạp. 혼혈인 người lai.

트 다 Nứt mầm, nảy mầm, hừng đông. (tt) 동트다.

트림하다 게트림하다 Ợ chua, ợ (ăn không tiêu). 트림 hơi ợ chua.

트 이 다 틔다 Làm cho nảy mầm, mở ra. (tt) 열리다. (tr) 막히다 bị ngăn, bị đọng lại, 닫히다 bị đóng lại.

트 집 틈, 흠 Kẽ hở, khe hở, chỗ khuyết. 트집 잡다 lợi dụng kẽ hở.

특 기 별다른 재주 Tài hay kỹ thuật đặc biệt, tài khác người. 수재, 솜씨 좋다 khéo tay.

특별사면 특사, 특면 Ân xá đặc biệt.

특별하다 별다르다 Đặc biệt, khác người. (tt) 남다르다. 특수하다 đặc thù.

특선하다 Chọn, lựa chọn một cách đặc biệt.

특성 특징 Đặc tính. 특수성 tính đặc thù. 일반성 tính bình dân.

특이하다 색다르다 Khác màu, có màu sắc đặc biệt

특제 별제. 특제품 Chế phẩm đặc biệt.

특출하다 뛰어나다 Xuất sắc, hơn hẳn người.

특필대서 대서특필하다 Viết chữ to, chữ đậm để nhấn mạnh việc gì.

특효 수효 Đặc hiệu. 신효 thần hiệu.

특효약 비약 Thuốc có hiệu quả đặc biệt

튼튼하다 탄탄하다
Chắc chắn, vững chắc,
khỏe mạnh. (tt) 건강
하다. (tr) 약하다 yếu.

틀 데, 판, 골 Khung,
khung sườn. 모형 mô
hình. 거푸집 cái khuôn
để đúc.

틀다 꼬이다 Bị xoắn,
bị tréo lại.

틀리다 잘못되다 Sai.
(tr) 맞다, 옳다 đúng.

틀림없다 Đúng, không
sai. 확실하다 xác thực.

틀림없이 확실히, 정히
Rõ ràng, không sai.

틀어지다
비뚤어지다,
빗나가다, 꼬이다
Lệch, trệch, xoắn.

틈 틈새 Kẽ hở, vết nứt.

(tt) 금, khoảng cách. (tt)
간격.

틈나다 틈어지다,
벌어지다 Sinh ra
khoảng cách, sinh ra xa
nhau.

틈틈이 틈마다, 사이
사이, 짬짬이 Từng kẽ
hở, các khoảng cách.

티 먼지 Bụi bặm.
부스러기 mảnh vụn.
찌꺼기 cặn đọng.

티격태격하다 옥신
각신 하다, 시비하다,
싸우다 Tranh cãi nhau
đúng sai.

티끌 티, 먼지, 때. 홍진
분진 Bụi. mảnh vụn.

팁 Tiền cho thêm, tiền
rượu động viên. (tt)
술값, tiền cà phê.

ㅍ

파 분파 Phái, phe, nhánh. *(tt)* 길래.

파 청파 Hành, hành tây. *(tt)* 양파.

파격 출격, 별격, 예외 Ngoại lệ, không rập khuôn

파견하다 Phái cử. 특파 하다 đặc phái. 내보내다 gửi, cử đi.

파고들다 스며 들다 Hằn sâu, lằn sâu vào. 깊이 파내다 đào sâu, khai thác sâu vào.

파괴하다 Phá hoại. 헐다 đập bỏ. 부수 đập vỡ ra.

파국 끝, 종국 Hết, chấm dứt, xong.

파급하다 미치다, 퍼 지다 Gây ảnh hưởng, tác động tới.

파김치 Dưa hành.

파다 Không ai không biết, ai cũng biết (tin đồn).

파다 캐내다 Đào, đục sâu. 굴착하다 đào, đục thành hang hố. 굴착기 máy đào đất.

파다하다 수두룩하다, 무수히 많다, 과다 Quá nhiều, rất nhiều. *(tr)* 너무 적다, 과소 quá ít.

파당 당파 Đảng phái.

파도 Sóng, làn sóng. 파랑 sóng xanh. 물결, 놀, 물 너울 sóng nước. 전파 sóng điện.

파동 움직임, 변동 Sự biến động, sự chuyển đổi.

파란곡절 파란 만장 Sự biến đổi, sự thay đổi dồn dập.

파랑새 청조 Con chim bói cá, chim trả, chim xanh.

파렴치하다 몰염치하다 Vô liêm si. 뻔뻔하다, 뻔뻔스럽다 vênh váo, trơ tráo.

파리 집파리 Con ruồi, lằng, nhặng.

파리 파려 Một trong bảy loại đá quý (đạo Phật). 수정 thủy tinh.

파면하다 파출하다 Bãi miễn. 파직하다 bãi chức, 해임하다 cho thôi việc.

파멸하다 망하다, 멸망하다 Diệt vong, hết, tàn lụi. 망하다 vong. 사망하다 tử vong.

파문하다 기절하다, 출교하다 Tước tư cách tín đồ và đuổi ra khỏi đạo.

파묻다 매설하다 Chôn, vùi, lấp. 감추다 giấu cất.

(tr) 파내다, 캐내다 đào bới lên.

파밑동 파뿌리 Rễ hành.

파벌 무리 Nhóm, bầy. 당파, 분파, 종파 đảng phái, phe phái.

파벌주의 분파주의 Chủ nghĩa phe phái, chủ nghĩa cục bộ.

파산자 파산채무자 Người phá sản, người bị phá sản mang nợ.

파산하다 도산하다, 뽕빠지다, 판들다 Phá sản, mất hết tài sản.

파상풍 Bệnh uốn ván.

파생하다 갈리어나오다 Sinh nhiều nhánh từ cơ sở chính. 발생하다 phát sinh.

파선 Lớp vòng đồng tâm do sóng gây ra.

파손하다 파훼하다, 훼손하다 Phá hỏng, làm hư hỏng, làm tổn hại.

못쓰게 하다 làm hư không dùng được.

파악하다 Tìm hiểu và nắm vững việc gì. 장악하다 nắm, chiếm trọn vẹn.

파열음 정지음, 터짐 소리 Âm bật hơi khi nói.

파열하다 파쇄하다, 깨드리다, 부수다 Đập vỡ.

파종하다 Gieo giống, tỉa hạt, đúc hạt.

파초 감초 Cây cam thảo.

파탄하다 깨지다 Vỡ ra, rách ra. *(tt)* 찢어지다, nổ ra. *(tt)* 터지다, hỏng việc. *(tt)* 잘못하다, 그릇 되다

파편 조각 Mảnh vụn, mảnh sắt vụn.

파하다 쳐부수다 Phá (dịch), đánh cho tan vỡ. *(tt)* 깨드리다.

파헤치다 들추다, 드러 내다. 폭로하다

Khám phá ra (bí mật,...).

파혼하다 퇴혼하다 Rút lui không kết hôn nữa. *(tr)* 약혼하다 hứa hôn. 정혼하다 đính hôn. 성혼하다 thành hôn. 결혼하다 kết hôn.

판 마당, 장 Nơi, chốn. 도박판 chiếu bạc.

판가름하다 판막음 하다, 가르다 Quyết làm cho rõ trắng đen, đúng sai.

판각하다 등재하다, 새기다 Khắc chữ vào bản in.

판결하다 판정하다, 결정하다 Phán kết, tuyên án, quyết định của tòa án.

판국 형편, 상황 Tình hình công việc, cục diện. *(tt)* 국면.

판단하다 Phán đoán, nhận định, phân biệt. *(tt)* 분별하다.

ㅍ

판독하다 해독하다
Đọc hiểu, đọc và hiểu ra.

판매고 판매액, 매상고,
매출액 Doanh số bán ra,
số tiền bán ra.

판매소 발매소, 발매처
Nơi bán vé, nơi bán cái
gì.

판매하다 매출하다,
팔다 Bán ra, bán. *(tr)*
구입하다, 사다, 매입
하다 mua vào.

판명하다 Phân rõ
ràng.

판별하다 가리다, 구분
하다, 구별하다 Phân
biệt ra, phân loại, nhìn rõ
sự khác biệt.

판본 판각본, 이본 Bản
khắc dùng để in, bản in.

판이하다 판다르다,
다다르다, 상이하다
Rất khác nhau.

판자 널판자, 널조각
Tấm ván, cái phản. 소판

tấm ván gỗ thông.

판자집 Nhà làm bằng
ván.

판정하다 Tuyên án,
quyết định hình phạt (tòa
án).

팔 여덟 Tám (số lượng).
팔순 bát tuần, tuổi 80.

팔 팔때기 Cánh tay.

팔꿈치 Khuỷu tay, cùi
tay.

팔다 판매하다, 매각
하다, 매도하다 Bán,
bán đi, bán ra. *(tr)* 사다,
매입하다 mua vào,
mua. 구입하다 tìm mua.

팔다리 네활개 Tứ chi,
chân tay, thủ tục. *(tt)*
수족. *(tr)* 몸통 phần
mình.

팔랑개비 바람개비,
풍차 Cái chong chóng
gió.

팔랑거리다 펄렁거
리다, 나부끼다, 날리다

Tung bay, bay phất phới.

팔레트 Giá phối màu của người vẽ tranh.

팔만대장경 대장경 Bộ đại kinh Phật có 8 vạn 4 ngàn chữ.

팔목 팔뚝, 손목, 팔모 가지 Cổ tay.

팔방미인 Mỹ nhân có tài. 미인 mỹ nhân.

팔불출 바보, 팔푼이 Người ngốc, anh ngốc.

팔찌 팔가락지 Cái vòng tay.

패가망신 Bại gia vong thân, tay trắng.

패검하다 Đeo gươm, mang dao.

패륜 불륜, 난륜 Loạn luân, không có luân thường đạo lý.

패망하다 Bại vong. 패하다, 지다 bại, thua. 망하다 diệt vong.

패물 노리개, 장식물 Đồ trang sức.

패배하다 실패 하다, 패주 하다, 지다 Bại, thất bại, thua. *(tr)* 승리하다 thắng lợi.

패소하다 낙송 하다, 소송 에서 지다 Thua kiện.

패자 패 배자, 진 사람 Người thua. *(tr)* 승자 người thắng.

패전국 진 나라 Nước bại trận. *(tr)* 승전국, 전 승국 nước thắng trận.

패전하다 전쟁 에서 지다 Bại trận.

패총 조개무지 Mỏ vỏ sò hến, mỏ sò, đống vỏ ngao.

패하다 지다, 패배하다 Bại, thất bại, thua. *(tr)* 승리하다 thắng lợi.

펑펑하다 Căng thẳng. *(tt)* 긴장 하다, 세 력 ngang nhau, giằng co.

ㅍ

퍼뜨리다 전파하다
Lan tỏa, lan ra, tỏa ra. *(tr)*
수렴하다 hội tụ.

퍼붓다 퍼서 붓다,
쏟다, 쏟아지다 Dội
xuống, trút xuống, đổ
xuống.

퍼센트 *(Percent)* Tỷ lệ
phần trăm, phần trăm.

퍼지다 파다, 퍼뜨리다
Lan tỏa ra, lan ra.

퍽 제법, 몹시, 아주 꽤
Rất, quá (mức độ, số
lượng).

펄럭이다 날리다, 나
부끼다 Bay phất phới,
tung bay.

펌프 *(Pump)* 무자위
Cái bơm, cái vòi tia nước
ra. 수도 vòi nước.

페달 *(Pedal)* 발걸이,
발판 Bàn đạp, bàn để
chân.

페스트 *(Pest)* 흑사병
Bệnh dịch hạch.

페이지 *(Page)* 쪽, 면
Trang, trang giấy.

페인트 *(Paint)* 양칠
Sơn quét tường.

펜 *(Pen)* 펜촉, 철필 Cái
bút sắt, bút có ngòi.

펴내다 발행하다, 반포
하다, 발간하다 In ấn,
phát hành.

펴다 Dãn ra, mở ra. *(tt)*
열다, 펼치다. *(tr)* 굽히
다, 구부리다 co gập
lại.

펴지다 벌어지다
Được mở ra, được há ra.

편견 치우친 생각 suy
nghĩ thiên lệch, định kiến.

편년체 기년체 Lịch
sử ghi chép theo niên đại.
(tr) 기전체 lịch sử ghi
chép lấy nhân vật.

편달하다 채찍질하다,
때리다, 치다 Đánh,
đâm, đánh roi.

편도 Một chiều. *(tr)* 왕복

hai chiều (vé tàu xe).

편두통 Chứng đau nửa đầu

편들다 옹호하다, 한쪽편만 두둔하다, 역성하다 Đứng về một phía, thiên về một phía.

편람 핸드북 Cuốn sổ ghi chép.

편력하다 Đi đây đi đó nhiều.

편리하다 편하다 Thuận lợi, dễ dàng. *(tt)* 손쉽다, 쉽다.

편모슬하 자시하 Nơi phụng dưỡng mẹ già cô đơn.

편벽하다 치우치다 Thiên lệch về một phía (suy nghĩ).

편성하다 Tạo thành. *(tt)* 이루다, 조직, 조직, 바 lại. *(tt)* 엮다, lập kế hoạch. *(tt)* 짜다.

편안하다 편하다

Thoải mái, thuận tiện, vui vẻ và bình an.

편애하다 Yêu thương không công bằng, yêu thương thiên lệch. *(tr)* 박애하다 bác ái.

편육 익은이, 수육 Thịt chín. 삶은고기 thịt luộc.

편입하다 Biên chế vào, cài xen vào. *(tt)* 끼우다.

편중하다 중심이한쪽으로 치우치다 Trọng tâm lệch về một phía.

편중하다 Quá coi trọng.

편지 서간, 서자, 서한 Bức thư, thư. 정서, 사랑편지 bức thư tình.

편지하다 편지 쓰다 Viết thư. 편지 부치다 gửi thư.

편찬하다 수찬 하다, 엮다 Biên soạn, biên tập. *(tt)* 편집하다.

편파하다 치우치며

공평하지 않다 Thiên
lệch và không công bằng
(xử án).

편하다 만만하다, 편안
하다 Thuận lợi, dễ dàng.
(tt) 쉽다, an nhàn. (tt)
안락하다. (tr) 불편하다
phiền phức. 거북하다
ngượng.

편협하다 협소하다
Hẹp hòi và thiên lệch. (tr)
너그럽다 rộng rãi, thoải
mái (suy nghĩ).

평가하다 평하다,
평정 하다, 논평하다
Đánh giá, bình luận (tt)
평론하다.

평균 중수 Bình quân,
trung bình. 평균치 số trị
bình quân. 평균값,
고른값 giá trung bình.
균일하다 đồng đều.

평등하다 동등 하다
Bình đẳng, đồng đều. (tr)
차별 하다, 불평등하다

khác biệt, không bình
đẳng.

평민 일반민, 서민, 상민,
보통내기 Thường dân,
dân thường, bình dân. (tr)
귀족, 양반 tầng lớp qúy
tộc.

평방 제곱, 자승 Bình
phương, diện tích. (tt)
면적. 입방 lập phương,
thể tích. (tt)부피

평범하다 Phổ thông,
bình thường, bình dân.
(tr) 유다르다, 유별하다
khác biệt, khác người.

평복 평상복, 통상복,
일상복 Quần áo thường
dân, thường phục.

평상시 평소, 보통때,
평시, 상시 Lúc bình
thường. 평일 ngày thường.
(tr) 유사시 lúc hữu sự.
비상시 lúc khẩn cấp, lúc
bất thường.

평생 일평생, 전생, 일

평생 Suốt cuộc đời, cả cuộc đời.

평생토록 종신 토록 Cho đến cả cuộc đời, chung thân, suốt đời.

평안 Sự bình an, vô sự. (*tt*) 무사, 무고 an khang. (*tt*) 안녕, yên ổn. (*tt*) 안온.

평안하다 만강 하다 Bình an, không có gì lo lắng.

평야 평원, 들, 벌 Bình nguyên, đồng bằng. 밭 đồng khô. 논 đồng nước. 초원 thảo nguyên.

평영 Kiểu bơi nhái.

평온 안온, 정온, 평안, 안정 Sự bình yên, sự yên ổn. (*tr*) 혼란 sự hỗn loạn.

평온하다 고요하다 Yên lặng, yên tĩnh, êm đềm.

평일 평상일, 상일 Ngày thường. 휴일 ngày nghỉ.

평정하다 Bình định. 진정시키다 làm cho bình yên, có trật tự trở lại.

평탄하다 평평하다, 평판 하다 Bằng phẳng, đều đều, trơn tru. (*tt*) 순조롭다.

평행 병행 Song song. (*tr*) 교차 cắt nhau, giao nhau.

평행하다 나란 하다 Chạy song song.

평화 Hòa bình. (*tr*) 전쟁 chiến tranh.

폐 신세, 누 Sự buồn bực, rắc rối, sự thiệt hại. (*tt*) 손해.

폐결핵 결핵 Bệnh lao, bệnh phổi.

폐기하다 버리다 Bãi bỏ, vứt bỏ. 포기하다 từ bỏ.

폐단 폐 Việc có hại, việc chán ngấy và rắc rối.

폐막하다 Bế mạc, hết.

ㅍ

(tr) 개막하다 khai mạc.

폐 쇄 하 다 닫다, 문 걸다 Đóng gài cửa lại, phong tỏa. *(tr)* 개방하다 mở cửa giao lưu.

폐 순 환 Tuần hoàn máu giữa tim và phổi.

폐 업 하 다 폐점하다 Đóng cửa hàng lại, không buôn bán nữa. *(tr)* 개업 하다 mở cửa hàng.

폐 인 기인 Con người vứt đi, con người bỏ đi (do nghiện ngập).

폐 지 하 다 그만두다, 없애다 Dẹp bỏ, bãi bỏ, xóa bỏ.

폐 품 Phế phẩm. 폐물 vật bỏ đi, rác rưởi.

폐 허 Sự hoang phế, sự bỏ lâu ngày hoang phế.

폐 활 량 폐기량 Lượng không khí phổi hít vào và thở ra.

포 개 다 거듭 놓다,

쌓다 Bao bọc, bọc nhiều lớp nhiều tầng.

포 경 선 경선, 고래잡이 배 Thuyền đánh bắt cá voi.

포 고 하 다 선고 하다, 공포 하다, 널리 알리다 Thông cáo, thông báo rộng rãi.

포 괄 하 다 싸다, 란데 묶다 Bọc, gói, đùm lại.

포 구 포문 Miệng súng, họng súng. *(tt)* 총구.

포 근 하 다 따뜻하다, 푸근하다 Ấm áp, ấm (thời tiết).

포 기 하 다 단념하다, 그만두다 Từ bỏ, thôi, không tiếp tục việc gì nữa.

포 대 기 Cái đệm bọc và địu trẻ em.

포 만 하 다 푸만 하다 Đầy tràn ra.

포 목 목포 Đay, gai. 천, 옷감 vải may quần áo.

포박하다 묶다 Bắt
trói lại.

포복절도 절도 하다
Cười bể bụng.

포부 큰뜻, 야망 Lý
tưởng mai sau, chí lớn. (tt)
대지

포섭하다
받아들이다 Tiếp nhận,
cùng một phía. (tt)
가담시키다.

포식하다 다른동물을
잡아 먹다 Ăn thịt động
vật khác. 포식자 quỷ ăn
thịt người.

포식하다 배불러 먹다
Ăn no bụng.

포악하다 사납다, 악
하다, 우악스럽다 Tàn
bạo, độc ác. (tr) 온화하다
ôn hòa. 자비하다 từ bi.

포옹하다 껴안다 Ôm,
ôm lấy.

포용성 너울가지 Sự

bao dung, sự rộng rãi.

포용하다 Đắp thêm
gói thêm.

포위하다 둘러 싸다,
에워 싸다 Bao vây, vây
lấy.

포유동물 Động vật có
vú. 연체동물 động vật
nhuyễn thể.

포자 홀씨 Bào tử.

포자낭 홀씨주머니
Bao, túi bào tử.

포자생식 Sinh sản bằng
bào tử.

포장마차 Quán nhỏ di
động bán ven đường.

포장하다 싸다, 꾸리다
Đóng gói, đóng thùng.
포장, 포지 giấy gói hàng.

포착하다 붙잡다 Bắt
được, ghi nhận được, bắt
được chứng cớ.

포함하다 함유 하다
Bao gồm, gồm cả, chứa

đựng, hàm chứa.

포효하다 Gào thét, thét, gầm (động vật).

폭 너비 나비 Độ rộng, khoảng rộng. 넓이 diện tích.

폭군 난군, 포군 Quân chủ độc ác. 걸주 Kiệt Trụ (hai vua ác nổi tiếng ngày xưa). *(tr)* 성군 vua hiền. 명군 minh quân.

폭동 동란, 난리 Bạo động, bạo loạn, loạn lạc.

폭등하다 대폭 오르다 Tăng lên nhiều, tăng mạnh (vật giá). *(tr)* 폭락하다, 대폭 떨어지다 hạ xuống nhiều.

폭력 Bạo lực. 폭력배, 폭력단 đầy bạo lực, côn đồ. *(tt)* 깡패. 무폭력 không có bạo lực.

폭로하다 드러내다 Làm lộ ra, vạch rõ ra.

폭발하다 터지다 Nổ ra, bùng nổ (thuốc nổ).

폭설 큰눈. 대설, 설이 Tuyết nhiều, bão tuyết.

폭염 강더위, 혹서, 무더위 혹염 Nóng nực vô cùng. *(tr)* 혹하나 rét hại, rất rét.

폭우 맹우, 많은 비, 호우, 억수 Mưa lớn, mưa như trút.

폭음 폭주 Sự uống quá nhiều rượu bia.

폭정 학정 Nền chính trị bạo lực, tàn ác. *(tr)* 선정 nền chính trị hiền lành.

폭포 폭포수, 비천 Thác nước.

폭풍 왕바람 Bão, gió bão.

폭행하다 난폭하다 Hành động bạo lực, hãm hiếp. *(tt)* 강간하다.

표권 Vé tàu xe, …).

표결하다 Biểu quyết. 투표하다 bỏ phiếu. 의결하다 thông qua nghị quyết.

표구하다 기록하다, 표서 하다, 쓰다 Ghi chép.

표리 속과 겉, 안팎 Bên trong và bên ngoài đồ vật.

표리부동하다 속과 겉이 다르다 Trong ngoài khác nhau.

표면 Bề mặt. 거죽 phía ngoài. 겉면 mặt ngoài.

표면적 겉넓이 Diện tích mắt ngoài.

표명하다 표하다, 밝히다 Làm sáng tỏ, làm rõ.

표백하다 Làm cho trắng ra, tẩy, làm cho mất màu. (*tt*) 탈색시키다. 표백제 chất tẩy trắng.

표범 Con báo sao. 호랑이, 범 con hổ.

표본 Tiêu bản. 견본, 샘플 hàng mẫu.

표시하다 드러내 보이다, 드러내다 Biểu thị, đánh dấu.

표어 Biểu ngữ, khẩu hiệu. (*tt*) 제명, 슬로건.

표음문자 소리 글자 Tiếng có âm, nguyên âm. (*tt*) 모음.

표적 기표 Đích ngắm, bia ngắm, mục tiêu. (*tt*) 목표.

표절하다 도작 하다 Ăn trộm tác phẩm người khác làm thành của mình, đạo văn.

표정 내색 Biểu hiện tình cảm ra trên nét mặt.

표정하다 표정 짓다 Biểu lộ tình cảm ra nét mặt.

표제 제목 Biểu đề, đề

mục

표주박 표자 Cái gáo (바가지) làm bằng trái bầu.

표준 기준 Tiêu chuẩn, mức chuẩn, chuẩn mực. *(tt)* 준거.

표준식 Bữa ăn đủ tiêu chuẩn sức khỏe. 보건식 bữa ăn theo mức y tế.

표준어 표준말, 대중말 Tiếng phổ thông, tiếng ở vùng thủ đô nước đó. *(tt)* 서울말. *(tr)* 사투리, 방어 tiếng địa phương.

표지 책 뚜껑, 책 표시, 서표 Bìa sách.

표징 징표 Đặc trưng tiêu biểu, biểu tượng. 상징 tượng trưng.

표창하다 드러 나게 밝히다, 칭찬하다 Biểu dương, khen ngợi.

표층 Lớp ngoài.

표피 상피 Biểu bì, lớp da ngoài. *(tt)* 겉가죽, lớp vỏ ngoài. *(tt)* 겉껍질. *(tr)* 내 피 lớp da, lớp vỏ trong.

표하다 나타내다, 표출 하다, 표현하다 Biểu thị, biểu hiện, đánh dấu. *(tr)* 감추다 cất giấu, che giấu.

푸대접 홀대, 냉대 Sự tiếp đãi lạnh nhạt, hờ hững, bạc đãi. *(tt)* 박대. *(tr)* 후대, 환대 sự tiếp đãi chu tất. 접대하다 tiếp đãi.

푸르다 청청하다 Xanh, màu xanh. 싱싱하다 xanh tươi, tươi (rau, cá).

푸른 물결 창파 Sóng xanh

푸른색 청색, 파란색 Màu xanh, xanh da trời. *(tt)* 하늘색.

푸성귀 남새, 나물, 채소, 풀 Rau cỏ (nói chung).

푸줏간 푸주, 고깃간, 정육점 Cửa hàng thịt, cửa hàng bán thịt.

푸짐하다 푸지다, 넉넉하다 Thịnh soạn.

푼돈 푼, 분전 Tiền nhỏ, tiền lẻ, tiền xu. *(tr)* 거액, 목돈, 거금 tiền cục, số tiền lớn.

푼수 정도 Mức độ, tỷ lệ. *(tt)* 비율.

풀 접합제, 아교, 아교풀 Hồ, keo dán.

풀 푸새 Cỏ. 청초 cỏ xanh.

풀 풀기, 활기, 기운 Nhuệ khí, tinh thần.

풀다 풀어내다 Tháo gỡ ra, giải quyết. *(tt)* 해결 하다. *(tr)* 맺다 thắt lại. 묶다 bó buộc lại. 감다 quấn lại.

풀리다 풀어지다 Được tháo gỡ ra, được giải quyết. *(tt)* 해결되다. *(tr)* 맺히다 được kết nối. 감기다 được quấn lại.

풀숲 수풀 Bụi cỏ, lùm cỏ.

풀치마 꼬리치마 Váy có đuôi. *(tr)* 통치마 váy bình thường không đuôi.

품격 격, 품성과 인격 Oai phong, có phẩm cách lẫn nhân cách.

품다 안다 Ôm, ôm ấp, đang có suy nghĩ. *(tt)* 생각하다.

품목 품명 Tên chủng loại hàng hóa.

품삯 품값, 삯, 노임, 임금 Tiền công, tiền lương.

품속 회중 Trong lòng (mẹ, tổ quốc,...).

품정하다 질에 대하여

평하다 Đánh giá chất lượng.

품종 종류, 종 Chủng loại.

품질 Phẩm chất. 질적 thuộc về chất. 양적 thuộc về lượng.

품팔이꾼 품꾼 Người làm thuê, người được tuyển dụng. (tt) 피고용인.

품행 행실 Phẩm hạnh, đức hạnh.

풋고추 푸른 고추 Ớt còn xanh, ớt xanh.

풋곡식 풋곡 Lúa còn xanh.

풋김치 날김치, 생김치 Dưa ăn xổi.

풍경 풍광, 경치 Phong cảnh.

풍기다 퍼지다 날리다 Bốc lên, bay ra, tỏa ra (hơi, mùi).

풍년 풍세, 유년 Năm được mùa. (tr) 흉년 năm mất mùa.

풍력 풍세 Sức gió. 풍력계, 풍속계 máy đo tốc độ gió.

풍만하다 풍족 하고 그득 하다 Phong phú, nhiều (tài nguyên).

풍문 바람결, 풍설, 소문 Tin đồn.

풍부하다 풍만 하다, 족하다 Có nhiều, phong phú. (tr) 모자라다 thiếu.

풍속 풍습, 풍기 Phong tục, tập quán. (tt) 습관, 탑 tục. (tt) 습속.

풍속도 풍속화, 세태화 Bức tranh vẽ phong tục, tập quán ngày xưa.

풍수지리설 풍수설, 풍수지리 Địa lý phong thổ, phong thổ.

풍수지탄 Tham muốn làm tròn đạo lý mà không

được.

풍요하다 넉넉하다 Có đủ, có nhiều. *(tr)* 모자라다, 부족하다 thiếu.

풍월 음풍농월 Chuyện trăng hoa, chuyện trăng gió.

풍자화 희화 Tranh đả kích, tranh hài hước. *(tt)* 만화.

풍작 풍년 Năm được mùa. *(tr)* 흉작 năm mất mùa.

풍적토 풍성토 Lớp đất do gió mang tới. *(tr)* 충적토 lớp đất sẵn có.

풍전등화 Đèn trước gió, nguy cấp. *(tt)* 위급.

풍조 시조, 시류 Trào lưu, xu thế thịnh hành. *(tt)* 유행.

풍족하다 족하다 Sung túc, có nhiều.

풍진 Phong trần. 속세 tục thế.

풍토병 지방병 Bệnh phong thổ.

풍파 Phong ba. 분란, 분쟁 tranh chấp.

풍해 풍난, 풍난 Tác hại do gió gây ra.

풍향계 Cái chong chóng, máy đo sức gió.

풍흉 풍년과 흉년 Năm được mùa và mất mùa.

프랑스 *(France)* 법국 Nước Pháp.

피 Máu. 혈액 huyết dịch. 혈기 huyết khí.

피고개 추궁, 칠궁, 춘궁 Thời kỳ giáp hạt (ngày ba tháng tám).

피곤하다 피로하다, 곤하다, 고단하다 Mệt mỏi. 힘들다 mệt nhọc (công việc).

피난처 피난지 Nơi lánh

nạn, nơi tản cư.

피난하다 피란 하다
Lánh nạn, tản cư.
피난민 dân lánh nạn.

피눈물 혈루 Máu và
nước mắt (sự cực nhục).

피다 개화하다 Nở ra,
nở hoa. *(tr)* 지다 tàn tắt
(hoa).

피동 Có tính bị động.
수동 thụ động. *(tr)* 능동
năng động. 자동 tự
động. 주동 chủ động.

피땀 Mồ hôi và máu, sự
cực nhục vô cùng. *(tt)*
고생.

피력하다 털어 놓다,
드러내다 Thổ lộ ra, nói
ra.

피로 주접, 피곤, 노곤
Sự mệt mỏi.

피로하다 피곤하다.
지치다, 고달프다 Mệt
mỏi, mệt nhọc.

피뢰침 피뢰주 Cột
thu lôi, cột chống sét.

피마 빈말 Con ngựa
cái. *(tr)* 상말, 수마 con
ngựa đực. 망아지 con
ngựa con.

피부 살갗 Da người.
가죽 da nói chung.

피서하다 더위를 피
하다 Tránh nóng, tránh
nắng. *(tr)* 피한하다, 추
위를 피하다 tránh lạnh.

피신하다 Lánh thân.
피하다 tránh. 도망하다,
달아나다 bỏ chạy.

피우다 흡연하다, 끽연
하다 Hút thuốc. *(tr)*
금연 하다 cấm hút
thuốc. 담배 포기하다
bỏ thuốc lá.

피장파장 마찬가지
Tương tự, gần giống như
nhau.

피차 피차간, 양쪽 Cả

hai, hai phía.

피 천 푼돈, 한 푼 Một đồng xu, một xu (số tiền quá ít).

피 하 다 기피하다 Tránh, né. 피신하다 tránh thân.

핀 란 드 (*Finland*) 분국, 분란 Nước Phần Lan.

핀 잔 꾸짖다, 야단하다 La mắng, la, rày la.

필 경 마침내, 결국에는 Kết cục, cuối cùng thì.

필 기 하 다 기록 하다, 쓰다 Ghi chép.

필 명 종실, 필생, 일생, 평생 Suốt đời, cả đời

필 사 적 결사적 Có tính quyết tử, hy sinh cả tính mạng để làm việc gì.

필 수 없으면 안되다 Nhất thiết phải có, nhất thiết.

필 수 품 수용품, 필히 필요한 물품 Các thứ thiết yếu.

필 연 필시 Tất yếu, nhất định như thế. (*tt*) 반드시.

필 요 하 다 Cần thiết. (*tr*) 불필요하다 không cần thiết.

필 적 글씨, 글씨체, 서체 Kiểu chữ, nét chữ.

필 적 하 다 팽팽 하다 Ngang sức ngang tài.

핏 덩 어 리 핏덩이 Cục máu, trẻ mới sinh. (*tt*) 갓난아이.

핏 줄 핏줄기 Dòng máu. 혈통 huyết thống. 혈관 huyết quản.

핑 계 구실. 변명 Sự biện bạch, sự chống chế bằng lý do này khác.

하

하 Hạ, dưới. *(tt)* a래, 밑. *(tr)* 상 thượng, trên.

하 하계, 여름 Mùa hạ. 입하 lập hạ.

하 하도, 너무, 무척 Quá nhiều, quá (mức độ).

하강하다 내려오다, 낮아지다 Đi xuống, hạ xuống, thấp xuống. 떨어지다 rơi rớt, hạ thấp xuống. *(tr)* 상승하다. 오 르다, 올라가다 đi lên.

하객 축하객 Khách mừng, khách đến chúc mừng việc gì. *(tr)* 조객, 조문객 khách đến chia buồn việc tang. 문상객 khách viếng tang.

하교하다 Đi học về. *(tr)* 등교하다 đi học.

하구 강어귀, 강구 Cửa sông.

하급 낮은 급 Cấp dưới, cấp thấp. *(tt)* 저급. *(tr)* 상급 cấp trên.

하급생 Học sinh lớp dưới. *(tr)* 상급생 học sinh lớp trên.

하기는 하긴, 실상, 실은 Thực là, đúng là, thực tế là.

하나같다 Giống như một, tất cả giống nhau. *(tt)* 모두 같다.

하나 일 Một (số lượng, con số,...). 단하나 chỉ có một. 유일 duy nhất.

하나님 하느님 Ông trời. 상제 thượng đế. 성부 thánh phụ. 천제 thiên đế.

하나하나 하나씩,

낱 낱이 Từng cái, từng cái một, lẻ từng cái.

하 녀 계집종, 비녀 Người đầy tớ gái.

하 늘 한울, 하날 Trời. 천 thiên. *(tr)* 땅 đất. 지 địa.

하 늘 거 리 다 흐늘거 리다, 흐늘대다 Lêu lổng, không làm việc gì chỉ ăn chơi.

하 늘 나 라 Trên trời. 천당, 천국 thiên đường.

하 늘 땅 Trời đất. 천지 thiên địa.

하 다 만들다 Làm, hành động. *(tt)* 행동하다.

하 달 하 다 Truyền đạt xuống dưới. *(tr)* 상달하다 truyền đạt lên trên.

하 등 Hạ đẳng, cấp thấp. *(tr)* 고등 cấp cao, cao cấp.

하 락 하 다 떨어 지다 Rơi xuống thấp, hạ xuống thấp. *(tt)* 낮아지다. *(tr)*

올라가다 lên cao.

하 루 건 너 하루 걸러, 격일 Cách ngày. 격주 cách tuần.

하 루 한일, 일일 Một ngày. 하루 종일 suốt một ngày.

하 루 하 루 매일 매일, 가날 Ngày ngày, mỗi ngày, một ngày nào đó. *(tt)* 어떤 날.

하 룻 강 아 지 어린 강 아지 Chó con mới sinh, chỉ người còn non nớt việc gì *(tt)* 초보자.

하 룻 밤 한 밤, 일야 Một đêm, một đêm nào đó. *(tt)* 어떤 밤.

하 류 Hạ lưu (sông). *(tr)* 상류 thượng lưu.

하 릴 없 다 틀림 없다 Không sai tý nào.

하 마 Con Hà mã.

하 마 터 면 Lỡ may ra, suýt nữa thì.

ㅎ

하물며 Huống chi, huống hồ.

하반기 후반기 Nửa sau của năm. *(tr)* 상반기, 전반기 6 tháng đầu năm.

하반신 아랫도리, 하체 Nửa người dưới. *(tr)* 상반신, 상체 nửa người trên.

하복 아랫배 Bụng dưới. *(tr)* 상배, 윗배 bụng trên.

하부구조 하 tầng cơ sở, cấu trúc hạ tầng. *(tr)* 상부구조 cấu trúc thượng tầng.

하산하다 Xuống núi, thôi không làm sư nữa. *(tr)* 등산하다 lên núi. 입산하다 lên núi đi tu.

하선 Lên thuyền. *(tr)* 상선 lên thuyền.

하소연 하소 Lời than.

하수 강물, 냇물 Nước sông suối.

하수 낮은 솜씨 Kém tay, người kém hơn. *(tr)* 고수 cao thủ.

하수구 수채 Cửa thoát nước bẩn, nước thải.

하수인 하수자 Người cấp dưới làm thay ai việc gì.

하수하다 착수 하다, 손대다 Động tay, bắt tay làm việc gì.

하시 어느 때, 언제 Bao giờ, lúc nào đó.

하야말갛다 말고희다 Sáng trắng, trong như ngọc.

하얗다 허옇다, 희다 Trắng, trắng phau. *(tr)* 까맣다 đen thui.

하여간 하여튼, 어쨌든지, 아무튼, 좌우간 Dù rằng, cho dù rằng, dù sao thì cũng.

하염없다 끝없다 Vô bờ bến, vô cùng, vô tận thời gian.

하옥하다 옥에 가두다 Hạ ngục, tù giam. *(tt)* 수감하다, vào tù. *(tt)* 감옥에 들어가다. *(tr)* 출옥하다, 출감하다 ra tù.

하의 아래옷, 바지 Quần, phần dưới quần áo. *(tr)* 상의 áo trên, áo.

하인 종, 심부름 Người phục vụ, đầy tớ. *(tr)* 상전 chủ.

하자 흠, 결점, 단점 Lỗ hổng, khuyết điểm, điểm thiếu sót.

하잘것 없다 대수롭지 않다, 보잘것없다, 시시 하다 Không có gì to tát, không đáng kể.

하지 지일 Ngày hạ chí. *(tr)* 동지 ngày đông chí.

하지만 그러나, 그러하나, 그렇지만, 하나 Tuy thế nhưng mà, tuy mà.

하직하다 고하다 Chào lui về quê, cáo biệt, thôi chức vụ.

하차하다 차에 서내리다 Xuống xe. *(tr)* 승차 하다 lên xe.

하천 내, 시내 Suối, ngòi (nhỏ hơn sông). 강 sông.

하청부 하청 Cơ quan đại lý.

하층 Hạ tầng. *(tr)* 상층 thượng tầng.

하층운 Tầng mây thấp. *(tr)* 상층운 tầng mây cao.

하치않다 하찮다, 시시 하다, 보잘것없다 Không to tát, không lớn lao gì, không đáng kể.

하필 하필이면, 해필 Tái bút, viết thêm.

하한선 Đường hạn dưới. *(tr)* 상한선 đường hạn trên.

하행하다 Đi về phía dưới, về quê.

하향하다 Hướng xuống dưới. *(tr)* 상향하다 hướng

lên trên.

하 현 달 Trăng sớm mai.
(tr) 상현달 trăng đầu hôm.

학 두루미, 백조 Con
chim hạc.

학 과 과목 Môn học.

학 교 배움터, 학당
Trường học, học đường.
학원 học viện.

학 급 반 Lớp học. 교실
phòng học.

학 동 Tuổi thơ, tuổi học,
học sinh cấp một. *(tt)*
초등 학교.

학 령 취학연령 Tuổi đi
học, tuổi đến trường.

학 문 Học vấn. 학력 học
lực. 학식 học thức.

학 문 하 다 배우다,
학습 하다 Học tập.

학 벌 학력 Học lực.

학 비 학비금, 학자금
Tiền học phí.

학 살 하 다 마구죽이다
Tàn sát, giết bừa bãi.

학 생 학도 Học sinh, sinh
đồ. *(tt)* 생도. *(tr)* 선생
thầy giáo.

학 생 모 학모 Mũ học
sinh.

학 수 고 대 하 다 Dài
cổ chờ đợi, mỏi cổ trông
chờ. 기다리다 chờ đợi.

학 술 학예, 학재 Học
thuật.

학 술 어 전 문어 Từ
chuyên môn, từ học thuật.

학 우 학형, 글동무, 글벗
Bạn học.

학 자 학문인, 학장, 후학
Học giả, nhà chuyên môn
về ngành học gì.

학 적 부 학교 생활 기
록부 Sổ ghi chép tình
hình sinh hoạt học tập của
học sinh tại trường học.

학 정 폭정, 악정 Nền
chính trị độc ác. *(tr)* 선정
nền chính trị hiền lành.

학 질 학, 말라 리아

(*Malaria*) Bệnh sốt rét.

학 파 학류, 학통 Học phái

학 풍 교풍 Truyền thống học tập của trường học.

한 원, 원한 Hận, thù hận, sự bực bội. (*tt*) 한탄.

한 한도, 한계, 한량 Giới hạn, mức độ, kỳ hạn. (*tt*) 기한.

한 가 운 데 한복판, 가운데, 한중간 Chính giữa, trung tâm (vị trí).

한 가 위 가위, 파월 대보름, 추석, 중추 Trung thu, rằm tháng 8 âm lịch.

한 가 지 일종 Một thứ, một loại.

한 가 하 다 한가롭다, 유유 하다, 한만하다 Nhàn rỗi, thong thả. (*tr*) 분주하 다 탈 밧. 바쁘다 bận rộn.

한 갓 단지, 오직 Duy chỉ, chỉ.

한 갓 지 다 한가하다,

조용 하다 Yên tĩnh, yên bình (làng quê). (*tr*) 시끄럽다, 번잡하다 ồn ào.

한 걱 정 큰 염려 Sự lo lắng vô cùng, rất lo.

한 겨 울 참 추운 겨울, 엄동, 엄한, 엄동설한. Mùa đông lạnh lẽo, khắc nghiệt.

한 결 한층, 보다, 더욱, 한층 더 Thêm một mức, hơn nữa.

한 결 같 다 변함 없다, 시종 일관 Không có gì thay đổi, trước sau như một.

한 계 극한 Giới hạn. 한도 mức độ. 범위 phạm vi.

한 고 비 고조, 절정 Mức cao nhất, giai đoạn quan trọng nhất, kỳ vất và khó khăn nhất.

한 구 석 Trong một góc, một xó.

ㅎ

한 국 Hàn Quốc. 대한 민국, 대한 Đại Hàn dân quốc. 조선 Triều Tiên.

한 군 데 한데, 한 장소, 한 곳 Một nơi, một chỗ.

한 글 훈민정음, 언문 Chữ Hàn Quốc. 한국어 tiếng Hàn Quốc.

한 기 냉기, 한증 Không khí lạnh, hơi lạnh. *(tr)* 난 기, 온기 không khí nóng.

한 길 큰길 Con đường lớn, đại lộ. *(tt)* 대로, con đường đi. *(tt)* 행로.

한 꺼 번 에 한껍에, 단 숨에, 한차례에, 한번에 Một lần, một lúc luôn, đồng thời một lần.

한 껏 힘껏, 능력껏, 정 도껏 Hết sức, hết sức nỗ lực, hết mức độ có thể.

한 나 절 반일 Nửa ngày, một buổi.

한 낮 낮, 정오, 오정 Ban ngày, giữa ban ngày, giữa trưa. *(tr)* 한밤 đang trong đêm khuya.

한 낱 단지 하나의 Chẳng qua chỉ là.

한 눈 팔 다 눈 팔다, 먼눈 파라다 Để mắt đâu đâu, lo nghĩ chuyện ở đâu mà không chú ý việc mình làm.

한 담 하 다 심심풀이로 하는 이야기를 하다 Nói chuyện phiếm, chuyện tiêu khiển.

한 대 Hàn đới. 온대 ôn đới. 열대 nhiệt đới.

한 더 위 무더위, 폭염, 폭서, 혹염 Cái nóng kinh khủng, cái nóng như thiêu.

한 데 한 곳, 한군데 Một nơi nào đó.

한 도 제한, 정도 Hạn độ, mức độ, chừng độ. 범위 phạm vi.

한 동 아 리 한패 Một

phe, một phái, một phía.

한들거리다 흔들거리다, 흔들대다, 흔들리다 Lắc, lắc lắc, rung, làm cho dao động.

한란계 온도계 Nhiệt kế, hàn biểu thứ.

한랭전선 Tuyến, luồng không khí lạnh. *(tr)* 온난전선 tuyến không khí nóng.

한랭하다 몹시 춥다 Rất rét, rét đậm. *(tr)* 온난하다 nóng.

한량없다 끝없다, 그지 없다, 한없다 Không có hạn mức, không có giới hạn, không hạn định.

한류 찬 흐름 Dòng lạnh.

한철 한참, 한때, 한철 Trong một thời gian, trong bao lâu.

함지 Biển tây, biển mặt trời lặn. *(tr)* 부상 biển Đông, biển nơi mặt trời mọc.

함지박 함박, 함지 Cái chậu, cái đĩa làm bằng cách đục từ gỗ ra.

함축하다 간직 하다, 품다 Hàm súc, chứa đựng, có ý nghĩa. *(tt)*의미심장 하다, bao gồm. *(tt)* 포함 하다.

함흥차사 무소식, 돌아 오지 않음 Bặt tin, không quay trở lại.

합격하다 통과하다, 붙다, 급제하다 Đậu thi, thông qua kỳ thi. *(tr)* 불합격하다, 낙제 하다 hỏng thi. 탈락하다 rơi rụng.

합계 합, 계, 총계 Cộng, tổng số. 더하다, 합하다 cộng vào.

합당하다 적당하다, 적합 하다, 알맞다 Thích hợp, vừa phải, đúng, thỏa

đáng, đúng. *(t)* 타당하다. *(tr)* 부당하다, 당치않다 không đúng.

합류하다 합수하다 Hòa dòng chảy, hòa đồng, hòa nhập.

합법적 적법적 Có tính hợp pháp. *(tr)* 위법하다 vi phạm luật. 불법하다 trái luật.

합병 Bệnh khác xen vào, bệnh tổng hợp.

합병화다 합치다 Hợp lại, cộng đồng, chung. *(tr)* 분리하다 phân ly, chia ra.

합본 합편 Sách gộp chung nhiều sách, biên tập chung lại.

합석 동석 Việc cùng ngồi một chỗ. 배석하다 ngồi, tham dự việc gì (với cấp trên).

합성섬유 합섬 Sợi hóa học, sợi tổng hợp.

합창하다 함께부르다 Hợp xướng. *(tr)* 독창하다 đơn ca.

합치다 합하다, 합일 하다 Gộp lại, nhóm lại. *(tr)* 분리하다, 가르다, 나누다 chia ra, phân ra.

핫바지 Cái quần bông.

핫바지 촌사람, 촌놈 Người quê, nhà quê (coi thường).

항간 속간, 민간, 세속 Trong dân gian, trong dân chúng (tin đồn).

항거하다 맞서다 Kháng cự, đối chọi lại. *(tr)* 복종하다 phục tùng.

항공모함 공모, 모함 Hàng không mẫu hạn.

항구하다 Hằng cửu. 영구하다 vĩnh cửu. 오래가다 không thay đổi, được lâu bền. *(tr)* 임시적 có tính lâm thời, tạm thời. 일시적 có tính nhất thời.

항로 뱃길 Đường thuyền, đường thủy 수로. 항공로 đường hàng không.

항목 Hạng mục. 조목 điều mục. 조항 điều khoản.

항문 밑 구멍, 똥 구멍 Hậu môn, lỗ đít, lỗ bài tiết.

항복하다 Hàng phục. 지다 thua. 손들다 giơ tay hàng.

항상 상시, 항시, 늘 Luôn luôn, thường xuyên, mãi mãi, bất kỳ bao giờ 언제든지.

항생물질 항생제 Chất kháng sinh.

항설 가설, 풍문, 소문 Tin đồn, tin via hè, tin truyền miệng từ người này sang người khác.

항성 Hằng tinh. 정성 định tinh, sao đứng một chỗ. *(tr)* 혹성, 행성

hành tinh, 위성 vệ tinh.

항성표 성표 Bản đồ các sao, các định tinh.

항아리 독, 단지 Cái vại, cái lon, cái chum.

항온동물 정온동물, 등온 동물 Động vật có thân nhiệt không thay đổi. *(tr)* 변온동물 động vật có thân nhiệt luôn thay đổi phù hợp với nhiệt độ bên ngoài.

항원 면역원 Nguồn miễn dịch, nguồn kháng thể (trong cơ thể động vật).

항의하다 Kháng nghị. 반대하다 phản đối.

항쟁하다 맞싸 우다 Kháng chiến, chiến đấu chống lại.

항차 하물며 Huống chi, huống hồ là.

항체 항독소 Chất kháng thể, chất kháng độc tố. 면역체 chất miễn dịch.

ㅎ

해 년 Năm. 달, 월 tháng.

해 태양 Mặt trời, thái dương.

해 폐, 해독, 독해 Hại, độc hại. 해하다, 해롭다 có hại, độc hại.

해 갈 하 다 Giải khát, làm giảm bớt sự thiếu nước.

해 거 름 해질녘, 석양, 일모 Lúc mặt trời lặn. 황혼 lúc hoàng hôn.

해 결 하 다 풀다, 해내다 Giải quyết, xử lý. (tt) 처리하다.

해 고 하 다 해직 하다 Cho nghỉ việc, cho thôi việc. 미역국 먹다, 목 자르다 bị cho thôi việc. (tr) 채용하다, 임용하다 nhận vào làm việc.

해 골 Hài cốt, xương đầu. (tt) 머리뼈, 해골박.

해 괴 하 다 괴상하다, 괴이 하다 Kỳ quái, quái lạ, kỳ lạ.

해 군 Hải quân. 수군 thủy quân. (tr) 육군 lục quân. 공군 không quân.

해 내 다 승리하다 Thắng lợi, vượt qua đến chiến thắng.

해 넘 이 일진, 일몰 Việc mặt trời lặn, hết ngày. (tr) 해돋이, 해뜨기, 일출 việc mặt trời mọc.

해 녀 잠수 Người phụ nữ làm nghề bắt cua ốc ven biển.

해 답 해제 Giải đáp. 답 lời giải, đáp số. 답안지 bài giải. 오답 trả lời sai. 정답 trả lời đúng. (tr) 문제지.

해 당 하 다 들어맞다, 마땅 하다 Đúng với, thuộc diện.

해 당 화 Hoa Hải đường.

해 독 하 다 독풀이하다 Giải độc.

해 돋 이 해뜨기, 일출

Mặt trời mọc, lên. *(tr)* 해 넘이, 일몰 mặt trời lặn.

해동청 매 Con diều hâu.

해로 백년해로, 백년 해락 Bách niên giai lão.

해롭다 유해하다 Có hại. 독해하다 độc hại.

해마다 매년 Hàng năm, mỗi năm. 예년 thường năm.

해말갛다 희멀 겋다, 희맑 다 Sáng trắng, sáng trong.

해먹다 만들어 먹다 Làm ăn, sinh kế.

해먹다 횡령하다 Ăn chặn tiền, biển thủ tiền công.

해명하다 밝히다 Làm sáng tỏ, giải thích rõ ràng.

해몽 Việc giải, đoán tương lai qua cơn mộng.

해바라기 Hoa Hướng Dương.

해박 박식, 박학, 다문 박 식 Sự uyên thâm, sự hiểu nhiều biết rộng.

해발고도 해발 Độ cao so với mực nước biển.

해방하다 Giải phóng. 석방하다, 풀이 놓다 thả ra. *(tr)* 가두다 giam cầm.

해변 해변가, 해안, 바닷 가 Bờ biển, ven biển, duyên hải.

해보다 Giải phẫu.

해빙하다 얼음 풀리다, 얼음 녹이다 Làm tan băng, băng tan. *(tr)* 결빙 하다, 얼다 kết băng, đông thành đá lạnh.

해산달 산월, 산달 Tháng sinh con, tháng ở cữ.

해산물 해물 Hải vật, đỏ biển.

해산하다 Giải tán. 흩 어 지다 tan rã ra. *(tr)*

집합/ 집결하다 tập
hợp lại.

해산하다 분만 하다,
산아 하다, 출산하다,
아이 낳다, 몸풀다
Sinh nở, sinh đẻ.

해상 Trên biển. *(tr)*
육상, 지상 trên bộ, trên
mặt đất.

해상권 해권, 제해권,
영해 Lãnh hải, hải phận.
(tr) 공권 không phận.

해상하다 탈상 하다
Hết tang, giải tang.

해석하다 풀다 Giải
thích, giải ra. 해설 하다
thuyết minh, giải thích *(tt)*
설명 하다.

해소하다 없애다 Giải
tỏa (bức xúc), làm cho hết
đi.

해수 Nước biển. 조수
nước thủy triều. 해조 hải
triều.

해쓱하다 창백 하다.

파리 하다, 핏기가 없다
Trắng bệch ra, không có
sắc máu (trên mặt).

해안선 해변선, 연해선
Đường ven biển, bờ biển.

해약하다 파약하다,
약속 깨뜨리다 Phá vỡ
lời hứa, phá vỡ hợp đồng.

해양 Hải dương. 큰 바다
biển lớn. 대양 đại dương.

해어지다 닳아서떨어
지다, 해지다 Mòn hết,
mòn vẹt đi. 닳다 mòn.

해열제 해열약 Thuốc
hạ nhiệt, thuốc giải nhiệt.

해열하다 열 내리게
하다 Giải nhiệt, làm cho
xuống nhiệt.

해오라기 백로 Con
chim trắng ở biển.

해외 Hải ngoại. 외국
ngoại quốc. *(tr)* 국내,
해내 trong nước.

해이하다 풀어지다
Dễ chịu, thoải mái về thời

gian. *(tr)* 긴장하다 căng thẳng.

해 일 Sóng thần.

해 임 하 다 해직 하다, 해고하다, 면직하다 Bãi nhiệm, cho thôi chức vụ gì. *(tr)* 임용하다, 채용하다 tuyển dụng, bổ nhiệm.

해 적 해도 Hải tặc, cướp biển. *(tr)* 산적 sơn tặc, cướp núi.

해 전 수전 Thủy chiến. 선전 trận chiến bằng thuyền. 전선 chiến thuyền. *(tr)* 공중전 trận không chiến. 육전, 지상 전 trận trên bộ.

해 제 하 다 Bãi bỏ lệnh cấm. 풀다, 자유롭게 하다 làm cho tự do.

해 질 녘 해거름, 석양 Lúc mặt trời mọc.

해 체 하 다 해산하다 Giải tán, giải thể tổ chức.

해 충 해론 벌레 Trùng sâu có hại. *(tr)* 익충 trùng sâu có lợi.

해 치 다 해롭게 하다, 망치다, 해코지하다 Làm hại ai, cái gì.

해 치 우 다 없애버리다, 치우다 Xóa bỏ.

해 풍 Gió biển. *(tr)* 육풍 gió lục địa.

해 학 유머 Hài hước, vui nhộn. 해학가 nhà hài hước.

해 협 해문 Eo biển.

해 후 상 봉 하 다 상봉하다, 만나다, 면회하다 Gặp nhau, gặp mặt. *(tr)* 헤어지다 chia tay nhau.

핵 알짜, 알맹이, 핵심, 골자 Lõi, hạt, cốt lõi, hạt nhân. 원자핵 lõi nguyên tử. 핵무기 vũ khí hạt nhân.

핵 가 족 소가족 Gia đình nhỏ gồm hai thế hệ. *(tr)*

대가족 đại gia đình.

핼 쑥 하 다 피기가없고 파리하다, 창백하다 Xanh xao, không có máu mặt, gầy *tt.* *(tt)* 여위다, 마르다.

햅 쌀 신미 Gạo mới. *(tr)* 묵은 쌀, 고미 gạo cũ.

햇 곡 식 햇곡, 신곡 Lương thực mới thu hoạch trong năm. *(tr)* 묵은 곡식 lương thực cũ.

햇 발 햇볕, 일각, 햇살, 햇빛 Tia nắng, tia sáng.

햇 병 아 리 병아리 Gà con mới sinh ra, người hoàn toàn mới trong việc gì. *(tt)* 풋나기.

햇 볕 햇빛, 햇살, 태양광 선 Tia nắng, tia sáng.

햇 수 해의 수, 연수 Số năm.

행 Hàng, hàng ngang. *(tr)* 열 dọc, hàng dọc.

행 객 행려, 나그네 Hành

khách, khách đi đường.

행 군 하 다 행진하다, 진군 하다 Hành quân, tiến quân.

행 동 하 다 Hành động. 소행하다, 만들다 làm ra, gây nên.

행 랑 채 문간채 Nhà nhỏ, nhà dành cho người giúp việc, đầy tớ.

행 렬 대열, 대오 Hàng ngũ, đội ngũ, hàng quân.

행 방 간 곳, 간 방향 Nơi đi, hướng đi, dấu vết tông tích *(tt)* 종적.

행 복 하 다 행복스럽 다 Hạnh phúc. 복스럽다 trông có phúc. *(tr)* 불행 하다 bất hạnh. 불운하다 không may mắn. 박복 하다 bạc phúc.

행 사 Buổi làm việc gì, công việc gì. *(tt)* 일, chương trình gì. *(tt)* 일정.

행 상 행상인 Bán hàng

ven đường, người bán hàng rong. *(tr)* 앉은 장사 buôn bán ngồi tại chỗ.

행선지 목적지 Nơi đến, nơi cuối cùng đi tới.

행성 혹성, 유성, 떠돌이별 Hành tinh, sao di động. *(tr)* 항성 hành tinh, sao cố định.

행실 품행, 소행 Đức hạnh, đức tính cá nhân.

행여 행여나, 다행히, 바라건대 May quá, đúng lúc quá, tốt dịp quá.

행운 좋은 운수, 대길, 운, 다행 May mắn, vận may, số may. *(tr)* 액운, 비운, 액, 재액 불운 vận rủi.

행운아 복인 Người có số may mắn. 불운아, 불운인 người kém may.

행위 짓, 짓거리 Hành vi. 행동 hành động.

행장 Hành trang.

행정 Hành chính. 사법 tư pháp. 입법 lập pháp.

행정범 형식범 Tội hành chính. *(tr)* 형사범 tội hình sự.

행주질하다 행주질하다, 훔치다, 설거지치우다 Dọn rửa bát đũa sau khi ăn.

행패하다 행패부리다, 행주부리다 Ngỗ ngược, láo, hỗn láo. *(tt)* 전방하다.

행하다 Hành, làm. 실행하다 thực hành. 거행하다 cử hành.

향기 향취, 향내 Hương thơm, mùi thơm. *(tr)* 악취 mùi hôi thối.

향락하다 즐기다 Hưởng thụ, lấy làm vui thú.

향불 향화 Lửa hương.

향상하다 진보하다, 나아지다, 좋아지다

Tiến bộ hơn, tốt hơn, khá hơn.

향수병 Bệnh do nhớ nhà, nhớ quê sinh ra.

향유하다 누리다, 즐기다 Vui hưởng, tận hưởng.

향촌 시골, 향리, 향토 Hương thổ, làng quê.

향토색 지방색 Màu sắc quê, màu sắc nơi đó.

향후 가 뒤, 다음 Về sau. *(tr)* 이전 trước đây.

허 공허 Hư, hư ảo. 허수 số ảo. *(tr)* 실 thực. 실수 số thực.

허가장 Giấy phép, giấy chp phép. 운전 면허증 giấy phép lái xe.

허가하다 허하다, 인가하다, 승인하다 Cho phép, đồng ý. *(tt)* 인정하다, ghi nhận. *(tr)* 금지하다 cấm, cấm chỉ.

허겁지겁하다 허둥거리다 Luống cuống, vừa nôn nóng vừa lúng túng.

허공 Hư không. 공중, 하늘 trên không trung.

허구 허위, 꾸밈, 조작 Sự hư cấu, làm bộ, ngụy tạo. *(tr)* 실제 thực tế. 실존 thực tồn.

허다하다 무수 많다, 수두 룩하다, 흔하다 Quá nhiều, rất nhiều. *(tr)* 희소하다 hiếm hoi, ít ỏi.

허덕허덕하다 허덕거리다 Lập cập, luống cuống.

허락하다 허가하다, 승인하다, 허용하다 Cho phép, đồng ý cho, công nhận, ghi nhận. *(tt)* 받아 들이다. *(tr)* 거절하다 Cự tuyệt. 금지하다 cấm tuyệt đối.

허랑방탕하다 Sa đọa,

xuống dốc, rượu vào đi lang thang.

허 례 허식, 허레허식 Hình thức, nghi thức rườm rà, không hợp với thực tế.

허름하다 낡다, 허술하다 Cũ, lâu rồi, không đáng giá. (*tt*) 싸다, 천하다.

허 리 통 허리 둘레 Vòng lưng, vòng eo lưng.

허 리 요부 Lưng, phần lưng, phần giữa. (*tt*) 가운데부분.

허 리 띠 요대, 벨트 Thắt lưng, dây lưng.

허 리 춤 Múa bụng, múa lắc lưng.

허 명 헛된명성, 고명 Hư danh, tên hão.

허 무 맹 랑 하 다 터무니없다, 허황하다, 허망스럽다 Huênh hoang, hoang đường, trống rỗng.

허 무 하 다 텅비다, 실존 없다 Hư vô, không có thực tế.

허 물 Sần da, da ngoài, cái vỏ ngoài. (*tt*) 껍질, 껍데기, 벗 혜. (*tt*) 흉.

허 물 잘못, 실수, 과오 Sai sót, sai lầm, lỗi lầm.

허 물 다 부수다, 허물 어뜨리다 Đập bỏ, phá dỡ ra. (*tr*) 쌓다, 세우다 xây, dựng nên.

허 물 없 다 아주 친근하다, 친밀하다, 친하다 Rất thân cận, rất gần gũi đến mức không cần giữ thể diện.

허 비 하 다 Tiêu phí, hoang phí, lãng phí (*tt*) 낭비하다.

허 사 헛일 Việc hão, việc không đâu.

허 세 부 리 다 허장성세 하다 Phô trương thanh thế, làm ra to tát thế lực.

허송하다 헛되이 보내다 Qua ngày, đoạn tháng, tiêu phí thời gian vô vị.

허수아비 괴뢰 Con bù nhìn canh ruộng, kẻ bù nhìn.

허술하다 낡아빠지다 Cũ, trông không còn ra gì.

허식 겉치레, 겉치장 Kiểu trau chuốt bên ngoài, nghi thức quá hình thức.

허약하다 Mệt mỏi và yếu ớt, yếu đuối, không có sức

허언 빈말, 공언 Lời nói suông, trống rỗng, nói dối. *(tt)* 거짓말.

허영 겉치레 Hư vinh. *(tr)* 내실 실제 실질.

허위 Thế phô trương, thế ảo.

허위보고 거짓 보고 Báo cáo dối trá, báo cáo

láo.

허전하다 하전하다, 서운하다 Cảm thấy trống vắng, buồn trống vắng.

허점 약점, 단점, 맹점, 결점 Điểm yếu, khuyết điểm.

허출하다 시장하다, 배고프다 Đói bụng. *(tr)* 배부르다 no bụng.

허탕치다 헛일하다, 헛수고하다, 공치다 Cố gắng công không, công hão.

허튼소리 헛소리 Lời nói hão, nói suông. 망언 lời nói láo xược.

허파 폐, 부아 Phổi, lá phổi.

허풍떨다 허풍치다, 큰 소리 치다 Lớn tiếng, nói phét, nói quá lên. *(tt)* 과장하다.

허하다 Hão, vô thực. *(tt)* 비다, 부실하다.

허하다 허가하다, 허락
하다 Cho phép, thuận
cho, ưng ý.

헌 것 낡은 것 Cái cũ,
thứ đã lâu rồi. *(tr)* 새것
thứ mới.

헌금 연보 Tiền đóng góp.
헌금하다 đóng góp tiền.

헌납하다 헌정
하다, 바치다 Hiến tặng,
tặng, cho. 기증하다 tặng
cho (cái gì cho bảo tàng,
v. v.,...).

헌법 Hiến pháp.

헌 솜 묵은 솜 Bông cũ.

헌 쇠 고철 Sắt vụn, sắt cũ.

헌신하다 몸바치다
Hiến thân, hy sinh. *(tt)*
희생하다.

헐값 헐가, 싼값 Giá rẻ,
giá bèo. *(tr)* 고가 giá cao.
금값 giá đắt 헐다 đập
bỏ, tháo dỡ.

헐다 Cũ, lâu, cũ rách.

헐다 허물다, 부수다,

무너뜨리다 Đập bỏ,
xóa bỏ.

헐떡거리다 할딱거
리다, 헐떡이다 Hổn
ha hổn hển (mừng, lo).

헐뜯다 험담하다, 악언
하다 Nói xấu ai, nói để
hại ai. 비난하다 lên án.
(tr) 칭찬하다 khen ngợi.

헐렁거리다 할랑하다,
할랑대다 Lắng xắng,
nhí nhảnh.

헐레벌떡하다
서두르다 Luống cuống,
ngượng nghịu, vụng về.

험난하다 Hiểm và khó
khăn (công việc, đường
đi). 어렵다 khó khăn.

험담하다 헐뜯다 Nói
xấu ai, xoi mói khuyết
điểm của ai.

험로 험한 길 Con đường
nguy hiểm, con đường
hiểm.

험준하다 험하다 Hiểm

và gồ ghề, dốc. (tt) 가파
르다. (tr) 평탄하다
bằng phẳng.

헛걸음하다 허행하다
Đi công không, đi không
được việc.

헛구역 Nôn ợ mà không
ra, nôn suông.

헛기침하다 인기척
내다 Ho làm hiệu, hắng
giọng báo cho ai biết việc
gì.

헛돌다 공전하다 Quay
vòng xung quanh vật thể
khác.

헛된 명성 허명, 공명
Hư danh, 유명무실 hữu
danh vô thực.

헛듣다 잘못듣다 Nghe
lầm, nghe sai.

헛소리 군소리, 허튼
소리, 망언 Lời nói hão,
nói suông, nói nhảm.

헛소리 앓는 고리 Tiếng
rên.

헛소리하다 헛방놓
다, 군말하다 Nói nhảm,
nói lung tung.

헛소문 유언비어 Tin
đồn, tin thất thiệt.

헛수고 허탕, 헛일,
허사 Việc vô ích, việc vô
công. 헛수고 cố gắng
vô ích.

헛수고하다 헛물켜
다, 허탕치다 Làm việc
vô ích, làm việc công
không.

헝겊 옷감 조각 Mảnh
vải, cái giẻ.

헝클어지다 엉클어
지다, 엉키다, 뒤섞이다
Rối vào nhau, quấn vào
nhau, rắc rối, rối rắm.

헤매다 갈팡질팡하다
Lúng túng tìm đường,
mày mò phương hướng.
돌아다니다 đi đi lại lại,
quanh quẩn.

헤모글로빈 (Haemo-

globin), 혈색소 Huyết sắc tố.

헤아리다 추측하다 Ước tính, dự trù số lượng. 세다, 셈하다 đếm.

헤어지다 이별하다, 작별 하다, 떨어지다 Chia tay, ly biệt, xa nhau. 날리다, 흩어지다 phát tán, rời rạc ra.

헤엄하다 수영하다, 헤엄 치다, 미역감다, 역 감다 Bơi, bơi lội. 잠수 하다 lặn.

헤집다 긁어 파다, 뒤 집다 Cào cấu, bươi, bới ra.

헤치다 물리치다 Đẩy lùi, vượt qua, thắng (khó khăn).

헤프다 쉬 닳다, 없어 지다. 마모되다 Mòn, bào mòn. *(tr)* 마디다 không bị bào mòn.

헬멧 *(Helmet)* 안전모

Mũ bảo hiểm.

헷갈리다 혼동하다 Mất tinh thần, trở nên lúng túng. *(tt)* 뒤섞이다, 섞갈리다.

혀 혓바닥, 설 Cái lưỡi (động vật, v. v...).

혀끝 설단 Đầu lưỡi.

혁명 Cách mạng. 혁신 cách tân. 쇄신, 변혁 đổi mới.

혁신 개혁, 개신 Cải cách, làm cho mới, làm mới. 개방 đổi mới, mở cửa.

현 활시위, 활줄 Dây cung, dây nỏ.

현금 현찰, 지닌 돈 Tiền mặt, tiền hiện có mang theo người mất bình thường.

현답 Sự trả lời sáng suốt. *(tr)* 우문 câu hỏi ngu dốt. 우문현답 hỏi ngu, trả lời giỏi.

현대 Hiện đại. 근대 cận

đại. 고대 cổ đại.

현 대 문 Văn hiện đại.

현 란 하 다 찬란 하다 Sáng lạn, chói mắt. *(tt)* 눈부시다, huy hoàng. *(tt)* 휘황찬 란하다.

현 명 하 다 슬기 롭다, 지혜롭다 Sáng suốt, tài tình, đầy trí tuệ. *(tr)* 우매 하다 u mê. 몽매하다 mông muội. 우둔하다 ngu dốt.

현 미 Gạo lức, gạo chưa xát vỏ trong. *(tr)* 백미 gạo trắng, gạo xát vỏ trong.

현 상 Hiện tượng. 상황 tình hình. 상태 trạng thái. 형상 hình tượng. *(tr)* 본질 bản chất. 본체 cơ thể thật.

현 생 인 류 Lịch sử loài người từ sau kỳ đồ đá cũ tới nay.

현 세 Đời nay. 현 세상 cuộc sống hiện nay. 현생

kiếp này. *(tr)* 전세 đời trước.

현 실 Hiện thực. 실제 thực tế. *(tr)* 이상 lý tưởng. 비현실 phi hiện thực.

현 악 기 Nhạc cụ có dây. *(tr)* 관악기, 타악기 nhạc cụ không dây.

현 장 현재장소, 실지 Hiện trường.

현 재 Hiện tại. 이제, 지금 bây giờ. *(tr)* 과거 Quá khứ, 미래 tương lai.

현 저 하 다 두드러지다. 뚜렷하다 Rõ rệt, khác hẳn (tình trạng).

현 존 하 다 실존하다, 현재 생존하다 Hiện còn sống, hiện còn, hiện có. 생존하다 sống sót.

현 지 현장 Nơi đất ấy, địa phương ấy, hiện trường. 현지인 dân địa phương.

현 직 Chức vụ hay nghề nghiệp hiện nay. 현임

nhiệm vụ hiện nay. 전임 chức vụ trước đây.

현혹하다 미혹하다, 흘리다 Huyễn hoặc, làm cho mờ mịt.

혈관 Huyết quản. 혈맥, 맥 huyết mạch. 핏줄 dòng máu.

혈구 Huyết cầu.

혈기왕성 Sục sôi dòng máu nóng.

혈색 핏기, 낯빛, 안색 Sắc máu trên mặt, sắc mặt, nét mặt.

혈연 친족, 혈족 Họ hàng, thân thích. *(tr)* 지연 quan hệ láng giềng.

혈육 골육 Huyết nhục, xương thịt.

혈전 혈투 Trận đánh đổ máu.

혈통 핏줄기 Huyết thống. 혈맥 huyết mạch.

혈혈단신 홀몸, 단신 Cô đơn, không nơi nương

tựa, côi cút. *(tt)* 고아.

혐오하다 미워하다, 싫어하다 Ghét, ghen ghét, ghét bỏ. *(tr)* 사랑하다 yêu thương.

혐의하다 의심하다 Hiềm nghi, nghi ngờ.

협곡 골짜기 Thung lũng, vùng thấp giữa hai đồi núi.

협동하다 Hiệp đồng. 결속하다, 단결하다 đoàn kết. 손잡다 nắm tay nhau.

협력하다 힘 모으다 Hợp lực, cùng góp sức.

협박하다 으르다, 위협하다 Uy hiếp, đe dọa, hiếp đáp.

협상하다 Hiệp thương. 협의하다, 타결하다 thỏa thuận với nhau.

협소하다 작고 좁다 Nhỏ và hẹp, hẹp hòi.

협의 Nghĩa hẹp. *(tr)* 광

의 nghĩa rộng.

협정 Hiệp định. 협약 hiệp ước. 조약 điều ước.

혓바닥 설면 Mặt trên của lưỡi. 혀 cái lưỡi.

형 Anh. 형제 anh em. 오빠 anh (em gái gọi). *(tr)* 아우, 동생 em. 누나 chị gái (em trai gọi). 언니 chị gái (của em gái).

형구 형틀, 형기, 제구 Dụng cụ tra tấn.

형무소 교도소, 감옥 Nhà giam, ngục, trại cải tạo.

형벌 Hình phạt. 벌 hình phạt. 처벌, 죄벌 phạt tội.

형사 Hình sự. *(tr)* 민사 dân sự.

형사소송 Tố tụng hình sự.

형사재판 Xử án hình sự. *(tr)* 민사재판 xử án dân sự.

형상 Hình tượng, 생김새, 모습, 꼴 hình dang, mô hình.

형설지공 형설 Sự chăm chỉ học hành.

형성하다 Hình thành. 이루다 tạo thành. 성취 하다 có thành tựu.

형세 정세 Tình thế. 추세 xu thế. 기세 khí thế.

형식 Hình thức. 형태 hình thái.

형용사 Tính từ, bổ ngữ, định ngữ.

형체 Hình thể. 형태 hình thái. 형편 tình hình, khả năng công việc.

형편없다 나쁘다, 좋 지 않다 Không lấy gì làm tốt, xấu (tình hình, khả năng), không ra cái gì. *(tt)* 보잘것없다.

혜택 덕택 Ân huệ, ân đức của ai.

호 아명, 아호 Hiệu (của người, thay tên).

호각 휘슬 cái còi.

호감 호감정 Cảm tình tốt, thiện chí. *(tr)* 악감 ác cảm. 불쾌감, 반감 cảm tình xấu, không thích.

호강 호의호식 Ăn ngon mặc đẹp, cuộc sống sung sướng.

호걸 Hào kiệt.

호경기 Nền kinh tế phát triển. *(tr)* 불경기 nền kinh tế trì trệ. 불황 khủng hoảng.

호구 범굴 Hang cọp, nơi nguy hiểm. *(tt)* 위험한 곳

호구지책 호구책, 생계 Kế sinh nhai, làm để sống qua ngày.

호기 날숨 Hơi thở ra. *(tr)* 흡기, 들숨 hơi thở ra. 호기하다 hiếu kỳ.

호기 좋은 시기, 좋은 때, 호시기 Thời kỳ tốt, lúc tốt. 절호기 cơ hội tuyệt hảo.

호되다 심하다, 혹독 하다 Trầm trọng, quá thể ác và xấu.

호들갑 떨다 방정 떨다, 야단 법석 떨다 Tỏ ra coi khinh người, lông loàn.

호락호락하다 만만 하다 Thoải mái, dễ chịu.

호랑이 범, 칡범 Con hổ, con báo.

호랑이굴 범굴, 호굴, 호혈 Hang hổ, sào huyệt của giặc.

호래아들 호래자식, 버릇없는 자식 Đứa con thiếu giáo dục.

호령하다 꾸짖다 La, mắng, khiển trách.

호롱불 등잔불 Lửa dầu hỏa. 석유 dầu hỏa.

호루루기 호루라기,

호루 라기, 호각 Cái
còi.

호르몬 (*Hormon*) Tuyến
học môn.

호리다 후리다, 매료
하다, 매혹하다, 꾀다
Mê hoặc ai, lừa gạt ai.
속이다 lừa gạt ai.

호리호리하다 후리
후리 하다, 가늘다, 날씬
하다 Thon thả, mảnh mai.

호명하다 이름부르다
Gọi tên, hô danh.

호박 남과 Cây bầu Lào,
bầu rợ, chỉ người đàn bà
xấu. (tt) 추녀, 호박꽃.

호박벌 왕벌 Con ong
chúa. 일벌 con ong thợ.

호반 호숫가 Bờ hồ,
ven đầm, ven ao.

호방하다 Lớn lao,
không nhỏ nhen. (tr) 소심
하다 hẹp lòng, nhỏ nhen.

호비다 파내다, 호벼
파다, 캐내다 Đào, bới.

moi ra.

호색가 호색꾼, 색골,
여색 좋아하는 사람
Người hiếu sắc.

호소 하소연 Lời kêu
van, lời trình bày hoàn
cảnh khó khăn.

호송하다 Hộ tống.
압송 하다 áp giải.

호수 호, 저수지 Hồ
nước. 늪 đầm lầy.

호신술 보신술 Võ
thuật tự bảo vệ mình.

호위하다 지키다, 경호
하다, 보위하다 Bảo vệ,
giữ lấy. 보호하다 bảo
hộ.

호응하다 Hưởng ứng.
응답하다 ứng đáp.
대답 하다 trả lời.

호의 Ý tốt. 선심 Lòng
thiện. 선의 thiện ý. (tr)
악의 ác ý.

호의호식 호강, 영화
Vinh hoa, sung sướng.

호 인 좋은 사람, 호인물 Người tốt, người lành. (tt) 선인. (tr) 악인 ác nhân.

호 전 하 다 나아지다, 잘 전환하다 Biến chuyển tốt hơn. (tr) 악화하다 trở nên xấu hơn.

호 젓 하 다 오슬하다, 고적하다 Yên tĩnh đến buồn sợ. (tr) 번거롭다 nhộn nhịp.

호 주 가구주 Chủ hộ, chủ gia đình. 가장 gia trưởng.

호 주 머 니 주머니 Cái túi, cái bao.

호 출 하 다 불러 내다 Gọi, gọi tên. 소환 하다 triệu hồi, triệu tập.

호 탕 하 다 호방 하다 Thoải mái dễ chịu, phong nhã. (tính cách). (tr) 소심 하다 hẹp hòi, nhỏ nhen.

호 통 꾸중, 꾸지람, 나 무람, 야단 Tiếng la mắng, tiếng quở trách.

호 환 하 다 불러들이다 Triệu hồi, gọi về.

호 황 Nền kinh tế phát triển.

호 흡 하 다 Hô hấp, thở (tt) 숨쉬다.

혹 방해물 Thứ trở ngại.

혹 살덩이, 종양, 종기 U bướu, khối u, ung nhọt.

혹독하다 심하다, 가혹 하다, 잔혹하다 Cay nghiệt, tàn ác.

혹서 무더위, 혹염, 폭서 Nóng nực, nóng. (tr) 혹한, 강추위 lạnh kinh khủng.

혹성 행성 Hành tinh, sao di động. (tr)항성, 붙박 이별 định tinh, sao ở một chỗ.

혹시 혹시나, 만일, 만약, 가령, 서사, 설령 Hoặc giả, hay là, vạn nhất.

혹 하 다 반하다, 빠지다 Say đắm, sa vào, mê say.

혹한 강추위, 극한 Rét
hại, rất rét, rét mạnh. *(tr)*
혹염, 혹서 nóng cực độ.

혼 넋, 얼, 정신 Hồn, 영혼,
혼령 linh hồn. 혼백 hồn
phách.

혼기 Tuổi lấy vợ lấy chồng.

혼나다 꾸중듣다, 욕
먹다 Bị chửi, bị la, nghe
chửi.

혼내다 꾸짖다, 꾸중
하다, 호통하다, 야단
치다 La, mắng, chửi.

혼담 연담 Câu chuyện
về hôn nhân.

혼돈하다 모호 하다
Hỗn độn, lộn xộn, lộn
lung tung.

혼동하다 잘못 보다
Nhìn lầm, nhìn lẫn lộn, suy
nghĩ sai. *(tt)* 오해하다,
hiểu sai. *(tt)* 착각하다.

혼란 혼잡 Sự hỗn loạn,
sự vô trật tự *(tt)* 무실서.

혼령 영혼 Hồn, hồn linh.

(tr) 육신, 육체 nhục thể,
xác thịt.

혼례 결혼식 Lễ kết
hôn. 결혼하다 kết hôn.

혼미하다 흐리다 Mờ,
đục. 흐르다 chảy.

혼비백산 (Hồn bay
phách tán), 놀라다 Quá
đỗi ngạc nhiên.

혼성재배 혼작 Thâm
canh.

혼성하다 섞다, 뒤섞다
Lẫn lộn, trộn lẫn, pha vào.

혼수 Đồ dùng cho vợ
chồng mới cưới.

혼인 Hôn nhân. 성혼
thành hôn. 성례 thành lễ.
결혼 kết hôn.

혼작 혼성재배 Canh
tác cùng nhiều cây.

혼잣말하다 중얼거
리다 Nói một mình.

혼합림 Rừng nhiều loại
cây. *(tr)* 단순림 rừng chỉ
có một loại cây.

혼혈아 혼혈인, 트기, 혼혈 Người lai.

홀가분하다 산뜻하다 Thoải mái tâm hồn, thanh thản.

홀대 후대, 환대, 공대 Sự đón tiếp nồng hậu, chu đá. *(tr)* 냉대 sự đón tiếp lạnh nhạt.

홀랑 몽땅, 모두, 전부 Tất cả, sạch sành sanh (cởi áo, tiêu tiền).

홀로 외롭게, 혼자 Một thân một mình, cô đơn.

홀로되다 혼자되다 Trở nên cô đơn, mất đối tác, mất người bạn đời.

홀리다 반하다 Say đắm, mê say, bị mê hoặc. *(tt)* 유혹되다. sao vào. *(tt)* 빠지다. 현혹되다 bị huyền hoặc. 속다 bị lừa gạt.

홀몸 단신, 독신 Một mình. độc thân.

홀아비 Người đàn ông độc thân, người góa vợ. *(tr)* 홀어미, 과부 góa phụ, quả phụ.

홀어미 과부, 미망인, 홀어머니 Người đàn bà góa, bà quả phụ.

홀연 갑자기, 홀연히, 느닷없이 Bỗng nhiên, đột nhiên.

홀짝이다 느껴울다 Tức tưởi, muốn bật khóc.

홈 Vết, vết xước. 구멍 lỗ hổng, chỗ bị xước.

홍당무 당근 Cây cà rốt.

홍보하다 보도 하다, Thông báo. 알리다 báo cho biết.

홍살문 Cửa hồng môn, cửa vào cung điện hay lăng tẩm.

홍수 나다 큰물지다 Xảy ra nạn lụt lội.

홍수 큰물 Lụt, hồng

thủy. *(tr)* 가뭄, 한발 hạn
hán.

홍 시 연감, 연시 Niên
giám, sách ghi chép sự việc
xảy ra trong một năm.

홍 역 마진 Bệnh sởi.

홍 옥 루비 Đá hồng
ngọc, đá đỏ, đá ruby.

홍 일 점 Một đóa hoa
trong lá xanh, một bóng
hồng trong đám con trai.

홍 차 Trà khô màu hồng.
녹차 trà khô màu xanh.

홍 합 Con sò thịt màu hồng

홀 Đơn, một lớp. *(tr)* 겹
kép. 쌍 đôi.

홀 실 단사 Chỉ đơn.

홀 옷 Áo đơn. *(tr)* 겹옷
áo kép.

화 Hoạ. 재앙 tai ương,
재난 tai nạn. *(tr)* 복 phúc.

화 가 그림쟁이, 화백
Họa sĩ, người vẽ tranh.

화 근 화원, 화근 거리
Nguồn gốc của tai hoạ,
của tai ương.

화 급 하 다 Hỏa cấp.
시급하다, 긴급하다,
급하다 khẩn cấp, cấp
bách.

활 Hỏa, sự nổi giận. 불
러, 화재 nạn cháy.

ĐẠI TỪ ĐIỂN
HÀN-VIỆT

한국어-베트남어 포켓사전

2011년 · 3월 1일 초판 인쇄
2011년 · 3월 5일 초판 발행
편   저 · LÊ HUY KHOA
발행인 · 서 덕 일
발행처 · 도서출판 문예림
등   록 · 1962년 7월 12일(제2-110호)
주   소   서울시 광진구 군자동 1-13호
            문예하우스 101호
전화 Tel:02) 499-1281~2
팩스 Fax:02) 499-1283

http://www.bookmoon.co.kr
E-mail:book1281@hanmail.net
ISBN 978-89-7482-592-2 (11790)

정가 28,000원